நெடுநேரம்

பெருமாள்முருகன் (பி. 1966)

படைப்புத் துறைகளில் இயங்கிவருபவர். அகராதியியல், பதிப்பியல், மூலபாடவியல் ஆகிய கல்விப்புலத் துறைகளிலும் ஈடுபாடுள்ளவர்.

2023ஆம் ஆண்டுக்கான 'பன்னாட்டுப் புக்கர் விருது' நெடும் பட்டியலில் 'பூக்குழி' நாவலின் ஆங்கில மொழிபெயர்ப்பு 'Pyre' இடம்பெற்றது. இவரது 'ஆளண்டாப் பட்சி' நாவலின் ஆங்கில மொழிபெயர்ப்பான 'Fire Bird' நூலுக்கு 2023ஆம் ஆண்டு ஜேசிபி இலக்கியப் பரிசு வழங்கப்பட்டது.

- அன்பார்ந்த வாசகருக்கு,

வணக்கம்.

காலச்சுவடு நூலை வாங்கியமைக்கு நன்றி.

நூலின் உள்ளடக்கம், உருவாக்கம், அட்டைப்படம் இன்ன பிற அம்சங்கள் பற்றிய உங்கள் கருத்துகளையும் ஆலோசனைகளையும் காலச்சுவடு வரவேற்கிறது. தகவல், எழுத்து, வாக்கியப் பிழைகள் தென்பட்டால் அவசியம் தெரிவித்து உதவுங்கள். நூல் தயாரிப்பில் கடும் குறைபாடு இருப்பின் மாற்றுப் பிரதி உங்களுக்குக் கிடைக்கக் காலச்சுவடு ஏற்பாடு செய்யும்.

மின்னஞ்சல்: **publisher@kalachuvadu.com**

காலச்சுவடு நாகர்கோவில் அலுவலகத்திற்குக் கடிதம் அனுப்பலாம்.

தங்கள்
எஸ்.ஆர். சுந்தரம் (கண்ணன்)
பதிப்பாளர் — நிர்வாக இயக்குநர்

Unauthorised use of the contents of this published book, whether in e-book or hardcopy format, for any type of Artificial Intelligence (AI) training — including but not limited to Machine Learning, Deep Learning, Natural Language Processing, Computer Vision, Chatbot Training, Image Recognition Systems, Recommendation Engines, and Language Models — is strictly prohibited without prior licensing from the publisher. Any such unauthorised use may result in legal action.

பெருமாள்முருகன்

நெடுநேரம்

காலச்சுவடு பதிப்பகம்

நெடுநேரம் ♦ நாவல் ♦ ஆசிரியர்: பெருமாள்முருகன் ♦ © பெருமாள்முருகன் ♦ முதல் பதிப்பு: டிசம்பர் 2022, மூன்றாம் பதிப்பு: செப்டம்பர் 2025 ♦ வெளியீடு: காலச்சுவடு, 669, கே.பி. சாலை, நாகர்கோவில் 629001

neTuneeram ♦ Novel ♦ Author: Perumal Murugan ♦ © Perumal Murugan ♦ Language: Tamil ♦ Firs t Edition: December 2022, Third Edition: September 2025 ♦ Size: Demy 1 x 8 ♦ Paper: 18.6 kg maplitho ♦ Pages: 344

Published by Kalachuvadu, 669, K.P. Road, Nagercoil 629001, India ♦ Phone: 91-4652-278525 ♦ e-mail: publications@kalachuvadu.com ♦ Printed at Mani Offset, Chennai 600077

ISBN: 978-93-5523-243-4

முன்னுரை

காதல் ஒருபோதும் வலிமை குன்றுவதில்லை

கொரோனா பொதுமுடக்கக் காலத்தில் எழுதிய நாவல் 'நெடுநேரம்'. பிஞ்ச் செயலிக்காக இதைத் தொடராக எழுதினேன். எழுதக் கேட்டபோது வேறொரு நாவலை எழுதிக் கொண்டிருந்தேன். அதை ஒருகட்டத்திற்கு மேல் நகர்த்த இயலாத தடுமாற்றம். ஆகவே நெடுநாளாக எழுத நினைத்திருந்த இதைப் பொதுமுடக்கக் காலகட்டப் பின்னணியைக் கொண்டு எழுதினேன். ஒருவகையில் இதைப் பயண நாவல் என்று சொல்லலாம். வாழ்க்கைப் பயணம், நெடுஞ்சாலைப் பயணம் இரண்டும் இணைகோடுகளாகச் செல்கின்றன.

இன்னொரு வகையில் 'காதல் நாவல்' என்றும் சொல்லலாம். பல காதல் கதைகள் இதற்குள் வருகின்றன. ஒவ்வொருவரின் பின்னணியிலும் குறைந்தபட்சம் ஒரு காதலாவது இருக்கத்தான் செய்கிறது. இவ்வளவுதான் என்று முடித்துவிட இயலாத அளவு காதல் வகைகள் புதிது புதிதாகக் கிளைத்து வருகின்றன. அதனால்தான் எழுதித் தீராத விஷயமாகக் காதல் இருக்கிறது. காதலை உயிரியல்பு என்று பார்க்காமல் மனிதப் பலவீனம் என்று காண்பது பிரச்சினைகளுக்கு மூல காரணம். ஆனால் காதல் ஒருபோதும் வலிமை குன்றுவ தில்லை. காதலின் வலிமையை நோக்கித்தான் இந்நாவல் பயணம் செய்கிறது.

காதல் பற்றிய விழுமியங்களைப் பரிசீலிக்க முயலும் நாவல் இது. காதலைக் கட்டுப்படுத்த ஆணவப் படுகொலை வரைக்கும் செல்லும் சாதியின் பரிமாணங்கள் இதில் இருக்கின்றன. நிலமும் பொழுதும் காதலை எப்படியெல்லாம் அர்த்தப்படுத்துகின்றன என்பதைப் புறத்தே நின்று காணலாம். காதல் இன்றுவரைக்கும் நம் சமூகத்தில் தனிமனித விஷயமாக இல்லை. அதில் குடும்பம், உறவுகள், ஊர், சாதி முதலிய எண்ணற்ற இடையீடுகள். இவற்றை எல்லாம் எதிர்கொள்ளவும் விடுபடவும் ஆணும் பெண்ணும் படும் பாடுகளை 'நெடுநேரம்' விவரிக்கிறது.

செயலியில் கதைச்சுருக்கம் கேட்டபோது எழுதுவது மிகவும் சிரமமாக இருந்தது. ஏதேதோ நிலக் காட்சிகள், பலவிதமான பாத்திரங்கள், வெவ்வேறு காதலர்கள் என என்னையறியாமல் வந்துகொண்டே இருந்தன. ஒன்றன் முடிவில் இன்னொன்று கிளைத்தெழுகிறது. இதில் எதை விடுவது, எதைச் சொல்வது? திட்டமிடலும் திட்டமிடாமையும் கலந்து அமைந்த வேறுபட்ட எழுத்துப் பயணமாக இது அமைந்தது. பொதுவாகக் கிராமமே என் எழுத்துக் களம். கிராமத்தில் தொடங்கி நகரத்தைத் தொடுவது அல்லது நகரத்தை நோக்கி நகர்வது என்பதாகவும் அதைச் சொல்லலாம். இந்நாவல் அதிலிருந்து வேறுபட்டது. நகரத்தில் தொடங்கிக் கிராமத்தில் முடியும் விதமாகக் களத்தை அமைத்திருக்கிறேன்.

இதன் கட்டமைப்பில் பெரும் சுதந்திரம் இருக்கிறது. எந்த இடத்தில் வேண்டுமானாலும் ஒரு காட்சியையோ ஒரு கதையையோ செருகிக்கொள்ளலாம். இன்னும் கொஞ்சம் முன்னாலேயே நாவலை முடித்திருக்கலாம் அல்லது இன்னும் கொஞ்சம் சேர்த்திருக்கலாம். அவற்றுக்கேற்ற மிகவும் நெகிழ்வான வடிவமைப்பு. தொடராக எழுதும்போது இது எனக்கு வசதியாக இருந்தது. செயலியைச் சேர்ந்தவர்கள் 'போதும், முடித்துவிடலாம்' என்று சொன்னால் ஓரிரு அத்தியாயங்களோடு முடிக்கும் விதமாகவும் இன்னும் சில அத்தியாயங்கள் எழுதலாம் என்று சொன்னால் அதற்கேற்ப விரிக்கவும் தோது. எழுத ஒப்புக்கொண்ட பிறகு பிரச்சினைக்குள் சிக்கிக்கொள்ளக் கூடாது.

இதற்கு முன் 'பூக்குழி' நாவலைக் கல்கி இதழில் தொடராக எழுதினேன். அதில் இத்தனை வாரம், இத்தனை சொற்கள் என்றெல்லாம் குறிப்பிட்ட வரையறைகள் இருந்தன. சிரமப் பட்டாலும் அந்த எல்லைக்கு உட்பட்டு எழுதினேன். இந்தச்

செயலியில் ஒவ்வொரு அத்தியாயமும் அதிகபட்சம் எத்தனை சொற்கள் இருக்கலாம் என்பதைத் தவிர வேறு வரையறை ஏதுமில்லை. எனினும் முந்தைய அனுபவம் காரணமாக எந்த நேரத்திலும் முடிக்கவும் தொடரவும் வாகான வடிவத்தைத் தேர்ந்தெடுத்துக்கொண்டேன். எளிய பயணம் என்பது அதற்கு மிகவும் பொருந்தியது. அதற்குள் சில காதல் கதைகள். இன்றைய தலைமுறை இளைஞனின் கோணம் என்றாலும் முந்தைய தலைமுறைகள் உரிய இடம்பெற்றுள்ளன.

செயலியில் எழுதியதன் நற்பலன் என்றால் வாசகக் கருத்துக்களை உடனுக்குடன் பெற முடிந்ததைச் சொல்லலாம். முதலில் வாரம் இருமுறை என வெளியீடு தொடங்கியது. பின் வாசக எதிர்பார்ப்புக்கு ஏற்பத் தினமொரு அத்தியாயம் என்றானது. வாசகக் கருத்துக்களை அன்றன்றைக்கே பெற முடிந்தது. வழக்கம் போலப் பாராட்டும் கிடைத்தது; வசைகளும் வந்தன. சமூகத்தைக் காப்பாற்றிவைத்திருக்கும் விழுமியங்களை இந்நாவல் மீறுகிறது என்பதுதான் வசைக்குக் காரணம்.

சமூக விழுமியங்கள் வாழ்வைக் கட்டுப்படுத்தும் துயரத்தையே தொடர்ந்து எழுதுகிறேன். விழுமியங்களின் அதிகாரம், போதாமை ஆகியவற்றை வெளிப்படுத்துவதும் காலாவதியானவற்றின் நாற்றம் சகிக்க முடியாமல் இருப்பதைக் காட்டுவதும் எழுத்தின் அடிப்படை. விழுமிய மீறல்களிலும் மீற முடியாமையிலும் எப்போதும் என் கவனம் குவிகிறது. புதிய விழுமியங்கள் உயிர்த்தெழுந்து வருவதையும் காண்கிறேன். இயல்பில் விழுமியங்களைப் பற்றிய பரிசீலனையே என் எழுத்து என்னும்போது வசைகள் வருவதைத் தவிர்க்க முடியாது. அந்தப் புரிதல் கொண்டிருப்பதால்தான் தொடர்ந்து எழுத முடிகிறது.

கிராம வாழ்க்கை, வட்டார மொழி என்பவற்றை என் அடையாளமாகக் கருதி இந்நாவலை வாசிக்க வேண்டாம். ஏமாற்றமாகிவிடும். 'பூனாச்சி' நாவலில் கதைக்களம் 'அசுரலோகம்' என்பதைத் தொடங்கினேன். 'கழிமுக'த்திலும் இதிலும் அதுவே தொடர்கிறது. என் உள்ளம் பூலோகத்தில் நுழைய விரும்பவில்லை. அசுரலோகம் இதில் கொஞ்சம் வளர்ந்திருக்கிறது. இன்னும் விரிவாக்க வேண்டும். அசுரலோக சஞ்சாரம் வசதியாக இருக்கிறது. அது எழுத்துச் சுதந்திரத்தைத் தருகிறது. சுதந்திரம் தவிர வேறென்ன வேண்டும்?

000

இந்நாவலை எழுதக் காரணமான ‘பிஞ்ச்’ செயலியில் பணியாற்றும் ப்ரியதர்ஷினிக்கும் அதன் பணியாளர்கள், நிர்வாகத்தினருக்கும் நன்றி. நூலாக்கம் செய்துள்ள காலச்சுவடு கண்ணனுக்கும் பணியாளர்களுக்கும் நன்றி.

நாமக்கல்
15.10.2022

பெருமாள்முருகன்

1

அம்மாவைக் காணவில்லை என்பதை ஒரு தகவலாகச் சொன்னார் அப்பா. 'காணவில்லை' சுவரொட்டி ஒட்டவில்லை. காவல் நிலையத்தில் புகார் கொடுக்கவில்லை. எங்கும் தேடிச் செல்லவில்லை. உறவினர்கள், நண்பர்கள், சுற்றுவட்ட வீட்டுக்காரர்கள் யாருக்கும் தெரியாது. பிள்ளைகளுக்கும் சொல்லவில்லை. அம்மாவின் கை பட்டுப் பட்டுத் தினம் விதவித ஒலியெழுப்பிப் பேசும் வீட்டுப் பொருட்களில் அசைவில்லை. அவற்றை எல்லாம் துளி சத்தமும் வராமல் அப்பாவே கையாள்கிறார். அம்மாவின் நடமாட்டம் இல்லாத வீட்டுக்கு அவர் பழகிவிட்டார்.

தகவலைக் கேட்ட பிறகே அம்மாவின் குரல் செல்பேசியில் ஒலித்து ஆறு மாதத்திற்கும் மேலாகிவிட்டது என்பது முருகாசுக்கு உறைத்தது. தினந்தோறும் இரவு பேசியில் அழைத்து இரண்டு வார்த்தைகள் நலம் விசாரித்த பிறகே தூங்கச் செல்லும் அப்பா அதை எப்போது கைவிட்டார் என்பதே அவனுக்கு நினைவில்லை. அவர் பேசி முடிக்கும் தருணத்தில் 'அம்மா' என்பான். 'இரு' என்று சொல்லிக் கொண்டுபோய் அம்மாவிடம் கொடுப்பார். அவன் உணவைப் பற்றி அம்மாவின் விசாரிப்பு இருக்கும். தான் அன்று செய்த சமையலைப் பற்றிச் சில வார்த்தைகள் சொல்வார்.

'இது உனக்குப் புடிக்கும். உன்னய நெனச்சிக்கிட்டே செஞ்சன். ஆனா இங்க இல்லயே நீ' என்று ஆதங்கப்படுவார். அவனுக்குப் பிடித்த ஒன்றாவது தினமும் சமையலில் இருக்கும். அதைக் கேட்கும்போது மனதைவிட நாக்கு ஏங்கும். 'போதும் போதும். சொல்லாத' என்பான். 'அத்தன ஆச இருக்கறவன் அடிக்கடி வீட்டுப்பக்கம் எட்டிப் பாக்கணும்.' அம்மாவிடம் சிறுகோபம் வெளிப்படும்.

‘வேலைம்மா. வர்றம்மா’ எனச் சுருக்கமாகச் சொல்வான். சமையல் பேச்சு முடிந்ததும் திருமணப் பேச்சு தொடங்கும்.

‘சீக்கிரம் கலியாணம் பண்ணிக்கடா’ என்பதைக் கெஞ்சலாய்ச் சொல்வார். வீட்டுத் தோட்டத்துச் செடிகள் பற்றி அவர் விவரிக்க ஆரம்பித்தால் ‘போச்சு, எப்போது முடிப்பாரோ’ என்றிருக்கும். பொறுமை இல்லாமல் சில நிமிடங்கள் கேட்பான். அப்புறம் ‘செரி, வேல இருக்குது, வைம்மா’ என்று சொல்லி விடுவான். ‘ராத்திரியில அப்படி என்ன வேல? ஒழுங்கா ஒடம்பப் பாத்துக்க’ என்று திட்டுவது போலச் சொல்லி வைத்துவிடுவார்.

தினசரி அப்பாவும் அம்மாவும் பேசுவதைத் தொந்தரவாகவே நினைத்திருக்கிறான். தேவை இருக்கும் போது பேசினால் போதாதா? எங்கோ இருந்துகொண்டு ஒரே ஒரு அழைப்பில் தன்னைக் கட்டுப்படுத்த அவர்கள் முயல்கிறார்கள் என்றுதான் தோன்றியிருக்கிறது. அவர்கள் கேட்கும் கேள்விகளில் ‘எல்லா வற்றையும் முறையாகச் செய்கிறாயா?’ என்பதே அடிப்படையாக இருக்கும். ஒருநிமிடம், இருநிமிடம் என்றாலும் கயிற்றைச் சுழற்றி அவன் கழுத்தில் வீசிவிட்டு அதன் நுனியைப் பற்றிக் கொண்டிருக்கும் விரல்களின் நினைவூட்டல் அது. அவர்கள் பேசி முடித்ததும் அவன் வெகுநேரம் எரிச்சலோடு இருப்பான். எதற்கு இந்தத் தேவையில்லாத விசாரிப்பு? ஒரு விஷயமும் இல்லாமல் தன் இருப்பை உணர்த்தும் பேச்சு. ஒரு புதுமையும் இல்லாமல் ஒரே பேச்சையே தினசரி எப்படிக் கேட்பது?

அழைப்பை அப்பா நிறுத்திய பிறகு அவனாகத் தன் தேவைகளை ஒட்டி எப்போதாவது பேசுவது மட்டும்தான். ஒவ்வொரு குடிமகனுக்கும் அசுர ராசாங்கம் வழங்கியிருக்கும் ‘ஆயுள் அட்டை’யைத் தொலைத்துவிட்டு அதன் எண்ணைக் கேட்பதற்காக ஒருமுறை பேசினான். எல்லோருடைய ஆயுள் அட்டைகளின் நகல்களையும் அப்பா வைத்திருப்பார். பகல் நேரத்தில் பேசி நகலை வாங்கிக்கொண்டான். அப்போது ஒரு வார்த்தை ‘அம்மா?’ என்றான். ‘இருக்கறா’ என்றார் அப்பா. ‘சரி, அப்பறம் ராத்திரிக்கிப் பேசறன்’ என்று வைத்துவிட்டான். பல இரவுகள் கடந்தும் பேசத் தோன்றவில்லை. அப்படித் தேவையை ஒட்டிப் பேசிய சந்தர்ப்பங்கள் மாதத்திற்கு ஒருமுறை என்றிருக்கலாம். நிமிடத்தை நெருங்கும் முன்பே முறித்துக்கொண்ட சில நொடிகள் கொண்ட பேச்சு. அது அவனுக்கு நிம்மதியாக இருந்தது.

அப்பாவிடம் பேச நேரும் போதெல்லாம் மறவாமல் அம்மாவைக் கேட்டிருக்கிறான். வேலையாக இருக்கிறாள், அப்புறம் பேசச் சொல்கிறேன், நடைப்பயிற்சியில் இருக்கிறேன்,

கடைக்கு வந்திருக்கிறேன் என்றெல்லாம் அவர் சொன்னவற்றில் பல சமாளிப்புக்காக என்பது இப்போதுதான் புரிகிறது. வெளிநாடுகளில் இருக்கும் அக்காவிடமும் அண்ணனிடமும் இப்படித்தான் பேச்சை நிறுத்தியிருப்பார். அவர்கள் வாழ்க்கை முறையிலும் அப்பா, அம்மாவின் பேச்சை வெறும் இடையூறாகவே கருதியிருப்பார்கள். தனக்குச் சொன்ன சொற்களையே சொல்லி அம்மாவை மறைத்திருப்பார். அம்மாவைக் காணவில்லை என்பது பிள்ளைகள் யாருக்கும் தெரியவில்லை. அதுவும் ஆறுமாதம்.

புலனத்தில் ‘குடும்பக் குழு’ ஒன்றை அப்பாதான் உருவாக்கினார். அதில் அம்மா இல்லை. அம்மாவுக்கென்று தனியாகச் செல்பேசி இல்லை. குழுவில் ‘இந்த நாள் அனைவருக்கும் இனிதாக அமையட்டும்’, ‘நாங்கள் நலம். நீங்கள் அனைவரும் நலமாக இருக்கப் பிரார்த்திக்கிறோம்’ என்பது மாதிரியான சில வாசகங்களைப் போடுவார். கடவுள் படங்களை அனுப்புவார். பிறந்த நாள் வாழ்த்துக்கள் சொல்வார். பதிலாக சில எமோஜிகளைத் தட்டி விடுவார்கள் பிள்ளைகள். எல்லோரும் அங்கங்கே அவரவர் வேலையில் இருக்கிறோம் என்பதைப் புரிந்துகொண்டால் போதாதா? எமோஜிகூடப் போடச் சோம்பலாகிவிடும் நாட்களில் அவனுக்குக் குற்றவுணர்வு வரும். வரும் நேரம் இரவாக இருந்தால் ‘நல்லிரவு’ என்று போட்டுவிட்டு நிம்மதியாகத் தூங்கச் செல்வான். முதல் நாள் எதுவும் போட மறந்துவிட்டோம் என்று நினைவு வந்தால் அடுத்த நாள் காலையில் ‘அனைவருக்கும் என் அன்பு’ என்று போடுவான். இருப்பைத் தெரிவித்துக் குடும்பக் கடமையை நிறைவேற்றிவிட்ட திருப்தி வந்தால் போதும்.

நேற்றிரவு அவன் வீட்டுக்கு வந்தான். ஓராண்டுக்கு முன் அசுரலோகம் முழுவதும் புதிய தொற்றுநோய் பரவிய காலத்தில்கூட அவன் இங்கே வரவில்லை. தொற்றின் இரண்டாம் அலை தீவிரமாக ஆரம்பித்த நிலையில் இவ்வாண்டும் அசுரலோகத்தின் ஒவ்வொரு பகுதியிலும் மாறி மாறிப் பொதுமுடக்க அறிவிப்பு. பெற்றோர் இருந்த ஊர் வீராசுரம். அங்கிருந்து இரு மாகாணங்கள் கடந்து கிட்டத்தட்ட எழுநூறு கல் தொலைவில் பூவாசுரத்தில் அவனுக்கு வேலை. பூவாசுரத்திற்குப் போய் மூன்றாண்டுகள் காற்று நகர்வதைப் போலக் கழிந்துவிட்டன. அந்நகரில் வாழவே தான் பிறந்ததான ஈர்ப்பு.

பெற்றோர் இருக்கும் வீராசுரமும் பெரிய நகரம்தான். ஒரு மாகாணத்தின் தலைநகரமும்கூட. அவன் பிறந்து வளர்ந்தது, படித்தது, விளையாடியது எனப் பால்யமும் பதின்பருவமும் கழிந்த நகரம். மாநகரம் என்பதால் அங்கேயே உயர்கல்வி வாய்ப்புகளும் நிறைந்திருந்தன. எதற்காகவும் வேற்றிடம் செல்ல

வேண்டியிருக்கவில்லை. இருபத்திரண்டு வயதுவரை அங்கேதான். சொந்த ஊர் என்றால் அதுதான். தகவல் தொழில்நுட்பத் துறை வேலையும் அங்கே அமைந்தது. அம்மாவின் கவனிப்பிலிருந்து விடுபடும் விருப்பம் தோன்றியிருந்த பருவம். நண்பர்களோடு சுதந்திரமாக இருக்க விரும்பிற்று மனம். தன் வயதொத்த பெண்களிடம் சகஜமாகப் பேசிக் களிக்கும் உந்துதல் இருந்தது. அதற்கெல்லாம் அம்மாவும் வீடும் ஒத்து வராது. வேலையின் பொருட்டாவது வெளியில் போகலாம் என்று பூவாசுரத்திற்குச் சென்றான். அங்கே கிடைத்த வேலையில் சில ஆயிரங்கள் ஊதியம் மிகுதி. இடம் பெயர்வதற்கு அது உதவியாக இருந்தது.

முருகாசுக்குப் பன்னிரண்டு வயது மூத்தவன் அண்ணன். முருகாசு பள்ளிக்கூடத்தில் காலடி வைத்த போது அண்ணன் பள்ளிப் படிப்பை முடித்து வெளியே வந்திருந்தான். வீராசுரம் பரவி விரிந்த நகரம். அதன் இன்னொரு விளிம்பில் இருந்த பிரபலக் கல்லூரியில் அண்ணனுக்குப் பொறியியல் படிப்பிற்கு இடம் கிடைத்தது. தினம் பயண அலைச்சல் இல்லாமல் படிக்கட்டும் என்று விடுதியில் சேர்த்துவிட்டார் அப்பா. படிப்பு முடியும் போதே கையில் அயல்தேச வேலை. ஓராண்டுக்கு மட்டும் இங்கே பயிற்சி. அயல்தேசத்திற்கு அண்ணன் போகும்போது மனைவியோடு அனுப்ப வேண்டும் என்று தீவிரமாக முயன்று பெண் தேடினார் அப்பா.

அசுர இனத்தில் நடுவாந்திரமாகக் கருதப்படும் வர்ணம் ஒன்றைச் சேர்ந்தவர்கள் அவர்கள். குலத்தொழில் விவசாயம். குலதெய்வம் அழகாசுரேசுவரன். முதல் குழந்தைக்குக் குலதெய்வப பெயரைச் சூட்ட வேண்டும் என்னும் வழக்கப்படி 'அழகாசு' என்று பெயர் வைத்திருந்தார்கள். தங்கள் குலத்தில் படிப்பும் வசதியுமான பின்னணி கொண்ட பெண் வேண்டும் என்று அப்பா தேடினார். குலத்திற்கு என்று செயல்பட்ட திருமண நிலையங்களில் பதிவு செய்து தினந்தோறும் பார்த்தார். திருமண முகவர்களிடம் குறிப்பைக் கொடுத்துத் தேடினார். சில பெண்களின் குறிப்புகள் பொருந்தி வந்தன. பேசலாம் என்று அப்பா முயன்ற போது அண்ணன் வேறொரு தகவலைச் சொன்னான். பயிற்சியில் தன்னோடு இருந்த பெண் ஒருத்தியைத் திருமணம் செய்துகொள்ளும் முடிவு. அவளுக்கும் அயல்தேச வேலை உறுதியாகியிருந்தது. அவளை வீட்டுக்கே அழைத்து வந்து எல்லோருக்கும் அறிமுகப்படுத்தினான்.

அவள் வேறு வர்ணத்தைச் சேர்ந்தவள். உடுத்தும் முறையிலும் பேசும் மொழியிலும் வேறுபாடுகள் இருந்தன. அகரத்தில் தொடங்கும் சொற்களை அவள் உச்சரிக்கும் போது அவ்வொலித்

துணுக்கு இருக்கிறதோ இல்லையோ என்று சந்தேகம் கொள்ளும்படி கேட்டது. ஒரெழுத்தொலியை எச்சில் விழுங்குவது போல உள்ளே இறக்கிவிடுவாள் அல்லது நாக்கிலேயே வைத்துக்கொள்வாள். என்ன செய்கிறாள் என்றே தெரியாது. அண்ணன் பெயர் அழகாசு. அதை 'ழகாசு' என்றாள். 'அ' கேட்காது; ஆனால் இருக்கும். நாக்கில் தேன் தடவிக்கொண்டு அவள் அழைக்கும் போது அண்ணன் முகம் இன்பத்தில் தவித்தது. 'பேச்சப் பாரு, கேட்டா சிரிப்பா வருது. இந்தப் பேச்ச ஆயுசு முழுக்கக் கேக்க முடியுமாடா? நம்ம பேச்சு நாகரிகம் வேற யாருக்காச்சும் வருமா? ஒவ்வொரு சொல்லையும் முழுசாப் பேசறவங்க நாம. இதென்ன பாதி முழுங்கிட்டுப் பாதியத் துப்பற பேச்சு' என்றார் அப்பா.

'நம்ம பேச்சு நாகரிகம் இல்லாத பேச்சுன்னு அவுங்க சொல்றாங்கப்பா. பக்கத்துல இருக்கறவங்ககிட்டப் பேசறப்பக்கூடக் காக்கா கத்தறாப்பல ஒய்ஒய்னு கத்திப் பேசறமாமா. மண்ணக் கௌறிக்கிட்டுக் கெடக்கற காட்டானுங்க ஒரு காட்டுல இருந்து இன்னொரு காட்டுல இருக்கறவனக் கூப்பிடற மாதிரின்னு சொல்றாங்கப்பா. எங்க ஆஸ்டல்ல எனக்குக் காட்டான்னுதான் பட்டப்பேரு. நம்ம பேச்சு நமக்கு நாகரிகம். அவுங்க பேச்சு அவுங்களுக்கு நாகரிகம்.' அப்பாவை எதிர்த்துப் பேசும் தொனி இல்லாமல் தொலைக்காட்சிச் செய்தி வாசிக்கும் பாணியில் சாதாரணமாகச் சொன்னான் அண்ணன்.

என்ன பதில் சொல்வது என்று அப்பாவுக்குப் பிடிபடவில்லை. இன்னொரு விஷயத்தை எடுத்தார். அவளுடைய உணவுப் பழக்கம் வேறாக இருக்கும், நம்முடைய உணவுப் பழக்கம் வேறு, எப்படிப் பொருந்தும் என்றார். 'அவுங்கெல்லாம் காரத்தப் போட்டுக் கலக்கிக் கொழம்பு வெப்பாங்க. பச்ச மொளவாயக் கடிச்சுத் திங்கற கொலமடா அது' என்று காட்டமாகப் பேசினார்.

அண்ணன் எதுவும் பேசாமல் இருந்தான். தங்கள் உணவுப் பழக்கம் எப்படிப்பட்டது என்று அதன் பெருமைகளை விரிவாக விளக்கி அப்பா பேசத் தொடங்குகையில் அண்ணன் இடைமறித்தான். 'உங்களுக்குப் பிடிச்சதையே நானும் விரும்பிச் சாப்பிடறன்னு நெனைக்கிறீங்களாப்பா? நெறையா நாளு உங்களுக்குத் தனியாவும் எங்களுக்குத் தனியாவும் அம்மா சமைக்கிறாங்க. தெரியமா உங்களுக்கு?' என்று மட்டும் அண்ணன் கேட்டான். அப்போது அம்மாவின் முகத்தில் குறும்புப் புன்னகை அரும்பியது. 'பிள்ளைகள் விருப்பம் பற்றி உங்களுக்கு என்ன தெரியும்?' என்று அதை உணர்ந்து கொண்டாரோ என்னவோ.

அதற்குப் பிறகு அப்பா இன்னொன்றைக் கையில் எடுத்தார். 'என்னருந்தாலும் அவுங்க நமக்குக் கீழடா. அவுங்க வீட்டுக்குப்

போனாத் தண்ணிகூட வாங்கிக் குடிக்க மாட்டம்டா. இப்ப எப்படிச் சம்பந்தியாப் போயிக் கை நனைக்கறது?' அண்ணன் அதற்கும் பதில் சொன்னான். 'கல்யாணத்த ஒரு மண்டபத்துல வெச்சு நடத்தீரலாம்பா. நீங்க அவுங்க வீட்டுல போயிக் கை நனைக்க வேண்டியதில்ல. அவுங்களும் நம்ம வீட்டுல வந்து கை நனைக்க வேண்டியதில்ல. எல்லாரும் மண்டபத்துக் குழாய்ல கை நனைச்சுக்கலாம்பா.' அவன் கேலி செய்கிறான் என்பது அப்பாவுக்குப் புரியவில்லை. 'ச்சீச்சீ . . . நம்ம கொலத்துப் பொண்ணத் தொடறது புண்ணியம். வேற கொலத்துப் பொண்ணத் தொடறது பாவம்டா. இதெல்லாம் உனக்குப் புரியாது. நெனச்சாலே அருவருப்பா இருக்குது' என்றார். மலத்தை மிதித்தவர் போல அவர் முகம் மாறியது.

2

பாவம் புண்ணியம் என்று அப்பா பேசினாலும் அண்ணன் அசரவில்லை. 'நம்ம கொலத்துப் பொண்ணுங்களுக்கும் பசங்களுக்கும் தங்கத்துல உறுப்பு செஞ்சு வெச்சிருக்குதாப்பா? மத்த கொலத்துக்காரங்களுது எல்லாம் தோலாப்பா?' என்று கேட்டான். அவனுக்குச் சிரிப்பு வரவில்லை. அம்மாவுக்குச் சிரிப்பை அடக்க முடியவில்லை. வாயைப் பொத்திக்கொண்டே சமையலறைக்குள் ஓடிப் போனார். மகன் தன்னிடம் இப்படிப் பேசுவான் என்று அவர் எதிர்ப்பார்க்கவில்லை. இதையெல்லாம் எங்கே போய்க் கற்றுக்கொண்டான்? வீட்டுக்குள் அடக்கமான பிள்ளையாக இருக்கும் அவனுக்கு யார் சொல்லிக் கொடுத்தார்கள்? கல்லூரியில் படிக்கும் காலத்தில் விடுதியில் சேர்த்து விட்டதுதான் தப்பு. அதுதான் பையனை மாற்றி விட்டது.

பதற்றத்தில் அவருக்கு உடல் நடுங்கியது. பேச்சு தடுமாறியது. 'எல்லாம் வளர்ப்பு சரியில்லடா. செல்லங் குடுத்து வளத்தது தப்பாப் போச்சு' என்று சொல்லிவிட்டுத் தன் அறைக்குள் போய்த் தாழிட்டுக் கொண்டார். வளர்ப்பு சரியில்லை என்று அம்மாவைத்தான் குறித்தாரோ என்னவோ. அப்படித்தான் அம்மா எடுத்துக் கொண்டார். 'நான் என்ன வளத்தன்? உங்களுக்கு எல்லாம் சோறாக்கிப் போட்டுத் துணி தொவைச்சுக் குடுத்தது நானு. படிப்பெல்லாம் அவரு பாத்துக்கிட்டாரு. வளப்புக்கு அவருதான் பொறுப்பு' என்றார் அம்மா. அறையைத் தாழிட்டுக் கொண்டதால் அண்ணன் பயந்து போனான். 'அதெல்லாம் ஒண்ணும் ஆவாது. பேசாத இரு. பசியெடுத்தா வெளிய வந்துதான ஆவணும்' என்றார் அம்மா. அதே போல மதிய உணவுக்கு வெளியே வந்தார். முகத்தில் தெளிவு.

இன்னும் கடுமையாகக் கேட்க வேண்டும் என்றுதான் அண்ணன் நினைத்தானாம். அப்பாவை ரொம்பவும் காயப்படுத்தக் கூடாது என்று கட்டுப்படுத்திக் கொண்டானாம். அப்படி என்ன கேட்க நினைத்தான் என்பதைப் பின்னாளில் பலவிதமாக முருகாசு ஊகம் செய்து பார்த்தான். தெளிவாகவில்லை. 'நம்ம கொலத்துப் பசவளுக்கு எல்லாம் எந்நேரமும் நேரா நிக்கும். மத்த கொலத்துக்காரங்களுக்கு அடங்கிக் கெடக்குமாப்பா?' என்று கேட்க நினைத்திருப்பானோ? அதுகூடத் திருப்தியாக இல்லை. எப்படியும் பாலுறவு தொடர்பானதாகவோ உறுப்புகளைப் பற்றியோ தான் இருக்கும். நெருங்கிய நண்பர்களிடம் இந்த விசயத்தைப் பகிர்ந்துகொண்ட சந்தர்ப்பங்களில் அவர்களும் பலவித ஊகங்களைச் சொன்னார்கள். எதுவும் திருப்தியாக இல்லை. அண்ணன் கேட்க நினைத்தது இன்னும் கடுமையாக இருக்கும் என்றே தோன்றியது. அது என்ன? அயல்தேசத்தில் இருந்தாலும் எப்போதாவது மீண்டும் சந்திக்கும் வாய்ப்பு வரும். அப்போது அண்ணனிடம் அந்த ரகசியத்தைக் கேட்டுத் தெரிந்துகொள்ள வேண்டும் என்று முருகாசு நினைத்திருந்தான்.

அப்பாவின் ஒப்புதலோடுதான் திருமணம் நடந்தது. அவருக்கு வேறு வழியில்லை. மறுநாள் திருமணப் பேச்சு வந்த போது 'நான் ஒத்துக்கலைன்னா என்ன செய்வீடா?' என்று கேட்டார். 'கல்யாணம் பண்ணிக்க மாட்டம்பா. உங்க சம்மதம் இல்லாத ஒருநாளும் கல்யாணம் பண்ணிக்க மாட்டம்பா. நானும் அவளும் போற தேசத்துல கல்யாணம் பண்ணிக்காதயே சேந்து வாழ்றம். உங்க மனசு எப்ப மாறுதோ அப்பச் சொல்லுங்க. இங்க வந்து உங்க முன்னால கல்யாணம் பண்ணிக்கிட்டுப் போறம்பா' என்று அவன் சொன்னான். அதன் பிறகு அப்பா வாயே திறக்கவில்லை. திருமண ஏற்பாடுகளைச் செய்தார். பெண் வீட்டுக்காரர்களுடன் போய்ப் பேசினார். அப்பாவிடம் அண்ணன் பேசியது போலவே அண்ணியும் பெற்றோரிடம் பேசியிருக்கக் கூடும். இல்லாமலே அவர்கள் சம்மதித்தும் இருக்கலாம். என்ன நடந்தது என்று தெரியவில்லை. எல்லாம் சுமுகமாயிற்று.

ஆடம்பரம் இல்லை. சிறுசிறு செலவுகளுக்கும் கணக்குப் பார்ப்பார். என்றாலும் தன் குடும்பத்து முதல் திருமணத்தை விமர்சையாக நடத்த விரும்பியிருந்தார். இப்போது அதற்கு வாய்ப்பில்லை. எளிமையாகப் பத்திரிகை அடித்து மிகக் குறைவான பேர்களையே அழைத்தார். பத்திரிகையில் குலப்பெயர்கள் குறிப்பிடாமல் பொதுவாகப் பெயர்கள் இருந்தன. ஊரிலிருந்து உறவினர்கள் யாரும் வரவில்லை. அவர்களை அழைக்கத் தன்னால் முடியாது என்று சொல்லிவிட்டார். வேறு குலப் பெண் என்றால்

அவர்கள் வரச் சம்மதிக்க மாட்டார்கள், வந்தாலும் ஊருக்குப் போய்க் கேவலமாகப் பேசுவார்கள் என்றார். அண்ணனையும் போகக் கூடாது என்று சொல்லிவிட்டார். அப்புச்சிக்கும் பாட்டிக்கும் மட்டும் தகவல் தெரிவித்திருக்கலாம். எல்லாம் அவருக்கு மட்டுமே தெரிந்த ரகசியம்.

அண்ணனின் பள்ளி, கல்லூரி நண்பர்களை எல்லாம் தேடிப் போய் அழைத்தான். அவர்கள் வசித்த 'ஆசிரியர் குடியிருப்பு' வீடுகள் என எல்லோரையும் அண்ணனே அழைத்தான். தன் பக்கம் கொஞ்சம் பேர் இருக்க வேண்டும் என விரும்பினான். ஊரிலிருந்து உறவினர்கள் வராத குறை வெளியே தெரியக் கூடாது என்று முயன்றான். 'அவுங்க வந்துதான் தூக்கிக் குடுக்கறாங்களா, உடு' என்று அம்மா ஆறுதல் படுத்தினார். அண்ணனோடு பயிற்சியில் உடன் இருந்தவர்கள் வந்தார்கள். இருந்தாலும் பெண் வீட்டுச் சொந்தத்தைவிடத் தம் வீட்டுச் சொந்தம் குறைவு என்பதில் அண்ணனுக்கு வருத்தம். இன்னும் பலரை அழைத்திருந்தால் தனக்குக் கௌரவமாக இருந்திருக்கும் என்று எண்ணி அப்பா மேல் வெறுப்பைக் காட்டினான். அவரிடம் நேரடியாகச் சொல்ல வில்லை.

எப்படியோ திருமணம் செய்துகொண்டு அயல்தேசம் போய் இரு குழந்தைகளைப் பெற்றுக்கொண்டு வாழ்கிறார்கள். ஊருக்கு வருகிறோம், வருகிறோம் என்று சொல்வார்கள். இதுவரை வரவேயில்லை. 'என் சாவுக்குக்கூட வரமாட்டான்' என்று அப்பா எப்போதாவது வேதனையோடு சொல்வார். 'தாய்க்குத்தான் தலைமகன் கொள்ளி வைக்கணும். தந்தைக்கு எளையமகன். எனக்குக் கொள்ளி வைக்க நீ இங்கதான் இருப்பீன்னு நெனைக்கறன்.' முருகாசுவிடம் சிரித்துக்கொண்டே சொன்னாலும் மன வருத்தம் தெரியும். 'வளத்து ஆளாக்கி உட்டுட்டம். அவன் பொழப்பப் பாத்துக்கிட்டாப் போதும். எங்கிருந்தாலும் நல்லா இருக்கட்டும்' என்று அம்மா ஏற்றுக்கொண்டார்.

முருகாசுவை விடப் பத்து வயது மூத்தவள் அக்கா பேராசுரி. அவளை ஆங்கில இலக்கியம் படிக்க வைத்தார் அப்பா. அவர் படித்த படிப்பு அது. பெண்களுக்குப் பொருத்தமான படிப்பு இரண்டுதான், ஒன்று மருத்துவம், இன்னொன்று ஆசிரியப் பயிற்சி என்பது அப்பாவின் தீர்க்கமான எண்ணம். பொறியியல் படிப்பில் உயர்தரக் கல்லூரி கிடைக்கும் வாய்ப்பிருந்தும் அக்காவைச் சேர்க்கவில்லை. இளங்கலையும் கல்வியியலும் முடித்ததும் அக்காவுக்கு மாப்பிள்ளை தேடினார். பெண்ணும் ஏதேனும் காதல் விஷயத்தைக் கொண்டு வந்துவிடக் கூடாது என்று எச்சரிக்கையாக இருந்தார்.

அக்காவின் எல்லாப் படிப்புக்கும் பெண்கள் கல்லூரியையே தேர்ந்தெடுத்துப் படிக்க வைத்தார். கல்லூரிப் பேருந்தில் மட்டுமே போக வேண்டும் என்றார். பேருந்து வராத நாட்களில் தானே கொண்டு போய் விட்டு வந்தார். காதல் உருவாகும் இடங்கள் இரண்டு. ஒன்று கல்விக்கூடம். இன்னொன்று பேருந்து. இரண்டையும் தவிர்த்துவிட்டால் காதலைத் தடுத்துவிடலாம். அப்பாவின் எளிய சூத்திரம். அவர் தன் கவனம் முழுவதையும் அக்கா மீதே வைத்திருந்தார். கல்லூரியிலிருந்து திரும்ப ஐந்து நிமிடம் தாமதமானாலும் தெருவில் போய் நின்றுகொள்வார். நள்ளிரவிலும் எழுந்து போய் அக்காவைப் பார்த்து வருவார். தெருவில் ஒரு பையன் அக்காவைப் பார்த்து ஒருமுறை சிரித்து விட்டானாம். அவர்கள் வீடேறிச் சண்டைக்குப் போனார். அந்தப் பையன் பரிதாபமாக, 'சின்ன வயசுல இருந்து அந்த அக்கா பழக்கம். ஒண்ணா வெளையாடுவம்' என்றானாம்.

அன்றைக்கு அக்காவுக்கும் அடி விழுந்தது. ஒருபோதும் கை ஓங்காமல் அக்காவை அணைத்து வளர்த்த அப்பாவா அது என்று அக்கா பயந்து போனாள். 'எந்தப் பையன்னா என்ன, நீ சிரிக்காத அவன் சிரிப்பானா?' என்று கத்தினார். அடியைத் தடுத்து அக்காவை உள்ளே அழைத்துப் போன அம்மா 'ரூம்ல போட்டுப் பூட்டி வெச்சு வேளா வேளைக்குச் சோறு போடலாம். இன்னமே அதத்தான் செய்யோணும். கண்ணு பாக்கறதுக்குத்தான். காது கேக்கறதுக்குத்தான். வாயி சிரிக்கறதுக்குத்தான். எதுக்கு சிரிச்சயின்னு கேட்டா, ஒதடு ரெண்டயும் அறுத்து எறிஞ்சிர வேண்டியதுதான்' என்று சத்தமாகப் பேசினார். அதன் பிறகு அப்பா அடிக்கவில்லை. அக்கா சொல்வார், 'அப்பாவோட கண்ணு ரெண்டும் என்னோட முதுகுல ஒட்டிக்கிட்டு இருக்கறாப்பலயே எனக்குத் தோணும்.'

அவள் முதுகலை இரண்டாமாண்டு முடிப்பதற்குள் திருமணம் அமைந்துவிட்டது. பொறியியல் படித்த மாப்பிள்ளை. பூவாசுரத்தில் வேலையில் இருந்தார். அப்பா நினைத்தது போலவே தம் குலத்திலேயே மாப்பிள்ளை. நல்ல படிப்பு, வேலை. குடும்பப் பின்னணியும் திருப்தி. அக்காவின் திருமணத்திற்குக் குலப்பெயர் போட்டுப் பத்திரிகை அடித்தார். சொந்தங்களை எல்லாம் அழைத்தார். ஊரிலிருந்து வந்து போகத் தனிப் பேருந்து ஏற்பாடு செய்தார். அது நிறையும் அளவுக்கு ஆட்கள் வந்தார்கள். திருமணத்திற்கு வருவதைவிட மாநகரத்தைச் சுற்றிப் பார்க்க அவர்களுக்கு ஆவல். இரவே வந்து மண்டபத்தில் குழுமி விட்டார்கள். குலத்திற்குரிய சடங்குகளை எல்லாம் உறவினர்களே முன்னின்று செய்தார்கள். மண்டபத்தில் கலகலப்புக்குக் குறை

வில்லை. சொந்தங்களைப் பார்த்ததில் அம்மாவும் சந்தோசமாக இருந்ததாகப் பட்டது.

நான்கைந்து பேரைத் தவிர மற்றவர்களை எல்லாம் முருகாசுவுக்குத் தெரியவில்லை. இது அண்ணன், இது தம்பி, இது அத்தை, இது பெரியப்பன் என்றெல்லாம் உறவு முறை சொல்லி அறிமுகப்படுத்தினார்கள். அவனும் தலையைத் தலையை ஆட்டிக் கொண்டான். உறவுமுறைகள் ஒன்றாக வந்து மூளையில் குவிந்து அலைந்தன. பிரித்து நினைவுபடுத்திக் கொள்ள இயலவில்லை. யாரைப் பார்த்தாலும் புன்னகை செய்தான். அவர்கள் கேட்கும் கேள்விகளுக்குப் பதில் சொன்னான். எச்சரிக்கையுடன் உறவுப் பெயர்களைத் தவிர்த்தான். மாமனை அண்ணன் என்றும் அத்தையை அக்கா என்றும் தம்பியை மச்சான் என்றும் கூப்பிட்டுவிடக் கூடாது.

இந்த உறவுகள் எல்லாம் இத்தனை காலம் எங்கே இருந்தன என மலைத்தான். இவ்வளவு பேர் தங்களுக்குப் பின்னால் இருக்கிறார்கள் என்று பெருமையும் ஏற்பட்டது. தனக்கே இப்படி இருந்தால் அப்பாவுக்கு எப்படி இருக்கும் என்று யோசித்தான். முகூர்த்தம் முடிந்து சாப்பிட்டதும் பேருந்து கிளம்பிவிட்டது. நகரத்தில் பார்க்க வேண்டிய இடங்களை எல்லாம் அப்பா ஏற்கனவே சொல்லியிருந்தார். முடிந்தால் மதிய உணவுக்கு மண்டபத்திற்கே வரச் சொன்னார். அது சாத்தியமில்லை என்றார்கள். வந்த சுவடு தெரியாமல் கிளம்பிப் போய்விட்டார்கள் என்றாலும் சொந்தக்காரர்கள் வந்தது அவருக்குப் பெருமையாக இருந்தது. அண்ணன் திருமணத்தில் இழந்ததை அக்காவின் திருமணத்தில் அடைந்துவிட்டார்.

திருமணத்திற்குப் பிறகு மிகவும் கஷ்டப்பட்டுக் கடைசிப் பருவத் தேர்வை எழுதி முடித்தார் அக்கா. முதல் குழந்தை பிறந்த போது மாமா அயல்தேசம் போனார். அதன் பிறகு ஓராண்டு இடைவெளியில் அக்காவையும் குழந்தையையும் அழைத்துக் கொண்டார். மாமாவுக்குச் சொந்த ஊர்ப்பற்று கொஞ்சம் உண்டு. அதனால் அடிக்கடி வந்து கொண்டிருந்தார்கள். இப்போது இன்னொரு குழந்தையும் பிறந்து வேலையிலும் பொறுப்பு கூடிவிட்டதால் வர முடிவதில்லை. எப்போதாவது வேலை நிமித்தமாக அவர் மட்டும் வருவார். பெற்றோர், மாமனார் மாமியார் என்று ஒவ்வோரிடத்துக்கும் அரைமணி நேர வருகைப் பதிவு. அயல்தேசத்திற்குப் போய் யாரும் ஓய்வாக இருப்பதில்லை. அங்கங்கே அவரவர் பாடு.

அண்ணனும் அக்காவும் அயல்தேசம் போன பிறகு அவ்வப் போது அம்மாவை அங்கே வரச் சொல்லி அழைப்பார்கள்.

அப்பாவை ஒருவரும் அழைத்ததில்லை. அப்பா வேலையில் இருக்கிறார், வர முடியாது என்பார்கள். அம்மாவை எளிதாக வரவழைத்துக் கொள்ளலாம் என்று நினைத்தார்கள். அம்மா இருந்தால் வீட்டைப் பற்றிக் கவலைப்பட வேண்டியதில்லை. ஆனால் அம்மா மெலிதாகவும் தேவைப்பட்ட போது கடுமையாகவும் தம் மறுப்பைத் தெரிவித்துவிட்டார். சின்னவன் இருக்கிறான், அப்பாவுக்கு ஒவ்வொன்றும் செய்து கொடுக்க வேண்டும் என்றெல்லாம் காரணம் சொன்னார். வேண்டுமானால் இங்கே வாருங்கள், என்னால் முடிந்தவரை செய்கிறேன் என்று சொல்லி விட்டார். அம்மாவுக்கு ஏதேனும் திட்டம் இருந்திருக்குமோ? அதனால்தான் எங்கும் போகவில்லை. அவனையும் திருமணம் செய்துகொள்ளச் சொல்லி வற்புறுத்தி இருக்கிறார்.

அவனிடம் பேசும் போதெல்லாம் திருமணப் பேச்சுத்தான். 'எப்பிடிப் பொண்ணு வேணும், சொல்லுடா' என்பார். 'நீ எதாச்சும் பாத்திருந்தயின்னாச் சொல்லு' என்று கொக்கி போடுவார். 'இப்ப என்னம்மா அவசரம்?' என்பதுதான் அவன் பதில். 'எனக்கு அவசரம்டா' என்று அம்மா சொல்லும்போது அதை அவன் பெரிதாக எடுத்துக்கொள்ளவில்லை. பிள்ளைகளுக்குத் திருமணம் முடித்துவிட்டால் பெற்றோர் கடமை தீர்ந்துவிடுகிறது. கடமையை முடிக்கும் அவசரம் என்றே நினைத்திருந்தான். கடமைகளைத் தீர்த்துவிட்டுக் காணாமல் போவது அம்மாவின் திட்டமாக இருந்திருக்கலாம்.

✤

3

ஐம்பத்தைந்து வயதில் அம்மா எங்கே போயிருப்பார்? இந்த வயதில் என்ன திட்டம் இருக்க முடியும்? பேரன் பேத்திகளைக் குளிக்க வைத்தும் பீ வழித்தும் கொஞ்சி மகிழும் காலம். மாலை நேரத்தில் தன் வயதொத்தவர்களோடு ஏதேனும் பூங்காவிலோ மைதானத்திலோ நடந்து கொண்டு பழங்கதைகளைப் பேசிச் சிரிக்கும் பருவம். இறங்குபொழுதின் மெல்லிய சூடு கிளர்த்தும் ஆசுவாசம். எஞ்சிய நாட்களைக் கழிக்க வழி தேடும் பெருமூச்சு தவிர வேறென்ன இனி? அம்மா எழுதி வைத்திருக்கும் கடிதத்தைப் பார்த்தால் குழப்பம் எதுவுமில்லை, தெளிவான திட்டத்துடன் அம்மா கிளம்பியிருக்கிறார் என்பது தெரிகிறது. அப்படி என்ன திட்டம்? அதைச் செயல்படுத்தும் வலுவும் துடிப்பும் உடலில் இருக்கிறதா? இத்தனை வருச வாழ்க்கை, புருசன், பிள்ளைகள், வீடு எல்லா வற்றையும் உதறிவிட்டு அம்மாவால் எப்படிப் போக முடிந்தது?

வீட்டையும் அம்மாவையும் பிரித்துப் பார்க்க முடிந்ததேயில்லை. அவன் பிறந்து வளர்ந்தது அந்த வீட்டில்தான் என்றாலும் சகல இடங்களும் தெரியும் என்று சொல்ல முடியாது. அம்மாவுக்கு வீட்டின் இண்டுஇடுக்குகளும் தெரியும். ஒவ்வொரு இடத்தையும் பயன்கொள்வதும் அம்மாதான். எந்தப் பொருளையும் இடம் மாற்றி வைக்க முடியாது. ஏதாவது மாறியிருந்தால் உடனே அம்மாவுக்குப் புலனாகிவிடும். தூசிகூட அம்மாவின் விருப்பப் படியே வந்து சேரும் என்றும் வீட்டையும் அம்மாவையும் பசை போட்டுக் கடவுள் ஒட்டி வைத்திருக்கிறார் என்றும் அவர்கள் கேலி செய்வார்கள். வெகுகாலம் ஆனதால் பசை வீர்யமிழந்துவிட்டதா? வீட்டோடு ஒட்டாமல்தான்

அம்மா இருந்தாரா? இப்படி வீட்டை விட்டுக் கிளம்பிப் போகும்படி என்ன பிரச்சினை? அப்பாவுக்கும் அம்மாவுக்கும் ஏதேனும் பெரிய சண்டை வந்திருக்குமா?

யோசிக்க யோசிக்கத் தலை கனமாகி உடனே அம்மாவைப் பார்க்க வேண்டும் போலிருந்தது. எதையாவது தீவிரமாக யோசித்தால் அவனுக்குத் தலை வீங்கியது போன்ற உணர்வு வரும். தலையைக் கழற்றிவிட்டு வெறும் முண்டமாக நிற்கத் தோன்றும். 'தலைபாரம் தலைபாரம்' என்று துடிப்பான். 'உனக்கு எங்கிருந்துதான் இது வந்துச்சோ? இங்க வா' என்று படுக்கைக்குக் கூப்பிட்டுப் போய் மடியில் படுக்க வைத்துத் தலை முழுவதையும் மென்மையாகப் பிடித்துவிடுவார் அம்மா. பாத்திரம் துலக்கி வெடிப்புகள் பெற்ற விரல்கள் நீவும் போது இதமாக இருக்கும். பல சமயம் அவனை அறியாமல் தூங்கிப் போயிருக்கிறான். எழும்போது தலை உடம்பில் இருக்கிறதா என்பதே தெரியாது.

இரு பிள்ளைகளுக்குப் பிறகு பத்தாண்டுகள் கழித்துப் பிறந்தவன் என்பதால் முருகாசு மீது வாஞ்சையும் பிடிப்பும் அம்மாவுக்கு இருந்தன. மூத்தவர்கள் பள்ளி, படிப்பு என்று விலகி வேறுலகம் நோக்கிப் போகையில் பிடிப்பாக அவன் இருந்தான். பூனைக்குட்டியைப் போலக் காலைச் சுற்றிக் கொண்டிருந்தான் அவன். அவனைப் பிரிந்திருக்க விரும்பிய தில்லை. வீட்டிலிருந்து வண்டியில் போகும் தூரத்தில் கல்லூரி இருக்க வேண்டும் என்று சொன்னதும் அம்மாதான். மாலையில் அவன் முகம் காண வேண்டும். அவனுக்குப் பிடித்தமானதைச் செய்து வைத்துவிட்டு வாசற்படி மீது உட்கார்ந்து தெருவையே பார்த்துக் கொண்டிருப்பார். முனையில் அவன் முகம் தெரியும் போது தெருவுக்கு வந்து நின்று சிரிப்பார். தூரத்திலிருந்தே கையசைப்பான். பொங்கும் சிரிப்போடு இருவரும் வீட்டுக்குள் நுழைவார்கள்.

அப்படிப் பிரியம் காட்டிய அம்மாவை அவனும் படிப்படி யாக மறந்துதான் போய்விட்டான். ஒரே பேச்சு என்றாலும் அம்மாவிடம் இன்னும் கொஞ்சம் பேசியிருக்கலாம். பதினைந்து வயதோடு பெற்றோரிடம் பிள்ளைகள் தம் பேச்சை முடித்துக் கொள்கிறார்கள். முருகாசுக்கு அந்தக் காலம் இருபது வயது வரைக்கும் நீண்டது. இருபத்தொன்றாம் வயதில் அவன் தன் வாலிபத்தை முழுதாக உணர ஆரம்பித்தான். அப்போதிருந்து அம்மாவுக்கும் அவனுக்கும் தூரம் வளர்ந்துகொண்டே வந்தது. வேலைக்குப் போன பிறகு எதையாவது பேசியிருக்கலாம்.

அன்றாட வேலை அனுபவங்கள், நண்பர்கள், நண்பிகள் என்றெல்லாம் சில வார்த்தைகள் பேசியிருக்கலாம். தான்

மட்டும் பேசியிருந்தால் அம்மா இப்படிக் காணாமல் போயிருக்க மாட்டார். அவனுக்கு உறுத்தலாக இருந்தது. நினைத்தால் ஓரிரவில் வந்து சேரும் தூரத்திலிருந்தும் ஏன் வரத் தோன்றவில்லை? மாதத்திற்கு ஒருமுறை, இருமாதத்திற்கு ஒருமுறை ... ஆறு மாதத்திற்கு ஒருமுறையாவது வந்திருக்கலாம். அம்மாவுக்கு அவன் வருகை நிச்சயம் மகிழ்ச்சியைக் கொடுத்திருக்கும். பேசியிருக்கலாம், வந்திருக்கலாம் ...

இப்போது அப்படி ஒரு மனநிலை வாய்த்ததால்தான் ஊருக்குப் புறப்பட்டான். தொற்றின் இரண்டாம் அலை பெருகிப் பார்க்கும் இடமெல்லாம் உயிர்களைப் பலி வாங்கிற்று. பிழைத்து வந்தவர்கள் இரண்டாம் பிறப்பு என்றார்கள். இப்படி இருக்க வேண்டும், அப்படி இருக்க வேண்டும் என்று ஏராளமான வழிகாட்டல்கள், ஆலோசனைகள். வீட்டுக்குள் இருந்தே வேலைகளைச் செய்யலாம். அது வசதியாகவே இருந்தது. வீட்டுக்குள் இருக்கும் காலம் அப்படி ஒன்றும் ஆரோக்கியமானதல்ல என்பதைச் சீக்கிரமே உணர்ந்துகொண்டான்.

கதவை அடைத்துக்கொண்டு வீட்டுக்குள்ளேயே கிடக்க வேண்டும். அடுக்கு மாடிக் குடியிருப்புக்குள் வெளி என்று ஏதுமேயில்லை. நாற்சுவர்களும் இறுகி நகர்ந்து நகர்ந்து உடலை அழுத்தின. உடன் இருக்கும் உறவுகள் சுவாசித்து வெளிவிடும் காற்று விஷம் ஏறியிருந்தது. சுவர்களைப் பிளந்து கொண்டு வெளியே வந்து விழுந்துவிட மனம் துடித்தது. தொற்றுத் தாக்கி உயிர் போனாலும் பரவாயில்லை, வெளிக்காற்று வேண்டும். அந்த உணர்வே அவனுக்கும் வந்தது. அதற்கு முன் அந்நகரத்தை விட்டு வெளியேற விரும்பியதில்லை. தனக்கு உகந்த எல்லாவற்றையும் கொண்டிருக்கும் நகரம் என்றே நம்பியிருந்தான். இப்போது அப்படியில்லை.

ஊருக்குப் போய் அம்மா அப்பாவுடன் கொஞ்ச நாள் இருக்கலாம் என்று நினைத்தான். திடீரென்று ஓரிரவின் தூக்கமற்ற கணத்தில் தோன்றியதுதான். உடனே கிளம்ப முடியவில்லை. எந்தப் பயணம் என்றாலும் முன்கூட்டி இணையத்தில் பதிவு செய்து அனுமதி பெற வேண்டும். முதியோரைக் கவனித்தல் என்னும் காரணத்தைக் கொண்டு தன் பெற்றோர் விவரம் கொடுத்து அனுமதிச் சீட்டு பெற்றான். தொற்று இருக்கிறதா என்னும் சோதனை செய்த பிறகே பயணம் செய்ய முடியும். அதற்கு மூன்று நாள் பொறுத்திருக்க வேண்டியானது.

'தொற்று இல்லை' என்பது ஆறுதலாக இருந்தது. முடிவுக் காகக் காத்திருந்த நாட்களில் பயணத்தைத் திட்டமிட்டான். விமானத்தில் இடம் கிடைக்கவில்லை. பதிவு செய்தாலும் எந்த

நேரத்திலும் விமானத்தை ரத்து செய்துவிடலாம். பயண உறுதி கிடையாது. தொடர்வண்டியில் முதல்வகுப்பு என்றால் போகலாம். பெருங்கூட்டம் அலைமோதும் தொடர்வண்டி நிலையத்திற்குப் போவதற்கே அச்சமாக இருந்தது. அப்புறம் முதல் வகுப்பாவது, மூன்றாம் வகுப்பாவது. பேருந்துகள் நிறுத்தப்பட்டிருந்தன. இருந்தாலும் அதில் போவது உசிதமில்லை.

இருசக்கர வாகனப் பயணம்தான் தனக்குப் பொருத்தம் என்று தெரிந்தது. சில நண்பர்களும் அதையே பரிந்துரைத்தார்கள். உணவுக்கான சில ஏற்பாடுகளைச் செய்துகொண்டான். அன்றைக்கு அதிகாலைப் பொழுதில் கிளம்பி நகரத்தை விட்டு வெளியேறும் போது விடிய ஆரம்பித்திருந்தது. தலைக்கவசம் போட்டிருந்ததாலோ மனம் ஈடுபடாததாலோ சாலையின் இருபுறமும் அவன் கவனம் திரும்பவில்லை. நெடுஞ்சாலையில் வாகனப் போக்குவரத்தே இல்லை. அசுரகுல மக்கள் பெருகி நிறைகிறார்கள் என்று பல தேசங்கள் குடும்பக் கட்டுப்பாட்டை விதித்திருந்தார்கள். ஆனால் இப்போது அசுரகுலமே அழிந்து விட்டதோ என்று தோன்றும்படி நடமாட்டமே இல்லை.

நெடுஞ்சாலையில் எப்போதாவது ஒன்றிரண்டு வாகனங்கள்தான். ஏதுமற்ற சாலையில் வாகனம் ஓட்டுவது பறப்பது போலிருந்தது. இதுவரைக்கும் இல்லாத அதிகபட்ச வேகத்தில் வண்டியை ஓட்டிப் பார்த்தான். சாகசப் பயணம் தான். அத்தோடு சீக்கிரம் வீட்டுக்குப் போய்ச் சேர வேண்டும் என்னும் உந்துதல் மிகுந்திருந்தது. வீட்டுக்குப் போய்விடுவது ஒன்றே பாதுகாப்பு என மனம் பரபரத்தது. உணவுக்காகச் சில நிமிடங்கள் தவிர எங்கேயும் நிற்கவேயில்லை. பகல் முழுக்கப் பயணம் செய்து நள்ளிரவில் வீடு வந்து சேர்ந்தான். அப்பா கதவைத் திறந்தார். மகனைப் பார்த்ததும் அவருக்கு ஆச்சரியம். இந்த வீடும் மனிதர்களும் அவன் நினைவில் இருக்கிறார்கள்தான்.

தன் வருகையை அவருக்குச் சொல்லவில்லை. சொன்னால் பலவிதப் பயங்களைக் கிளப்புவார். இருசக்கர வாகனத்தில் பயணம் செய்வதை ஒருபோதும் ஆதரிக்க மாட்டார். சாதாரண நாட்களில் பேருந்துப் பயணத்திற்கே அவர் செய்யும் அலட்டல் தாங்காது. கூட்டம் இருக்கக் கூடாது. நடுப்பகுதி இருக்கை வேண்டும். குண்டானவர்கள் அருகில் உட்காரக் கூடாது. இப்படிப் பல. தொடர்வண்டியில் கீழ்ப்படுக்கைதான் வேண்டும் என்பார். அவசரம் என்றால் எழுந்து ஓட அதுதான் வசதியாம். எல்லாவற்றிலும் இப்படி நடந்தால், அப்படி நடந்தால் என்று யோசித்து யோசித்துப் பலவிதமான அனுமானங்களைச் சொல்வார்.

அம்மாவுக்குச் சொன்னால் அவன் வரும்வரை வாசலிலேயே வந்து உட்கார்ந்து கொள்வார். பேசியில் அழைத்து 'எங்க வர்ற' என்று கேட்டுக்கொண்டே இருப்பார். 'சாப்பிட வந்திரு' என்று கட்டளை போடுவார். 'என்ன செஞ்சு வெக்கட்டும்' என்று கேட்பார். வண்டியை நிறுத்தி நிறுத்திப் பதில் சொல்லி மாளாது. அவன் வந்து சேரும் வரை தூங்கவும் மாட்டார். வர நள்ளிரவும் ஆகலாம். அதுவரைக்கும் அம்மாவுக்கு இருப்புக் கொள்ளாது. தூங்கவும் மாட்டார். உள்ளும் புறமும் மாறி மாறி நடப்பார். தெருவில் பார்த்தால் போதாது என்று மொட்டை மாடிக்குப் போய்த் தூரத்தில் அவன் வண்டி தெரிகிறதா என்றும் பார்ப்பார். திடுமெனப் போய் அம்மா முன்னால் நிற்பதுதான் சரி.

இடையிடையே நின்று ஓய்வெடுக்காததால் முழுநாள் பயணத்தில் உடல் களைப்படைந்திருந்தது. சோர்விலும் அலுப்பிலும் இருந்த அவன் உடல் உடனே படுத்துக்கொள்ளும்படி வேண்டியது. சாப்பிட்டுவிட்டான் என்பதை அறிந்துகொண்ட அப்பா சாத்துக்குடிச் சாறு பிழிந்து பெரிய கோப்பை நிறையக் கொடுத்தார். கொஞ்சம் ஐஸ்கட்டிகளைப் போட்டுக் கொள்ளலாம் என்று கேட்டான். தொற்றுக்கும் குளிர்ச்சிக்கும் ஆழ்ந்த நட்பு, அதனால் ஐஸ் வேண்டாம் என்று கறாராகச் சொல்லிவிட்டார். இப்போது குளிர்பதனப் பெட்டி காலியாகத்தான் இருக்கிறது என்றார். குளிர்ச்சியைக் கண்டால் தொற்று துள்ளிக் குதித்துப் பரவுமாம். வானத்தைப் பார்த்து 'எப்போது மழை பொழியும்' என்று ஏங்கும் மக்கள் 'வானமே மழை பொழியாதே' என்று வேண்டுதல் வைக்கிறார்கள். வெயில் காய்ந்தால் தொற்று பயந்து ஓடிவிடும் என்று மொட்டை மாடியில் நிற்கிறார்கள். ஐஸ் இல்லாத பழச்சாறு வெறும்நீரைக் குடிப்பது போலத்தான் இருந்தது.

அப்போதும் அவன் அம்மாவைக் கேட்கவில்லை. கேட்டால் என்ன பதில் சொல்வது என்று அப்பா யோசித்துத் தயாராக இருந்திருப்பார். அம்மா தூங்கியிருப்பார், அவரைத் தொந்தரவு செய்ய வேண்டாம் என்று நினைத்து எதுவும் கேட்கவில்லை. அவனாகவே 'காலையில அம்மாவப் பாத்துக்கறன்' என்று சொல்லிவிட்டு நேராகப் படுக்கைக்குப் போய்விட்டான். 'ஒண்ணுக்குப் போய்ட்டுப் படுத்துக்கோ' என்று சிறுபிள்ளைக்குச் சொல்வது போல அப்பா சொன்னார். அவர் நினைவூட்டியது நல்லதாகப் போயிற்று. இல்லாவிட்டால் இடையில் எழுந்திருக்க வேண்டும். போய்விட்டுப் படுத்ததால் வெகுநேரம் உறங்க முடிந்தது. அம்மாவைக் காணவில்லை என்பதை இரவே அறிந்திருந்தால் தூக்கம் வந்திருக்காது. அப்பாவுக்கு இந்த நீக்குப்போக்கு

நெடுநேரம்

எல்லாம் தெரியும். அவன் கேட்டிருந்தாலும் சொல்லியிருக்க மாட்டார். ஆறுமாதமாக மறைத்து வைத்தவருக்கு ஓர் இரவு மறைப்பது பெரிய விஷயமல்ல.

இந்த உலகத்தில் இருப்பதைச் சிறிதும் உணராத அளவு அப்படி ஓர் உறக்கம். கிட்டத்தட்ட மதியமான நேரத்தில் மெல்ல விழிப்பு வந்தது. அப்பா அவனை எழுப்பவில்லை. அம்மா இருந்திருந்தால் எழுப்பி ஏதாவது கொடுத்துப் பிறகு தூங்கும்படி சொல்லியிருப்பார். தூங்குபவனைத் தொந்தரவு செய்ய வேண்டாம் என்று மட்டுமே அப்பாவுக்குத் தோன்றியிருக்கிறது. கடைசியில் வயிறுதான் அவனை எழுப்பிற்று. கட்டி எடுத்து வந்திருந்த சப்பாத்திகளையே முதல் நாள் மூன்று வேளையும் சாப்பிட்டிருந்தான். இரவில் பசி என்றாலும் காய்ந்த சப்பாத்தியைப் பிய்த்துத் தின்பது கடினமாக இருந்தது. தக்காளிக் கடைசல் லேசாகச் சலித்து வாசம் வர ஆரம்பித்திருந்தது. சின்னப் பொட்டலத்தில் சர்க்கரை கட்டி எடுத்து வந்தது உதவியது. சப்பாத்திக்குள் சர்க்கரையை வைத்து உருண்டை போலாக்கித் தின்றான். போதாத உணவு செரித்து மதியம் வரை தாங்கியதே பெரிய விஷயம். அப்பாவுடன் உட்கார்ந்து சாப்பிட்டான். சாப்பிட்டுக்கொண்டே 'அம்மா எங்கப்பா' என்று கேட்டான். 'கடைக்குப் போயிருக்கறா' என்று மிகச் சாதாரணமாகப் பொய் சொன்னார்.

❖

4

அப்பா பொய் சொல்கிறார் என அவனுக்குத் தெரியவில்லை. அம்மா கடைக்குத்தான் போயிருக்கிறார் என்று நம்பினான். பொதுமுடக்கத்தில் காலை ஆறு மணி முதல் ஒன்பது மணி வரை மட்டுமே கடைகள் திறந்திருக்கும் என்பது அவன் நினைவில் அப்போதில்லை. சாப்பிட்டுவிட்டு மீண்டும் படுத்தான். கையில் பேசியை எடுத்து புலனம், முகநூல் என்று மேய்ந்தான். எதுவும் ஆழப் பதியவில்லை. எந்த நேரத்தில் தூங்கினான் என்பதே தெரியவில்லை. இருளேறிய பிறகே எழுந்தான். ஓரிரவும் ஒரு பகலும் சேர்ந்து உறங்கியிருக்கிறான். சமீப நாட்களில் இப்படி ஒரு தூக்கம் வந்ததேயில்லை. உடல் அலுப்பு மட்டும் காரணமில்லை. வீட்டுக்கு வந்து சேர்ந்ததும் கிடைத்த நிம்மதி தூக்கத்தின் முதற்காரணம்.

அம்மா இருந்திருந்தால் இத்தனை நேரம் விட்டிருக்க மாட்டார். இடையில் எழுப்பி 'இதையாவது குடிச்சுட்டுத்தூங்கு' என்று எதையாவது கொடுத்திருப்பார். சோற்றை வட்டிலில் போட்டுப் பிசைந்து கொண்டு வந்து வாயைத் திறக்கச் சொல்லி நான்கு வாயாவது ஊட்டியிருப்பார். பழத்துண்டுகளையாவது கொடுத்திருப்பார். வீடும் இத்தனை அமைதியாக இருக்காது. அவனுக்குக் கேட்கும்படி சத்தமாகப் பேசுவார். நேரடியாகத் தட்டி எழுப்ப மாட்டார். வெவ்வேறு சத்தத்தில் அவனே விழித்து எழ வேண்டும். 'எதுக்கு இங்க வர்ற? எந்நேரமும் தூங்கிக்கிட்டே இருந்துட்டு அப்பறம் வர்றம்மான்னு கௌம்பிப் போயிருவ. அதுக்கு எதுக்கு வரோனும்?' என்று பேசிப் பேசி அவனையும் பேச வைத்துவிடுவார். பகல் முழுக்கத் தூங்கியதால் உடலும் மனமும் பொலிவுடன் இருந்தன. புதிய உடல் எடுத்து வந்திருப்பது போலிருந்தது.

'அம்மா, ஒரு டீ போடும்மா . . . வந்தர்றன்.'

அம்மா இருப்பார் என்னும் நம்பிக்கையோடு கத்திச் சொல்லிவிட்டுக் கழுவறைக்குப் போனான். அம்மா போடும் தேநீர் மணம் மனதில் அடித்தது. இடமும் ஆட்களும் மறந்து போனாலும் சுவையை நாக்கு மறப்பதில்லை. தேநீரில் தூள் தூக்கலாகவும் இல்லாமல் குறைவாகவும் இல்லாமல் போடுவார். அம்மா அதற்குச் 'செம்மண் நிறம்' என்று பெயர் வைத்திருந்தார். மாநகரத்திற்கு வந்து வெகுகாலத்தைக் கழித்துவிட்ட போதும் அம்மாவுக்குத் தன் ஊரும் அதன் மண்ணும் மக்களும் செடிகொடி களும் அப்படியே மனதில் இருந்தார்கள். மொட்டை மாடித் தொட்டிச் செடிகளில் அம்மாவுக்குப் பெரிதாக ஈடுபாடில்லை. அவனுக்கு அதில் விருப்பம் இருந்தது. 'ஏதோ உன் ரத்தத்துல ஒரு துளி விவசாய ரத்தம் ஓடுது. உங்கப்பனோட ரத்தத்துல அணுவளவுகூட இல்ல' என்று சிரிப்பார். மாடித் தோட்டத்தில் செடிகளுக்கு எருவிட்டுக் கொண்டே 'உனக்கு ஏம்மா இது புடிக்கல?' என்றான். வானத்தையே பார்த்திருந்த அம்மா கசப்புச் சிரிப்போடு அவன் பக்கம் திரும்பிச் சொன்னார்.

'செடிகொடி பயிர்பச்சைன்னா அதனோட வேரு விரும்புன பக்கமெல்லாம் ஓடனும். மண்ணு அப்படி விரிஞ்சு குடுக்கணும். நீ தொட்டியில வளத்தர செடியோட அடித்தண்டத் தூக்கிப் பாரு. அப்படியே பாலாடையாட்டம் தெரண்டு வந்திரும். பாத்தீனா மண்ணே இருக்காது. தொட்டிக்குள்ளயே வேரப் பெருக்கிப் பெருக்கிச் சுருண்டு கெடக்கும். எந்தப் பக்கம் வேர விரிச்சாலும் தொட்டிச்செவரு இடிக்கும். இப்படி ஒரு செடிய வளக்கணுமாடா?'

தேநீர் மணத்தை நுகர்ந்துகொண்டே வெளியே வந்து துண்டைக் கம்பியில் போட்டான். 'அம்மா . . . அம்மா . . .' என்று சமையலறைக்குப் போனான். அவன் எதிரே வந்து தேநீர்க் கோப்பையை நீட்டினார் அப்பா. அதை வாங்காமல் 'அம்மா எங்கப்பா?' என்று உள்ளே பார்த்துக்கொண்டே கேட்டான். 'டீயக் குடி, சொல்றன். பிஸ்கட் வேணுமின்னா எடுத்துக்க.' அப்போதும் இத்தனை பெரிய விஷயத்தை அப்பா சொல்லப் போகிறார் என்று அவன் எதிர்பார்க்கவில்லை. கழுவறையிலிருந்து அம்மா வருவார், சமையலறைக்குள் இருந்து அம்மாவின் முகம் தென்படும், மாடியிலிருந்து கை நிறையத் துணிகளோடு அம்மா வரக்கூடும் என்றெல்லாம் வீட்டின் எல்லா மூலைகளிலும் அவன் கண்கள் சுழன்று கொண்டிருந்தன.

அம்மா போட்ட தேநீர் இல்லை இது என்றதும் அவனுக்குக் குடிக்கும் விருப்பம் குறைந்துவிட்டது. மோசமில்லை என்று

முனகிச் சமாதானமாகி இரண்டு பிஸ்கட்டுகளோடு தேநீரைப் பருகினான். கடைசிச் சில மிடறுகள் இருக்கும்போது அப்பா வந்து அவனுக்கெதிரே உட்கார்ந்தார். கையில் துண்டுக் காகிதம் இருந்தது. பதற்றம் எதுவும் இல்லாமல் 'உங்கம்மா காணாம போயிட்டா. போயி ஆறு மாசமாச்சு' என்றார். தம்ளரை அப்படியே வைத்துவிட்டுப் புரியாமல் 'என்னப்பா?' என்று வார்த்தை வராமல் நிறுத்தினான். அவர் முகத்தில் எந்தச் சலனமும் இல்லை. ஏற்கனவே சொன்னதை மீண்டும் அதே நிதானத்துடன் சொன்னார். தொற்றுப் பரவி ஆயிரக்கணக்கானோர் இறந்த செய்தியைப் பிழை இல்லாமல் வாசிக்கும் செய்தியாளர் போல அவர் முகம் இருந்தது.

'காணாமா' என்றவன் வீட்டுக்குள் கண்களைச் சுழற்றினான். இத்தனை நாள் வீட்டுக்கு வராமல் இருந்ததற்காகக் கோபித்துக் கொண்டு தன் முன் வர மறுக்கிறாரோ. அப்பா பொய் சொல்லி விளையாடுகிறார். சட்டென எழுந்து 'அம்மா' என்று கூப்பிட்டுக் கொண்டே சமையலறைக்குள் போனான். 'அம்மா . . . அம்மா.' சத்தத்தைக் கூட்டியபடி படுக்கையறை, பின்பகுதியைப் பார்த்து வந்தவன் மாடியேறப் போனான். 'இங்க வாடா. உங்கம்மா அங்கெல்லாம் இருக்க மாட்டா. வீட்டுலயே இல்ல. காணாத போயி ஆறு மாசமாச்சு. நான் சொல்றது நெசந்தான். இங்க வா' என்றழைத்தார். குழப்பத்தோடு வந்து நின்றான். அவர் கை துண்டுத்தாளை நீட்டியது. அது பழைய நாட்குறிப்பேட்டிலிருந்து கிழித்த தாள். அதன் ஒருபக்கத்தில் சில வரிகள். அம்மாவின் கையெழுத்துத்தான்.

அந்தக் கையெழுத்தில் எத்தனையோ மளிகைச் சாமான் பட்டியலைப் பார்த்திருக்கிறான். முனை மழுங்கிய எழுத்துக்கள். 'எதுக்கும்மா, மழுக்கி மழுக்கி எழுதற' என்றால் 'எழுத்துன்னா வழுக்கிக்கிட்டுப் போற மாதிரி இருக்கணும். கூராக் கத்தியாட்டம் வந்து குத்தனுமா' என்பார். அப்பாவின் எழுத்துமுறை கூர் கொண்டிருக்கும். கடிதத்தை வேகமாகப் படித்தான். மளிகைப் பட்டியல் அல்லாமல், முதல் முதலாக அம்மாவின் எழுத்து. எந்த விளியும் இல்லாமல் நேரடியாகக் கடிதம் தொடங்கியது.

'நெடுநேரம் உங்களோடும் பிள்ளைகளோடும் இருந்து விட்டேன். இன்னும் கொஞ்ச நேரம்தான் இருக்கிறது. அதை என் விருப்பப்படி கழிக்கப் போகிறேன். எதையும் எடுத்துச் செல்ல வில்லை, எனக்கென்று இருக்கும் கொஞ்சம் நகைகளையும் சிறுசேமிப்பையும் தவிர. எதையாவது விட்டுச் செல்கிறேனா என்று தெரியவில்லை. விட்டுச் செல்பவை நல்லவையாக இருந்தால் வைத்துக்கொள்ளுங்கள். மோசமானவை என்று கருதினால் தூக்கி வீசிவிடுங்கள்.

பிள்ளைகளுக்கு என் அன்பு. சின்னவனைச் சீக்கிரம் திருமணம் செய்துகொள்ளச் சொல்லுங்கள். என்றைக்காவது தோன்றும் போது அவனைப் பார்க்க வருவேன். அப்போது அவனைக் குடும்பமாகப் பார்க்க ஆசை. அவ்வளவுதான்.

எங்கும் தேட வேண்டாம். யாருக்கும் சொல்ல வேண்டாம். பிள்ளைகளுக்குத் தானாகத் தெரியும் போது தெரியட்டும் – மங்காசுரி.'

துண்டுத்தாள் கடிதத்தை ஐந்தாறு முறை படித்தான். தெளிவான சொற்கள். அம்மாவுக்கு ஏதோ திட்டம் இருப்பது போலவே காட்டியது. இப்படி ஒரு கடிதத்தை எழுதி வைத்து விட்டுப் போகும் தேவை என்னவென்று புரியவில்லை. வீட்டை விட்டு அம்மா வெளியே போகும் சந்தர்ப்பங்களே அரிது. வீதிக்கு வரும் காய்கறிக்காரியிடம் வாடிக்கை உண்டு. மளிகைக் கடைக்குப் பட்டியல் கொடுத்துவிட்டால் வீட்டுக்கே கொண்டு வந்து பொருட்களைச் சேர்த்துவிடுவார்கள். பிள்ளைகளின் தொந்தரவுக ஓரிரு முறை திரைப்படம் பார்க்க வந்திருக்கிறார். எப்போதாவது துணிக்கடை, பாத்திரக்கடை என்று போனதுண்டு. வீடுதான் உலகம். புத்தகம் படிக்கும் ஆர்வமுண்டு. வாடகை நூலக வண்டி ஒன்று வீட்டுக்கே வரும். வேண்டும் நூல்களை எடுத்துக்கொள்ளலாம். வார இதழ்கள், நாவல்கள் ஆகியவற்றை அம்மா வாசிப்பார். அதுவும் வேலைகள் இல்லாத சமயத்தில்தான்.

அம்மாவுக்குப் பேருந்து நிலையமோ தொடர்வண்டி நிலையமோ தெரியுமா என்பதுகூடச் சந்தேகம். எங்கே போய், எந்த வண்டி பிடித்து, எப்படிப் போயிருப்பார்? அம்மாவுக்குப் புறவெளிச்சமே கண் கூசும் என்றுதான் நினைத்திருந்தான். எதற்காக வீட்டை விட்டுப் போகவேண்டும்? காரணம் வேண்டுமே. அப்பாதான் காரணமாக இருக்கும். எதுவும் தெரியாதவரைப் போலச் சாதுவாக இருந்துகொண்டு என்னவாவது செய்திருப்பார். மனக்கஷ்டம் தரும்படி பேசியிருக்கலாம். அடித்தும் இருக்கலாம். கோபப்பட்டுப் பிள்ளைகளை அடித்திருக்கிறார். அம்மாவை அடித்துப் பார்த்ததில்லை. பிள்ளைகள் இல்லாத இந்தச் சில ஆண்டுகளில் அம்மாவும் அப்பாவும் மட்டுமே வீட்டில் இருந்தார்கள். ஒருவர் முகத்தை இன்னொருவர் பார்த்துக்கொண்டு வீட்டுச் சுவருக்குள் இருக்கும் போது குரோதமும் வன்மமும் கூடும். அப்பாவை நோக்கி அம்புகளை எய்தான்.

'அம்மாவோட சண்ட போட்டியாப்பா?'

மேசையின் மீது ஒற்றை விரலைச் சத்தம் வராதபடி தட்டிக்கொண்டே குனிந்திருந்த அப்பா சில நொடிகளுக்குப் பிறகு நிமிர்ந்தார். 'உங்கம்மாவோட நான் சண்ட போட்டுப் பாத்திருக்கறயா?' என்றார்.

‘ஒரே வீட்டுல ரண்டு பேரு மட்டும் இருக்கும்போது சண்ட வர்றது சகஜம் தானேப்பா?’

‘சகஜந்தான். ஆனா எங்க ரண்டு பேருக்கும் சண்ட வந்து பாத்திருக்கறயா? உனக்கு இருபத்தஞ்சு வயசாவுது. இந்த மூனு வருசமாத்தான் எங்ககூட இல்ல. இருபத்திரண்டு வருசம் எங்ககூடவே இருந்த உனக்குத் தெரியாதா? சொல்லு, சண்ட வந்திருக்குதா?’

அவனுக்குள் நாட்கள் சுழன்றன. ஆமாம், அவர்களுக்குச் சண்டை வந்ததாகவே நினைவில்லை. அவனுக்குத் தெரியாமல் சண்டை போட்டிருக்கக்கூடும். கணவன் மனைவிக்குள் சண்டை வராமல் இருக்குமா? பிள்ளைகள் தூங்கிய பிறகு சண்டை பிடித்திருப்பார்கள். அப்படி இருந்தாலும் சத்தம் வந்திருக்கும். வீட்டில் இரு படுக்கையறைகள். ஒன்று அப்பாவுக்கு. அப்பா மட்டுமே அந்த அறையில் இருப்பார். மாடியில் ஓர் அறை இருந்தது. அதில் அண்ணன் இருந்தான். இன்னொரு அறை அம்மாவுக்கும் அக்காவுக்கும். அதில் பெரும்பாலும் அக்காவே இருப்பாள். அவ்வறையின் அலமாரி ஒன்றில் அம்மாவின் துணிகள் மட்டும் இருக்கும். குளிக்கவும் துணி மாற்றவும் அவ்வறைக்குள் அம்மா போவார். வரவேற்பறையில் படுக்கை. அங்கே கயிற்றுக் கட்டில் ஒன்றுண்டு. அதுதான் அம்மாவின் படுக்கை. காலையில் தூக்கிக்கொண்டு போய் வீட்டுக்குப் பின்புறச் சுவரோரம் வைத்துவிடுவார். பகலில் படுக்க வேண்டும் என்றால் பாயை விரித்துக் கீழே படுப்பார். விடுதிக்கு அண்ணன் போன பிறகு அம்மாவின் உடைமைகள் மாடியறைக்குப் போயின. அண்ணன் வரும்போது மட்டும் அதைப் பயன்படுத்துவான்.

அக்காவின் திருமணத்திற்குப் பிறகு அந்த அறை அவனுடையதாயிற்று. மாடியறைக்குப் போகச் சொன்னார் அம்மா. அவனுக்குப் பயம் அதிகம். பதின்மூன்று வயதுவரை இரவில் தூங்கும் போது அம்மா அருகிருக்க வேண்டும். தனியறைக்குப் போன பிறகும் இரவில் எழுந்து வந்து அம்மாவுக்கு அருகே படுத்துக்கொள்ளும் பழக்கம் இருந்தது. எப்போது எழுந்து வந்து அம்மாவிடம் படுத்தான் என்பது அவனுக்கே தெரியாது. அம்மாவின் கட்டில் ஒருவர் மட்டுமே படுப்பதற்கானது. சிறுவனாக இருந்த போது அவனைப் படுக்க வைத்துக்கொள்வதில் சிரமமில்லை. வளர்ந்த பிறகு கஷ்டம். அம்மாவை இறுகக் கட்டிக்கொண்டு தூங்குவதில் அப்படி ஒரு சுகம். அவன் நன்றாகத் தூங்கிய பிறகு பிரித்துத் தலையணையை வைத்துவிட்டு கீழிறங்கிப் பாயில் அம்மா படுத்துக்கொள்வார். அம்மாவின் இருப்பு முழுமையாகச் சமையலறையிலும் வரவேற்பறையிலும்தான். அப்படியிருக்கத் தனியறையில் அவர்கள்

சண்டை போட்டிருக்க வாய்ப்பேயில்லை. அதைப் பற்றி இத்தனை நாட்கள் ஏன் தோன்றவில்லை?

‘செரிப்பா . . . எப்படிச் சண்ட போட்டுக்காத இருக்க முடிஞ்சுது?’

‘பேசிக்கிட்டாத்தானடா சண்ட வரும்?’

‘பொய் சொல்லாதப்பா... நீங்க ரண்டு பேரும் பேசிக்காதயா குடும்பம் நடத்துனீங்க? கூட இருந்த எங்கிட்டயே இப்பிடிச் சொல்றயேப்பா.’

அப்பாவிடம் பொய் இருக்கிறது என்று நினைத்தான். அப்பா அசரவில்லை.

‘நீங்க இருக்கும்போது உங்ககிட்டப் பேசறாப்பல உங்கம்மா எங்கிட்டப் பேசுவா. நானும் உங்ககிட்டச் சொல்றாப்பல சொல்லுவன். நீங்க இல்லாதப்பச் செவத்தப் பாத்துக்கிட்டோ அண்ணாந்து கூரையப் பாத்துக்கிட்டோ உங்கம்மா பேசுவா. நானும் அதே மாதிரி பதில் சொல்வன். அப்படித்தான் எங்க பேச்சு இருந்தது.’

‘அப்பறம் எப்படிப்பா மூனு பிள்ளைகளப் பெத்துக்கிட்டீங்க?’

முருகாசு இதைக் கொஞ்சம் காட்டமாகவே கேட்டான். அப்பாவிடம் இப்படி இதுவரை பேசியதில்லை. அவரிடம் இருக்கும் பொய்யை வெளிப்படுத்திவிட வேண்டும் என ஆவேசமாக இருந்தது. அப்பா இப்போதுதான் தேநீரைப் பருக ஆரம்பித்தார். அவருக்கு ஓரளவு ஆறிய பிறகே குடிக்கும் பழக்கம். இருமி றுகளை உறிஞ்சிவிட்டு அவனை நேராகப் பார்த்தார்.

‘இப்ப நீ வயசு வந்த பையன். கேக்கற. சொல்லித்தான் ஆவணும். காமத்துல ஒடம்பு பேசிக்கிட்டாப் போதும். காமம்கிறதே தப்புன்னு கேட்டு வளந்த தலமொற நாங்க. தப்பெல்லாம் இருட்டுலதான் நடக்குமுன்னு நம்புனம். இருட்டுக்குப் பொறந்த பிள்ளைங்கதான் நீங்க. அதும் உங்கண்ணனும் உங்கக்காவும் தோளுக்கு வளந்ததுக்கு அப்பறம் எங்களுக்குள்ள எதுவுமே இல்ல. எதேச்சையா நீ பொறந்த.’

அப்பாவின் முகத்தில் படரும் வருத்தம் மெல்லிய விளக்கொளியிலும் தெரிந்தது.

❖

5

‘இன்னொரு டீ குடிக்கலாமா?’ என்று அப்பா கேட்டார். அவனுக்கும் வேண்டும் போலிருந்தது. ‘நீ இருப்பா. நான் போட்டுக்கிட்டு வர்றன்’ என்று சமையலறைக்குள் போனான். ‘நான் மாடிக்குப் போறன். அங்க கொண்டாந்திரு’ என்று எழுந்து போனார். அப்பா மாடிக்கு அழைக்கிறார் என்றால் அவர் அந்தரங்கமாகவும் நிறையவும் பேசப் போகிறார் என்று அர்த்தம். அண்ணனைச் சில சமயங்களில் அப்படி மாடிக்கு அழைத்துப் போய்ப் பேசியதைக் கண்டிருக்கிறான். அக்காவிடமும் ஓரிரு முறை பேசிய நினைவு இருக்கிறது. அவனிடம் மூன்று முறை பேசியிருக்கிறார். பத்தாம் வகுப்பு முடித்துப் பதினொன்றாம் வகுப்பு சேரும் சமயத்தில் முதல் பேச்சு.

‘மேல வா’ என்று சொல்லிவிட்டுப் போனார். அவனுக்குப் புரியவில்லை. அம்மாதான் ‘பேசக் கூப்படறாருடா, போ’ என்று புரியவைத்து அனுப்பினார். அப்போது அதிகம் பேசவில்லை. ‘என்ன படிக்க இஷ்டம்’ என்று கேட்டார். அவனுக்குத் தெளிவில்லை. ‘என்ன படிக்கட்டும்’ என்று அவரையே திரும்பக் கேட்டான். பன்னிரண்டாம் வகுப்பு முடிக்கும் போது அவனுக்கு எது படிக்கலாம் என்று தோன்றுகிறதோ அதில் சேர்ந்து கொள்ளலாம் என்றும் அதற்கு வசதியான பாடப்பிரிவை எடுத்துக்கொள் என்றும் சொன்னார். அப்பேச்சு வெகுசீக்கிரத்தில் முடிந்துவிட்டது.

இந்த வயதில் அவன் கவனம் பல வழிகளில் திரும்பும் என்பதையும் அப்படி மனதை அலைபாய விடாமல் கவனமாக இருக்க வேண்டும் என்பதையும் விளக்க ஆரம்பித்தார். அவர் தொடங்கும் போதே என்ன சொல்ல வருகிறார் எனப் புரிந்தது. அவ்வப்போது துண்டு துண்டாய்ச் சொன்னவற்றை எல்லாம் தொகுத்துப் பேசப்

போகிறார். உடனே, ‘சரிப்பா, நான் பாத்துக்கறன்’ என்று சொல்லிவிட்டுக் குடுகுடுவென்று கீழே இறங்கி வந்துவிட்டான். அப்பேச்சில் அவருக்குத் திருப்தியில்லை. அம்மாகூட ‘என்னடா அதுக்குள்ள எறங்கி வந்துட்ட?’ என்று கேட்டார். ‘புதுசா என்ன சொல்லப் போறாரு? ஒன்னயே எத்தன முற கேக்கறது?’ எனச் சிரித்துக்கொண்டே கடந்து போனான்.

பன்னிரண்டாம் வகுப்பு முடிந்ததும் இரண்டாம் முறை மாடிப் பேச்சு. அப்போது கொஞ்ச நேரம் நீண்டது. அவனுக்குப் பிடித்த பாடம், கல்லூரிகள், கல்லூரியில் நடந்து கொள்ள வேண்டிய முறைகள் என விரிவாகப் பேசினார். அவன் பேச்சுக்கும் இடம் கொடுத்தார். கடைசியாக இப்படிச் சொன்னார்:

‘பல பேரு ஒதவியோட மொதத் தலமொறையாப் படிச்சு வந்தவன் நானு. எனக்குன்னு நான் வாழவே இல்ல. ஒவ்வொன்னயும் உருவாக்கறதே என்னோட வாழ்க்கையாப் போச்சு. உன்னயும் உருவாக்கத்தான் பாக்கறன். அப்பாவுக்குக் கஷ்டத்தக் குடுத்தராத. காலம் தப்பிப் பொறந்த கொழுந்து நீ. நல்லாக் கெளச்சு வளந்து எந்திரிச்சு நிக்கோனும்.’

அவர் சொன்ன சொற்களின் வீரியம் அவனுக்குப் புரியவில்லை. கல்லூரியில் சேர்ந்து படிக்கும் காலத்தில் பல சந்தர்ப்பங்களில் அந்தச் சொற்கள் முன்னால் வந்து நின்று அவனை வழிமறித்திருக்கின்றன. அவனுக்கு வழிகாட்டியும் இருக்கின்றன.

மூன்றாம் முறை பேசியது, அவனுக்கு வேலை கிடைத்த சந்தர்ப்பம். வளாக நேர்காணலில் அவனுக்கு எந்த நிறுவனமும் வேலை தரவில்லை. படிப்பு முடியும் முன் இறுதிப் பருவத்திலேயே அண்ணனுக்கு அயல்தேச வேலை உறுதியாகி இருந்ததால் அவனோடு ஒப்பிட்டு ‘இவன் என்ன செய்யப் போகிறானோ’ என்று அப்பா கவலைப்பட்டார். அண்ணன் படித்த காலத்தில் பொறியியல் படிப்புகளுக்கு இருந்த வேலைவாய்ப்புகள் அவன் முடித்த போது இருக்கவில்லை. கடைசி வருசத்தில் கொஞ்சம் விளையாட்டுத்தனம் மிகுந்து விட்டது. அதுவும் வேலைக்குத் தேர்வாகாமைக்குக் காரணம். ஆறு மாதம் வீட்டிலிருந்தான். அண்ணனுடைய வழிகாட்டுதல்படி தனியார் நிறுவனப் பயிற்சிகள் சிலவற்றில் சேர்ந்து பயின்றான். தனியாகச் சில வேலைகளைச் செய்தான். இணையம் வழியாகப் பல நிறுவனங்களுக்கு விண்ணப்பித்தான். நேர்காணல்களை எதிர்கொள்ளும் முறைகள் குறித்து அண்ணனும் மாமாவும் பல்வேறு ஆலோசனைகள் கொடுத்தனர்.

ஆறுமாதம் வீட்டிலிருந்த போது அம்மா முழுமையாக அவனையே கவனித்துக் கொண்டிருந்தார். ஒவ்வொரு

நொடியும் என்ன செய்கிறான் என்று தெரிய வேண்டும். அவனுக்கு வேண்டியதைச் செய்து கொடுத்தது மட்டுமல்ல, பயிற்சி வகுப்புக்குப் போகும் நேரத்தை நினைவுபடுத்துவது, அண்ணனிடம் பேசச் சொல்வது என ஒவ்வொன்றையும் நேரத்திற்குச் சொல்வார். சின்னவன் எப்படியாவது ஒரு வேலையில் சேர்ந்துவிட வேண்டும் என்று அம்மா படும் கஷ்டத்தைப் புரிந்து கொண்டிருந்தான். அது அவனுக்கு எரிச்சலையும் கொடுத்தது. எப்படியும் வாழ்நாள் முழுவதும் இந்த வேலையைத்தான் செய்யப் போகிறோம். ஆறுமாதம் ஒருவருசம் கழித்துத்தான் சேர்ந்தால் என்ன? சோற்றுக்கா பஞ்சம் வந்துவிட்டது? ஏன் எல்லோரும் 'வேலை வேலை' என்று இப்படிக் கவலைப்படுகிறார்களோ? அம்மாவின் அதீத அக்கறையால் வீடே அவனுக்குப் பிடிக்காமல் போயிற்று. இந்த நரகத்திலிருந்து சீக்கிரம் வெளியேற வேண்டும் என்னும் எண்ணம் வலுவாக உதித்தது.

ஐந்தாறு நிறுவனங்களில் ஒரே சமயத்தில் தேர்வானான். எந்த வேலையில் சேர்வது? எந்த நிறுவனம், என்ன ஊர் ஆகியவற்றைத் தீர்மானிப்பதில் குழப்பம் கொண்டிருந்தான். அப்போது அப்பா தெளிவாகச் சொன்னார். 'வெளியூர் வேலைக்கே போ. இங்கிருந்தா உங்கம்மா காலக் கட்டிக்கிட்டே கெடப்ப. அது உன்னோட எதிர்காலத்துக்கு நல்லதில்ல. எதுலயும் நீ சுயமா நிக்கோனும். அதுக்குப் பழகோனும். வெளிய போ . . .' அது சரியான வழிகாட்டுதலாக அமைந்தது. அப்போதும் வழக்க மான அவரது அறிவுரைகளுக்குக் குறைவில்லை. குறிப்பாகப் பெண்களிடம் பழகுவது பற்றியே இருந்தது. அண்ணன் திருமணம் அவருக்கு மனம் ஒப்பவில்லை. அந்தக் கசப்பு பேச்சில் தெரிந்தது. அவனுக்கோ பெண்களிடம் பேசிப் பழக மனம் கனிந்திருந்த காலம் அது. அதற்கும் வெளியூர் வேலையே பொருத்தம் என நினைத்தான்.

சில வருசங்களுக்குப் பிறகு மீண்டும் மாடிக்கு அழைக்கிறார். இப்போது பேசப் போவது அவன் விஷயமல்ல, அவருடையது. அம்மா காணாமல் போனதில் தனக்கு எந்தப் பங்கும் இல்லை என்று நியாயப்படுத்திப் பேசுவாராக இருக்கும். சரி, அது என்ன வகை நியாயம் என்று அறிய அவனுக்கு ஆவலாக இருந்தது. தேநீர் தயாரிப்பதற்காகச் சமையலறைக்குள் போனான். அம்மா இல்லாத அவ்வறை அகண்டு பெரிதாகத் தோன்றியது. சமையல் நடந்ததற்கான சுவடுகளே தெரியவில்லை. கழுவும் தொட்டியில் எப்போதும் பாத்திரங்கள் நிறைந்து கிடக்கும். அங்கங்கே பாத்திரங்கள் கலைந்திருக்கும். நறுக்கிய காய்கறிகள் ஒருபுறமும் குப்பைகள் ஒருபுறமும் இரைந்திருக்கும். சோறு, குழம்பு என்று வெவ்வேறு பாத்திரங்களில் தனித்தனியாக வைக்கப்பட்டிருக்கும்.

சமையல் தொழிற்சாலை இயங்குவது போலிருக்கும். இப்போது ஒன்றும் இல்லை.

அப்பா என்ன சமையல் செய்து சாப்பிடுகிறாரோ. எதுவுமே நடப்பது மாதிரி தெரியவில்லை. வெளியில் சாப்பிட்டுக் கொள்கிறாரோ. பணத்தை விரயமாக்க மாட்டார். எப்போதாவது வெளியில் போய்ச் சாப்பிடுவது என்றாலும் அதற்காக வெகு வாகத் திட்டமிடுவார். வீட்டுச் சாப்பாடுதான் அவர் விருப்பம். அதுவும் இந்தத் தொற்றுக்காலத்தில் உணவகங்கள் பக்கமே அவர் எட்டிப் பார்க்க மாட்டார். ஒருவருக்குப் பெரிதாகச் செய்ய வேண்டியிருக்காது. சில நிமிடங்களுக்கு முன்னால் இருந்த அதிர்ச்சியும் பதற்றமும் போய் அம்மா காணாமல் போனது தனக்குமே ஒரு தகவலாகிவிட்டதைப் பற்றி யோசித்தான். சில நிமிடங்களிலேயே இப்படி என்றால் ஆறு மாதமான அப்பாவுக்கு நிச்சயம் அது தகவல், வெறுந்தகவல் மட்டும்தான். எல்லா நேரத்திலும் அது தகவலாக மட்டுமே இருக்குமா? தேநீருக்கு வரும்போது கூடவே அம்மாவும் வருகிறாரே.

அம்மா தேநீர் வைக்கும் முறையைப் பின்பற்ற முயன்றான். பாலில் தூளைப் போட்டுத்தான் வைப்பார். அதில் சர்க்கரையைக் கலக்க மாட்டார். வடித்த பிறகு சர்க்கரை போட்டு ஆற்றுவார். அவனுக்கு அதுவரைக்கும் பொறுமை இருக்காது. தூள் வேகும்போதே அதில் சர்க்கரையைக் கொட்டிவிடுவான். எப்படியிருந்தாலும் கரைய வேண்டியதுதானே என்பது அவன் எண்ணம். 'கொஞ்சம் பொறுமையா இருந்தா, ருசி கூடும்' என்பார். தேநீர்க் கோப்பையில் ஒரு விரற்கடை அளவுக்கு நுரை நிரம்பி யிருக்கும் 'நொரதான் மணம்' என்பார். நுரைக்க நுரைக்க இரு கோப்பைகளில் தேநீரை எடுத்துக்கொண்டு மேலேறிப் போனான். அப்பா போட்ட தேநீரைவிடத் தான் தயாரித்தது ருசியாகவே இருக்கும் என்று தோன்றியது.

மாடியிலிருந்து பார்க்க எங்கும் வெளிச்சமாக இருந்தது. சாலைகளில் வாகன ஓட்டமே இல்லை. ஆள் நடமாட்டமும் இல்லை. பொதுமுடக்கத்தைக் கடைபிடிக்க மக்கள் பழகி விட்டார்கள். அரவம் இன்றி அத்தனை அமைதியாக அக்குடியிருப்புப் பகுதியை அவன் பார்த்ததில்லை. அவன் பிறந்த போதே இந்த வீட்டில்தான் இருந்தார்கள். வீடு கட்டியதைப் பெருங்கதையாக விவரிப்பார் அப்பா. இங்கே மனை வாங்கிய போது வெகுதூரம் வரை பொட்டல் காடுதான். குமராசுரருடன் வேலை செய்த ஆசிரியர்கள் பதினைந்து பேர் இந்தப் பகுதியில் மனை வாங்கினார்கள். ஒன்றாக வாங்கியதால் சதுரடிக்குப் பத்து ரூபாய் குறைவு. பெரும்பாலான ஆசிரியர்களுக்கு இந்த இடத்தில் விருப்பமில்லை. 'குடியிருக்கற எடம் மாதிரி

தெரியலியே, கானக்காடு மாதிரியில்ல இருக்குது' என்று ஓர் ஆசிரியர் சொன்னாராம். மனை விற்கும் முகவர்கள் எத்தனையோ விதமாகப் பேசி மனதைக் கலைத்தார்களாம்.

அவர்களைப் பொருத்தவரைக்கும் ஆசிரியர்கள் மனை வாங்கியிருக்கிறார்கள் என்பது மீத மனைகளை விற்பதற்கான முதலீட்டுச் செய்தி. பதினைந்து ஆசிரியர்கள் ஒன்றாக வாங்குகிறார்கள் என்றால் அந்தப் பகுதி சீக்கிரத்தில் வளர்ந்துவிடும் என்றும் ஆசிரியர்கள் அமைதியான வாழ்க்கை வாழ்பவர்கள் என்பதால் பிரச்சினைகள் எதுவும் வராது என்றும் மக்கள் நம்புவார்கள். குமராசுரர் பணியாற்றிய 'அரசு உதவி பெறும் பள்ளி' அங்கிருந்து நான்கு கல் தொலைவில் இருந்தது. அதனால் அப்பள்ளி ஆசிரியர்களை முகவர்கள் குறி வைத்துப் பல சலுகைகளையும் கொடுத்தார்கள். சாலை வசதி, மின் விளக்கு வசதிகளைச் செய்தார்கள். தண்ணீர்தான் பிரச்சினையாக இருந்தது. வீடு கட்டும் போது ஒவ்வொரு மனைக்கும் ஆழ்துளைக் கிணறு அமைத்துக் கொடுப்பதாய்ச் சொன்னார்கள். அது மட்டும் நடக்கவில்லை. வீடு கட்ட ஆரம்பிக்கும்போது மனை உரிமையாளர்களும் முகவர்களும் போன இடம் தெரியவில்லை.

குமராசுரரும் இன்னொரு ஆசிரியரும் முதலில் வீடு கட்டத் தொடங்கினார்கள். தனித்தனியாக ஆழ்துளைக் கிணறு போட்டார்கள். அந்நகரின் நடுப்பகுதியில் பிரிவுத் தெரு ஒன்றின் கடைசி மனையை அவர் வாங்கியிருந்தார். எல்லோரும் முன்பகுதியில் முதல் மனைகளைக் குறி வைப்பார்கள். அவருக்குச் சில தெளிவுகள் இருந்தன. குடியிருக்கும் பகுதியில் அதிக வாகனப் போக்குவரத்து இருக்கக் கூடாது. பிற வீட்டுச் சாக்கடை நீர் தம் வீட்டைக் கடந்து போகக் கூடாது. தெருப்பகுதியில் நிழல் தரும் மரம் வைத்துக்கொண்டு தொந்தரவு இல்லாமல் பயன்படுத்த வேண்டும். இவையெல்லாம் கடைசிமனையில் கிடைக்கும் வசதிகள். கடைசி மனை எப்போதும் சரியான அளவுகளோடும் சதுர வடிவிலும் இருக்காது. கூடுதல் சதுரடிகள் கிடைக்கும். கொஞ்சம் கோணலாகவோ வளைவாகவோ இருக்கும். விலையும் குறையும். அப்படி எல்லாம் யோசித்துத்தான் அவ்விடத்தை அவர் தேர்வு செய்தார்.

அவரும் நண்பரும் வீடு கட்டிய போது எல்லோரும் சிரித்தார்கள். பொட்டல் காட்டில் வீடு என்றார்கள். 'சொந்தக்காரர்கள் வர மாட்டார்கள்; திருடர்கள் தாராளமாக வருவார்கள்' என ஏளனம் செய்தார்கள். 'முன்னாடி போறன். எல்லாரும் பின்னாடியே வருவீங்க' என்று சொல்லிச் சிரித்தார். அவர் சொன்னபடியே நடந்தது. ஒவ்வொருவராக அங்கேதான் வந்தார்கள். அவருடன் வேலை செய்த ஆசிரியர்களில் ஒன்பது

பேர் அப்பகுதியில் வீடு கட்டினார்கள். ‘ஆசிரியர் குடியிருப்பு’ என்று குமராசுரர் வைத்த பெயரே நிலைத்திருக்கிறது. அவர் வாழ்வின் சாதனைகளில் முதன்மையானது அவ்வீடு. அம்மாவுக்கே வீட்டின் மீது பிடிப்பு அதிகம் என்று முருகாசு நினைத்திருந்தது தவறு. அப்பாவுக்கே அதிகம். வீட்டை ஒரே ஒரு கடிதத்தில் தூக்கி வீசிவிட்டு அம்மாவால் வெளியேற முடிந்திருக்கிறது. அப்பாவால் அப்படி முடியுமா என்று தெரியவில்லை. மாடிப்படி ஒன்றில் காயம் பட்ட வடுவிருக்கும். அது எப்படி நேர்ந்தது என்று அப்பா விவரிப்பார். வீட்டின் ஒவ்வொரு சுவடுக்கும் சம்பவங்கள் இருக்கும். அம்மாவுக்கு அப்படி ஏதும் இல்லையோ?

நகரின் மேல்பரப்பில் பார்வையை ஓட்டிக் கொண்டிருந்த குமராசுரருக்குப் பல காட்சிகள் தென்பட்டன. இவையெல்லாம் தொற்றுக்காலம் கொடுத்தவை. மாடிகளில் குழந்தைகள் ஓடி விளையாடிக் கொண்டிருந்தன. சில வீடுகளில் குடும்பமே வந்து நாற்காலிகளைப் போட்டு உட்கார்ந்து பேசிக் கொண்டிருந்தனர். சிலர் நடைப்பயிற்சி செய்தனர். அப்பாவின் கவனம் எங்கெங்கோ இருப்பதை மாற்ற எண்ணி ‘டீ எப்படீப்பா?’ என்றான். ஆழ இழுத்துப் பெருமூச்சை விட்டு ‘ம். நல்லாருக்குது. உங்கம்மா போடறாப்பலயே இருக்குது’ என்றார். அம்மா சமையலின் ருசி அவர் நினைவில் இன்னும் விட்டுப் போகவில்லை. நாற்பது ஆண்டுகாலம் பழகிய ருசி ஆறு மாதத்தில் மறந்துவிடுமா? அப்பாவின் பேச்சைப் பற்றிக்கொண்டு மேலேற நல்ல சந்தர்ப்பம்.

6

‘அம்மா இல்லாத சமையலுக்கு என்னப்பா பண்ற?’ என்றான். பலரும் அவரைக் கேட்கும் கேள்வி. எல்லோருக்கும் சொல்வதையே முதலில் அவனுக்கும் சொன்னார். ‘பட்டினியாத்தாம்பா கெடக்கறன்.’ ‘போப்பா’ என்று அவன் சிணுங்கி முகத்தைத் திருப்பிக்கொண்டான். அப்பாவைச் சமையலறைக்குள்ளேயே பார்த்ததில்லை. தண்ணீர் குடிக்கக்கூட அவர் உள்ளே போக மாட்டார். அந்த நினைவில் அவன் கேட்டான். அவனைச் சங்கடப் படுத்தி விட்டோமோ என்று சமாதானமாய்ப் பேசினார்.

‘இல்லப்பா. இதே கேள்விய எத்தனையோ பேரு கேட்டுட்டாங்க. நானும் என்னென்னவோ பதில் சொல்லிப் பாத்துட்டன். நீயும் அதே கேள்வியக் கேட்டயா, அதான். என்னமோ எனக்குத் தெரிஞ்சதப் பண்ணிக்கறன். பழம், ரசஞ்சோறு, தயிர்ச்சோறு, ஒருநாள் விட்டு ஒருநாளுக்குக் கொழம்பு அப்படின்னு போவுது. முடக்கம் இல்லாதப்ப ஓட்டல்ல வாரத்துக்கு ஒருநாள் சாப்பிடுவன். அங்க விதவிதமாச் சாப்பிடலாம். வீட்டுல மட்டும் எப்பவும் பல பதார்த்தங்களோடவா சாப்பிடறம்? எப்பவாச்சும்தான.’

‘நீங்க தனியா இருப்பீங்கன்னு நெனைக்கவே யில்ல. அது ஒண்ணும் பிரச்சின இல்லயாப்பா?’

‘தூக்கம் வரும்போது தூங்கறன். பசிக்கறப்ப சாப்பிடறன். நடப்பன், படிப்பன், படம் பாப்பன். வீட்டு வேலக்கி ஆள் வெச்சுக்கல. நானே செய்யறன். அதுலயும் நெறையப் பொழுது போயிரும்.’

‘என்னப்பா அம்மா இல்லாத உங்களுக்குக் கஷ்டமே இல்லயா?’

‘கஷ்டம் இல்லாத இருக்குமா? ஆனா, பெரிசாக் கஷ்டம் இல்லீன்னுதான் சொல்வன். பேசிக்கறமோ இல்லையோ நாப்பது வருசம் கூட இருந்தவ. ஒன்னொன்னயும் பாத்துப் பாத்துச் செஞ்சவ. இப்பவும் வீட்டுலதான் இருக்கறாப்பல தோனுது. சமையலறைக்குள்ள இருக்கறான்னு நெனச்சுக்கறன். மாடியில துணி காயப் போடப் போயிருக்கறான்னு நெனச்சுக்கறன். என்ன நெனச்சுப் போனாளோ, எங்க போனாளோ. அவ போயிருக்கலாம், அவளோட நெழல இங்கதான் விட்டுட்டுப் போயிருக்கறா. நெழல அவளால கொண்டுக்கிட்டுப் போவ முடியல. என்ன ஒண்ணு, ஆசிரியர் குடியிருப்பு ஆளுங்களுக்குப் பதில் சொல்லி முடியல. ரொம்ப வருசமா இங்க இருக்கறம். எல்லாரும் பழகுனவங்க. உங்கம்மாவையும் தெரிஞ்சவங்க நெறைய இருக்கறாங்க. ‘எங்க உங்க வீட்டுல காணாம்’னு கேக்கறாங்க. அதுக்குப் பதில் சொல்லித்தான் முடியல. இப்போதைக்கிப் பொண்ணு வீட்டுக்குப் போயிருக்கறாங்கன்னு சொல்லி வெச்சிருக்கறன்.’

‘தேடிப் பாக்கலாமுன்னு தோணலயாப்பா?’

‘எங்கன்னு போயித் தேடறது? தேடிக் கெடச்சாலும் கட்டாயப்படுத்தி இங்க கொண்டாந்து வெச்சிருக்க முடியுமா, சொல்லு. உங்கம்மா வீட்ட விட்டுப் போனது என்னைக்கி தெரீமா? என்னோட ரிட்டயர்மெண்ட் அன்னைக்கு.’

குமராசுரர் மனம் கொந்தளிப்புடன் அந்நாளை நினைவுக்குக் கொண்டு வந்தது. முப்பத்தேழு ஆண்டுகள் அந்தப் பள்ளியில் அவர் வேலை செய்திருந்தார். இளங்கலைப் படிப்பில் ஆங்கில இலக்கியம் எடுத்துப் படித்தார். அதை முடித்ததும் கல்வியியல் படிப்பு. கல்வியியல் தேர்வு எழுதி முடிக்கும் முன்னரே அந்தப் பள்ளியிலிருந்து அவருக்கு அழைப்பு வந்தது. கிட்டத்தட்ட வளாகத் தேர்வுதான். ஆங்கில இலக்கியம் படித்தவர்கள் அதிகம் இல்லை. இட ஒதுக்கீட்டில் அவர் இனத்திற்கு ஒதுக்கப்பட்ட ஓரிடம் அப்பள்ளியில் காலியாக இருந்தது. அவ்விடத்தை அவருக்குக் கொடுக்கப் போவதாகவும் அதற்கு ஒருவருசம் ஆகும் என்றும் அதுவரைக்கும் தற்காலிகப் பணியில் இருக்க வேண்டும் என்றும் சொன்னார்கள்.

கிராமத்தில் இருந்து வந்து படித்த அவருக்கு உடனடி வேலை என்பது அப்படி ஒரு உற்சாகத்தைக் கொடுத்தது. கிட்டத்தட்ட இரண்டு வருசம் தற்காலிகப் பணியில் குறைவான ஊதியத்தில் வேலை பார்த்தார். அதன் பிறகு நிரந்தரப் பணி. மிக இளம்வயதிலேயே பணியில் சேர்ந்துவிட்டதால் அதிக ஆண்டுகள் வேலை பார்த்திருந்தார். பள்ளியிலும் அவருக்கு நல்ல மதிப்பு. நிர்வாகத்திற்கு ஒருபோதும் இடைஞ்சலாக இருந்ததில்லை.

அவருக்கு ஒப்புதலான விஷயங்களில் முன்னின்று செயல்படுவார். ஒப்புதல் இல்லாத விஷயங்களில் ஒதுங்கியிருப்பார். அவரிடம் பயின்ற மாணவர்கள் எங்கெங்கோ பதவியில் இருக்கிறார்கள். எல்லோரின் ஒருமித்த மதிப்பையும் பெற்று அறுபதாம் வயதில் ஓய்வு பெற்ற போது பெரிய நிகழ்ச்சி நடத்தினார்கள்.

மாலைகள், பரிசுகள், பாராட்டுகள். எதையும் பார்க்க உறவினர்கள் ஒருவருமில்லை. பெற்ற பிள்ளைகளுக்கு அவர் ஓய்வு பெறுகிறார் என்பதே தெரியாது. காலையில் சாப்பிடும்போது வழக்கம் போலக் குனிந்துகொண்டு 'இன்னக்கி நான் ரிட்டயர்ட் ஆகறன். அதுக்கு வழியனுப்பற கூட்டம் நடத்தறாங்க. வர்றதுன்னா வரலாம், கூட்டிக்கிட்டுப் போறன்' என்றார். மனைவி எதுவும் பேசவில்லை. அவர் கிளம்பும் போது 'இரும்படிக்கற எடத்துல ஈக்கென்ன வேல' என்று மனைவி முணுமுணுப்பது மட்டும் அவருக்குக் கேட்டது. அவரை மேடையில் அமர வைத்து வரிசையாகப் புகழாரம் சூட்டும் உரைகள் நடந்து கொண்டிருந்த போது தன் சார்பில் அவற்றைக் கேட்க யாருமில்லையே என்னும் ஏக்கம் தோன்றியது. கண்களில் நீர் கட்டிப் பார்வையை மறைத்தது. ஆசிரியர்களும் மாணவர்களும் நிறைந்திருந்த அரங்கில் தனக்கு யாருமில்லாத தனிமையை உணர்ந்தார். அதன்பின் அவருக்கு அழுகை பெருகி வந்தது.

இத்தனை ஆண்டுகள் பழகிய பள்ளியைப் பிரிய வேண்டியிருக்கிறதே என்பதற்காக அழுகிறார் என்றே எல்லோரும் நினைத்தார்கள். வெறுமையைச் சுமக்கும் பாரம் கசிந்து கண்ணீராக வருகிறது என்பது அவருக்கு மட்டுமே தெரிந்தது. மேடையில் அவருக்குப் பேச்சே வரவில்லை. வழிந்த கண்ணீரோடும் கூப்பிய கைகளோடும் அப்படியே வந்து நாற்காலியில் உட்கார்ந்து விட்டார். இந்தளவு உணர்ச்சிவசப்படுவார் என்று யாரும் நினைக்கவில்லை. ஏராளமான ஆறுதல் மொழிகள். 'நீங்க எப்பவும் போலப் பள்ளிக்கு வரலாம். உங்க பள்ளி இது' என்று தலைமையாசிரியர் பலமுறை சொன்னார். எதுவும் அவர் தனிமையைப் போக்கவில்லை.

சிறிய விருந்து நடந்தது. சூழலுக்கேற்பத் தன்னை உற்சாகப்படுத்திக்கொண்டார். எல்லோரும் அவரைத் துக்கம் விசாரிப்பது என்னவோ போலிருந்தது. அதை மாற்ற மகிழ்ச்சி முகத்தோடு ஒவ்வொருவரிடமும் வெவ்வேறு விஷயங்களைப் பேச முற்பட்டார். எல்லாம் முடிந்து கிளம்பலாம் என்று தன் வண்டியை நோக்கி அவர் நகர முனைந்த போது 'கார் ஏற்பாடு பண்ணியிருக்குது. உங்களத் தனியா உட்ருவமா? வீடு வரைக்கும் கூட்டிக்கிட்டு வந்து உட்டுட்டு வர்றம்' என்றார்கள். அவருக்கான காரில் மாலைகளும் சால்வைகளும் பரிசுப்பொருட்களும்

வைக்கப்பட்டன. அவரோடு இன்னும் சில ஆசிரியர்களும் உட்கார்ந்தனர். பின்னால் இரு கார்கள் தொடர்ந்தன. வீட்டுக்கு வருபவர்களை உபசரிக்க வேண்டுமே என்று அப்போதுதான் நினைவு வந்தது.

மனைவிக்கெனத் தனியாகப் பேசி ஏதுமில்லை. வீட்டுக்கென ஒரு செல்பேசி இருந்தது. அதற்கு அழைத்து மனைவியிடம் அவர் பேசியதேயில்லை. பிள்ளைகள் அம்மாவிடம் பேசுவதற்கு அதைப் பயன்படுத்துவார்கள். முதன்முறையாக அதற்கு அழைப்பு விடுத்தார். மணி ஒலித்துக் கொண்டேயிருந்தது. மனைவி எடுக்கவில்லை. மாடியில் ஏதாவது வேலையாக இருப்பார் என்று நினைத்துக்கொண்டார். மூன்று கார்களிலும் சேர்த்துப் பத்துப் பேர் வருகிறார்கள். அவர்களுக்குக் கொடுத்து உபசரிக்க வீட்டில் பழங்களோ நொறுக்குகளோ இருக்க வேண்டும். பால் வேண்டும். பெரிய பதற்றத்தோடு வீட்டுக்கு முன்னால் வந்து இறங்கிய போது கதவு சாத்தியிருந்தது.

சும்மாதான் மூடியிருக்கும் என்று தள்ளினார். சில நிமிடங்களுக்குப் பிறகே பூட்டியிருப்பதை அறிந்தார். சாவியை வைக்கும் ரகசிய இடத்தில் கை விட்டுத் தேடி எடுத்துக் கதவைத் திறந்தார். வந்தவர்களை உள்ளே அழைத்து வரவேற்பறையில் உட்கார வைத்தார். ‘இப்படி வீடு வரைக்கும் வருவீங்கன்னு முன்கூட்டித் தெரியாது. தெரிஞ்சிருந்தா வீட்டுல சொல்லி வெச்சிருப்பன். அவுங்க எதோ கடைக்குப் போயிட்டாங்க போலிருக்குது. ஒரு நிமிசம் எல்லாரும் உக்காருங்க. டீப் போட்டர்றன்’ என்று பரபரத்துச் சமையலறைக்குள் ஓடினார். ஓர் ஆசிரியர் பின்னாலேயே வந்து ‘தண்ணி மட்டும் குடுங்க போதும். இன்னொரு நாளைக்கி வந்து சாப்பாடே சாப்பிடறம்’ என்றார். வீட்டுக்கு வந்தவர்கள் வெறும் பச்சைத் தண்ணீரை மட்டும் குடித்துவிட்டுக் கிளம்பிப் போனார்கள். அவர்கள் போனதும் யாருமற்ற வீட்டுக்குள் நுழைந்தார். நாற்காலியில் உட்கார்ந்தவரால் அழுகையை நிறுத்த முடியவில்லை.

‘அன்னைக்கித்தான் அப்பிடி அழுதன்’ என்று சொன்னவர் குரல் உள்ளொடுங்கி இப்போதும் அழுகை வந்தது. லுங்கியால் கண்ணீரைத் துடைத்தார். முருகாசு எழுந்து ‘அப்பா, என்னப்பா இது’ என்று அவர் தலைமேல் கை வைத்தான். அவன் கையைப் பற்றிக்கொண்டவர் அதிலேயே முகம் புதைத்து அழுகையைத் தொடர்ந்தார்.

‘அம்மா ஊருக்குப் போயிருப்பாங்களாப்பா?’

அப்பாவின் கவனத்தைத் திசை மாற்றவும் தன் சந்தேகத்தைத் தெளிவித்துக் கொள்ளவும் முருகாசு கேட்டான். ‘உனக்கு ஊரு

ஞாபகம் இருக்குதா?' அப்பாவுக்கு அவனால் உடனே பதில் சொல்ல முடியவில்லை. சிறுவனாக இருந்த போது அவனை ஒரே ஒருமுறை ஊருக்கு அழைத்துப் போயிருப்பதாகச் சொல்லியிருக்கிறார். அந்த ஞாபகமே இல்லை. அவ்வவ்போது ஊரைப் பற்றி அப்பா சொல்பவை லேசாகப் பதிவாகியிருக்கின்றன. அவற்றைக் கொஞ்சம் ஊன்றிக் கேட்டிருக்கலாம். எப்போதாவது ஊரிலிருந்து யாராவது வருவார்கள். சில வருசங்களுக்கு முன் அப்புச்சி வந்து கொண்டிருந்தார். அவருக்கு வயதாகிவிட்டதால் 'இனிமே என்னால வர முடியாதுப்பா' என்று சொல்லிவிட்டார். மற்றபடி வருபவர்களை ஏதாவது உறவு சொல்லி அப்பாவோ அம்மாவோ அறிமுகப்படுத்துவார்கள். அந்த உறவுமுறை மனதில் நிற்கவில்லை.

சொந்த ஊர் எதுவென்று யாராவது கேட்டால் வீராசுரத்தைத்தான் சொல்வான். சில பேர் நோண்டி நோண்டிக் கேட்பார்கள். அப்போது மட்டுமே பூர்விக ஊர் என ஒன்று இருப்பது நினைவுக்கு வரும். 'காலாசுரம்' என்று சொல்வான். உண்மையில் காலாசுரம் அவர்களுடைய ஊர் இருக்கும் மாவட்டத்தின் தலைநகரம். பூர்விக ஊர்ப்பெயரைச் சொல்வதற்குக் கொஞ்சம் கூச்சமாக இருக்கும். 'ஓலாசுரப்பட்டி' என்று சொன்னால் கேட்பவர்கள் சிரித்துவிடுவார்கள். 'கெட்ட வார்த்தைய ஊர்ப்பெயரா வெப்பாங்களா?' என்பார்கள். அப்பாவுக்கு ஊர்ப்பெயரைச் சொல்வதில் ஒருபோதும் தயக்கமில்லை. சுத்தமான உச்சரிப்புடன் 'ஓலாசுரப்பட்டி' என்று சத்தமாகச் சொல்வார். 'ஊர்ப்பேரக் கேட்டாலே அங்க போவக் கூடாதுன்னு தோணுது. வெச்சிருக்கறாங்க பாரு பேரு' என்று அண்ணன் கேலி செய்வான். அப்பாவைத் தவிர அவர்கள் யாரும் தம் ஊர்ப்பெயரை உச்சரிக்க மாட்டார்கள். ஊர்ப்பெயருக்கு அப்பா ஒரு கதையைச் சொல்வார்.

பனைமரங்கள் நிறைந்த ஊர். சாரிசாரியாகப் பனைகள் நிற்கும். அம்மக்களுடைய உணவில் பனைக்குப் பெரும்பங்குண்டு. பருவத்தில் கள்ளும் தெளுவும் உண்பார்கள். நுங்கும் பனம்பழமும் கிடைக்கும். பனையோலையில் வேய்ந்த கூரை வீடுகள். ஒருசமயம் கடும்பஞ்சம் ஏற்பட்டது. மக்களுக்குத் தின்ன ஒன்றும் கிடைக்கவில்லை. உடுக்கக் கிழிசல் உடைகூட இல்லை. அப்போது பனைமரங்கள் உதவின. பனைமரக் குருத்து உணவாயிற்று. ஒரு பனையை வெட்டினால் அதன் குருத்து மட்டுமல்ல, குருத்தை ஒட்டியுள்ள இளம் ஓலைகள் சிலவற்றையும் மக்கள் உண்ணலாம். குருத்தைக் குழந்தைகளுக்குக் கொடுப்பார்கள். இளம் ஓலைகளைப் பெரியவர்கள் தின்பார்கள். முற்றல் ஓலைகள் ஆடுமாடுகளுக்குத் தீனியாகும்.

ஏராளமான பனைகள் அப்போது வெட்டப்பட்டன. பெரும்பகுதி பனைகள் அந்தப் பஞ்சத்தில் வெட்டப்பட்டு ஊரே வெறிச்சோடிற்று. பக்கத்து ஊர்களுக்கோ சொந்தக்காரர் வீடுகளுக்கோ செல்ல நல்ல உடையில்லை. பலருக்கு உடையே இல்லை. கிழிந்த போர்வைத் துண்டுகளையும் கோணிச் சாக்குகளையும் கட்டி மானத்தை மறைத்தார்கள். அப்போது ஊரில் இருந்த இளைஞன் ஒருவன் பனையோலையில் உடை தயாரிப்பதைக் கண்டுபிடித்தான். ஓலையை வெயிலில் ஒருநாள் வாட விட்டு அதன் ஈக்கிகளை லேசாகச் சீவி எடுத்து விடுவான். அதன் பிறகு ஓலையை அழுத்தினால் சமமாகப் படியும். படிய வைத்து மேலே பனம்பட்டைகளைப் போட்டுப் பாரமாக்கி ஓரிரு நாள் வைத்திருந்தால் பிறகு மடியாது. படிமானம் கிடைத்த பிறகு வேண்டும் இடத்தில் கிழித்து ஈக்கியால் தைத்து இடுப்பில் கட்டிக்கொள்ளலாம்.

அவன் அப்படி உடை தயாரித்து இடுப்பில் கட்டிக்கொண்டு திரிந்த போது எல்லோரும் கேலி செய்தார்கள். போகப் போக அதுதான் எல்லோருக்கும் உடையாயிற்று. அந்த ஓலையாடையில் அவன் இன்னும் என்னென்னவோ செய்து அணிய லகுவாக்கினான். ஊரே ஓலையாடையை அணிந்து திரிந்தது. அவ்வாடையோடு ஊருக்கு வெளியே போய்ப் பஞ்சமில்லாத ஊர்களில் வேலை செய்தார்கள். கேலி செய்தவர்களைப் பொருட்படுத்தாமல் பல கல் தொலைவுக்கு ஏராளமான பேர் வேலைக்குப் போனார்கள். அதன் மூலமாக வீட்டிலிருப்பவர் களுக்குக் கஞ்சி கிடைத்தது. ஓலையாடை இல்லை என்றால் பஞ்சத்திலிருந்து ஊர் மீண்டிருக்காது. எத்தனையோ பேர் செத்துப் போயிருக்கக்கூடும்.

உயிரைக் காத்தது ஓலையாடை. அதை முதலில் தயாரித்த அவனுக்கு 'ஓலையாசுரன்' என்று பெயராயிற்று. பிற ஊர் மக்கள் அவனைக் குறிப்பிட்டு 'ஓலையாசுரம்பட்டி' என்று சொல்ல ஆரம்பித்தார்கள். அது காலப்போக்கில் மருவி 'ஓலாசுரம்பட்டி' என்றானது. பெயரைக் கேட்டதும் பொதுவெளியில் கெட்ட வார்த்தை சொன்ன மாதிரி எல்லோரும் சிரிப்பார்கள். அதைத் தவிர்க்க ஊர் இளைஞர்கள் 'சுரம்பட்டி' என்று சுருக்கிச் சொல்லத் தொடங்கினார்கள். இப்போது அப்பெயர் முதல் நீண்டு 'சூரம்பட்டி' என்றாகியிருக்கிறது.

❖

7

ஓலையைக் கட்டிக்கொண்டு திரிந்ததில் என்ன பெருமை இருக்கிறது? அப்பாவுக்கு அப்படியல்ல. நெருக்கடி வந்தபோது அதைச் சமாளிக்க ஒன்றைக் கண்டுபிடித்த பெருமை அதில் இருக்கிறது என்பார். அவர்தான் ஆறு மாதத்திற்கு ஒருமுறையோ ஆண்டுக்கு ஒருமுறையோ ஊருக்குப் போய் வருவார். திரும்பி வரும்போது ஓலைப்பெட்டி நிறையக் கருப்பட்டி வரும். காய்கறி மூட்டையையும் கடலைக்காய்ப் பையையும் சுமந்து வருவார். அப்பா ஊருக்குப் போயிருக்கும் நாட்களிலும் திரும்பி வந்த பிறகான சில நாட்களிலும் அம்மா முழுமையாக மௌனம் பூண்டிருப்பார். தன்னை அழைத்துச் செல்லவில்லை என்பதற்கான எதிர்ப்பு மௌனம் என்பதாகப் புரிந்து கொள்வார்கள். 'அப்பா பின்னாடியே நீயும் ஓடிருக்கலாமே' என்பார்கள். 'அம்மாவக் கூட்டிக்கிட்டுப் போயிருந்தா மூட்ட சுமக்கறதுக்கு ஓராள் கூடக் கெடச்சிருக்கும்' என்று சீண்டுவார்கள். எதற்கும் அம்மாவிடம் அசைவிருக்காது.

ஊரைப் பற்றி முருகாசுக்கு நினைவில் இருப்பவை அவ்வளவுதான். அம்மாவுக்கு இந்த 'ஆசிரியர் காலனி' தவிர வீராசுரத்தின் பிற பகுதிகள்கூடத் தெரியாது. ஊர்ப்பக்கம் போனதே யில்லை. 'ஏம்மா, நீ ஊருக்குப் போவ மாட்டீங்கற?' என்றால் மௌனமே பதிலாகும். வற்புறுத்திக் கேட்டால் 'அங்க எனக்கு என்ன இருக்குது?' என்பார். அதுவும் புரியாமல் பார்க்கும்போது சட்டென்று சமாளித்து 'நீங்கதான் எனக்கு எல்லாம். நீங்கெல்லாம் இங்க இருக்கும் போது ஊர்ல எனக்கு என்ன இருக்குது?' என்று திசை திருப்புவார். அந்த 'என்ன இருக்குது?' என்பதில் ஏக்கம் தொனித்திருக்குமோ.

அதைப் புரிந்து கொள்ளாமல் இருந்துவிட்டோமோ. அம்மா ஏன் ஊருக்கே போகவில்லை?

அப்புச்சி வரும்போது அம்மாவின் முகத்தில் கொஞ்சம் சந்தோசம் இருப்பது போலத் தெரியும். அவரும் பெரிய மூட்டையைச் சுமந்து வருவார். அப்புச்சியே ஊர் விவரங்களை எல்லாம் அப்பாவிடம் சொல்வார். அம்மா கேட்காதது போலக் கேட்டுக் கொண்டிருப்பார். அப்புச்சியைக் கவனிப்பதில் குறை இருக்காது. கறி சமைப்பார். மற்ற நாட்களில் கெட்டிக் குழம்பு வைப்பார். அதுதான் பிள்ளைகளுக்குப் பிடிக்கும். அப்புச்சி வரும் நாட்களில் 'தண்ணிச்சாறு' தான். சோறு முழுகும்படி குழம்பை ஊற்றிப் பிசைந்து அப்புச்சி சாப்பிடுவதை ஆச்சரியமாகப் பார்ப்பார்கள். முடிக்கும்போது ரசத்தைக் குடிப்பது போல வட்டிலைத் தூக்கிக் குழம்பைக் குடிப்பார். அன்றைக்கு மட்டும் எல்லோருக்கும் அதுதான்.

'ஏம்மா மங்கா . . .' என்று வலிந்து அழைத்து அம்மாவிடம் ஏதாவது விஷயத்தைச் சொல்வார். அம்மாவுக்குக் கேள்விகள் ஏதும் இருக்காது. 'ம். சரிப்பா' என்பதுதான் அதிகபட்சப் பதிலாக இருக்கும். தானாக யாரையாவது விசாரித்தோ விவரம் கேட்டோ கண்டதில்லை. கிளம்பிப் போகும்போது அவர்கள் ஒவ்வொருவரையும் பெயர் சொல்லி ஊருக்கு அழைப்பார். அது சம்பிரதாயமாக இருக்கும். ஊருக்குப் போக மனதில் ஆசை இருந்தாலும் அவர்கள் சிரித்துச் சமாளிப்பார்கள். அப்பா முகத்தையோ அம்மா முகத்தையோ பார்ப்பார்கள். அம்மா எதுவும் சொல்ல மாட்டார். உங்கள் பாடு என்பதாக இருக்கும். அப்பாதான் வழக்கமான பதிலைச் சொல்வார்.

'எல்லாருக்கும் ஸ்கூல் இருக்குதுங்க மாமா. லீவு நாள்லகூட அந்தக் கிளாஸ், இந்தக் கிளாஸ்னு போவணும். அப்படிப் படிச்சாத்தான் நல்ல நெலைக்குப் போவ முடியும். அந்தக் காலம் மாதிரி இப்ப இல்லயே.'

அப்பா சொல்வதில் உண்மையும் இருக்கும். அதையும் மீறிப் போவதென்றால் போகலாம். ஏனோ ஊர் வாடையே காட்ட வில்லை. அந்த ஊருக்கு அம்மா இப்போது போயிருப்பாரா? இத்தனை காலம் அந்தப் பக்கமே போகவில்லை என்றாலும் அம்மாவின் மனதில் அந்த ஊர்தான் இருந்திருக்குமோ? பல ஆண்டுகளாகப் பழகிய இந்த வீடு அம்மாவுக்கு ஒட்டவில்லையோ?

'ஊருக்குப் போயிருந்தா எனக்கு ஒடனே தகவல் வந்திருக்கும். நானு உங்க அப்புச்சிகிட்டயும் மாமங்கிட்டயும் பேசிப் பாத்தன். உங்கம்மா அங்க வந்திருந்தா ஒடனே எனக்குச் சொல்லியிருப்பாங்க. கல்யாணம் ஆகி இப்ப நாப்பது வருசம் ஆவப் போவுது. உங்கம்மா

அந்தப் பக்கமே போனதில்ல. நாப்பது வருசமாப் போவாத ஊருக்கு இப்பப் போயிருக்கப் போறாளா? நான் இப்பவும் வாரத்துக்கு ஒருதடவ ஊருக்குப் பேசிக்கிட்டுத்தான் இருக்கறன். எங்கம்மாவப் போயிப் பாக்கணும்னு இருக்குது. போகக் கால் ஏறுல. போனா இவளக் கேப்பாங்களே, என்ன சொல்றதுன்னு தெரியாத மருகிக்கிட்டு இங்கயே கெடக்கறன்'

என்று சொன்ன அப்பா சிறிது இடைவெளி விட்டு மீண்டும் தொடர்ந்தார்.

'ஊருக்குப் போறதா இருந்தா எதுக்கு எழுதி வைக்கணும். எங்கிட்டச் சொல்லீட்டே போயிருக்கலாம். நானே கூட்டிக்கிட்டுப் போயிருப்பன். ரிட்டயர்மெண்டுக்கு அப்பறம் எம்மூஞ்சியவே பாத்துக்கிட்டு இருக்கறது புடிக்கலன்னு சொல்லியிருந்தா, செரி, உங்கப்பாவயும் எங்கம்மாவயும் பாத்துக்கிட்டு இருந்துக்கோன்னு ஊர்லயே உட்டுட்டு வந்திருப்பனே. அவ ஊருக்குப் போவுல. அது உறுதி.'

'அப்ப எங்கதான் போயிருக்கும்? எதாச்சும் முதியோர் விடுதிக்குப் போயிருக்குமாப்பா?'

'அவ்வளவு வயசா ஆயிருச்சு. நீயும் வேலக்கிப் போனதுக்கு அப்பறம் வீடே முதியோர் விடுதி மாதிரிதான் இருந்துச்சு. அங்க போவணும்னாலும் எங்கிட்டச் சொல்லாட்டிப் போவுது. உங்கிட்டயாச்சும் சொல்லீட்டுப் போயிருக்கலாமில்ல. நீயே போயிச் சேத்தீட்டு வந்திருப்பீல்ல.'

'முதியோர் விடுதில சேத்துவனாப்பா? நான் எங்கூடவே கூட்டிக்கிட்டுப் போயி நல்லா பாத்திருப்பன்.'

'ஆமா, நல்லாப் பாத்திருப்ப. பிள்ளைங்க அம்மாவக் கூடவெச்சுக்க ஆசப்படறது எனக்குத் தெரியாதா? உங்களுக்குச் சமையல் பண்ணிக் குடுக்கறதுக்கும் உங்க பிள்ள குட்டிவளுக்குப் பொச்சுக் கழுவி உட்டுப் பாத்துக்கறதுக்கும்தான. அதுக்கு உங்கம்மா வர மாட்டம்னு சொல்லீட்டானுதான் உங்கண்ணனும் அக்காவும் செரியாப் பேசறதே இல்ல. நீயும் அந்த ரத்தந்தான.'

'எல்லாம் உங்க ரத்தந்தான.'

'ஆமா. அது செரிதான். எங்கம்மா ஒருத்தியும் காட்டுக்குள்ள தனியாக் கெடக்கறா. அவகூடவும் போயிருக்க முடியல. கூட்டிக்கிட்டு வந்தும் வெச்சுக்க முடியல. நானும் அப்படித்தான். நீங்களும் அப்படித்தான்.'

'இல்லப்பா. நான் உங்ககூடவேதான் இருந்தன். இனிமேலும் அப்படியே இருந்துக்கறன். எனக்கு வேற எங்கயும் புடிக்கல. இப்பப் பாத்த வேலய உட்டுட்டுத்தான் வந்திருக்கறன்.'

அதைக் கேட்டதும் அப்பா முகம் மாறியது. அவரைப் பொருத்தவரைக்கும் வேலை அத்தனை முக்கியம்.

‘வேலய உட்டுட்டயா? அப்பறம் சோத்துக்கு என்ன பண்ணப் போற?’

அப்பாவின் குரலில் எகத்தாளம். அவனும் சளைக்கவில்லை.

‘அதான் நீங்க இருக்கறீங்களே. நீங்க கட்டி வெச்ச வீடு இருக்குது. நீங்க வாங்கி வெச்சிருக்கற பொருளுக இருக்குது. அப்பறம் உங்க பென்சன் பணம் இருக்குது. இதுக்கு மேல என்னப்பா வேணும்? அண்ணனும் அக்காவும் இன்னமே பங்குக்கு வரவா போறாங்க?’ உள்ளுக்குள் எழுந்த சிரிப்போடு கேட்டான்.

‘அது செரி. இப்படியே தண்டுவனாத் திரியலாம்னு முடிவு பண்ணீட்டயா? உம் வவுத்துக்குச் சோறு போட்டுருவன். அது போதுமா?’

அப்பாவை மேலும் கஷ்டப்படுத்த விரும்பாமல் சொன்னான்.

‘என்னோட வேலயெல்லாம் உங்க வேல மாதிரி இல்லப்பா. இப்ப நெனச்சாலும் ஒரு கம்பெனியில ஒடனே சேந்திருவன். இல்ல, தனியா ஒரு வேலய எடுத்துச் செய்யறதுன்னாலும் செய்வன். ஒண்ணு போயிருச்சுன்னா எல்லாம் போயிருச்சுன்னு அர்த்தமில்லப்பா.’

‘என்னமோடா ... இருக்கற வேலய உட்டுட்டு வந்து நிக்கறயே.’

‘ஒருவாரத்துல வேற வேலயில சேந்திரலாம்பா. நாலஞ்சு கம்பெனிக என்னயக் கூப்பிட்டுக்கிட்டுத்தான் இருக்கறாங்க. இப்ப வேண்டாம்னு இருக்கறன். கொஞ்ச நாள் நல்லாத் தூங்கிக்கிட்டு, சாப்பிட்டுக்கிட்டு வீட்டோட நல்ல பிள்ளையா இருக்கலாம்னு வந்தன். வந்தா அம்மாவக் காணாம். அதான் இப்பக் கொழப்பமா இருக்குது. எங்கயோ போயி இருக்குதுன்னு என்னால உங்கள மாதிரி இருக்க முடியாதுப்பா.’

தன் மனதில் ஓடுவதை எப்படி அவரிடம் சொல்வது என்று தெரியவில்லை. அம்மாவைப் பற்றி எந்தக் கவலையும் இல்லாமல் அவர் இருக்கிறார் என்று எடுத்துக் கொண்டு ‘அப்ப எனக்கு எந்த அக்கறையும் இல்லைன்னு சொல்ற’ என்றார்.

‘அப்படி இல்லப்பா. எனக்கு எதாச்சும் செய்யணும்னு தோனுது. எப்படியாச்சும் அம்மாவக் கண்டுபுடிக்கணும்னு நெனைக்கறம்பா.’

‘செரி, போ. ஊர் ஊராத் தேடு. எங்காச்சும் பிச்ச எடுத்துக்கிட்டுத் திரிவான்னுதான நெனைக்கற. அதெல்லாம்

உங்கம்மா உசாரு. மாய்மாலக் கள்ளி. பொசுக்குன்னு ஒன்னப் பேச மாட்டா. எல்லாத்தயும் மனசுக்குள்ள வெச்சுக்கிட்டுக் கல்லு மாதிரி இருப்பா. பாரு, இப்ப சும்மாவா போயிருக்கறா? அவ வெச்சிருந்த நகைய எடுத்துக்கிட்டுப் போயிருக்கறா. அது எத்தன பவுனு தெரீமா? இருபத்தஞ்சு பவுனு. இன்னக்கி அதோட மதிப்பு என்ன? கிட்டத்தட்டப் பத்து லட்சம். அப்பறம் நீங்கெல்லாம் அப்பப்பக் குடுத்த பணத்துல ஒரு பைசாகூட நான் வாங்கல. நீ கூட மொத மாசச் சம்பளம் வாங்கி அம்மா கையிலதான் குடுத்த. அத உங்கம்மா திருப்பிக் குடுத்தப்ப வாங்கிக்க மாட்டம்னு சொல்லீட்ட. அடுத்த மாசம் சம்பளம் வர்ற வரைக்கும் செலவுக்கு நாந்தான் பணம் குடுத்தன். அப்படிச் சேத்த பணத்தயும் கொண்டுக்கிட்டுத்தான் போயிருக்கறா. அது எத்தன லட்சமுன்னு தெரீல. பணமா வெச்சிருந்தாளா, எதுனா பேங்குல போட்டு வெச்சிருந்தாளா, எனக்கு ஒண்ணும் தெரியாது. அதையெல்லாம் நேராச் செலவு பண்ணுனா ஒரு வருமானமும் இல்லாதயே பத்து வருசம் வாழ்ந்திரலாம். இல்ல டெபாசிட் பண்ணிட்டு வட்டிய மட்டும் வாங்குனா வாழ்நாள் முழுசுக்கும் சாப்பிடலாம். ஒராளுக்கு என்ன?'

அப்பாவின் வார்த்தைகள் தடித்து வந்தன. அம்மாவைத் தேடுவதில் அப்பாவுக்குத் துளியும் விருப்பமில்லை என்பது அவனுக்குப் புரிந்தது. அம்மாவைத் தேடிக் கண்டுபிடிக்கத்தான் இப்போது வேலையை விட்டு அவன் வந்திருப்பதாகத் தோன்றியது. அம்மா இல்லாத வீட்டில் அவனால் இருக்க முடியாது. அவன் சொன்னான், 'அம்மா எங்கிருக்குதுன்னு தெரிஞ்சுக்கத்தான் போறம்பா. அதுக்கு உங்களோட ஒதவி வேணும்பா.'

தேநீர்க் கோப்பைகள் காய்ந்துவிட்டன. மொட்டை மாடிகளில் ஒருவரையும் காணோம். பேசியைக் கையில் எடுத்து வரவில்லை. நேரம் தெரியவில்லை. கீழ்வானிலிருந்து நிலா கிளம்பிற்று. நகரத்து மின்விளக்குகளின் வெளிச்சத்தில் நிலவொளி கரைந்து வெறும் வடிவம் மட்டும் தெரிந்தது. கிட்டத்தட்ட முக்கால் நிலா. ஒருபக்கத்தில் லேசாகச் சீவி எறிந்தது போலத் தோற்றம். அம்மாவுக்கு இந்த நிலவின் ஒவ்வொரு வடிவமும் தெரியும். இது வளர்பிறையின் இத்தனாம் நாள் என்றோ தேய்பிறைக் காலம் என்றோ சொல்வார். அத்தனை உன்னிப்பாகக் கேட்டு வைத்துக்கொள்ளவில்லை. இரவில் மொட்டை மாடிக்கு வந்து நின்று நிலா பார்ப்பதில் அம்மாவுக்கு விருப்பம். துணி காயப்போடுதல், காய்ந்த துணியை எடுத்தல், தொட்டிச் செடிகளுக்குத் தண்ணீர் ஊற்றுதல் என்று ஏதாவது ஒரு வேலையை வைத்துக்கொண்டு மாடிக்கு வருவார். முதன்முதலாக அம்மா இல்லாத நிலாக்காலம். நிலாவையே பார்த்துக் கொண்டிருந்தவன்

‘அப்பா, பசிக்குதுப்பா. எதுனா ஆர்டர் பண்ணீரலாம்பா’ என்று கேட்டான்.

அமைதியாக உட்கார்ந்திருந்த அப்பா ‘வேண்டாம்ப்பா . . . கீழ போலாம். மாவு இருக்குது, தோச ஊத்திக்கலாம்’ என்று எழுந்தார். தேநீர்க் கோப்பைகளை எடுத்துக்கொண்டு விளக்கை அணைத்துவிட்டுக் கீழிறங்கினார்கள். மதியம் செய்த குழம்பு இருந்தது. பழைய சட்னியைக் குளிர்பதனப் பெட்டியிலிருந்து வெளியே எடுத்து வைத்தார். அடுப்பைப் பற்ற வைத்துத் தோசைக்கல்லை அடுப்பில் வைத்தான் முருகாசு. கல் காயும் முன்பே மாவை ஊற்றித் தேய்த்தார் அப்பா. மாவு விளிம்பில் நிற்காமல் நடுவை நோக்கிப் போய்க்கொண்டேயிருந்தது. தடித்தோசை. இலை போலத் தோசை வார்ப்பார் அம்மா. தோசை முழுக்க ஓட்டைகள் பரவிக் கிடக்கும். இதே அடுப்பு, இதே கல். அப்பாவுக்கு வரவில்லை. அடுத்த தோசையைத் தான் ஊற்ற வேண்டும் என்று முடிவு செய்து ‘நான் ஊத்தறம்பா’ என்று அப்பாவிடமிருந்து வாங்கிக் கொண்டான். முட்டைகளைக் கொண்டு வந்து வைத்து ‘முட்டதோசை வேண்ணாப் போட்டுக்க’ என்றார். தோசை வேலையைப் பார்த்துக்கொண்டே அப்பாவிடம் கேட்டான்.

‘அம்மா எங்கயோ போயிட்டாங்கன்னு அப்பிடியே உட்ற முடியாதுப்பா. எதாச்சும் செய்யணும். அவுங்களுக்கு என்ன தெரியும்? எல்லாம் நீங்க பாத்துப் பாத்துச் செஞ்சீங்க. எங்கயும் போயிப் பழக்கமில்ல, வெளிவேல எதும் தெரியாது. எப்படிக் கஷ்டப்படுதோ? நான் முயற்சி பண்ணிப் பாக்கறம்பா.’

சொல்லிவிட்டு அப்பாவைப் பார்த்தான் முருகாசு.

8

கதவற்ற சமையலறை நுழைவாயிலின் ஒருபுறம் சாய்ந்து நின்றுகொண்டு அவன் தோசை சுடுவதையே பார்த்துக் கொண்டிருந்த அப்பா மெல்லப் பேசினார்.

'நானும் எதும் செய்யாத இல்லடா. எனக்குத் தெரிஞ்ச போலீஸ்காரங்க இருக்கறாங்க, அவுங்க மூலமாப் பாக்கலாம்னு கேட்டன். ஸ்டேசன்ல எதும் பதிவாக வேண்டாம்னும் சொன்னன். ஊர்ல போயி யாருகிட்டயும் விசாரிக்கக் கூடாதுன்னும் சொன்னன். எதாச்சும் வெவரம் தெரியனும்னா விசாரிச்சுத்தான ஆவணும். ஒருத்தரு சிரிச்சுக்கிட்டே எந்த விசாரணையும் பண்ண வேண்டாம்னா கண்டுபிடிக்க வேண்டான்னு சொல்றீங்கன்னு அர்த்தம்ங்கறாரு. மானம் அவமானம்னு எம்மனசு பயப்படுது. அப்பறம் அவ இப்படி எழுதி வெச்சுட்டுப் போயிருக்கறா. அதுக்கும் மதிப்புக் குடுக்கோனுமில்ல. எழுதி வெக்காத போயிருந்தா எதாச்சும் ஆத்துல கொளத்துல உழுந்திருப்பாளோன்னு பயப்படலாம். இப்பப் பயப்படறதுக்கு எதுமில்ல. எங்கயோ போயி நல்லாத்தான் இருப்பான்னு மனசு சொல்லுது.'

'உங்களுக்கு எந்தக் கஷ்டமும் இல்லாத நான் முயற்சி பண்ணிப் பாக்கறம்பா. அதுக்கு நீங்க உங்க வாழ்க்கையப் பத்தி எனக்குக் கொஞ்சம் சொல்லுங்க. நீங்க ரண்டு பேரும் சண்டயே போட்டுக்கிட்டதில்லைன்னு சொல்றீங்க. நேருக்கு நேர் பேசிக்கிட்டது இல்லீங்கறீங்க. சொந்த அத்த பையன், மாமன் பொண்ணு. சின்ன வயசில இருந்து பாத்து வளந்திருப்பீங்க. சொந்தக்காரங்க எப்பவாச்சும் வருவாங்க. நீங்க மட்டும் எப்பவாச்சும் ஊருக்குப் போவீங்க. அதும் எங்களுக்கெல்லாம் சொல்லாத போயிட்டு வந்திருவீங்க. உங்க வாழ்க்கையில அப்பிடி என்னதாம்பா ரகசியம் இருக்குது? இத்தன வருசம் வாழ்ந்திட்டீங்க,

இப்பவாச்சும் சொல்லுங்கப்பா. அம்மாவக் கண்டுபிடிக்க எனக்கு ஒரு ஐடியா கெடைக்கும்.'

மேசையில் எதிரெதிரே உட்கார்ந்து கொண்டு இருவரும் சாப்பிட்டனர். சாப்பிடும்போதே மெல்லத் தொடங்கி இரவு நெடுநேரம் வரை தன் வாழ்க்கைக் கதையைச் சொன்னார் குமராசுரர். மனதுக்குள் முழுதையும் பதிய வைத்துக்கொள்ளும் எண்ணத்தில் உன்னிப்பாகக் கேட்டான் முருகாசு.

குப்பாசுரனோடு பிறந்தவர்கள் பெண்களும் ஆண்களும் என ஆறேழு பேர். அதனால் அவனுக்கு அரை ஏக்கர் நிலம்தான் சொத்தாகக் கிடைத்தது. குடும்பத் தகராறில் சொத்தைப் பிரித்து அவனைத் தனியாக அனுப்பிவிட்டார்கள். அப்போது அவனுக்குத் திருமணமாகவில்லை. தனியாகக் கூலி வேலைக்குப் போய்ச் சம்பாதித்த பணத்தைக் கொண்டு அந்த நிலத்தில் தனக்கென சிறிய வீட்டைக் கட்டினான். மண் சுவர். ஓடை மண்ணைக் கொண்டு வந்து அவனே குழைத்துச் சுவர் வைத்தான். அவசியமா னால் மட்டும் ஆட்களை அழைப்பான். நிலத்திலிருந்த பனை களில் இரண்டை வெட்டிக் கூரைக்குப் பனங்கைகள் தயார் செய்தான். அப்போது புதிதாக வந்திருந்த வில்லை ஓடு என்னும் சீமை ஓடுகளை வாங்கி வேய்ந்தான். 'வில்லையூட்டுக்காரன்' என்று ஊரில் பெயராயிற்று.

அரை ஏக்கர் நிலமும் சிறிய ஓட்டு வீடும் கொண்ட அவனுக்குப் பெண் கிடைக்கவில்லை. தேடிப் பார்த்துக் கட்டி வைக்கப் பொறுப்பான ஆட்களும் இல்லை. வேலையில் பொறுப் பான பையன். எந்தக் கெட்ட பழக்கமும் இல்லை. சொத்து அதிகம் இல்லா விட்டாலும் பரவாயில்லை என்று குப்பாசுரியைக் கட்டிக் கொடுத்தார்கள். குப்பாசுரியின் பெற்றோருக்கு அதில் விருப்பமில்லை. அவளது அண்ணன் கொண்டாசுரனுக்கும் குப்பாசுரனுக்கும் நல்ல பழக்கம் இருந்தது. இராவணாசுரன் போல பரந்த மார்பும் கம்பீரமான தோற்றமும் கொண்ட குப்பாசுரனை எந்தப் பெண்ணும் பிடிக்கவில்லை என்று சொல்ல மாட்டாள். கொண்டாசுரன் தன் தங்கையின் வாழ்க்கை நன்றாக இருக்கும் என்னும் நம்பிக்கையில் பெற்றோரிடம் வலுவாகப் பேசி அந்தத் திருமணத்தை நடத்தி வைத்தான்.

குப்பாசுரன் – குப்பாசுரி எனப் பெயர்ப் பொருத்தம் அருமையாக அமைந்தது போலவே அவர்கள் வாழ்வும் இனிமை யாக இருந்தது. தண்ணீர் வசதியற்ற நிலத்தில் தாங்களாகவே சிறிய கிணறு ஒன்றை வெட்டினார்கள். அது வீட்டுத் தேவைக்கும் காய்கறிச் செடிகள் வளர்க்கவும் போதுமான தண்ணீரைத் தந்தது. ஒரு மாடு, சில ஆடுகள் என வளர்த்தார்கள். குப்பாசுரனின்

இளமை முறுக்குக்கும் வேலைத்திறனுக்கும் அவை போதவில்லை. ஒருநாளில் இரண்டு மணி நேர வேலைதான் தன் நிலத்தில் இருந்தது. பிறர் நிலங்களில் கூலி வேலை தொடர்ந்து இருப்ப தில்லை. எல்லோரும் குறுவிவசாயிகள். குடும்பம் முழுதும் நிலத்தில் பாடுபடும். அவசியத் தேவைக்கு மட்டுமே வெளியாளை அழைப்பார்கள். வேலை இல்லாமல் வேளாவேளைக்குச் சாப்பிடுவது குற்றவுணர்ச்சியைக் கொடுத்தது. என்ன செய்வ தென்றும் தெரியவில்லை.

திருமணமான ஒரு வருசத்தில் குமராசுரன் பிறந்தான். இருக்கும் சொத்து ஒரு பையனுக்கே போதாது, தன்னைப் போல அவனும் கஷ்டப்படக் கூடாது என்று இன்னொரு குழந்தை பெற்றுக்கொள்ள விரும்பவில்லை. ஒன்றே போதும் என்பதைப் பலவிதமாக அவன் சொல்லியும் குப்பாசுரிக்கு இன்னொரு குழந்தை வேண்டும் என்றிருந்தது. ‘அக்கா தங்கச்சி, அண்ணன் தம்பின்னு ஆருமில்லைன்னா அது என்ன பொழப்பு? நாலு சனம் நம்ம வீட்டு வாசலுக்கு வந்து நிக்க வேண்டாமா?’ என்று இடைவிடாமல் நச்சரித்துக் கொண்டிருந்தாள். மனைவியின் விருப்பப்படி இன்னொரு குழந்தை பெற்றுக் கொள்ளலாம். அதற்கு முன் கொஞ்சம் சொத்து சேர்த்துக்கொள்ளலாம் என முயன்றான்.

சூரம்பட்டி நீர் வளம் இல்லாத மேட்டாங்காடுகளைக் கொண்ட கிராமம். கிணற்றில் கையளவு நீர் உள்ளவர்கள் கேழ்வரகு, மிளகாய், வெள்ளரி என்று போடுவார்கள். சோளமும் கம்பும் மானாவாரியாக விதைப்பார்கள். ஏதோ சோற்றுப்பாடு தீரும். சூரம்பட்டியிலிருந்து பத்துக் கல் தொலைவுக்குப் போனால் ஆற்று வாய்க்கால் பாசனம் நடக்கிறது. அங்கே முப்போகம் விளையும். பாடுபட முடியாதவர்கள் நிலத்தைக் குத்தகைக்கு விடுவார்கள். அப்படிப் பிடித்துப் பாடுபட்டால் வீட்டுக்கு நெல்லஞ்சோறு வாய்க்கும். மீத நெல்லை விற்றால் கையில் பணமும் மிஞ்சும். ஆனால் வீட்டை விட்டுப் போய்த் தங்கி யிருந்து கஷ்டப்பட வேண்டும். குப்பாசுரன் கஷ்டப்படத் தயாரானான். இரண்டு எருதுகள், மாட்டு வண்டி ஆகியவை அவசியமாக இருந்தன. கடனை உடனை வாங்கியும் மைத்துனன் உதவியோடும் அவற்றை ஏற்பாடு செய்து கொண்டு இரண்டு ஏக்கர் நிலத்தை மூன்று வருசத்துக்குக் குத்தகை பிடித்தான்.

அங்கேயே தங்கி முதல் வருசம் விவசாயம் பார்த்தான். ஒண்டி ஆளாக எல்லா வேலைகளையும் செய்தான். இரண்டேக்கரில் மாடு கட்டவும் வைக்கோல் போர் போடவும் தான் தங்கியிருக்கச் சிறிய குடிசை போட்டுக் கொள்ளவும் எனக் கால் ஏக்கர் கழிந்தது. ஒன்னே முக்கால் ஏக்கரில் நெல் நடவு செய்தான். ஊரிலிருந்து கொளுஞ்சிக் கத்தைகளை வண்டியில் ஏற்றிக்கொண்டு போய் எருவாக்கினான். காடுமேடெல்லாம் அலைந்து ஊரிலிருந்த

கொளுஞ்சிச் செடி ஒன்றுவிடாமல் பிடுங்கிக் கொண்டு வந்து சேர்த்திருந்தாள் குப்பாசுரி. ஒருபைசா செலவில்லாமல் வயலுக்குத் தழையெரு தயாராயிற்று. நடவு சமயத்தில் குப்பாசுரி தன் குழந்தையோடு அங்கே போய்ச் சில நாட்கள் தங்கியிருந்து வேலை பார்த்தாள். புருசன் பெண்டாட்டி இருவருமே நான்கு நாட்கள் வேலை செய்து நட்டார்கள். வயல்காட்டு விவசாய வேலை புதிது என்றாலும் 'கண்ணுப் பாத்தாக் கை செய்யாதா?' என்றாள் குப்பாசுரி.

வயல்காட்டில் விசுவிசுவென்று ஈரக்காற்று வீசிற்று. குழந்தைக்குக் காற்று சேரவில்லை. சளியும் இருமலும் பிடித்துக் குழந்தை தடுமாறினான். ஊரிலும் ஆடு மாடுகள் இருந்தன. எத்தனை நாட்கள் மைத்துனன் வீட்டாரைப் பார்த்துக் கொள்ளச் சொல்ல முடியும்? குப்பாசுரியையும் குழந்தையையும் ஊரில் கொண்டு வந்து விட்டுவிட்டு அவன் மட்டும் வயல்காட்டுக்குப் போனான். நடவு போட்ட பிறகு பெரிய வேலையில்லை. மாடுகளை மேய்த்துக் கொண்டு வயலுக்கு நீர் பாய்ச்சுவதுதான். வயலில் களை கண்ணுக்குப் பட்டால் அது எந்த இடமாக இருந்தாலும் உடனே இறங்கிப் பிடுங்கிவிடுவான். ஓரிடத்தில் பயிர் சுணங்கித் தெரிந்தால் பிடுங்கிவிட்டு மாற்றுப் பயிரை நடுவான். ஒருநாளைக்கு எத்தனை முறை என்று கணக்கே இல்லை, வயல்களைச் சுற்றிச் சுற்றி வந்தான்.

ஓய்வு நிறைய இருந்ததாலும் தலை நிமிர்த்திக் கொண்டு நிற்கும் எருதுகள் உடனிருந்ததாலும் சும்மா இருக்க முடிய வில்லை. யாராவது உழவுக்கு அழைத்தால் போவான். வரப்பு வெட்டிக் கட்டவோ வயலில் தழை மிதிக்கவோ என எந்த வேலையாக இருந்தாலும் போனான். சேத்துழவுக்கு நிறையப் பேர் கூப்பிட்டார்கள். கையில் காசு புரண்டது. அந்த வருசம் விளைச்சலும் நன்றாக இருந்தது. வீட்டுக்குப் போக விற்றதில் கணிசமாகப் பணம் சேர்ந்தது. இப்படியே நான்கைந்து வருசம் கஷ்டப்பட்டால் ஊரில் இன்னும் இரண்டேக்கர் நிலம் வாங்கி விடலாம் என்று நம்பிக்கை வந்தது.

இரண்டாம் வருசம் அப்படியில்லை. மழை குறைவு. ஆற்றில் நீரோட்டம் இல்லை. தாமதமாகத்தான் வாய்க்காலில் தண்ணீர் திறந்தார்கள். எல்லாம் தயாராக இருந்ததால் நிலம் முழுவதிலும் நடவு செய்தான். போன வருசம் பார்க்கும் இடமெல்லாம் தண்ணீர் ஓடிக் கொண்டிருந்தது. இந்த வருசம் முறை வைத்துத் தண்ணீர் கொடுத்தார்கள். வாரத்திற்கு ஒருமுறை வரும் நீரை வயலில் நிரப்பிக் கொள்ள வேண்டும். ஒருவாரத்தில் நீர் வற்றி நெல்வயல் காயத் தொடங்கிவிடும். அதனால் முடிந்தவரை கரை களைப் பலப்படுத்தி நீரைத் தேக்கிக் கொண்டால் பயிர்களைக் காப்பாற்றலாம். முறைநீரும் எந்த நேரம் வரும் என்று தெரியாது.

நடுராத்திரியில் சலசலப்புச் சத்தம் கேட்டால் உடனே ஓடிப் போய் மடை திருப்ப வேண்டும். சரியான தூக்கமின்றி எந்நேரமும் விழித்துக் கிடக்க நேர்ந்தது. போன வருசம் போல இல்லை என்றாலும் கையைக் கடிக்காமல் போட்ட முதலை எடுத்து வீட்டுக்கு அரிசி ஆனால் போதும் என்று நினைத்து வேலை பார்த்தான்.

இதற்கு இடையே வாரத்துக்கு ஒருநாள் ஊருக்கு வந்து போவான். பிற்பகலில் வண்டியைக் கட்டினால் முன்னிரவில் வந்து சேரலாம். அதே போல மறுநாள் பிற்பகலில் கிளம்பி வயல்காட்டுக்குப் போய்விடலாம். ஓரிரவும் அரைப்பகலும் வீட்டில் இருப்பான். குழந்தையைக் கொஞ்சுவதிலேயே நேரம் ஓடிவிடும். அடுத்த வாரத்திற்கான செலவுகளை எல்லாம் எடுத்துக் கொண்டு வண்டி கிளம்பும். உடன் வருகிறேன் என்று அழுது அடம் பிடிக்கும் குழந்தையை வலுக்கட்டாயமாகப் பிரிந்து கல் மனதோடு வண்டியை ஓட்டுவான். மறுபடியும் அவன் வரும் நாளைக் குப்பாசுரி எதிர்பார்த்துக் கொண்டிருப்பாள். ஒருவாரம் அவன் வர வேண்டிய நாள் இரவு வெகுநேரம் விழித்திருந்தும் வண்டிச் சத்தம் கேட்கவில்லை. அவ்வப்போது எழுந்தோடி வழியைப் பார்த்தாள். இல்லை, அவன் வரவில்லை. இப்போது வாரத்திற்கு இருமுறை தண்ணீர் விடுகிறார்களோ என்னவோ. அவனைப் போலவே ஊரில் இன்னும் சிலரும் வயல்காடு குத்தகைக்கு எடுத்து விவசாயம் செய்துகொண் டிருந்தார்கள். அவர்களில் யாராவது ஊருக்கு வந்திருக்கிறார்களா என்று காலையில் போய்க் குப்பாசுரி விசாரித்தாள். ஒருவர் மட்டும் வந்திருந்தார். திரும்பிப் போனதும் குப்பாசுரனைப் பார்த்துச் சொல்வதாகவும் வேறு யாராவது ஊருக்கு வந்தால் தகவல் சொல்லி அனுப்புவதாகவும் அவர் சொன்னார்.

அடுத்தடுத்த நாட்களில் ஏதாவது தகவல் வரும் என்று குப்பாசுரி எதிர்பார்த்துக் கொண்டிருந்தாள். ஒன்றும் வரவில்லை. மூன்றாம் நாள் பக்கத்து ஊர்க்காரர் ஒருவர் மூலம் தகவல் வந்தது. வயல்காட்டில் குப்பாசுரனைக் காணவில்லை. மாடுகளும் இல்லை. கலப்பையும் வண்டியும் இருக்கின்றன. ஆள் இல்லை. எங்காவது சேத்துழவுக்குப் போயிருக்கிறானோ என்று விசாரித்துப் பார்த்தார்கள். அப்படியேதும் தகவல் இல்லை. அந்தப் பகுதியில் அப்போது சேத்துழவும் நடக்கவில்லை. அங்கே குத்தகை உழவு செய்து கொண்டிருந்த ஊர்க்காரர்கள் மாற்றி மாற்றி மூன்று நாட்களாகப் போய்ப் பார்த்தும் விவரம் தெரிய வில்லை. குப்பாசுரி தன் அண்ணனைக் கூட்டிக்கொண்டு வயல்காட்டிற்குப் போனாள். சோர்ந்து வாடிய பயிர்களையே அவர்கள் கண்டார்கள்.

❀

9

குப்பாசுரனும் மாடுகளும் போன தடம் தெரியவில்லை. காணும் இடமெல்லாம் நெற்பயிர் பசுமை பிடித்துப் பரந்திருந்த வயல்வெளியில் யார் யாரோ இருந்தார்கள். அவன் இல்லை. குப்பாசுரனைப் பலர் தெரிந்தும் வைத்திருந்தார்கள். ஒரு வாரத்துக்கு முன் பார்த்தோம், நாலைந்து நாட்களுக்கு முன் பார்த்தோம் என்றெல்லாம் சொன்னார்கள். தன் வயலை விட்டு ரொம்ப தூரத்திற்கு உழவுக்கெல்லாம் போக மாட்டான் என்றார்கள். ஒரு பயிர் வாடினால்கூட என்ன வென்று பார்த்து உடனே சரிசெய்யப் பலரிடமும் ஆலோசனை கேட்பான் என்றார்கள். சூரம்பட்டி யிலிருந்தும் பக்கத்து ஊர்களிலிருந்து வந்து குத்தகை விவசாயம் செய்யும் பலரும் கூடினார்கள். ஒருவருக்கும் அவன் எங்கே போனான் என்பது தெரியவில்லை. அவன் வயக்காட்டிலிருந்து சாலைக்குப் போக வேண்டும் என்றால் அவன் ஊர்க்காரக் குத்தகை விவசாயிகள் இருக்கும் இருகாடுகளைக் கடந்துதான் போயாக வேண்டும். அவர்கள் இருவர் கண்ணிலும் படவில்லை.

ஏதாவது விஷம் தீண்டி மருத்துவமனைக்குப் போயிருப்பானோ? அப்படியானால் மாடுகளோடா போவான்? யாரிடமாவது சொல்லாமலா போவான்? வண்டி கட்டிப் போயிருந்தால் அப்படி அனுமானிக்கலாம். மாடுகளுக்கு ஏதாவது ஆகி யிருக்குமோ? மாடு திருட்டுப் போயிருக்குமோ? திருடர்களைப் பின்தொடர்ந்து போயிருப்பானோ? திருடர்களால் அவனுக்கு ஏதேனும் ஆகியிருக்குமோ? அப்படித் திருட்டுப் பயம் இருந்ததால்தான் குத்தகை விவசாயிகள் வயல்காட்டு ஈரத்துக்குள்ளேயே இரவும் பகலும் கிடந்தார்கள். திருடர்களை எதிர்கொள்ள வும் பாம்புகளைக் குத்திக் கொல்லவும் கையில் சில

ஆயுதங்களையும் வைத்திருந்தார்கள். கத்தி, அரிவாள், கொடுவாள், ஈட்டி எல்லாமும் அவன் குடிசையில் அசையாமல் இருந்தன. என்னதான் ஆகியிருக்கும்? எத்தனையோ சந்தேகங்கள். ஒன்றையும் உறுதிப்படுத்த முடியவில்லை.

குடிசையருகே உட்கார்ந்த குப்பாசுரி தூரத்திலிருக்கும் ஆளைக் கூப்பிடுவது போல 'மாமா . . .' என்று குரலெடுத்துக் கதறினாள். தன் குரல் கேட்டதும் வயக்காட்டுக்கு நடுவிலிருந்து 'ஏம் பிள்ள' என்று சத்தம் கொடுத்துக்கொண்டு வந்துவிடுவான் என்று நம்பினாள் போல. ஐந்தாறு முறை எழுந்த அவள் குரலுக்கு எந்தப் பதிலும் இல்லை. ஊர்க்காரர்கள் எல்லோரும் சேர்ந்து அருகிருந்த காவல் நிலையத்திற்குச் சென்று புகார் கொடுத்தார்கள். அப்போதெல்லாம் காவல் நிலையத்திற்குப் புகார் வருவது அரிது. வயக்காட்டுப் பகுதிக்குரிய காவல் நிலையத்தில் காவலர்களுக்கு வேலை என எதுவும் இருக்காது. அறுவடை சமயத்தில் களத்திற்குப் போனால் காவல் நிலையத்திற்கு ஒவ்வொரு வள்ளம் நெல் அளப்பார்கள். அதைக் காவலர்கள் சந்தோசமாகப் பிரித்துக் கொள்வார்கள். விவசாயிகளின் பிரச்சினையை எளிதாகத் தீர்த்து வைக்கவும் முனைப்பு காட்டுவார்கள்.

காவல் உதவி ஆய்வாளரும் இருகாவலர்களும் பிற்பகல் நேரத்தில் வந்தார்கள். குப்பாசுரன் தங்கியிருந்த குடிசையில் முதலில் பார்த்தார்கள். சட்டிச்சோறு நைந்து போய் நாற்றம் அடித்தது. பருப்புக் குழம்பு நொதித்துக் கிடந்தது. சோற்றின் அருமை தெரிந்தவன். பருக்கைகூட வீணாக்க மாட்டான். எங்காவது போனால் தூக்குப்போசியில் சோற்றைப் போட்டு எடுத்துக்கொண்டு போய்விடுவான். இப்படி நைந்து நாற விடுவானா? 'எந்த நேரம் சோறாக்குவான்?' என்று கேட்டார் ஆய்வாளர். இரவில் மட்டும் சோறாக்குவது வழக்கம். இரவுக்குச் சுடுசோறு. காலையில் பழைய சோறும் பழைய குழம்பும். மீந்த சோற்றை மதியத்திற்குக் கரைத்துக் குடிப்பான். வாய்க்கால் நீரில் ஓடி வரும் சிறுமீன்களைப் பிடித்து மிளகாய்ப் பொடி தூவிச் சில நாட்களுக்குக் குழம்பு வைப்பான். வாய்க்கால் கரையில் வளரும் கீரைகளைக் கடைவதும் உண்டு.

அவன் சமையல் முறையை விசாரித்த ஆய்வாளர் 'அப்ப ராத்திரி சோறாக்கிச் சாப்பிட்ட ஆளு, காலச் சோறு திங்கில. ராத்திரியே காணாம போயிட்டான்' என்றார். அவன் ஊருக்கு வர இருந்த நாள் எது என்று கேட்டுக் கணக்குப் போட்டார். அன்றைக்கு முன்னால் ஆறாம் நாள் இரவில் காணாமல் போயிருக்கிறான். குத்தகைக்கு உழவோட்டும் ஆட்களை எல்லாம் தனித்தனியாகக் கூப்பிட்டு விசாரித்தார். ஒருவன் மட்டும் அந்த நாள் நள்ளிரவில்

இருமாடுகளைப் பிடித்துக் கொண்டு யாரோ சாலைப்பக்கம் போவது தெரிந்ததாகச் சொன்னான். தேய்பிறைக் கால அரைநிலா வெளிச்சத்தில் முகம் தெரியவில்லை என்றும் இருவரோ மூவரோ இருக்கக் கூடும் என்றும் பேச்சுக்குரல் கேட்டதாகவும் சொன்னான். அது குப்பாசுரன் வயக்காட்டிலிருந்து போகும் வழியல்ல. வேறு பக்கமிருந்து போனதால் தான் கூப்பிட்டு விசாரிக்கவில்லை என்றான்.

குடிசையின் கடைப் பகுதியில் கூரையை ஒட்டிக் கட்டியிருந்த தூக்கில் நான்கைந்து கோவணத்துணிகள் தொங்கின. ஒற்றை வேட்டியும் துண்டும் இருந்தன. 'எத்தனை வேட்டி வைத்திருக்கிறான்?' என்று மங்காசுரியிடம் கேட்டார். வீட்டிலும் வயக்காட்டிலும் சுற்றித் திரியும் போது வெறும் கோவணம்தான். தலையில் அழுக்குத் துண்டு ஒன்றைச் சுற்றியிருப்பான். வெளியே போகும்போது கோவணத்திற்கு மேல் சுற்றிக்கொண்டு போக ஒற்றை வேட்டி மட்டும் உண்டு. அப்போது போட்டுக்கொள்ள வெள்ளைத் துண்டும் ஒன்று இருக்கும். அவ்வளவுதான் அவன் உடைகள். வேட்டியும் வெள்ளைத்துண்டும் தூக்கில் கிடந்தன. தொங்கிய துணிகளைக் காட்டி மங்காசுரியிடம் கேட்டார், 'பாரும்மா, இவ்வளவுதானா?' அதுவரை அவள் அண்ணாந்து பார்த்திருக்கவில்லை. வேட்டி கண்ணுக்குப் பட்டதும் 'இது ஒரு வேட்டிதான் மாமனுது. இதக் கட்டாத வெளிய எங்கயும் போவ மாட்டாரு' என்று சொல்லிக்கொண்டு அதை இழுத்து எடுத்தாள். வேட்டியை மாரில் சேர்த்துக்கொண்டு 'இங்கதான் ஒளிஞ்சுக்கிட்டு வெளையாட்டுக் காட்டறயா நீ?' என்று கதறினாள்.

குப்பாசுரன் குத்தகை வயலுக்கு நாற்புறமும் இருந்த வயக்காட்டுக்காரர்களிடம் அடுத்து விசாரணை நடந்தது. அவர்கள் எல்லோருமே சொந்த வயல்காரர்கள். காணாமல் போனதுக்கு முந்தின நாள் மாலையில் அவனைப் பார்த்ததாக எல்லோரும் ஒரேமாதிரி சொன்னார்கள். வயலுக்குச் சொந்தக்காரர் வெளியூரில் இருந்தார். அவர் ராசாங்க வேலையில் இருந்ததால் விவசாயம் பார்க்க முடியவில்லை என்று குத்தகைக்கு விட்டுவிட்டதாகச் சொன்னார்கள். ஊரில் ஏதாவது உறவுக்கார வீட்டு விசேசம் என்றால் அந்தச் சமயத்தில் வரும் அவர் வயக்காட்டுப் பக்கமும் ஒருநடை வந்து போவார். அவ்வளவுதான். அறுவடை முடிந்த பிறகு அவர் வீட்டுக்கே போய்க் குத்தகைப் பணத்தைக் குப்பாசுரன் கொடுத்துவிடுவான்.

ஊர்க்காரன் ஒருவன் 'எங்காச்சும் ஒழவுக்குப் போறதா இருந்தா எங்களப் பாத்து ஆராச்சும் ஒருத்தருகிட்டயாச்சும் இங்க போறம்னு சொல்லாத போவ மாட்டாங்கய்யா' என்றான். தூரத்திலிருந்து கூப்பாடு போட்டுத் தான் ஊருக்குப் போய்

வரும் செய்தியைக்கூட யாராவது ஒருவரிடம் சொல்வது அங்கே பொதுவழக்கம். குப்பாசுரன் காணாமல் போனதில் குத்தகை விவசாயிகள் எல்லோரும் பயந்து போயிருந்தார்கள். ஒவ்வொருவரும் வயக்காட்டுக்குள் தனித்தனியாகவே இருந்தார்கள். பேய் பிசாசு பயமும் இருந்தது. வயல் ஈரம் காற்றோடு கூடி நள்ளிரவில் அப்படி ஒரு குளிரை உருவாக்கும். அப்போது எதைப் போர்த்தியும் பயனில்லை. தூக்கம் வராமல் எழுந்து உட்கார்ந்து அங்கங்கே தீப் போட்டுக் குளிர் காய்வார்கள். ஒருவன் போடும் தீயில் காய இன்னொருவன் வருவான். அவர்களுக்குள் சகஜமாகப் பேசிக்கொள்ள இரவுதான் தோதாக இருந்தது. அன்றைக்கு இரவில் குப்பாசுரன் குடிசைப் பக்கம் தீ எரியவில்லை என்று ஒருவன் சொன்னான்.

காவலர்களுக்கு எந்தப் பிடியும் கிடைக்கவில்லை. ஆள் அரவமற்ற இந்த ஈர வயலுக்குள் வந்து இரவும் பகலும் கிடக்கிறார்களே என்று ஆய்வாளருக்கு இரக்கம் தோன்றிற்று. எந்தப்புறம் பார்த்தாலும் காற்றில் அசையும் பசும்பயிர்கள். பசுமை, காற்று, நீர் எல்லாம் சேர்ந்து அந்த நேரத்திலேயே உடலைச் சிலிர்க்கச் செய்தன. பார்க்க நன்றாகத்தான் இருக்கிறது. இருந்து வாழ்வதென்றால் சாதாரணமில்லை என்று அவர் நினைத்தார். குப்பாசுரி நிற்க முடியாமல் மயங்கிக் குடிசைக் காலில் சாய்ந்து கிடந்த தோற்றம் பரிதாபமாக இருந்தது. இருபது வயதுகூட ஆகாத இளம்தாய்.

இன்னொரு குழந்தை வேண்டும் என்று அவனை நச்சரிக்காமல் இருந்திருந்தால் இந்தக் கஷ்டமெல்லாம் பட்டிருக்க வேண்டாமே, தன்னால் தான் அவன் இப்படி வந்து கிடந்திருக்கி றான் என்று மருகினாள். எப்படியோ ஆள் கிடைத்துவிட்டால் போதும். நெல்லும் வேண்டாம், பணமும் வேண்டாம். ஆளை அப்படியே இழுத்துக்கொண்டு வீடு போய்ச் சேர்ந்தால் போதும். இருப்பதைக் கொண்டு ஒற்றைப் பையனோடு வாழ்ந்துவிடலாம் என்றெல்லாம் நினைத்தாள். அவனுக்கு ஒன்றும் ஆகியிருக்காது, மாடுகளுக்கு லாடம் கட்டப் போனேன், அங்கே சேத்தொழவு இருந்தது, அப்படியே ஓட்டிக்கொண்டு இருந்து விட்டேன் என்று சொல்லிக்கொண்டு சிரித்தபடியே வயக்காட்டின் எந்தப் புறமிருந்தாவது தோன்றுவான் என்று எதிர்பார்த்தாள்.

இறங்குவெயில் வெண்ணிறம் மாறிப் பழுக்கத் தொடங்கியது. செங்காய் நிறம் மங்கி மஞ்சளாகும் முன் எந்தத் தடயமாவது கிடைத்துவிட்டால் பரவாயில்லை. ஆய்வாளர் தன்னைச் சுற்றி நிற்கும் ஆட்களைப் பார்த்தும் தாடையைத் தடவிக் கொண்டும் யோசித்தார். ஒருவரிடமிருந்தும் உருப்படியான தகவல் ஏதுமில்லை. நுனி கிடைத்தால் அதைப் பிடித்துக்கொண்டு போகலாம்.

குடிசை போட்டிருந்த பகுதியில் மட்டுமே இத்தனை நேரம் நின்று விசாரித்துக் கொண்டிருந்த அவருக்குக் குப்பாசுரன் விவசாயம் செய்த நிலப்பரப்பை ஒருமுறை சுற்றிப் பார்க்கலாம் என்று தோன்றியது. பரப்பு தெரிந்த ஒருவரையும் காவலர் ஒருவரையும் உடனழைத்துக் கொண்டு வயக்காட்டுக் கரையில் நடந்தார்.

இரண்டு ஏக்கர் நிலமும் நான்கு அணப்புகளாகப் பிரிக்கப்பட்டிருந்தது. வயற்கரைகள் மரச்சட்டத்தைச் சீவி வைத்திருப்பதைப் போல அத்தனை நேர்த்தியாக இருந்தன. ஒற்றையடிதான் வைத்து நடக்க முடியும். லேசாகத் தடுமாறினால் வயலுக்குள் விழ வேண்டியதுதான். ஆய்வாளரின் பூட்ஸ் கால் வழுக்கத் தடுமாறினார். உடன் வந்தவர் கையைப் பற்றிக் கொண்டார். இப்படிச் சிரமம் எடுத்து நடப்பதால் என்ன பிரயோசனம் என்றும் நினைத்தார். காவலரும் 'இங்கிருந்து பாத்தா முழுசும் தெரியுதேய்யா' என்று இழுத்தார். ஆய்வாளர் வயக்காடு முழுவதையும் சுற்றி வருவதில் பின்வாங்கவில்லை. பூட்ஸையும் உறையையும் கழற்றி வைத்துவிட்டுக் குச்சி ஒன்றைக் கையில் பற்றிக்கொண்டு கரையில் நடந்தார். தொடர்வதைத் தவிரக் காவலருக்கும் வேறு வழியில்லை.

குடிசை அமைந்திருந்தது வயலின் தெற்குக் கரையும் மேற்குக் கரையும் இணையும் பகுதி. வைக்கோல் போர், கட்டுத்தரை, குடிசை என்னும் வரிசை. இரு கரைகளும் சந்திக்கும் இடத்தில் குடிசை. மேற்குக் கரைப் பகுதியிலிருந்தே ஆய்வாளர் நடக்கத் தொடங்கினார். உடன் வந்தவர் இந்த வருசம் தண்ணீர் அவ்வளவு கிடைக்கலில்லை என்றும் மிகவும் சிரமப்பட்டு இரவெல்லாம் விழித்துத்தான் தண்ணீர் பாய்ச்ச வேண்டியிருக்கிறது என்றும் புலம்பிக் கொண்டே வந்தார். மேற்குக் கரை முடிந்து வடக்குக் கரையில் ஏறினார் ஆய்வாளர் . வயலின் அமைப்பு செவ்வகமாக இருந்தது. நீள்பகுதி வடக்கும் தெற்கும். குறுகிய கரை கிழக்கும் மேற்கும்.

வடக்குக் கரையை ஒட்டிய பக்கத்து வயலையும் பார்த்துக் கொண்டே வந்தார். இருவயல்களுக்கும் நடுவில் பொதுவாய்க்கால் இருந்தது. அதில் சில நாட்களுக்கு முன் நீர் பாய்ந்த ஈரம் தெரிந்தது. வாய்க்காலின் ஒருகரை குப்பாசுரன் வயல் பக்கம். இன்னொரு கரை எதிர் வயல்பக்கம். காலை அகட்டி ஓராள் நடக்கும் அளவுக்குத்தான் வாய்க்கால். கரையிலிருந்து இறங்கி வாய்க்காலுக்குள் கால் வைத்து நடப்பது சுலபமாக இருந்தது. வடக்குக் கரை முடியும் பகுதியில் ஆய்வாளர் நின்றார். அங்கே குப்பாசுரன் வயலில் வாய்க்காலை ஒட்டிய பகுதியில் ஒரு

பாத்தி அளவுக்கு நெற்பயிரின் உயரம் குறைந்திருந்தது. சுற்றிலும் முழங்கால் உயரத்திற்குப் பயிர்கள் வளர்ந்து நின்றன. அவ்விடத்தில் மட்டும் நட்டுச் சில நாட்களே ஆன பயிர்கள் கணுக்கால் உயரத்தில் தெரிந்தன. இன்னும் வேர் பிடித்துப் பசுமை கட்டவில்லை.

உடன் வந்தவர் விளக்கினார். 'வயல்ல சில எடத்துல வரட்டு நோவு தாக்கிப் பயிர் வாடிப் போயிரும். அந்த எடத்துக்கு மட்டும் புதுநடவு போடுவம். அது கொஞ்சம் பிந்துனாலும் அறுவடைக்குள்ள வந்து சேந்துக்கும். அப்படி இந்த எடத்துல நட்டுருப்பாங்க. இது நட்டு அஞ்சாறு நாள்தான் இருக்கும்யா.'

அவ்விடத்தில் கிழக்குப் பக்கம் இருந்த வயல்காரரையும் வடக்குப் பக்கம் இருந்த வயல்காரரையும் வரும்படி ஆய்வாளர் அழைத்தார். உடன் வந்தவர் அவர்களின் பெயரைச் சொல்லிச் சத்தமாகக் கூப்பிட்டார். இருவரும் வந்தார்கள். கிழக்கு வயல்காரர் சொன்னார், 'நான் இந்தப் பக்கம் வந்து ரண்டு வாரமிருக்கும். அப்பப் பயிரு நல்லாத்தான் இருந்துச்சு. அதுக்கப்பறம் என்னாச்சுன்னு தெரீல. புதுசா நட்டிருக்கறான்.' வடக்கு வயல்காரர் 'போன வாரம் தண்ணி பாய்ச்சற அன்னைக்கு இந்தப் பக்கம் வந்தன். அப்பவே இது நட்டிருந்துச்சு' என்றார்.

அவ்விடத்தையே கொஞ்ச நேரம் கூர்ந்து பார்த்துக் கொண்டிருந்த ஆய்வாளர் வயல்காரர்களிடம் பேசுவதையும் நிறுத்தவில்லை. அவருக்கு ஏதோ பிடிபட்ட மாதிரி தெரிந்தது.

❖

10

மண்வெட்டிகளை எடுத்துக்கொண்டு நான்கு ஆட்களை வரும்படி ஆய்வாளர் சொன்னார். குடிசைப் பகுதியிலேயே நின்றிருந்த ஐந்தாறு பேர் மண்வெட்டிகளோடு வந்தார்கள். கூட்டமும் சேர்ந்து வந்தது. சுற்றிலும் வயல் இருந்ததால் பலராலும் நிற்க முடியவில்லை. வடக்குப் பகுதி வாய்க்காலில் நீள்வரிசையில் நின்றார்கள். புதிதாக நடவு செய்திருந்த பகுதியைக் காட்டித் தோண்டும்படி ஆய்வாளர் சொன்னார். பயிரின் வேரை ஒட்டித்தான் நீர் இருந்தது. என்றாலும் தோண்டத் தோண்ட நீர் வரும் வயல். குத்தகை விவசாயிகள் சேர்ந்து அந்தப் பகுதிக்கு அணை கட்டினார்கள். வயலில் இருந்து எடுத்துப் போட்ட சேறுதான். கரை வலுவாகவில்லை என்றாலும் தோண்டும் போது வரும் சேற்றையும் போட்டால் வலுவாகிவிடும். நின்றிருந்த யாருக்கும் ஒன்றும் புரியவில்லை. 'என்ன என்ன' என்று கேட்டார்கள். ஆய்வாளர் எதுவும் பேசவில்லை

வயலைத் தோண்டுகிறார்கள் என்றதும் குப்பாசுரி பயத்தில் நடுங்கிப் போனாள். 'ஒண்ணுமில்லம்மா. நீங்க பயப்படாதீங்க. சும்மா ஒரு சந்தேகம், அவ்வளவுதான்' என்று சொல்லி 'அவுங்களத் தூரக் கூட்டிக்கிட்டுப் போங்க. ஆராச்சும் பொம்பளைங்க உங்க வீட்டுக்குக் கூட்டிக்கிட்டுப் போயித் தண்ணி கிண்ணி குடுங்க' என்றார். குப்பாசுரி அங்கிருந்து நகர மறுத்துவிட்டாள். தோண்டுபவர்கள் தயங்கினார்கள். 'வயலுக்குள்ள என்ன சார், இருக்கப் போவுது' என்றார்கள். 'நான் சொல்றன். தோண்டுங்கப்பா. சும்மா ஒரு சந்தேகந்தான், பாக்கலாம்' என்று தூண்டினார் ஆய்வாளர். சேற்றுப்பகுதி இரண்டு முழ ஆழம் வரும். அதற்குப் பிறகு மண் கடுசாகும். அந்த இடத்தில் அதற்குக் கீழும் மண் லகுவாக இருந்தது. நீர் ஆழ

இறங்கி இருப்பதும் தெரிந்தது. தோண்டுபவர்களுக்கு வேலை சுலபமாக இருந்தது.

'சார், மம்முட்டி சீம்புல கத்தி எறங்கறாப்பல போவுதுங்க. பக்கமா இந்த எடத்தத் தோண்டியிருக்கறாப்பல இருக்குது' என்றான் ஒருவன். 'இன்னும் ரண்டடி தோண்டுங்க பாக்கலாம்' என்றார் ஆய்வாளர். இருபக்க வயல்காரர்களையும் தன் கவனத்தில் வைத்துக்கொண்டார். அவர்கள் இருவரையும் கவனமாகப் பார்த்துக் கொள்ளும்படி காவலர்களின் காதில் சொன்னார். குழி ஆழம் போகப் போகத் தோண்ட லகுவாக இருந்தாலும் மண்ணை அள்ளி மேலே வீசுவது கடினமாக இருந்தது. இன்னும் இருவர் வந்து மேலே குவிந்த மண்ணை மண்வெட்டியால் தள்ளிப் பரப்பிவிட்டார்கள்.

அரைமணி நேரம் கழிந்திருக்கும். நான்கடி ஆழம் போனதும் ஆய்வாளர் சொன்னார், 'மம்மட்டிய மெதுவாப் போட்டு அள்ளுங்கப்பா.' உள்ளே கசிந்த நீரோடு மண்ணை அள்ளி அள்ளி வீசிக் கொண்டிருந்த ஒருவர் 'அய்யோ கையி சார்' என்று பதறிக்கொண்டு மேலே ஏறினார். குப்பாசுரிக்குப் புரிந்து போயிற்று. 'எஞ்சாமீ . . .' கதறிக்கொண்டு வயக்காட்டில் அப்படியே சாய்ந்தாள்.

அன்றைக்கு ராத்திரி நடந்தது இதுதான்.

வாய்க்காலில் தண்ணீர் குறைவாகவே வருவதாலும் இரவின் எந்த நேரத்திற்கு வருமென்று தெரியாததாலும் தூக்கம் தெளியும் நேரமெல்லாம் குப்பாசுரன் எழுந்து போய் வாய்க்காலைப் பார்ப்பான். கிழக்குப் பகுதி வயலுக்குப் பாய்ந்த பிறகே நீர் அவன் வயலுக்கு வரும். முந்திக் கொண்டு மடை திறந்துவிட்டால் அவன் வயலுக்குப் பாயும். வடக்கு வயல்காரர் முதலில் திறந்துவிட்டுக் கொண்டால் அவருடையது பாய்ந்த பிறகே அவன் பாய்ச்ச முடியும். வடக்கு வயல்காரர் ஊருக்குள் குடியிருந்தார். இரவில் அடிக்கடி வந்து பார்க்க முடியாது. பெரும்பாலும் குப்பாசுரன் வயலுக்குப் பாய்ந்த பிறகே அவர்கள் வயலுக்குப் பாயும். அது ஒரு பிரச்சினையாக இருந்தது.

சொந்த வயல்காரர் பாய்ச்சிய பிறகே குத்தகை வயல்காரர் பாய்ச்ச வேண்டும் என்று பொதுவாகச் சொல்வார்கள். அப்படி எந்த விதியும் இல்லை. தம் வசதிக்கேற்ப உருவாக்கிக் கொள்வதுதானே விதி. சொந்த வயல், அதே ஊர்க்காரர்கள் என்னும் அதிகாரத்தை அவர்களாக வரித்துக் கொண்டார்கள். குத்தகைதாரர்களை எப்படியாவது விரட்டுவதற்கு முயல்வார்கள்.

நெடுநேரம்

சந்தர்ப்பம் கிடைக்கும் போதெல்லாம் தங்களுக்குக் கீழ்தான் என்று காட்ட எதையும் செய்வார்கள். குத்தகைதாரர்கள் அதற்கு ஒத்துக்கொள்வதில்லை. எங்களுடையது சொந்த வயல் இல்லை என்றாலும் தண்ணீர் பாய்ச்சும் உரிமை சமம்தான் என்பார்கள். நீர் நிறைய வரும்போது இந்தப் பிரச்சினையில்லை. அந்த வருசம் நீர்வரத்து குறைவானதால் பிரச்சினை.

பக்கத்து வயல்காரர்களுடன் நட்பு பேணவே குப்பாசுரன் விரும்பினான். அதற்கென்று அவன் எடுத்த முயற்சி வீணாயிற்று. சொந்த வயல்காரர்களில் ஒருசிலரே முகம் கொடுத்துப் பேசினார்கள். மற்றவர்களிடம் பேசினால் முகத்தைத் திருப்பிக் கொண்டு போனார்கள். குத்தகைக்கு வயலோட்டுபவர்களில் சிலர் அசுரர்களில் கீழ்க்குலத்தைச் சேர்ந்தவர்கள். வெளியூரிலிருந்து வருபவர்களில் யார் மேல்குலம், யார் கீழ்க்குலம் என்பதைத் தெளிவாகக் கண்டுபிடிக்க முடியாது. அவரவர் சொல்வதுதான். சொந்த வயல்காரர்களைப் பொருத்தவரை குத்தகைதாரர் எல்லோருமே கீழ்க்குலம்தான். அவர்களோடு சரிசமமாகப் பேசுவதா என்று ஒதுங்கிப் போவார்கள். சேத்தொழவுக்கும் வேறு வேலைக்கும் ஆள் தேவைப்படும் போது மட்டும் இனிக்கப் பேசிக் கூப்பிடுவார்கள்.

அன்றைக்கு இரவு கிழக்கிலிருந்து வீசிய காற்றில் ஈரப்பதம் மிகுந்திருந்தது. வாய்க்காலில் நீர் வந்து கொண்டிருப்பதைக் குப்பாசுரன் உணர்ந்தான். முன்பக்கம் இருந்த வயல்களுக்குப் பாய்ந்து இங்கே வந்து சேர நேரமாகும். அடிக்கடி வாய்க்காலில் நடந்து போய்ப் பார்த்துக்கொண்டே இருந்தான. தன் வயலுக்குப் பாயும்படி மடையையும் மாறி வைத்திருந்தான். கிழக்கு வயலில் நீர் பாயும் போதே அங்கே போய் நின்று கொண்டான். அங்கே வயல் நிறைய நிறைய வாய்க்காலில் தண்ணீர் ஏறி வந்தது. நிலா வெளிச்சத்தில் ரகசியச் செய்தி காதில் நுழைவது போல நீர் தன் வயலுக்குள் புகுவதை ரசித்துக் கொண்டிருந்தான்.

அப்போது வடக்கு வயல்காரர் மகன் மண்வெட்டியோடு வந்துவிட்டான். அவனுக்கும் கிட்டத்தட்டக் குப்பாசுரன் வயதுதான் இருக்கும். அவன் எதுவும் பேசாமல் மடையைத் தன் வயலுக்குத் திருப்பிவிட்டான். மெல்லிய வெளிச்சத்தில் அவன் செய்வதைப் பார்த்துக் கொண்டிருந்த குப்பாசுரன் மீண்டும் மடையை வெட்டித் தன் வயலுக்குத் திருப்பினான். ‘குத்தகைக்கு ஓட்டறவனுக்கு எல்லாம் பன்னாட்டு வந்திருச்சா?’ என்று அவன் பேச்சைத் தொடங்கினான். ‘நாங்க ஒண்ணும் உங்கவீட்டுல பிச்ச எடுக்க வல்ல. ராப்பவலா ஒழச்சுத்தான் பயிர் பண்றம். மொத வந்த ஆளுக்கு மொத மொற’ என்றான் அவன்.

‘சொந்த ஊர்ல பொழைக்க வக்கில்லாத இங்க ஊம்பிப் பொழைக்க வந்தவனுக்கு என்ன மொத மொற?’ என்று மகன்காரன் வார்த்தையைக் கடுமையாக விட்டான். தன் சக வயதுக்காரன் அப்படிப் பேசியதும் குப்பாசுரனுக்கு ஆங்காரம் பொறுக்க முடியவில்லை. ‘ஓழச்சுப் பொழைக்கறவங்க நாங்கடா. ஊம்பிப் பொழைக்கறவங்க நீங்கடா’ என்றான். பேச்சு தடித்துக்கொண்டே போயிற்று. ‘கால ஒடச்சுப் போட்டனா . . . ஊருக்கு வண்டில ஏத்தித்தான் கொண்டோவனும் பாத்துக்க’ என்றான் மகன்காரன். ‘ஒடச்சிருவியா . . . உனக்கு அவ்வளவு தைரியம் இருக்குதா? ஒடைடா பாக்கலாம்’ என்று அவனை நோக்கிக் குப்பாசுரன் முன்னால் போனதும் தன்னை அடித்துவிடுவான் என்று பயந்தான் மகன்காரன்.

அடிதடி அளவுக்குப் போகும் என்று குப்பாசுரன் நினைக்கவில்லை. மகன்காரனோடு ஏற்கனவே வாய்த்தகராறு இருந்தது. இப்போது குப்பாசுரன் முன்னால் நகர்ந்ததும் ரொம்பவும் பயந்து பதற்றமானான். ‘வாடா வாடா’ என்று பதற்றத்தோடு கூவிக்கொண்டே எதிர்பார்க்காத தருணத்தில் கையிலிருந்த மண்வெட்டியை ஓங்கிக் குப்பாசுரனின் தலையில் அடித்தான். ‘அய்யோ’ எனக் கத்திக்கொண்டே மண்டை பிளந்து வழியும் ரத்தத்தோடு தன் வயலுக்குள் விழுந்தான். சேற்றில் விழுந்தவனால் உடனே எழ முடியவில்லை. என்னவாயிற்று என்று புரியவில்லை. மண்ணைச் சீவும்படி முனையைக் கூராக வைத்திருக்கும் மண்வெட்டி. தேங்காய் பிளப்பது போல மண்டைக்குள் இறங்கி விட்டது.

அடித்தவன் பேதலித்து வீட்டுக்கு ஓடிப் போனான். விவரம் சொல்லி வீட்டிலிருந்தவர்களை அழைத்துக்கொண்டு வந்தான். வயலுக்குள் குப்பாசுரன் குப்புற விழுந்து கிடந்தான். புரட்டிப் பார்த்தார்கள். மூச்சில்லை. சேற்றுக்குள் விழுந்ததும் உடனே தூக்கியிருந்தால் பிழைத்திருக்கக் கூடும். தலையில் அடி விழுந்ததும் லேசாக மயக்கம் வந்துவிட்டது. எழ முயலும் போது குப்புற விழுந்துவிட்டான். முகம் சேற்றில் அழுந்தியதில் மூச்சடைத்துப் போயிற்று. மயக்க நிலையில் அவனால் முகத்தைத் திருப்ப முடியவில்லை. ஆள் பலவானாக இருந்தும் சமாளிக்க முடியாத காயம். கரைக்கு வர ரொம்பவும் முயன்றிருக்கிறான். முடியவில்லை. வடக்கு வயல்காரர் இந்தளவுக்குப் போகும் என்று நினைக்கவில்லை. மகன் ‘அவந்தான் ஏறிக்கிட்டு வந்தான். நான் அடிக்கலீன்னா, அவன் அடிச்சிருப்பான். அப்ப நான் இப்படித்தான் கெடந்திருப்பன்’ என்று நியாயம் பேசினான்.

‘ஒருநாளைக்கி மட திருப்ப அனுப்புனா . . . இப்பிடியாடா பண்ணுவ? கொல பண்ணீட்டயேடா’ என்று வடக்கு வயல்காரர்

தன் மகனை அவ்விருளில் ஓங்கி அடித்தார். 'ஒருவேலக்கி லாயக்காடா நீ? எங்க போனாலும் வம்பக் கொண்டுக்கிட்டு வர்றயேடா. உன்னய வெட்டிப் போட்டு இந்த எடத்துலயே பொதச்சிர்றன்' என்று அவர் கத்தினார். உடன் வந்திருந்த பையனின் மாமன் 'சத்தம் போடாதீங்க. நடந்தது நடந்து போச்சு. இனிமே என்ன பண்றதுன்னு பாருங்க' என்றார். வயல்காரர், அவர் மகன், மாமன், ஆள்காரன் என நான்கு பேருக்குத்தான் விஷயம் தெரியும். மாமன் கொஞ்சம் விவரக்காரன். கொலையை முடிந்த வரை மறைத்துத் தப்பிக்கப் பார்க்கலாம் என்று முடிவு செய்து குப்பாசுரன் கிடந்த அதே இடத்தில் நான்கு பேரும் குழி தோண்டிப் பிணத்தை உள்ளே தள்ளி மூடி விட்டார்கள். நட்டது போக மீதமிருந்த நாற்றில் ஒரு கத்தை பிடுங்கி வந்து குப்பாசுரனைப் புதைத்த இடத்தில் அப்போதே நடவு செய்தார்கள்.

சுற்று வட்டத்தில் யாரும் தென்படவில்லை. பேச்சுக் குரல்களும் இல்லை. யாருக்காவது விஷயம் தெரிந்திருந்தால், சத்தம் கேட்டிருந்தால் உடனே வந்திருப்பார்கள். அந்த வரைக்கும் நல்லது. மாடுகள் இருப்பது உடனே விஷயத்தைத் தெரியச் செய்துவிடும். காலையில் தீனிக்கும் தண்ணீருக்கும் மாடுகள் கத்தும் குரல் யாருக்காவது கேட்டுவிடும். ஆள்காரனும் வயல்காரரும் மாடுகளைப் பிடித்துக்கொண்டு சுற்றுவழியில் அடுத்த நாள் வியாழச் சந்தைக்குக் கொண்டு போனார்கள். மாட்டை ரொம்ப நேரம் வைத்திருந்தால் யாருக்காவது அடையாளம் தெரிந்துவிடும் என்பதால் காலையில் கூட்டம் வரும் முன்பே வியாபாரி ஒருவருக்குச் சந்தேகம் வராத அளவில் விலைக்குக் கொடுத்தார்கள்.

அப்பேர்ப்பட்ட மாடுகளைக் குறைந்த விலைக்குக் கொடுக்கிறோமே என்றும் செத்தவன் என்னென்ன நினைத்து மாடுகளை வளர்த்திருப்பானோ என்றும் வயல்காரர் எண்ணி மருகினார். தன் மகன் மீது அவருக்குக் கடுங்கோபம். செத்தவன் குடும்பம் என்ன பாடுபடுமோ என்றெல்லாம் நினைத்தார். 'ஒரு நிமிசக் கோபம் ஒரு ஆளயே அழிச்சதுமில்லாத அவன் குடும்பத்தயும் அநாதயா நிக்க வெச்சிருச்சே' என்றான் ஆள்காரன். மகன்காரன் மறுநாள் காலையில் வயலுக்கு வந்து வாய்க்காலையும் நடவு போட்ட இடத்தையும் பார்த்தான். எருமைகள் சேற்றில் புரண்டது போலத் தெரிந்தது. தலைதூக்கித் தெரிந்த நெற்பயிர்களை நீரில் புதைத்தும் இரைந்திருந்த சேற்றை அள்ளிப் போட்டும் சரியாக்கி எந்தத் தடயமும் இல்லாத மாதிரி செய்தான். எந்த நீருக்காகச் சண்டையிட்டானோ அந்த நீர் முழுவதும் குப்பாசுரன் வயலுக்குப் பாய்ந்து கரை ததும்ப நின்றது. அப்படி நீர் நிற்பது எல்லாவற்றையும் மறைக்கச் செய்த ஏற்பாடு போலாயிற்று.

அத்தனை செய்தும் காவல் ஆய்வாளருக்குச் சந்தேகம் வந்துவிட்டது. அதற்கு அவ்விடத்தில் செய்த புதிய நடவு மட்டும் காரணம் அல்ல. பொதுவாகவே விவசாயிகளுக்குத் தம் பங்காளிகளுடனும் பக்கத்து வயல்காரனுடனும் பிரச்சினை வரும். அதில் அடிதடி, தகராறு, கொலை எல்லாம் நடக்கும். அப்படித்தான் ஏதாவது இருக்கும் என்று நினைத்தார். அந்த இடம் வித்தியாசமாகத் தெரிந்ததோடு இன்னொரு ஆதாரமும் அவருக்குக் கிடைத்தது. பிணத்தைக் குழியில் கிடத்தும் போது எப்படியோ கை பட்டுக் குப்பாசுரனின் அரைஞாண் கயிறு அறுந்து போயிருக்கிறது. இருளில் பிணத்தைத் தூக்கியவன் அது என்னவென்று தெரியாமல் ஏதோ பூச்சியோ நெற்பயிரோ கையில் படுகிறது என்று நினைத்து உதறியிருக்கிறான். அறுந்த கயிறு கொஞ்சம் தள்ளி நெற்பயிர் ஒன்றின் மேல் விழுந்து குப்பாசுரன் பெயரைக் காற்றில் சொல்லிக் கொண்டிருந்திருக்கிறது. அது காவல் ஆய்வாளர் கண்ணில் பட்டது.

✥

11

குப்பாசுரன் பிணத்தை அரசு மருத்துவமனைக்குக் கொண்டு சென்று உடற்கூராய்வு செய்து கொடுத்தார்கள். முகம் உட்பட எதுவும் தெரியாமல் கட்டிக் கொடுத்த பிண மூட்டையை ஊருக்குக் கொண்டு போய்ப் புதைத்தார்கள். குப்பாசுரியின் நிலை சொல்லும் தரமாயில்லை. பெரும்பாலும் மயக்க நிலையிலேயே கிடந்தாள். விழிப்பு வரும் போதெல்லாம் 'அய்யோ மாமா' என்று அலறித் திரும்பவும் மயக்கமானாள். அப்போது குமராசுரன் இரண்டு வயதுக் குழந்தை. அவனை அருகில் அழைத்து வந்து குப்பாசுரிக்குக் காட்டினார்கள்.

'பையன் மூஞ்சியப் பாத்தாச்சும் தேறு. போனவன் போயிட்டான். பொண்டாட்டியப் பத்தி நெனச்சானோ, பையன எப்படிக் காப்பாத்தறதுன்னு என்னென்ன கோட்ட கட்டி வெச்சானோ, மவராசன் வங்கொலையாப் போய்ச் சேந்துட்டான். அந்தப் பாழும் உசுரு போகும் போது என்னென்ன நெனச்சிச்சோ, அந்தக் கரியாசுரித் தாயிக்கித்தான் தெரியும். நாம இருக்கறவங்க மூஞ்சியப் பாத்துக்கிட்டுத்தான் இனி வாழோனும். இந்த வெவரந் தெரியாத சின்னஞ்சிறுசு அப்பனத் தின்னுட்டு என்ன செய்யும்? தாயி உம் மொகத்தப் பாத்துத்தான் அது வளரோனும். கொழந்தயப் பாத்து அதுங் கொரலக் கேட்டு மனசத் தேத்திக்கிட்டு எந்திரி. நீ எந்திரிச்சாத்தான் உம் பையன் பொழப்பான்' எனப் பல மாதிரி ஒவ்வொருவரும் சொன்னார்கள். குப்பாசுரி தேறி வரப் பல மாதங்கள் ஆயிற்று.

குப்பாசுரன் கொலை காரணமாக அச்சமுற்ற குத்தகைதாரர்கள் எல்லோரும் அவரவர்கள் பயிர் செய்த வயல்களை அப்படி அப்படியே விட்டு விட்டு ஊர் திரும்பினார்கள். கால் வயிற்றுக் கஞ்சி என்றாலும் ஊரிலிருந்து குடித்தால் போதும் என்னும் மனநிலைக்கு வந்திருந்தார்கள். மாடு விற்ற காசு வரவில்லை.

வண்டியை எடுத்து வந்து விற்றார்கள். வீட்டில் அவனுக்கென்று இருந்த ஐந்தாறு கோவணத்துணிகளையும் வெள்ளை வேட்டி இரண்டையும் குழியிலேயே போட்டுப் புதைத்திருந்தார்கள். அத்தோடு குப்பாசுரன் சுவடே ஏதுமில்லை.

குப்பாசுரனுக்கும் வடக்கு வயல்காரரர் மருமகளுக்கும் தொடர்பு இருந்ததாகவும் அந்தச் சண்டையில்தான் கொலை விழுந்துவிட்டது என்று ஊரில் பேச்சு பரவியது. 'பொழைக்கப் போனவன் ஒருத்தன் பொண்டாட்டி மேல கைய வெச்சாச் சும்மா உடுவானா?', 'வயசுக்காரன இப்பிடித் தனியா உட்டா எல்லாம் நடக்கும். தறி கெட்டு ஓடற மாட்டுக்குப் பயிருன்னு தெரீமா, களைன்னு தெரீமா' என்றெல்லாம் பேசினார்கள். அந்தப் பெண் யார், எப்படியிருப்பாள் என்றுகூடக் குப்பாசுரனுக்குத் தெரியாது. நடவு போடும் சமயத்திலும் களை எடுக்கும் போதும் மட்டுமே பெண்கள் வயக்காட்டுக்கு வருவார்கள். கூட்டமாக வெயிலுக்கு மண்டைக்கட்டு போட்டுக்கொண்டு வரும் அவர்களுக்கு ஒரே முகம்தான்.

குனிந்து வேலை செய்யும் அவர்களைத் தூரத்திலிருந்து பார்க்கும் போது பறவைக் கூட்டம் வயலில் உட்கார்ந்திருப்பது போலவே தெரியும். அதில் ஒரு பெண்ணைப் பார்த்துப் பழகி உறவு வைத்துக்கொள்வது ஆகிற காரியமில்லை. அப்படி ஏதாவது இருந்திருந்தால் 'இப்படி நடந்து கொண்டான், இப்படி ஆயிற்று' என்று திருப்திப் பட்டுக்கொள்ளலாம். 'பணம் சம்பாரிக்கனும்னு ஊரு விட்டு ஊரு போனா இப்பிடித்தான் மொதலுக் கெட்டுப் போவும்' என்றும் பேசினார்கள். ஒவ்வொரு பேச்சும் குப்பாசுரி காதுக்கு வரும்போது தானாகக் கண்ணில் நீர் வடியும்.

ஊருக்குத் திரும்பி வந்த குத்தகைதாரர்கள் சில நாள் இடைவெளியில் ஒவ்வொருவராக மீண்டும் கிளம்பி வயக்காட்டுக்குப் போனார்கள். 'காசையும் கஷ்டத்தையும் வயக்காட்டுல போட்டுட்டு அப்பிடியே உட்டுட்டு வந்திர முடியுமா?' என்றார்கள். இன்னும் இரண்டு மாதம் பாடுபட்டால் விளைச்சல் வந்துவிடும். 'ஒருத்தனுக்கு நடந்துச்சுன்னா, எல்லாருத்துக்கும் அப்படியே நடக்குமா?', 'பொழைக்கப் போயிருக்கற எடத்துல அடங்கித்தான் இருக்கணும்' என்றெல்லாம் அவர்களுக்குள் பேச்சு நடந்தது. காவல்துறை தலையிட்டு நீர் முறையை ஒழுங்குபடுத்தினார்கள். முதலில் வருபவர், இரண்டாவது வருபவர் என்றில்லாமலும் சொந்த வயல்காரர், குத்தகைதாரர் என்னும் வித்தியாசம் இல்லாமலும் நீர் முறை பிரிக்கப்பட்டது. அதைக் கண்காணிக்கவும் பிரச்சினை வந்தால் தீர்க்கவும் கிராம நிர்வாக அலுவலர் தலைமையில் குழு

அமைக்கப்பட்டது. குப்பாசுரன் கொலையில் நடந்த நல்ல விஷயம் அதுதான். அப்புறம் வழக்கம் போலவும் இன்னும் அதிகமாகவும் பலர் வயக்காடு குத்தகைக்குப் பிடித்து உழவோட்டப் போனார்கள்.

கொலை செய்தவன், உடந்தையாக இருந்தவர்கள் என நால்வரையும் முதலில் கைது செய்தார்கள். காவலர்களிடம் கொடுத்த வாக்குமூலம் அப்படியே நிற்கவில்லை. வழக்கறிஞர் வைத்து வழக்கு நடத்தும்போது ஏற்பட்ட மாற்றங்கள் பல. கைதானவர்கள் பிணையில் வெளியே வந்து வெகுகாலம் வழக்கு நடைபெற்றது. குப்பாசுரன் சார்பாகத் தனி வழக்கறிஞர் வைத்துக்கொள்ளவில்லை. அரசாங்க வழக்கறிஞரே வாதாடினார். அவ்வப்போது குப்பாசுரியை அவள் அண்ணன் நீதிமன்றத்திற்கு அழைத்துப் போனார். அங்கே நடப்பது ஒன்றும் அவர்களுக்குப் புரியவில்லை. தீர்ப்பு வந்தால் கொஞ்சம் பணம் கிடைக்கும் என்று மட்டும் தெரிந்தது. போனவன் போய்விட்டான், இனி என்ன விசாரித்து என்ன பிரயோஜனம் என்று அவர்கள் நினைக்கும் நிலைக்கு வந்த காலத்தில் தீர்ப்பு வந்தது. அப்போது குமராசுரன் பள்ளிப் படிப்பை முடித்து உயர்கல்விக்காகக் கல்லூரியில் சேர்ந்திருந்தான்.

கொலை செய்த குற்றத்தை ஆள்காரர் ஏற்றுக்கொண்டார். அன்றைக்கு இரவு தண்ணீர் மடை மாற்ற வந்ததாகவும் இருவருக்கும் ஏற்பட்ட வாய்த்தகராறில் கோபப்பட்டு மண்வெட்டியால் குப்பாசுரன் மண்டையில் அடித்து விட்ட தாகவும் ஆள்காரர் ஒத்துக்கொண்டார். அவரைக் ‘கீழ்க்குலம்’ என்று சொல்லிக் குப்பாசுரன் ஏசியதாகவும் தன் குலத்தைக் கேவலப்படுத்துவதைப் பொறுத்துக்கொள்ள முடியாமல் கோபம் வந்துவிட்டதாகவும் சொன்னார். அது வழக்கின் வேகத்தைச் சற்றே மட்டுப்படுத்தியது. பதற்றத்தில் கொலையை மறைக்க அவ்விடத்திலேயே குழி தோண்டிப் புதைத்ததாகவும் சொன்னார். நீர் பாய்ந்து சேறாக இருந்த வயல் என்பதாலும் பிறந்தது முதல் வயக்காட்டு வேலை தனக்குப் பழக்கமானது என்பதாலும் குழி தோண்டுவது கஷ்டமாக இல்லை என்றார்.

மாடுகளையும் தானே கொண்டு போய்ச் சந்தையில் விற்றதாகச் சொன்னார். அந்தப் பணம் தன்னிடம் இருப்பதாகவும் விவரம் சொன்னார். மாடு வாங்கிய வியாபாரியும் அதற்குச் சாட்சியானார். பண்ணைக்காரருக்குத் தெரிந்தால் தன்னை வேலையிலிருந்து போகச் சொல்லிவிடுவார் என்றும் காவல்துறை யில் சொல்லிச் சிறையில் அடைத்துவிடுவார் என்றும் பயந்து விஷயத்தைத் தெரிவிக்காமல் மறைத்ததாக விவரம் சொன்னார். அவருக்கு நீதிமன்றம் ஆயுள் தண்டனை விதித்தது. கொலை நடந்த போதே ஆள்காரருக்கு ஐம்பது வயதுக்கு மேலாகியிருந்தது.

தீர்ப்பு வரும்போது எழுபதுக்கும் மேலாகி எமராசன் அழைக்கும் நாளை எதிர்பார்த்துக் கொண்டிருந்தார்.

அவர் குடும்பத்திற்குப் பெரிய அளவில் தொகை கொடுத்து ஒத்துக்கொள்ளச் சொல்லியிருப்பார்கள். சரி, வயதான காலத்தில் வீட்டிலிருப்பதும் சிறையிலிருப்பதும் ஒன்றுதான் என்று ஆள்காரருக்கும் தோன்றியிருக்கும். வழக்கு தொடங்கிய போது வயல்காரர் சொன்னார், 'வழக்கு இழுத்துத்தான் நடக்கும். தீர்ப்பு வர்றதுக்குள்ள உன்னோட ஆயுசே முடிஞ்சாலும் முடிஞ்சிரும். கவலப்படாத.' தீர்ப்பு வந்தபோது இப்படிச் சொன்னார், 'ஜெயில்ல இப்பெல்லாம் நல்ல சோறு கெடைக்குது. இங்க இருந்தீனா உம்பசவ அப்படிச் சோறு போட மாட்டானுங்க. தெம்பா இன்னம் பல வருசம் உசுரோட இருக்கலாம்.'

குப்பாசுரன் குடும்பத்திற்கு நஷ்ட ஈடு வழங்கப்பட்டது. அது மிகவும் குறைவான தொகைதான். மாடு விற்ற பணமும் அதில் சேர்ந்திருந்தது. எல்லாவற்றுக்கும் அரசு முறைப்படி வட்டி சேர்த்துக் கொடுத்தார்கள். குப்பாசுரி அதைக் கையால் தொடவும் மறுத்துவிட்டார். 'எம் மாமன் மதிப்பு இதுதானா? அவரு உசுரு இருந்திருந்தா எத்தன மதிப்போட பொழச்சிருப்பன். எல்லாம் போச்சு. இந்தப் பணத்தக் கொண்டோயி ராசாங்கத்து மூஞ்சியில வீசிட்டு வந்திரு' என்று கத்தினாள். அன்றைக்கு இரவெல்லாம் அவள் வீட்டிலிருந்து ஒப்பாரியும் அழுகையும் வெகுநேரம் கேட்டது. ஐந்தாறு பெண்கள் கூடவே இருக்கும்படி ஆயிற்று. பணத்தை அவள் அண்ணன் வாங்கிக் குமராசுரன் கல்விக்குச் செலவழித்தார்.

தந்தை இல்லாமல் குமராசுரன் வளர்ந்தது, படித்தது, வேலைக்குப் போனது எல்லாம் இன்னொரு துயரக்கதை.

'அப்பா இல்லாத ஒரு பையன் என்னென்ன கஷ்டமெல்லாம் படுவாங்கறதுக்கு நாந்தான் சாட்சி. எனக்கு எதுவுமே சாதாரணமாக் கெடைக்கல. ஒவ்வொன்னுக்கும் அலஞ்சிருக்கறன். யார் யாரு கையையோ எதிர்பார்த்திருக்கறன். மனசுக்கு இதமா ரண்டு வார்த்த சொல்ல ஒரு வாய் கெடச்சாப் போதும்னு துடிச்ச நாளுங்க எத்தன தெரீமா?'

குமராசுரருக்கு நீர் நெளிந்தோடுவது போலச் சொற்கள் வந்து சேர்ந்தன. அப்பாவின் படுக்கையறையிலேயே முருகாசுவும் படுத்துக் கொண்டான். இத்தனை வருசத்தில் அவரோடு படுப்பது இதுதான் முதல்முறை. இரு தலையணைகளை அணை வைத்துக்கொண்டு பாதி படுத்த வாக்கில் அவர் பேசினார். அப்பாவுக்குள் இத்தனை துயரங்கள் புதைந்திருக்கும் என்று முருகாசுவுக்குத் தெரியாது. இவற்றை எல்லாம் சொல்லித் தெரிய

வைத்து வளர்க்காதது அவர் தவறா, கேட்டுக்கொள்ளாதது தம் தவறா?

'இதெல்லாம் எங்ககிட்டச் சொல்லவே இல்லியேப்பா. இப்படியெல்லாம் பேசீருந்தீனா எங்களுக்குத் தெரிஞ்சிருக்கு மேப்பா' என்று ஆதங்கமாகச் சொன்னான் முருகாசு.

'என்னமோ சொல்ற சூழல் வர்றலப்பா. உங்க எல்லாருத்துக்கும் எங்க தலமொற மாதிரி நின்னு நிதானிச்சுக் கேக்கறதுக்கு நேரம் இல்லப்பா. நாங்கெல்லாம் ராத்திரி நெடுநேரம் கத கேப்பம், சொல்லுவம். எல்லாம் பட்ட கதையாவும் படப் போற கதையாவும் இருக்கும். எங்களுக்கு நேரம் நெறையா இருந்துச்சு. வாசல்ல கட்டல் போட்டு வரிசையாப் படுத்துக்கிட்டு மாறி மாறிக் கத சொல்லுவம். அரட்டை அடிப்பம். இப்ப அப்படியா காலமிருக்குது? உங்க நேரத்தயெல்லாம் ஸ்கூல் புடுங்கிக்கிது. காத்தால எந்திரிச்சுக் கௌம்பிப் போறதே பெரிய வேலயா இருக்குது. அப்புறம் பாடம், படிப்பு. சாயந்திரம் வந்தொடன ட்யூசன், வீட்டுப்பாடம், டிவி, மொபைல்னு ஓடுது. அதுக்கேத்த மாதிரி நாங்களும் மாறிக்கிறம்.'

'ஆனாலும் எதாச்சும் சந்தர்ப்பத்த உருவாக்கிக்கிட்டு இதெல்லாம் நீங்க சொல்லியிருக்கணும்பா.'

'மீறிச் சொன்னாக் கேக்கற ஆர்வம் ஏதுப்பா உங்களுக்கு? தொடங்கிட்டாரு இவுரு புராணத்த அப்படீன்னு ஒரே வார்த்தையில் நிறுத்தீருவீங்க. என்ன, இவ்வளவெல்லாம் கஷ்டப்பட்டு நான் முன்னுக்கு வந்தன்னு சொல்லப் போறீங்கன்னு ஒங்ஙனோட வாழக்கையவே ஒரே வாக்கியத்துல முடிச்சிருவீங்க. இப்ப எல்லாமே பாக்கற ஆர்வம்தான். கேக்கற காதே இல்ல.'

அவர் சொல்வது முழுவதையும் ஏற்றுக்கொள்ள முடிய வில்லை. மறுத்தும் சொல்ல இயலவில்லை. பெற்றோருக்கும் பிள்ளைகளுக்கும் பேசிக்கொள்ள நேரம் இல்லாத வகையில் வாழ்க்கை மாறிப் போய்விட்டதா? விடுமுறை நாட்கள் இல்லையா? இரவு நேரம் இல்லையா? பிள்ளைகளுக்குப் பிடிக்கும்படி பேசப் பெற்றோர்களுக்குத் தெரியவில்லையா? இப்போது அவரிடம் விவாதிக்க வேண்டாம். இன்னும் அவரிடம் கேட்பதற்கு எத்தனையோ இருக்கின்றன. அவர் தொடர்ந்து கொண்டிருந்தார்.

'அப்பா இல்லாத பட்ட ஒரு கஷ்டத்தக்கூட நீங்க படக் கூடாதுன்னுதான் எல்லாத்தயும் பாத்துப் பாத்துச் செஞ்சன். சாப்பாட்டுக் கஷ்டம் எப்பவும் இருக்கக் கூடாது, பிடிச்ச துணிமணிய வாங்கிப் போடணும், படிக்கறதுக்குப் பணப் பிரச்சினையே வரக் கூடாது, ஒரெடத்துல போயி எம் பிள்ளைங்க

தயங்கி எதுக்கும் நிக்கக் கூடாது. எல்லாத்தயும் லேசாக் கடந்து மேல மேல போயிக்கிட்டே இருக்கணும். இதெல்லாந்தான் எனக்கு லட்சியமா இருந்துது. எனக்குன்னு வேறெதும் இல்லப்பா.'

'இதையெல்லாம் எங்களுக்கு நெஜமாலுமே புரியலப்பா. எல்லா அப்பாவும் செய்யறதுதான்னு நெனச்சிட்டோம் போல. அண்ணனும் அக்காவும் என்னவிட அதிகமாப் புரிஞ்சிருப்பாங்களோ என்னவோ.'

'அவுங்க ரண்டு பேரும் வளந்தது என்னமோ கண் மூடித் திறக்கறதுக்குள்ள நடந்திட்ட மாதிரி இருக்குது. பொறந்தாங்க, படிச்சாங்க, கௌம்பிப் போயிக்கிட்டே இருந்துட்டாங்க. நீதான் எங்ககூட ரொம்ப நாளா இருக்கறாப்பல தோனுது. எத்தனையோ கஷ்டங்களப் பட்டன். ஒவ்வொரு படியும் ஏர்றதுக்குள்ள கை நடுங்கி, கால் சோர்ந்து எத்தனையோ மொற விழுந்து எந்திரிச்சன். நீயாச்சும் உங்கம்மா புண்ணியத்துல காது குடுத்துக் கேக்கறியே, அது போதும்.'

அப்பாவின் பெருமூச்சுக்கள் அவன் மேலடித்தன. தொடர்ந்து அவரைப் பேச வைக்க இது நல்ல சந்தர்ப்பம் என்று தோன்றியது.

'அவ்வளவு கஷ்டமாப்பா பட்டீங்க?'

என்று கேட்டு அவரது இளமைக் காலத்திற்குள் மீண்டும் கூட்டிச் செல்லும் தூண்டிலை வீசினான். அவர் விவரிக்க ஆரம்பித்தார்.

12

குப்பாசுரன் இறந்து போனதைக் குப்பாசுரியால் இயல்பாக ஏற்றுக்கொள்ள முடியவில்லை. தன் தொந்தரவால்தான் அவன் வயக்காட்டு விவசாயத்திற்குப் போனான் என்னும் குற்றவுணர்ச்சியில் தவித்தாள். யாரிடம் பேசினாலும் 'நாந்தான் கொன்னுட்டன். என்னோட பேராசதான் கொன்னுடுச்சி' என்றே சொன்னாள். ஊரை ஒட்டியே வீடும் காடும் இருந்தாலும் தனித்த இடம்தான். அவள் அம்மாவோ அண்ணியோ யாராவது ஒருவர் துணைக்கு வந்து படுத்துக்கொண்டார்கள். பகலிலும் யாராவது உடனிருந்தார்கள். புருசனை இழந்த துயரில் அவளும் ஏதாவது செய்து கொள்வாளோ என்னும் பயம் அதிகமாக இருந்தது.

வீட்டில் கயிறு எதுவும் கண்ணில் படாமல் இருக்கும்படி பார்த்துக் கொண்டார்கள். குமராசுரனை அடிக்கடி அவள் கண்ணில் காட்டி 'அவனுக்கு நீதான்' என்று உணர்த்தினார்கள். அப்படியும் நள்ளிரவில் திடீரென்று விழித்து அலறிக் கத்துவாள். 'அய்யோ மாமா' என்னும் கதறல் ஊரையே எழுப்பிவிடும். 'மாமன் வந்திடுச்சு, வந்திடுச்சு' என்று வெளியே ஓடுவாள். கோயில்களுக்குக் கூட்டிப் போனார்கள். பேய் ஓட்டினார்கள். எல்லாம் செய்து பார்த்தும் அந்தப் பித்துநிலை மாற வெகுநாள் ஆயிற்று.

கொண்டாசுரனுக்கு ஒருமுறை கோபம் மீறித் தலைமயிரைப் பற்றி இழுத்து முதுகில் ஓங்கிக் குத்திவிட்டான். 'எம்மாமன் ஒருநாளும் எம்மேல கை வச்சது கெடையாது. நீ ஒடம்பொறந்த பொறப்பு, இப்பிடி அடிக்கறயா? இன்னமே உன்னய நம்பித்தான வாழோணும்னு திமிர்ல அடிக்கறயா? புருசனத் தின்னுட்டு இவளும் அப்பனத் தின்னுட்டுப் பையனும் நம்ம காலக் கட்டத்தான வருவாங்கன்னு அடிக்கறியா?' என்று வகைவகையாகக் கேட்டு அழுதாள். கொண்டாசுரனுக்குச் சங்கடமாகப்

போய்விட்டது. அந்த அடியில் குப்பாசுரி கொஞ்சம் தெளிந்தாள். சேலையைத் திருத்தமாக உடுத்தினாள். ஆட்களை ஏறெடுத்துப் பார்த்தாள். காதுகள் பிறர் சொல்வதைக் கேட்டன. மகன் மீது கவனம் மிகுந்தது. ஆடு மேய்க்கவும் தன் கையளவு நிலத்தில் ஏதாவது விதைக்கவும் செய்தாள்.

என்ன செய்தாலும் எங்கே போனாலும் மகனை உடன் வைத்துக்கொண்டாள். அவள் கண் பார்வையிலிருந்து அகலவே முடியாது. மடிக்குள் மகனைப் புதைத்து வைத்திருக்கவே விரும்பினாள். அவனோ குறும்புக்காரனாக இருந்தான். அவளை ஏமாற்றிவிட்டு ஒளிந்து விளையாடுவதும் குழந்தைகளோடு சேர்ந்து கொள்வதும் எனச் சேட்டைகள் மிகுந்தன. அவனையும் மேய்த்துக்கொண்டு ஆடுகளையும் பார்த்துக்கொள்ள முடிய வில்லை. அவன் பின்னாலேயே அலைந்தாள். அவனை யாரோ வந்து தூக்கிப் போய்விடுவார்கள் என்று பயந்தாள். குப்பாசுரனை மறந்து குமராசுரனின் நினைவாகவே இருந்தாள். ஒவ்வொன்றாக ஆடுகளை விற்றார்கள். தங்கை குடும்பத்தையும் பார்த்துக்கொள்ளும் பொறுப்புக் கொண்டாசுரனுக்கு வந்தது.

குமராசுரன் பள்ளிக்குப் போனான். ஊரிலேயே தொடக்கப் பள்ளி இருந்தது. அவனைப் புறப்பட வைத்துப் பள்ளிக்கு அழைத்துப் போவாள். வகுப்புக்குள் அவன் போன பின் அங்கிருந்த வேப்பமரத்தடியில் உட்கார்ந்துகொள்வாள். ஒவ்வொரு முறை மணியடிக்கும் போதும் மகன் இருக்கிறானா என்று ஜன்னல் வழியாக எட்டிப் பார்ப்பாள். மதிய உணவுக்கு வீட்டுக்குக் கூட்டி வருவாள். சாப்பிட வைத்து மீண்டும் பள்ளிக்குக் கூட்டிப் போவாள். பையன்களோடு விளையாட விடமாட்டாள். விளையாடும் போது கீழே விழுந்து அடி பட்டுவிட்டால் என்ன செய்வது எனப் புலம்புவாள். தன் புருசன் அகாலத்தில் மாண்டு போனது போல மகனுக்கும் ஏதாவது ஆகிவிடும் என்று பயந்தாள். எப்போதும் தன் பார்வையிலேயே வைத்துக் கொண்டால் காப்பாற்றிவிடலாம் என நம்பினாள். நாங்கள் பார்த்துக் கொள்கிறோம் என்று ஆசிரியர்கள் எவ்வளவோ சொல்லிப் பார்த்தும் கேட்கவில்லை. வேம்பினடியில் படுத்து அவளை அறியாமல் தூங்கிப் போவாள். திடுமென எழுந்து பையனைத் தேடி ஓடுவாள்.

குமராசுரனுக்குப் படிப்பு நன்றாக வந்தது. அம்மாவின் இடையீடு மட்டுமே அவனுக்குத் தொந்தரவாக இருந்தது. பள்ளிக்கூடம் போகும் போது 'வராத நீ' என்று கத்திவிட்டு முன்னால் ஓடிப் போனான். பின்னாலேயே போய் வேப்பமரத்தடியில் உட்கார்வாள். பள்ளிப் பிள்ளைகள் எல்லாம் 'பைத்தியம்', 'கிறுக்கு' என்று சொல்வதைக் கேட்டுக்

நெடுநேரம்

குமராசுரனுக்கு வெறுப்பாக இருக்கும். சிலரை அடித்துப் பெரிய சண்டை ஆகும். 'ஏம்மா, இப்பிடிப் பண்ற?' என்று கோபித்து அம்மாவின் மாரிலேயே குத்துவான். அவன் பின்னாலேயே வந்து கொண்டிருக்கும் அம்மாவை என்ன செய்தும் நிறுத்தி வைக்க முடியவில்லை.

அது ஓராசிரியர் பள்ளி. பல வருசங்களாக அங்கேயே பணியாற்றிக் கொண்டிருந்த ஆசிரியர் சுந்தராசுரர். அவருக்குக் குமராசுரனின் கல்வி வேகம் மிகுந்த நம்பிக்கை கொடுத்தது. அவ்வூர்ப் பள்ளியிலிருந்து மேல் வகுப்புகளுக்குப் பத்துக் கல் தொலைவில் இருக்கும் நகரத்துப் பள்ளிக்குப் போக வேண்டும். அப்படிப் போனவர்கள் ஒன்றிரண்டு பேர்தான். அவர்களும் ஒரு வருசம், இரண்டு வருசம் என்று படித்த பிறகு நின்றுவிட்டார்கள். குமராசுரனை எப்படியாவது பள்ளி முடித்துக் கல்லூரிப் படிப்புக்கும் அனுப்ப வேண்டும் என்று ஆசைப்பட்டார். அவன் ஐந்தாம் வகுப்பு முடிக்கும் தருவாயில் கொண்டாசுரனை அழைத்தார்.

ஊரிலிருந்து இந்தப் பையன் படித்தால் அம்மாவுடைய தொந்தரவு தாங்காது. மேல்வகுப்புப் படிக்கும் பள்ளிக்கும் அம்மா போய் உட்கார்ந்து கொண்டால் பையனால் படிக்கவே முடியாது. இருபது கல் தொலைவில் இருக்கும் ஊரில் ராசாங்கத்து நல விடுதியில் சேர்த்து அங்கிருக்கும் பள்ளியில் படிக்க வைக்கலாம் என்று சொன்னார். அந்த ஊருக்கு ஒருமுறை கொண்டாசுரனை அழைத்துச் சென்று விடுதி, பள்ளி எல்லா வற்றையும் காட்டினார். தன் தங்கையிடம் இருந்தால் பையன் எதற்கும் லாயக்கில்லாமல் ஆகிவிடுவான் என்று அவனுக்கும் புரிந்தது. ஆசிரியர் காட்டிய வழி சரியென்று பட்டது. கொண்டாசுரனுக்கு ஒரு மகன். கும்பாசுரன். அவனுக்குப் படிப்பு ஏறவில்லை. காட்டு வேலை பார்த்துக் கொண்டிருந்தான். பெண் குழந்தை மங்காசுரி சிறியவள். இன்னும் பள்ளிக்கு அனுப்ப வில்லை. தன் மகனுக்குப் படிப்பு வரவில்லை, தங்கை மகனாவது படிக்கட்டும். அப்பனில்லாத பையன் எப்படியாவது முன்னேறி வரட்டும். ஆசிரியர் சொல்படி செய்வது என்று முடிவெடுத்தான்.

தங்கைக்குச் சொல்லாமலே பையனை அழைத்துப் போய்ப் பள்ளியில் சேர்த்தான். நல விடுதியில் ஆசிரியர் பரிந்துரையில் இடம் கிடைத்தது. பையனுக்குத் தேவையானவற்றை வாங்கிக் கொடுத்து அங்கே விட்டுவிட்டு வந்தான். பையனைக் காணாமல் ஊரெல்லாம் தேடிய குப்பாசுரி 'பையனும் போனானே' என்று ஒப்பாரி வைத்தாள். அவள் அண்ணனுடன் போயிருக்கிறான் என்று சொன்னதை அவள் கேட்கவேயில்லை. திரும்பி வந்த

கொண்டாசுரனின் சட்டையைப் பிடித்து இழுத்து ‘எம் பையனக் கொன்னு பொதச்சிட்டயா? எங்க பொதச்சைடா கொலகாரப் பாவி’ என்று வெறிகொண்டு கத்தினாள். ஓங்கி ஓர் அறை விட்டு அவளை நிதானத்திற்குக் கொண்டு வந்தான். தான் சொன்னபடி கேட்டால் வாரத்திற்கு ஒருமுறை அழைத்துப் போய்ப் பையனைக் காட்டுவதாகச் சொன்னான்.

குப்பாசுரி ஓரளவு வழிக்கு வந்தார். வாரம் ஒருமுறை பையனுக்குத் தின்பண்டம், கறிச்சோறு எல்லாம் எடுத்துக் கொண்டு அவ்வூருக்குப் போய்ப் பார்த்து வந்தார்கள். குப்பாசுரிக்குப் பையனை அங்கே விட்டுவர மனமில்லை என்றாலும் அண்ணனுக்குப் பயந்து திரும்பி வந்தாள். வார நாட்களில் பேருந்தேறிப் பையனைப் பார்க்கப் போய்விடுவாளோ என்று கவனித்துக் கொண்டே இருந்தார்கள். அப்படிப் போக வில்லை. வாரம் ஒருமுறை என்பது இருவாரத்திற்கு ஒரு முறை, மாதம் ஒருமுறை என மாறிற்று. தேர்வு விடுமுறைகளில் ஊருக்கு வந்திருந்தான். அம்மாவின் நிலை படிப்படியாகத் தேறி வருவது தெரிந்தது. ஆடு வாங்கி மேய்க்கவும் நிலத்தில் விதைக்கவும் அம்மா முன்னேறினார். அம்மாவுடன் சேர்ந்து காட்டில் வேலை செய்தான். ஆடு மேய்த்தான். அம்மாவுக்கு ஆறுதல் சொல்லி நம்பிக்கை உண்டாக்கினான். ‘உனக்காகத்தான் உசுரோட இருக்கறண்டா கண்ணு’ என்று மட்டும் அடிக்கடி சொல்வாள்.

அவனுக்குத் தேவைப்படும் ஆலோசனைகளை ஆசிரியர் சுந்தாரசுரர் கொடுத்தார். அவ்வூருக்குப் போகும் போதெல்லாம் அவனைப் பார்ப்பதையும் பள்ளிக்குச் சென்று ஆசிரியர்களிடம் பேசுவதையும் வாடிக்கையாக வைத்திருந்தார். விடுதியில் உணவு, குளியல் எனப் பல பிரச்சினைகள் இருந்தன. அவற்றை அவரிடம் சொல்லாமலே சமாளித்தான். அவனுக்கு ஆங்கிலம் நன்றாக வருவதை ஆசிரியர் கவனித்திருந்தார். அதனால் எதிர்காலத்தில் ஆங்கிலம் படிக்கலாம் என ஊக்கப்படுத்தினார். அவனுக்கு ஆடைகள், புத்தகங்கள் என எல்லாவற்றையும் மாமாதான் பார்த்துக்கொண்டார். அவர் மகன் கும்பாசுரன் போட்டுப் போதாமல் போன சட்டைகள் அவனுக்குக் கிடைத்தன. சீருடைகளையும் விசேச நாட்களுக்கான புத்தாடைகளையும் எடுத்துக் கொடுத்தார்.

சொந்த மாமன் என்றாலும் அவரிடம் ஒவ்வொன்றையும் கேட்டுப் பெறுவதில் அவனுக்குத் தயக்கம் இருந்தது. அவருக்கும் கஷ்டம்தான். பெரிய வசதியெல்லாம் இல்லை. அதைக் காட்டிக் கொள்ளாமலே உதவினார். கேட்கத் தயங்குவதை அறிந்து ஆசிரியர் மூலமாக அவன் தேவைகள் என்னென்ன

என்பதை அறிந்து செய்தார். 'எதுனாலும் தயங்காத கேளு' என்று அன்பாகச் சொல்வார். பள்ளிக்கே செல்லாத விவசாயி அவர். படிக்கும் பையனுக்கு எல்லாம் செய்வதை நினைக்கும் போதெல்லாம் அவனுக்குக் கண் கலங்கும்.

எளிய அறிவுரைகளையே சொல்வார். 'அப்பனில்லைன்னு கவலப்படக் கூடாது. என்னால முடிஞ்சதெல்லாம் செய்யறன். படிச்சு ஒரு வேலக்கிப் போயிரு. அத மட்டும் உட்றாத.' அவனுக்குக் கட்டிக் கொடுக்க வேண்டும் என்னும் எண்ணத்திலேயே மகளைப் பள்ளிக்கு அனுப்பிக் கொண்டிருந்தார். பள்ளியிறுதி வகுப்பு முடித்துக் கல்லூரியில் சேர விண்ணப்பித்தான். வீராசுரத்தில் சேர்வதையே ஆசிரியர் பரிந்துரைத்தார். நல்ல கல்லூரியில் படித்தால் அறிவும் வளரும்; உடனே வேலையும் கிடைத்துவிடும் என்றார். பள்ளியில் படித்த காலம் போலில்லை. கல்லூரியில் படிக்க நிறையச் செலவுகள் இருந்தன. போக்குவரத்துச் செலவே மிகுதி. கல்லூரிக் கட்டணம் செலுத்த வேண்டியிருந்தது.

கல்லூரி மாணவர்களுக்கான நல விடுதிகள் அவன் சேர்ந்த கல்லூரியிலிருந்து வெகுதொலைவில் இருந்தன. கல்லூரி விடுதியில் தங்க வேண்டும் என்றால் நிறையச் செலவாகும். வெளியில் அறை எடுத்துத் தங்கிச் சமைத்துக் கொண்டான். உடன் வந்து எல்லா ஏற்பாடுகளையும் செய்து கொடுத்தவர் மாமாதான். ஆட்டை விற்றாரோ காட்டை விற்றாரோ தெரிய வில்லை. மாமன் வீட்டில் என்ன பிரச்சினை வந்ததோ. எதையும் அவனிடம் வெளிப்படுத்தாமல் எல்லாம் செய்தார். 'வேணுங்கறத வாங்கி வயிறாரச் சாப்பிடு. காசில்லைன்னு வவுத்துக்குக் கொற வெச்சராத. ஒடம்பு இருந்தாத்தான் உசுரு நெலைக்கும்' என்பார்.

பட்ட வகுப்பில் ஆங்கில இலக்கியம் எடுத்துச் சேர்ந்ததும் அவனுக்குக் கொஞ்சம் நிதானம் வந்திருந்தது. வீராசுரத்தில் பகுதி நேர வேலை கிடைக்கும். கல்லூரிக்கு அருகில் இருந்த சிறிய புரோட்டாக் கடை ஒன்றில் இரவு பதினொரு மணி வரை வேலை செய்தான். மாமாவின் சுமையைக் குறைக்க முயன்றான். கல்லூரியில் அவனோடு நிறையப் பெண்கள் படித்தார்கள். நகரத்தைச் சேர்ந்த அவர்களிடம் பேசியதேயில்லை. அவனைச் சீண்டுவதற்காக யாராவது ஏதாவது கேட்கும் போது நாக்கறுந்தவன் போல விழிப்பான். மொழியும் சொற்களும் அழிந்து போய்விடும்.

அவனை விடவும் அவர்கள் ஆங்கிலத்தை நன்றாக உச்சரித்துப் பேசினார்கள். பேசினால் தனக்கும் தினுசான உச்சரிப்புடன் ஆங்கில உரையாடல் சித்திக்கும் என்றாலும் பெண்களின் கண்களைப் பார்க்கவே வெட்கம். கருத்த உடலும் மெலிந்த மேனியுமாய் இருக்கும் தோற்றத்தின் மேல் அவனுக்கே

வெறுப்பாக இருந்தது. கண்ணாடி பார்ப்பதை விரும்ப மாட்டான். செழுமையாய் இருக்கும் பெண்கள் தன்னைத் துச்சமாய் நினைப்பார்கள் என்னும் பயத்திலேயே ஒதுங்கியிருந்தான்.

அவன் பகுதி நேரமாகப் பார்க்கும் வேலை எல்லோருக்கும் தெரிந்திருந்தது. அதை வைத்து என்ன நினைப்பார்களோ என்னும் தாழ்வுணர்ச்சியும் நிறைந்திருந்தது. தன்னைப் போன்ற சில பையன்களோடு மட்டும் நட்பு. கல்லூரி நேரம் முடிந்ததும் உடனே கிளம்பிவிடுவான். உடன் பயின்ற பெண்களிடம் இன்னும் கொஞ்சம் பேசிப் பழகியிருக்கலாம் என்று பிற்காலத்தில் தோன்றியிருக்கிறது. அப்போதைய மனமும் சூழலும் அப்படி என்று சமாதானப்படுத்திக் கொண்டாலும் அது பேரிழப்பாகவே எஞ்சியது. ஒதுங்கியும் ஒதுக்கியும் ஒருவழியாகப் பட்டப் படிப்பு முடித்துக் கல்வியியல் படிப்பில் சேர்ந்தான்.

❖

13

கல்வியியல் படிப்பில் வேலைகள் அதிகம். நாள் முழுக்க எழுதுதலும் வரைதலும். ஏராளமான பட்டியல்கள் போட வேண்டியிருந்தது. புத்தகங் களும் தடித்தடியானவை. படிக்க மலைப்பாக இருந்தது. ஏதாவது பள்ளியில் பயிற்சிக்குச் செல்ல வேண்டும். பள்ளிப் பையன்கள் அவனை விடவும் தாட்டிக்கமாகவும் தைரியமாகவும் தெரிந்தார்கள். ஆங்கிலத்தில் நான்கு வாக்கியங்களைத் தொடர்ச்சி யாகப் பேசித்தான் அவர்களைக் கட்டுக்குள் வைத்துக்கொள்ள வேண்டும். பகுதி நேர வேலைக்குப் போக முடியவில்லை. சரியான தூக்கமில்லை. சமைப்பதும் ஏனோதானோ என்றுதான். கையில் காசு புழக்கமே இல்லை. பட்டப் படிப்புக்குக் கொடுத்த அதே அளவுதான் மாமாவிடமிருந்து பணம் வந்தது.

தன் நிலையைச் சொல்லி அதற்கு மேல் கேட்கக் கூச்சம். இத்தனை செய்வதே பெரிது. இன்னும் கேட்டால் உரிமை எடுத்துக் கொள்கிறான் என்று அவர் மனம் கோணலாம். மகளைக் கட்டுவதற்குத் தட்சிணையாக முன்கூட்டியே கேட்கிறான் என்று நினைக்கலாம். ஆசிரியர் சுந்தாசுரரிடம் கேட்க முடியாது. பிள்ளைகளின் படிப்பு, திருமணம் எனப் பல தேவைகள் அவருக்கிருந்தன. உடன் பயிலும் நண்பர்கள் சிலரிடம் கடன் வாங்கினான். உணவை இருவேளையாகக் குறைத்தான். இரண்டே உடைகளையே திரும்பத் திரும்பப் பயன்படுத்தினான். எத்தனை சுருக்கிக்கொண்டாலும் பற்றாக்குறை தீரவில்லை.

இதற்கிடையில் ஒரு காதலும் வந்து போனது. கல்வியியல் வகுப்பிலும் பெண்களை ஏறெடுத்தும் பார்க்காமலே இருந்தான். எத்தனை பேர் பயில்கிறார்கள் என்பதுகூடத் தெரியாது. புகை படிந்து நெஞ்சில் பதிந்த முகங்களைக்

கற்பனைக்கும் பயன்படுத்தியதில்லை. வகுப்பில் சில ஜோடிகள் உருவாகியிருந்தன. அப்போது நண்பன் ஒருவன் வகுப்புத் தோழி ஒருத்தியின் பெயரைச் சொல்லி 'உன் மீது அவளுக்குப் பிரியம் இருக்கிறது. பேச விரும்புகிறாள்' என்றான். ஒழுங்கான உணவுகூட இல்லாமல் உலர்ந்து ஓடாக இருக்கும் தன் மீதும் ஒருத்திக்குக் கனிவு கூடியிருக்கிறது என மகிழ்ச்சி ஏற்பட்டது.

அந்தப் பெண்ணை அவளறியாமல் பார்த்தான். நீள்முகத்துடன் சிவந்த நிறத்தில் இருந்தாள். பார்த்ததும் ஈர்க்கும் தோற்றம். வசதியை மறைக்க எளிமையாக உடுத்தியிருப்பது போலிருந்தது. இப்பேர்ப்பட்டவளுக்குத் தன் மீது ஈடுபாடு ஏற்பட்டிருக்க வாய்ப்பில்லை. அவனைச் சீண்டுவதற்காக நண்பன் சொல்லியிருக்கலாம். பேசிப் பார்க்கலாமா? எந்தக் குலத்தைச் சேர்ந்தவளாக இருக்கும்? அவன் குலத்தைச் சேர்ந்தவள் இல்லை என்பது நிச்சயம். வட்ட முகமும் கறுப்பு நிறமும் அவன் குலச் சின்னங்கள். சிலர் மாநிறம் கொண்டிருப்பார்கள். அவள் நடையில் ஒருவித நளினம் இருந்தது. அதுவும் தன் குலப் பெண்களுக்கு இல்லாதது. சரி, அதை உறுதிப்படுத்தி என்ன செய்யப் போகிறோம் என்று தன்னை அமைதிப்படுத்திக் கொண்டான்.

தன் கல்வி, மாமன் உதவி ஆகியவையே நினைவில் பேருருக் கொண்டு நின்றன. மாமன் மகள் மங்காசுரிதான் தன் மனைவி என்றும் எந்தச் சபலத்துக்கும் ஆளாகக் கூடாது என்றும் வைராக்கியம் கொண்டிருந்தான். அதைக் கலைத்துவிடக் கூடிய அழகா இது? என்னதான் சொல்லிப் பார்த்தாலும் அந்தப் பெண் முகமும் மனதில் அலைமோதியது. மங்காசுரியின் தெளிவற்ற முகமும் முன்னால் வந்து நின்றது. எதேச்சையாக அப்பெண்ணின் குல விவரத்தைப் பட்டியலில் பார்க்க நேர்ந்தது. அவன் நினைத்தது போலவே அவள் வேறு. கொஞ்சநஞ்சம் ஊசலாடிக் கொண்டிருந்த ஆசையையும் துடைத்து எறிந்தான். அதற்குத் தன் ஏழ்மையைக் காரணமாகக் கற்பித்துக் கொண்டான்.

ஊருக்குப் போயிருந்தபோது அம்மாவின் கையில் கொஞ்சம் காசு புழக்காட்டம் இருப்பதைக் கண்டான். இப்போதெல்லாம் அம்மா இயல்பாக இருந்தார். பையனை மாமன் பார்த்துக் கொள்கிறார் என்பதும் அவர் பெண்ணையே கட்டிக் கொடுக்கப் போகிறார் என்பதும் பெருநம்பிக்கை கொடுத்திருந்தன. ஒற்றையாளுக்கு ஒன்றும் பெரிய தேவையிருக்கவில்லை. வருசத்திற்கு நான்கு வெள்ளாட்டுக் குட்டிகளை விற்றால் வயிற்றுப்பாடு தீரும். அன்றைக்கு இரவு அம்மாவும் அவனும் எதிரெதிர்த் திண்ணையில் உட்கார்ந்து சாப்பிட்டுக்

கொண்டிருந்தார்கள். சோற்றை வாயில் வைத்துக்கொண்டே அம்மாவிடம் பேசுவது சௌகரியமாக இருக்கும் போலத் தெரிந்தது.

'அம்மா, உங்கிட்டப் பணம் இருக்குதாம்மா?' என்று கேட்ட போது சோற்றோடு வார்த்தைகளும் தொண்டைக்குள் இறங்கின. உண்ணும் சோற்றை அப்படியே நிறுத்திவிட்டு 'பையா … என்னடா கேட்ட?' என்றார் அம்மா. அவன் எதுவும் பேசவில்லை. ஒற்றைக் கேள்வியில் அம்மாவுக்கு எல்லாம் புரிந்துவிட்டது. வட்டிலில் மீதமிருந்த சோற்றைத் தின்றுவிட்டுக் கையைக் கழுவிக்கொண்டு உள்ளே போனார். நோட்டுக்களாகவும் சில்லரையாகவும் சேர்த்திருந்த பணம் முழுவதையும் ஒரு பையில் போட்டு அவன் முன்னால் வைத்தார்.

'எஞ்சாமீ . . . தாயிகிட்ட வாயுட்டுக் கேக்கற மாதிரி வெச்சிட்டனே. அப்பன் இருந்திருந்தா உனக்கு இந்த நெலம வந்திருக்குமா? நான் ஒரு புத்திகெட்டவ. பையனுக்கு என்ன வேணும்னு தெரிஞ்சிக்காத முண்டயா இருந்துட்டனே. மாமன் பாத்துக்கறான்னு நெனச்சிட்டன். என்னதான் இருந்தாலும் மாமந்தான. அப்பங்கிட்டக் கேக்கறாப்பல உரிமையாக் கேக்க முடியுமா? எம்புத்திக்கு இது எட்டுலயே. திமில நிமித்திக்கிட்டுப் போற காளையாட்டம் இருந்தவன் பையன் காத்து தூக்கிக்கிட்டுப் போறாப்பல இருக்கறானேன்னு கவலப்பட்டனே தவிர, என்ன வேணும்னு கேக்காத உட்டுட்டனே. கண்ணு . . . இதக் கொண்டுக்கிட்டுப் போயிச் செலவு பண்ணுப்பா. இன்னம் வேணுன்னாலும் கேளு. ஆடும் குட்டியுமா அஞ்சாறு இருக்குது. வித்துக் குடுக்கறன். சோறுதண்ணி இல்லாத கெடக்காத. இவகி . என்ன இருக்கப் போவுதுன்னு நெனச்சிட்டயா, புருசனில்லாதவ, தாயிகிட்ட என்ன கேக்கறதுன்னு தயங்கிக்கிட்டயா? உள்ள போனதக் கக்கினாலும் குடுப்பன். கவலப்படாத.'

அம்மா பேசப்பேச அவனால் அழுகையைக் கட்டுப்படுத்த முடியவில்லை. தன் மாரோடு சேர்த்து அணைத்துத் தலையை நீவிக் கொடுத்தாள். அதுமுதல் அம்மாவின் கவனம் அவன் மேல் இறங்கிற்று. படிப்புச் செலவை மாமன் பார்த்துக் கொள்கிறான், பையனின் கல்யாணச் செலவுக்குக் கொஞ்சம் சேர்ப்போம் என்று எண்ணிச் சேர்த்த பணத்தை எல்லாம் அவனுக்குக் கொடுத்தாள். எல்லாவற்றையும் வாரிக் கொள்ளவில்லை. அவனுக்குத் தேவையானதை மட்டும் எடுத்துக்கொண்டு மீதத்தை அம்மாவிடமே கொடுத்தான். தேவைப்படும் போது கேட்டு வாங்கிக் கொள்கிறேன் என்று சொன்னான். அம்மா கொடுப்பது மாமாவுக்குத் தெரிய வேண்டாம் என்றான். அம்மாவின் சேமிப்பால் கல்வியியல் படிப்பை நிம்மதியாக முடிக்க முடிந்தது.

தேர்வு முடிவு வரும் முன்பே அவனுக்கு வேலை கிடைத்து விட்டது. வீராசுரத்தின் புறநகர்ப் பகுதியில் இருந்த அரசு உதவி பெறும் பள்ளி அது. அதில் ஆங்கில ஆசிரியருக்குத் தேவை இருந்தது. கல்வியியல் கல்லூரி ஆசிரியர் ஒருவர் அவனைப் பரிந்துரை செய்தார். முதலில் தற்காலிகப் பணி. அந்தப் பணியிடத்தை நிரப்பிக்கொள்ள அரசு அனுமதி கிடைத்ததும் நிரந்தரமாக்கிவிடுவோம் என்று உறுதி கொடுத்தார்கள். உடனே வேலை கிடைத்ததும் அது நிரந்தரமாகிவிடும் என்பதும் நிம்மதி தந்தன. பள்ளிக்கு அருகிலேயே சிறிய வீடு ஒன்றைப் பிடித்தான். சமையலறையும் வரவேற்பறையும் இணைந்த நீண்ட அறை ஒன்று; படுக்கையறை ஒன்று. தனி ஒருவனுக்கு அது பெரிது. புறநகர்ப் பகுதி என்பதால் வாடகை, உணவு எல்லாம் போகக் கையில் சில நூறுகள் மிஞ்சின. நிரந்தர ஊதியம் வரும் நாளை எதிர்பார்த்துக் கொண்டிருந்தான்.

பள்ளி வேலை ஆர்வமூட்டியது. பயிற்சிக்காகப் போய் மாணவர்களைச் சந்தித்திருந்ததில் பயம் போயிருந்தது. சிறிய வயது ஆசிரியர் என்பதால் பையன்கள் உரிமையோடு பழகினார்கள். தோளில் கை போட்டுக் கொள்ளாத குறைதான். மாணவர்களை மிரட்ட ஆங்கிலப் பேச்சு கைவசமிருந்தது. இடையிடையே ஊருக்குப் போய் வந்தான். அம்மாவின் கையில் நூறு ரூபாய் கொடுப்பதை வழக்கமாக்கிக் கொண்டான். முதலில் வாங்க மறுத்த அம்மா, அதுதான் அவனுக்குச் சந்தோசம் தரும் என்பதை உணர்ந்து வாங்கிக் கொண்டார். அவன் திருமணச் செலவுக்கான தொகை சேர்ந்து கொண்டிருந்தது. அம்மாவுக்கு வேறு என்ன தேவையிருக்கிறது?

மாமா வீட்டுக்குப் போகையில் அவர் கையிலோ மாமன் மகன் கையிலோ ஏதாவது பணம் கொடுக்கலாமா என்று நினைப்பான். கை வராது. கடனைக் கழிப்பதற்காகத் திரும்பக் கொடுக்கிறான் எனக் கருதி மனம் சுணங்கக் கூடும். வீராசுரத்திலிருந்து நல்ல துணிமணிகள் வாங்கிப் போய்த் தருவான். அது அவர்களுக்குப் பெருமகிழ்ச்சி என்பதை உணர்ந்தான். மாமன் சொல்வார், 'எதுக்கு வர்ற போதெல்லாம் வாங்கிக்கிட்டு வர்ற? காசு பணத்த இப்பிடி வீணாச் செலவு பண்ணாத.' அவர் சொற்களில் அக்கறை இருந்தது; மறுப்பில்லை. மருமகன் நன்றாக உடுத்துவதும் அவருக்குப் பெருமை தந்தன.

மாமன் வீட்டில் எதேச்சையாக மங்காசுரி முகம் தென்படும். நேராக நிமிர்ந்து பார்க்க முடியாது. சிறுவயது முகத்தை இளவயதுக்குப் பொருத்தி உருவத்தைக் கற்பனை செய்து கொண்டான். வடிவான முகம்தான். அடிக்கடி மாமன்

வீட்டுக்குப் போவதையும் தவிர்த்தான். அவளைப் பார்க்கவே வருகிறான் என்று தவறாக நினைத்துவிடக் கூடாது என்பதில் எச்சரிக்கையாக இருந்தான். அப்போது அவள் பதினொன்றாம் வகுப்பு மாணவி. பன்னிரண்டாம் வகுப்பையும் முடித்த பிறகு திருமணம் செய்யலாம். அதற்குள் அவனுக்கும் பள்ளி வேலை நிரந்தரமாகிவிடும். திருமணச் செலவுக்குக் கையிலும் பணம் சேர்த்துவிடலாம். பன்னிரண்டாம் வகுப்பு முடித்திருந்தால் வீராசுரத்தில் ஏதாவது ஒரு கல்லூரியில் பட்ட வகுப்பில் சேர்த்து விடலாம். இப்படித் திட்டம் வைத்திருந்தான். 'பொண்ணுக் கேக்கலாமா?' என்று அம்மா அவனிடம் பேசிப் பார்த்தாள்.

'இப்பத்தான் கொஞ்சம் நல்ல சோறு திங்கறன். இன்னொருத்தி கூட வந்திட்டா அவளுக்கும் நல்ல சோறு போடோணுமில்ல. கைக்குச் சம்பளம் இன்னம் கூடட்டும். கொஞ்சம் மூச்சு வாங்கிக்கறனே' என்றான். படித்தது பெரிய சாதனை புரிந்த அயர்ச்சியைக் கொடுத்திருந்தது. எத்தனையோ பேர்களுக்கு அவன் நன்றி சொல்ல வேண்டியிருந்தது. தொடக்கப்பள்ளி ஆசிரியர் முதற்கொண்டு நல விடுதியில் தங்கியிருந்த நண்பர்கள், கல்லூரிக் காலத்தில் உதவியவர்கள், பகுதி நேர வேலை கொடுத்தவர்கள் எனப் பட்டியல் பெரிது. யாரையும் விட்டுவிடக் கூடாது. வேலை நிரந்தமாகிக் கை நிறைய ஊதியம் வந்து சேர்ந்ததும் அந்த 'நன்றிப் பயணத்தை' மேற்கொள்வது என்றிருந்தான். ஒவ்வொருவருக்கும் என்ன பொருள் வாங்கிச் செல்லலாம் என்பதையும் முடிவு செய்திருந்தான். சுந்தராசுரருக்கு ஒரு பவுனில் மோதிரம் வாங்க எண்ணம். அவரது முயற்சி இல்லாவிட்டால் பள்ளியேது, படிப்பேது?

வீராசுரத்திலிருந்து அவன் ஊருக்குப் போக ஓர் இரவுப் பயணம். அடிக்கடி போக வாய்ப்பில்லை. பருவத் தேர்வு விடுமுறை களின் போது மட்டும் போய் வந்தான். ஆறாம் வகுப்பிலிருந்து அவனுக்கும் ஊருக்கும் விடுமுறைத் தொடர்புதான். அங்கே என்ன நடக்கிறது என்பதும் தெரியாது. அங்கே போனாலும் அம்மாவுக்குச் சில வேலைகள் செய்வதைத் தவிரப் பெரிதாக வேலையில்லை. நேரம் கழிவது சிரமமாக இருக்கும். ஊரை ஒரு சுற்றுச் சுற்றி வந்து நண்பர்களையும் சொந்தக்காரர்களையும் பார்த்து அளவளாவினால் தீர்ந்தது. ஊர்க்காரர்கள் சிலர் அன்பாக விசாரிப்பார்கள். எல்லாம் ஓரிரு நாட்களில் முடிந்துவிடும்.

அடுத்த முறை ஊருக்குப் போவதைப் பற்றி எண்ணம் மனதில் உதித்திருந்த சமயம். பங்குனி மாதம் முடியவிருந்தது. சித்திரையில் பத்து நாட்கள் பள்ளி நடக்கும். பிறகு விடுமுறை. அவன் வேலையில் சேர்ந்து முதல் வருசம் முடியப் போகிறது.

விடைத்தாள் திருத்தும் பணி இருக்காது. ஊருக்குப் போய் இருந்து வரலாம். என்னென்ன வாங்கிச் செல்லலாம் என மனம் திட்டம் போட்டுக் கொண்டிருந்தது. மங்காசுரிக்கென்று ஏதாவது தனியாக வாங்கிச் செல்ல வேண்டும். அவளுக்கு என்ன பிடிக்கும், என்ன வாங்கினால் மகிழ்வாள், ஒன்றும் தெரியவில்லை. போனமுறை போனபோது மச்சானிடமாவது கேட்டிருக்கலாம்.

இந்த முறை மங்காசுரியின் முகத்தைத் தைரியத்தோடு நேராகப் பார்த்துவிட வேண்டும். முடிந்தால் ஒரு சிரிப்பும் சிரித்து வைக்கலாம். பேச வாய்ப்புக் கிடைக்குமா, கிடைத்தாலும் பேச முடியுமா? வாங்கிச் செல்லும் பொருளை அவளிடம் நேரடியாகக் கொடுக்கலாம். இப்படியெல்லாம் யோசித்துத் தூக்கம் கெட்டு விடிகாலையில் ஆழ்ந்து தூங்கிய அந்த இருள் பிரியாத அதிகாலைப் பொழுதில் அவன் வீட்டுக் கதவு தட்டப்பட்டது. தூக்கக் கலக்கத்தில் எரிச்சலோடு வந்து கதவைத் திறந்தான். வெளியே மாமன் முகம் தெரிந்தது.

❖

14

மாமனை அவன் எதிர்பார்க்கவில்லை. அவனைப் போலத் தனியாட்களாக அறை எடுத்தும் வீடெடுத்தும் தங்கியிருப்பவர்கள் அந்தப் பகுதியில் அதிகம். யாருக்காவது தருவதற்காகத் தேநீர்க் கடைப்பையன் வந்தால் இவன் வீட்டுக் கதவையும் தட்டித் தூங்கிக் கொண்டிருந்தாலும் எழுப்பிக் 'கொண்டு வரட்டுமா?' என்று கேட்பது வழக்கம். சிலசமயம் கூடுதலாக ஒன்றிரண்டு வைத்திருப்பான். அதைக் கொடுத்துவிட்டுப் போவான்.

அவன்தான் வந்து எழுப்புகிறானோ என்று நினைத்துத் திட்டுவதற்குச் சொற்களைத் தயார் செய்து கொண்டிருந்தான். ஊரிலிருந்து அம்மா, மாமா, அத்தை, மாமன் மகன் கும்பாசு, மங்காசுரி ஐவரும் வந்து நின்றார்கள். முதலில் மாமன் முகம் மட்டும்தான் தெரிந்தது. அவர் எதற்கு வந்திருக்கக் கூடும் என்று யோசித்து 'வாங்க மாமா' என்று அழைத்தான். இருளில் ஐந்தாறு உருவங்கள் அசைவதைப் பின்னரே கண்டான்.

'அடேங்கப்பா, இத்தன தூரமாடா பையா' என்னும் அம்மாவின் குரலில் அவன் தூக்கம் தெளிந்தது. அம்மாவின் நெடுந்தூரப் பயணம் இதுதான். அப்பன் இருந்தபோது வயக்காட்டுக்குப் போன பயணம். விடுதியில் அவனைப் பார்ப்பதற்காக வந்த பயணம். அவற்றுக்குப் பின் அம்மா எங்கும் போனதேயில்லை. சூரம்பட்டியோடு சரி. சூரம்பட்டியிலிருந்து வீராசுரத்திற்குக் கிட்டத்தட்ட நானூறு கல் தொலைவு. முதல் நாள் மாலையிலேயே வீட்டை விட்டுக் கிளம்பியிருப்பார்கள். ஓரிரவு முழுக்கப் பயணம். அம்மாவுக்குப் பெரும் அலுப்பாகத்தான் இருக்கும்.

'பஸ்ஸுல காலக் குறுக்கிக்கிட்டே வந்து விருத்துப் போச்சு. ஒரு நிமிசம் தூக்கமில்ல. கண்ணசந்தமுன்னா

திடீர்னு தூக்கிப் போடுது. அசந்த கண்ணு பிஞ்சுக்கிட்டு வந்திருது. படுக்க எடத்தக் காட்டு. கொஞ்ச நேரம் கால நீட்டிப் படுக்கறம்பா' என்றார் அத்தை. எதற்கு வந்திருக்கிறார்கள் எனத் தெரியாமல் மனக் குழப்பத்தோடே அவர்கள் படுப்பதற்கு ஏற்பாடு செய்தான். இருந்த போர்வை, பாய், லுங்கி, துண்டு என எதை எதையோ விரித்துப் போட்டு அங்கங்கே படுத்தார்கள். தலையணைகள் இல்லை. வருவதாகச் சொல்லியிருந்தால் சிலவற்றை வாங்கி வைத்திருக்கலாம். கைகளைத் தலைக்கு அணை வைத்து அவர்கள் படுப்பதைப் பார்க்கக் கஷ்டமாக இருந்தது. அவனுக்குத் தூக்கம் சுத்தமாகப் போயிருந்தது.

தண்டுவன் அறைக்குத் திடுமென ஐந்து பேர் வந்து சேர்ந்தால் அவன் என்ன செய்வான்? பாத்திரம் பண்டங்களை உடனடியாக ஏற்பாடு செய்ய முடியாது. சமையலுக்கான பொருட்கள் போதுமான அளவில் இல்லை. இரண்டு நாட்களாகப் பாத்திரம் துலக்கவும் இல்லை; வீடு பெருக்கவும் இல்லை. அப்புறம் செய்யலாம், செய்யலாம் என்று தள்ளிப் போட்டிருந்தான். சோம்பல் ஆக்கிரமித்திருந்த நாளாகப் பார்த்தா இவர்கள் வர வேண்டும்? எல்லோரும் படுத்துத் தூங்கும்போது பாத்திரம் துலக்க முடியாது. எழுந்து பார்த்தால் என்ன நினைப்பார்கள்?

இத்தனை பேருக்கு எப்படிச் சமையல் செய்ய முடியும்? தேநீர் தயாரிக்கும் அளவுக்கான பாத்திரம்கூட இல்லையே. ஒருவனுக்கு ஏனோ தானோ என்று செய்துகொள்வான். இப்போது என்னதான் செய்வது? எதற்காக வந்திருப்பார்கள் என்று யோசிப்பதைவிட அவர்களை எப்படிக் கவனிப்பது எனக் குழம்பிப் போனான். எல்லோரும் படுத்த பிறகு வெளியே வந்து வாசற்படிமேல் உட்கார்ந்தான். வரிசையாகவும் கீழும் மேலும் வீடுகள் அமைந்திருந்த அவ்வளாகத்தில் இன்னும் யாரும் எழவில்லை. பால்காரர் வந்தால்தான் பெரும்பாலான வீடுகளில் விளக்கு எரியும். கதவு திறக்கும்.

கைக்கடிகாரத்தைப் பார்த்தான். இரவில் கழற்றி வைத்து விட்டுப் படுப்பதுதான் வழக்கம். நேற்று மறந்து அப்படியே தூங்கியிருக்கிறான். முறை பிறழ்ந்து எல்லாம் நடப்பது போலத் தோன்றியது. கடிகாரம் ஐந்து மணி காட்டியது. கொஞ்ச தூரம் நடந்து இரு தெருக்களைக் கடந்து போனால் தேநீர்க்கடை இருக்கிறது. நான்கு மணிக்கே திறக்கும் கடை. போய்த் தேநீர் குடித்துவிட்டு யோசிக்கலாம் என்று எழுந்தான். சமையலறையும் வரவேற்பறையும் இணைந்த நீளத்தில் மாமனும் மாமன் மகனும் படுத்திருந்தார்கள். படுக்கையறையில் பெண்கள் மூவரும். வீடே அவ்வளவுதான். அம்மாவுக்குக் கீழே படுத்துப் பழக்கமில்லை.

கயிற்றுக் கட்டில் வேண்டும். சரி, பயண அலுப்பில் தூக்கம் வந்துவிடும்.

கதவைப் பூட்டிவிட்டுப் போகலாமா என்று யோசித்தான். கழிப்பறையும் குளியலறையும் வெளியில் இருந்தன. வளாகத்து வீடுகளுக்குப் பொது. ஏற்கனவே வந்திருப்பதால் மாமாவுக்குத் தெரியும். எழுந்து கழிப்பறைக்குப் போக வேண்டும் என்றால் என்ன செய்வது? உள்ளே தாழிட்டுக் கொள்ளச் சொன்னால் மீண்டும் திறக்கத் தூக்கத்திலிருந்து எழுப்ப வேண்டும். இதுவரை இப்படிக் குழப்பம் வந்ததில்லை. எல்லாம் குழம்புகிறது. கதவு சிலசமயம் தாழிடாமலே அழுந்தப் பற்றிக்கொள்ளும். தள்ளிப் பார்த்தான். சத்தத்தில் தலை தூக்கிப் பார்த்த கும்பாசு உடனே எழுந்து வெளியே வந்தான். 'மச்சான், தூக்கம் வல்லியாடா' என்று குமராசுரன் மெதுவாகக் கேட்டான். அவனும் தேநீருக்கு வருவதாகச் சொன்னான். கதவைப் பூட்டுவது பற்றிய குழப்பத்தை அவனிடம் சொன்னபோது 'எல்லாரும் பஸ் ஸ்டேண்டிலயே போயிட்டுத்தான் வந்தாங்க. இப்ப எந்திரிக்க மாட்டாங்க. பூட்டிட்டு வா மாமா' என்றான்.

நடக்கும்போது 'உனக்கு மட்டும் தூக்கம் வர்ல?' என்றான். 'போய்ச் சேர நெடுநேரம் ஆவுமுன்னு எனக்குத் தெரியும். அதான் பொறப்படும் போது கொஞ்சமா உள்ள ஏத்திக்கிட்டு வந்தன். பஸ் ஏறுனதுதான் தெரியும். இங்க வந்து எறங்கும் போது அப்பா எழுப்பித்தான் எந்திரிச்சன். நாட்டுச் சரக்கு, நல்ல சரக்கு மாமா' என்று அவன் தன் முன்யோசனையை விவரித்தான்.

'திடீர்னு இத்தன பேரு வந்திட்டா, நான் என்னடா பண்ணுவன்? எனக்கு ஒண்ணும் புரியல. எல்லாருத்துக்கும் எப்படிச் சாப்பாடு செய்யறது? பாத்திரங்கூட இல்லையே' என்று தன் கவலையைத் தெரிவித்தான்.

'உடு மாமா, இங்கதான் திரும்புன பக்கமெல்லாம் ஓட்டல் கட இருக்குமே. ஒருநாளைக்கிச் சாப்பிட்டுக்கலாம். நாங்கெல்லாம் பெரிய கவலயோட வந்திருக்கறம். உனக்கு இதுதான் பிரச்சினையா?' என்று சொல்லிக் குழப்பத்தை ஒரே நிமிடத்தில் போக்கிவிட்டான்.

பேசிக்கொண்டே நடந்ததில் கடை வந்திருந்தது. காலையில் கடையே மணந்தது. ஊதுவத்தி வாசம். செம்புப் பாய்லர் திருநீறு பூசிக்கொண்டு பளீரிட்டது. வாசலில் அகலக் கோலம். மஞ்சள் நீரைத் தெளித்த சுவடுகள். 'மங்கலமா இருக்குது. நல்ல சகுனந்தான்' என்று தனக்குள் சொல்லிக் கொண்டான் கும்பாசு. தேநீருக்குச் சொல்லிவிட்டு வெளியே நின்றார்கள்.

‘எதுக்குடா எல்லாரும் இப்பிடித் திடீர்னு வந்திருக்கறீங்க? என்ன பெரிய கவல? ஆருக்காச்சும் ஒடம்பு செரியில்லயா?’ எனக் கேட்டான் குமராசுரன். அறுவை சிகிச்சைகளுக்கும் பெருநோய்களுக்கும் இத்தகைய மாநகரங்களில் மட்டுமே அப்போது மருத்துவ வசதிகள் இருந்தன. கிராமத்து மக்கள் மருத்துவத்திற்காக மாநகரைத் தேடி வருவது வழக்கம். வீடெடுத்துச் சில மாதங்கள் இங்கேயே தங்கிக் கொள்வதும் உண்டு. யாருக்கு என்ன பிரச்சினையாக இருக்கும் என்று தீவிரமாக யோசித்துக் கொண்டிருந்தான்.

‘பக்கத்துல உக்காந்து பேசறாப்பல எதாச்சும் எடமிருக்குதா மாமா?’ என்று கேட்டான் அவன். குமராசுரனை ‘மாமா’ என்று அழைப்பான் கும்பாசு. குமராசுரன் ‘மச்சான்’ என்பான். ‘நான் வேல செய்யற ஸ்கூல் பக்கத்திலதான் மச்சான். வேணுன்னா அப்படியே நடந்து போலாம். டீயக் குடி’ என்றான்.

தெருவில் நடமாட்டம் தொடங்கியிருந்தது. ஊரில் பங்குனி மழை ஏதும் பெய்திருக்கிறதா, என்ன பயிர் செய்திருக்கிறார்கள் என்றெல்லாம் பொதுவாகக் கேட்டுக்கொண்டிருந்தான். உள்ளுக்குள் மட்டும் என்னவாக இருக்கும், எதற்குத் தனியிடம், அப்படியென்ன ரகசியப் பேச்சு என்றெல்லாம் ஓடிக் கொண்டிருந்தது. பள்ளிக்குப் போய்ச் சேர்ந்தபோது இருள் அகன்று நிழலாய் வெளிச்சம் வந்திருந்தது. வாகனங்கள் போகத் தொடங்கியிருந்தன. சில வீடுகளில் வீதியை வாசலாக்கிக் கூட்டிக் கொண்டிருந்தார்கள்.

பள்ளி இரவுக் காவலர் அவனைப் பார்த்ததும் சிரித்தார். ‘எம் மச்சான். ஊர்லருந்து வந்திருக்கறான்’ என்று கும்பாசைக் காட்டிச் சொல்லிவிட்டு நடந்தான். மாலை நேரத்தில் பள்ளி மைதானத்தில் விளையாடிவிட்டுத் தாமதமாகவே கிளம்புவான். சில நாட்களில் காலையிலும் பள்ளிக்கு வந்து சும்மா நடப்பான். இரவுக் காவலர் அவனிடம் இயல்பாகப் பேசுவார். உள்ளே நுழைந்து செவ்வகமாய் இருந்த கட்டிடங்களின் மையத்தில் அமைக்கப்பட்டிருந்த திறந்த வெளி அரங்கை நோக்கிச் சென்றான். பழைய கட்டிடங்களும் புதியவையும் கலந்திருந்தன. வழிபாட்டு மைதானமும் விளையாட்டுத் திடல்களும் விரிந்து கிடந்தன. நெருங்கிய வீடுகள் கொண்ட தெருக்களிலிருந்து சட்டென வேறு உலகத்திற்கு வந்துவிட்ட மாதிரி இருந்தது.

‘இவ்ளோ பெரிய ஸ்கூல்லயா நீ வேல செய்யற?’ என்று ஆச்சரியப்பட்டான் கும்பாசு. பள்ளியின் வரலாற்றையும் பெருமையையும் எடுத்துச் சொல்லக் குமராசுரனுக்கு நாக்கு பரபரத்தது. அப்படிச் சொல்லும் போது தன் பெருமையும் அதில்

சேரும் என்று கணித்தான். அதைவிட விஷயம் என்ன என்று அறிவதில் மனம் ஆழ்ந்திருந்தது. முதலில் குழப்பம் தீர வேண்டும். மரங்கள் நிறைந்திருந்த அவ்வெளியில் குளுமை கூடியிருந்தது. மரத்தடி ஒன்றில் உட்காரப் போட்டிருந்த சிமிட்டி இருக்கையைப் பார்த்து 'இங்கயே உக்காரலாமே' என்றான் கும்பாசு. அங்கேயே உட்கார்ந்தார்கள். 'சரி சொல்லுடா மச்சான்' என்றான்.

சட்டென்று குமராசுரனின் கைகள் இரண்டையும் சேர்த்துப் பற்றியபடி 'உன்னயத் தாண்டா நம்பி வந்திருக்கறம்' என்று நெகிழ்ந்து கண் கலங்கினான் கும்பாசு. 'செரீடா, என்னன்னு சொல்லுடா. யாருக்கு ஒடம்பு செரியில்ல, சொல்லு. நான் ஸ்கூலுக்கு லீவு போட்டுட்டு வர்றன். நல்ல ஆஸ்பத்திரியாப் பாக்கலாம். மாமனுக்கு எதுனா பிரச்சினையா' என்றான் குமராசுரன். மாமா ஓரிரு வார்த்தைகளே பேசினார். எப்போதும் போலக் கலகலப்பு இல்லை. அவருக்குத்தான் பிரச்சினையாக இருக்கும் என்றும் மருத்துவமனையில் சேர்த்தால் உடன் இருக்கவும் சாப்பாடு செய்து தரவும் ஆள் வேண்டும் என்பதற்காக மூன்று பெண்களையும் அழைத்து வந்திருக்கிறார்கள் என்றும் அவன் ஊகித்திருந்தான்.

'அது இல்லடா. உங்கிட்ட எப்பிடிச் சொல்றதுன்னு தெரீல. அப்பாதான் உங்கிட்டப் பேசறன்னு சொன்னாரு. நாஞ் சொன்னாக் குமராசு தட்ட மாட்டான்னாரு. அவருக்குச் சங்கடம் தரக் கூடாதுன்னுதான் நானே பேசறன்னு சொன்னன். அவருன்னா வயசு பாப்பாரு, கொஞ்சம் பேசத் தயக்கமாத்தான் இருக்கும். எனக்கென்ன, உங்கால்ல வேண்ணாலும் உழுந்திருவன் மாமா' என்று பூடகமாகவே சொன்னான் கும்பாசு.

'டேய் மச்சான், இங்க பாருடா. மாமனாலதான் நான் இப்ப இங்க இருக்கறன். நீ பாத்து இத்தாப் பெரிய எடமான்னு கேக்கறியே, இங்க என்னயக் கொண்டாந்து நிறுத்துனது யாரு? மாமந்தான். அவரு கல்லக் கட்டிக்கிட்டுக் கெணத்துல குதிடான்னு சொன்னாலும் குதிப்பன். என்னமோ பெரிய வேலக்கிப் போயிட்டான், மாறிப் போயிருப்பான்னு நெனைக்காதீங்க. எப்பவும் மாமன் பேச்சக் கேக்கற குமராசுதான். அப்பனத் தின்னவன்னு ஊரே பேசுனாலும் அணச்சு வளத்தவரு அவரு. பெத்த பையன் உனக்குக்கூட இப்படிச் செஞ்சிருப்பாரான்னு தெரியாது. எனக்குச் செஞ்சிருக்காரு.

'அந்த நன்னிய இன்னும் பல ஜென்மம் எடுத்தாலும் தீக்க முடியாதுடா. இப்ப நாலு வாய் சோறு நல்லாத் திங்கறன்னா அது அவுரு போட்ட பிச்ச தெரிஞ்சுக்க. அவருக்கு எதுனாலும் செரி, நான் கூட இருந்து பாக்கறண்டா. செலவப் பத்திப் பயப்படாத.

எதெத விக்க முடியுமோ எல்லாத்தயும் வித்தாவது பாக்கலாம். தயங்காத எங்கிட்டச் சொல்லு. செய்டான்னு அதட்டிச் சொல்ல உங்க எல்லாருத்துக்குமே உரிம இருக்குதுடா மச்சான்.'

கும்பாசுவின் தயக்கமும் காலில் விழுவேன் என்று சொன்னதும் நெகிழ்த்த குமராசுரன் பேசினான். முகத்தில் அழுகைச் சுவடுகள் தோன்றின. அவன் சொன்னதைக் கேட்ட கும்பாசு கண்களைத் துடைத்துக் கொண்டான். இப்போது அவனுக்கு பாரம் இறங்கிய மாதிரி இருந்தது.

'செரி, கவலயெல்லாம் தீந்து போச்சு. அப்பனுக்கும் ஒண்ணும் இல்ல. யாருக்கும் ஒண்ணும் இல்ல. ஆஸ்பத்திரிக்கு வல்லடா. கல்யாண விசயமா வந்திருக்கறம். உனக்கும் மங்காளுக்கும் கல்யாணம் செஞ்சு வெக்கத்தான் நாங்க வந்திருக்கறம். ரண்டு மூனு நாள்ல நீ எங்க சொல்றயோ அங்க வெச்சுக் கல்யாணம் பண்ணீரலாம்' என்று உடைத்துப் பேசினான் கும்பாசு.

உடனே திருமணம் ஏன் என்பது குமராசுரனுக்குப் புரியவில்லை.

❖

15

எதற்கு அவசரத் திருமணம்? வேலையில் சேர்ந்து மூன்று வேளையும் வயிறாரச் சாப்பிடுகிறான். மனமிருந்தால் சமைக்கிறான். அவன் வரம்புக்குச் செலவு செய்து உண்ணும்படி பலவித உணவகங்கள் மாநகர வீதிகளில் இருக்கின்றன. பள்ளியில் அவ்வப்போது விருந்துகள் நடைபெறுகின்றன. கறிச்சோற்றுக்குக் குறைவில்லை. உடலில் சதை கூடியிருக்கிறது. ஒடுங்கிக் கிடந்த கன்னங்கள் செழுமையாகி விட்டன. எடை அதிகரித்திருக்கிறான்.

'உங்கப்பன் எப்படி இருப்பாரு தெரியுமா? கல்லுல அடிச்சு வெச்ச செல மாதிரி நிப்பாரு. அவரோடட ஒத்தக் கையிக்கு நீ ஆக மாட்ட. ஆனைக்கு எலிக்குஞ்சு பொறந்தாப்பல இருக்கற' என்பார் அம்மா.

அவனுக்குச் சங்கடமாக இருக்கும். இப்போது கண்ணாடி பார்க்கும் போது தன் அப்பாவைப் போல இல்லை என்றாலும் ஓரளவு தனக்கு உருவம் கூடி வந்துவிடும் என்று சந்தோசம் உண்டாயிற்று. வயிற்றுக் கவலை தீர்ந்ததால் உடல் தினவு சேர்ந்து படுத்துகிறது. இரவில் தனித்திருக்கக் கஷ்டம். வெகுநேரம் தூக்கம் வருவதில்லை. எறும்புக் கூட்டம் போலக் காமம் உடலெங்கும் ஏறி ஊர்கிறது. துடைத்து எறிய எறிய ஊர்ந்து கொண்டேயிருக்கிறது. நிழல் போலத் தெரியும் மங்காசுரியை அருகில் படுக்க வைத்துக்கொள்ள வேண்டியிருக்கிறது. அவள் உடல் பாகங்களைக் கற்பனையில் வருடுகிறான். அவளிடம் அந்தரங்கமாகப் பேசுகிறான். எந்த நேரம் என்று தெரியாமல் அவளுடனே உறங்கிப் போகிறான்.

இப்படியான அவஸ்தை நீங்கத் திருமணம் தேவை. இன்னும் ஒரு வருசத்தை எப்படியாவது ஓட்டிவிட வேண்டும் என்று தன் மனதுக்கும்

உடலுக்கும் தினம் ஆயிரம் முறை சொல்லிக் கொள்கிறான். 'பொறு மனமே பொறு' என்பான். 'இரு உடலே இரு' என்பான். திமிரித் துள்ளும் உடற்காளையின் மூக்கணாங்கயிற்றை வலுவாகப் பிடித்துக்கொள்ளப் படாத பாடு படுகிறான். அதனால் திருமணம் செய்து கொள்வதில் ஆட்சேபணை ஏதுமில்லை.

நகரத்தில் குடும்பமாக வாழ இன்னும் பணம் தேவை. எல்லாம் கூடி வரட்டும் என்றிருந்தால் இப்படி அவசரமாக வந்து நிற்கிறார்களே. திடீரென்று திருமணம் நடத்த என்ன காரணமாக இருக்கக் கூடும். தன் குழப்பத்தை மறைத்துக் கொண்டு குமராசுரன் தன் மச்சானிடம் சொன்னான்.

'இதுக்கா இத்தன பயந்த? மங்காளக் கல்யாணம் பண்ணிக்கத்தான நானும் காத்துக்கிட்டு இருக்கறன். இப்பப் பரிட்ச எழுதுனாள்னா, இன்னம் ஒரு வருசம். பனண்டாவது முடிச்சிருவா. எனக்கும் ஆறு மாசம் ஒருவருசத்துல வேல நெரந்தமாயிரும். கை நெறையறாப்பல சம்பளம் வரும். குடும்பம்னா பணம் வேணுமல்லடா? அதும் டவுன்ல குடும்பம் நடத்தறது சாதாரணமில்ல. அதான் கொஞ்சம் கைல பணம் வெச்சுக்கிட்டு அடுத்த வருசம் பண்ணீரலாமுன்னு நெனச்சுக்கிட்டு இருக்கறன். இப்ப என்ன திடீர்னு? எதுக்கு இப்படி அவசரம்? என்னயக் கூப்பிட்டிருந்தா ஊருக்கே வந்திருப்பனே. இன்னம் பத்துநாள்தான். லீவு வந்திரும். ஊருக்கு வரலாமுன்னுதான் இருந்தன்.'

கும்பாசு இப்படிச் சொன்னான், 'மங்காசுரியக் கட்டிக்கறமுன்னு சொந்தக்காரப் பசங்க ரண்டு மூனு பேரு போட்டியில இருக்கறானுங்க. டவுன்ல படிச்சு வேல பாக்கறவன் படிச்ச பிள்ளயா டவுனுப் பக்கம் பாத்துக்குவான், குமராசுதான் இங்க வந்து இவளக் கட்டப் போறானான்னு சொல்லீட்டு அவனவன் வர்றான். தூக்கிக்கிட்டுப் போயிக் கட்டிக்குவன் அது இதுன்னு சவடால் பேசிக்கிட்டுத் திரியறானுங்க. பிள்ளயப் பள்ளிக்கொடத்துக்கு அனுப்பறதுக்கே பயமா இருக்குது. அப்படி எதாச்சும் நடந்திருச்சுன்னா மானம் மரியாத போயிரும். அதோட, உனக்குத்தான் அவளக் கட்டிக் குடுக்கறதுன்னு சின்ன வயசுல இருந்து பேச்சு. நம்மூர்லயே மொதமொதல்ல இப்படிப் படிச்சவனும் நீதான். வேலையில இருக்கறவனும் நீதான். உனக்குக் கட்டிக் குடுத்தா அவளும் நல்லாப் பொழப்பா. அதான் ஊர்லயே வெச்சுக் கல்யாணம் பண்ணுனா பிரச்சின வரும்னு இங்க கூட்டியாந்துட்டம்.'

'எனக்குப் போட்டியா ஊர்ல எவண்டா வர்றான்? அவனுங்களுக்கு இவ்வளவு பயப்படணுமா? நமக்கு நாலு பேரு இல்லையா?' கோபத்தோடு குமராசுரன் கேட்டான்.

‘இங்க பாரு. சண்ட போட்டுக்கிட்டுக் கலியாணத்தப் பண்ணக் கூடாதுங்கறாரு அப்பா. எங்க எல்லாருத்து எண்ணமும் அதுதான். கல்யாண ஊட்ல வந்து அவனும் இவனும் நாலு வார்த்த பேசுனா கேட்டுக்கிட்டு இருக்க முடியாது. எதுக்குப் பிரச்சின? நாம நாலு பேரு போவம், மாப்ள வேல செய்யற எடத்துல நாலு பேரு இல்லாதயா போயிருவாங்க, அங்கயே கல்யாணத்தப் பண்ணி வெச்சரலாம்கறது அப்பா முடிவு. நாஞ் சொன்னா மாப்பிள்ள தட்ட மாட்டாருன்னு எங்கள எல்லாம் கூட்டிக்கிட்டு வந்திட்டாரு.’

‘என்னடா மச்சான், பட்டிக்காட்டுல இருந்துக்கிட்டு இப்பிடிப் பயந்து பேசற? எவனா இருந்தாலும் தூக்கிப் போட்டு நாலு மிதி மிதிக்க முடியாதா?’

‘இங்க பாரு, எல்லாம் செய்யலாம். வேண்டாமின்னு உட்டுட்டம். நாஞ் சொன்னதுதான். இதுக்கு மேல அதுஇதுன்னு அப்பாகிட்ட வெவரம் கேக்காத. மொதல்லயே எல்லாரும் மனசொடஞ்சு போயிருக்கறாங்க. இப்ப நீயும் தோண்டித் துருவிக் கேட்டீனா ரொம்பக் கஷ்டமாயிரும். நான் பேசிட்டன், கல்யாணத்துக்குச் சம்மதம்னு சொல்லீர்றன். இங்கயே எடம் பாத்துப் பண்ணீரலாம். அப்பாகிட்டயோ அத்தகிட்டயோ மங்காகிட்டயோ இதப் பத்திப் பேசவே கூடாது. நீ சரின்னு மட்டும் சொன்னாப் போதும்.’

‘ஏண்டா? அத்தன பிரச்சினையா?’

இறங்கிய குரலில் குமராசுரன் கேட்டான்.

‘ஆமா. பிரச்சினதான். என்ன ஏதுன்னு வெலாவாரியா நீ கேக்க வேண்டாம். நாஞ் சொன்னதுதான். அதுக்குத்தான் சொன்னன் உங்கால்ல உழுவறன்னு. உன்னய வளத்தவருன்னு எங்கப்பா மேல உனக்கு மதிப்பும் மரியாதையும் இருக்குதில்ல. அதக் காட்ட இதுதான் நேரம்.’

சொன்னது போலவே காலில் விழவும் தயாராக இருந்தான் கும்பாசு. அவன் சொன்ன விவரம் போதவில்லை என்றாலும் சத்தியத்திற்குக் கட்டுப்பட்டவன் போலத் தலையாட்டினான் குமராசுரன்.

‘சரிடா. இன்னமே நான் எதும் யாருகிட்டயும் கேக்கல. எனக்குத் தெரிஞ்சது போதும். கல்யாண வேலயச் செய்யலாமுன்னு சொல்லீரு. மாமனுக்கு என்னால எந்தக் கஷ்டமும் வராது.’

சொல்லிவிட்டுக் கொஞ்சம் தயங்கி ‘மங்காளுக்குச் சம்மதம்தான?’ என்றான். ‘சம்மதம் வாங்காமலா கூட்டிக்கிட்டு வருவம்? எல்லாருக்கும் சம்மதம்தான். இன்னக்கி வெள்ளிக்கெழமே.

நாளைக்குச் சனியில பண்ணக்கூடாது. நாளான்னிக்கு ஞாயிறு நல்ல முகூர்த்த நாளு. அன்னைக்குப் பண்ணீரலாம். பக்கத்துல எங்காச்சும் கல்யாணம் பண்ற மாதிரி கோயில் இருக்குதா?'

குமராசுரன் யோசித்தான். அந்தப் பகுதியில் முருகாசுரேசுவரன் கோயில் ஒன்று இருப்பதும் அங்கே நிறையத் திருமணங்கள் நடப்பதும் நினைவுக்கு வந்தன. அதைச் சொன்னான். பள்ளியில் சொன்னால் கொஞ்சம் பேர் திருமணத்திற்கு வந்துவிடுவார்கள். அவர்களுக்கு எல்லாம் எப்படிச் சாப்பாடு போடுவது? எங்கே வைத்துப் போடுவது? அதுதான் பிரச்சினை. தலைமையாசிரியரிடம் கேட்டால் ஏதாவது வழி சொல்லக் கூடும்.

இருவரும் வீட்டுக்கு நடந்தார்கள். வெயிலேறி வந்திருந்தது. பள்ளிக்கு விடுப்பு எடுத்துக் கொள்ளலாமா போகலாமா என்பதைத் தீர்மானிக்க முடியவில்லை. கடையில் நான்கு தேநீர் கொண்டு வரும்படி சொன்னார்கள். வீட்டுக்குப் போய்ச் சேர்ந்த போது மாமா உட்கார்ந்திருந்தார். அவர் தூங்கியது மாதிரி தெரியவில்லை. குமராசுரன் என்ன சொல்வானோ என்று யோசனையில் தூங்கமாலே இருந்திருப்பார் போல. சிறுவயது முதல் எல்லாம் செய்து கொடுத்த போதும் அவன் மேல் முழுதாக நம்பிக்கை இல்லை. இப்போது வேலையில் சேர்ந்துவிட்டான், எப்படி மாறியிருப்பானோ என்னும் சந்தேகம் வந்துவிட்டது.

முன்பெல்லாம் 'டே' போட்டுத்தான் கூப்பிடுவார். வேலை யில் சேர்ந்ததிலிருந்து எந்த விளியும் இல்லாமல் அழைக்க ஆரம்பித்தார். அப்படியே கொஞ்சம் கொஞ்சமாக 'மாப்பிள்ளை' என்பதைச் சேர்த்துக் கொண்டார். அவர் விருப்பத்திற்கு எதிராக ஒருபோதும் நடப்பதில்லை என்று எப்போதோ அவன் உறுதி கொண்டிருந்தான். அப்பாவுடன் கும்பாசு பேசினான். விவரம் தெரிந்ததும் கலங்கிய கண்களுடன் அவனை மாமா பார்த்தார். அந்தப் பார்வையை எதிர்கொள்வது அவனுக்குக் கஷ்டமாக இருந்தது.

அவனைப் பள்ளிக்குப் போகச் சொன்னார்கள். அந்தக் கோயிலைப் போய்ப் பார்த்துப் பேசிவிட்டு வருவதும் என்னென்ன செய்ய வேண்டும் என்பதைத் திட்டமிடுவதும் அவர்கள் பார்க்கும் வேலை. பெண்கள் வீட்டில் இருக்கட்டும். மாமா சொன்னார், 'பள்ளிக்கூடத்து வாத்தியாருங்கள எல்லாம் கூப்பிட்டிரலாம். வெத்தல பாக்கு வாங்கிக்கிட்டு மத்தியானமா நான் வர்றன். வெத்தல பாக்கு வெச்சுக் கூப்பிட்டரலாம். பத்திரிக அடிக்க முடியலீன்னு சங்கடமாத்தான் இருக்குது. இப்ப முடியாது. நம்ம வமிசத்துல வெத்தல பாக்கு வெச்சுக் கூப்பிடறதுதான் வழக்கம். அதும்படி செய்திரலாம்.'

அவனைப் பார்க்காமல் தன் மகனைப் பார்த்துப் பேசினார். 'எல்லாருக்கும் சாப்பாடு போடறது எப்படி? இப்ப எதுவும் மண்டபம் கெடைக்கறது கஷ்டமாச்சே' என்றான் அவன். 'என்ன ஒரு அம்பது நூறு பேரு வருவாங்களா? பக்கத்துல எதுனா ஓட்டல் கடையில சொன்னா செஞ்சு குடுத்தர மாட்டாங்களா?' என்று மாமா கேட்டார். அவருக்கு இருக்கும் யோசனைகள் தனக்கு இல்லையே என்று வெட்கம் கொண்டான். 'அது ஏற்பாடு பண்ணீரலாம்' என்றான்.

குமராசுரன் கிளம்பிப் பள்ளிக்குப் போனான். நேராகத் தலைமையாசிரியர் அறைக்குப் போய்த் திருமண விஷயத்தைச் சொன்னான். அவசரம் பற்றி அவரும் விசாரித்தார். 'ஊர்ல கொஞ்சம் பிரச்சின' என்று மட்டும் விவரம் தெரிவித்தான். ஆசிரியர்கள் எல்லோரையும் அழைப்பது பற்றிய தயக்கம், உணவு ஏற்பாடு, சாப்பிடுவதற்கான இடம் என்று இருக்கும் பிரச்சினைகள் பற்றி அவரிடம் பேசினான். அவர் அப்பிரச்சினை களை எளிதாகத் தீர்த்துவிட்டார்.

பள்ளியில் மதிய உணவு சமைக்க ஓர் ஆணும் இரு பெண்களும் இருந்தார்கள். அவர்களுக்கு உரிய கூலியைக் கொடுத்துவிட்டால் சமையல் செய்வார்கள். பள்ளி வகுப்பறை முன்பகுதியில் நீளமாகப் பெஞ்சுகளையும் டெஸ்குகளையும் போட்டுவிட்டு உட்கார்ந்து உண்பதும் பரிமாறுவதும் எளிது. அப்படி ஏற்கனவே சில திருமணங்களுக்குப் பள்ளியைப் பயன்படுத்தியிருக்கிறோம் என்றார். அது அவனுக்கு வெகு திருப்தியாக இருந்தது. அவருக்குப் பலமுறை நன்றி சொன்னான். நண்பர்கள் சிலரிடமும் திருமண விஷயத்தைப் பகிர்ந்து கொண்டான். மாமனும் மச்சானும் வெற்றிலை பாக்கு வாங்கிக்கொண்டு மதியம் வருவதற்குள் திருமணச் செய்தி பள்ளி முழுக்கப் பரவி விட்டது.

அவன் எதிர்பார்க்காத வகையில் வேகமாக வேலைகள் நடந்தன. அவனைப் போலவே நிரந்தரப் பணியை எதிர்பார்த்துத் தற்காலிகமாகப் பணியாற்றும் நண்பர்கள் சிலர் உணவு ஏற்பாட்டுப் பொறுப்பை ஏற்றுக்கொண்டனர். சத்துணவு சமையலர்களிடம் பேசி மளிகைப் பொருள் பட்டியல் தயாரித்தனர். மறுநாள் எல்லாப் பொருளும் வந்துவிடும் என்றும் காய்கறிச் சந்தையில் தேவையானவற்றை வாங்கிக் கொள்ளலாம் என்றும் சொன்னார்கள். அவர்களுக்குத் தேவை யான பணத்தை மாமா கொடுத்தார். அந்த ஏற்பாடு அவருக்குப் பெரும் திருப்தி கொடுத்தது. அவன் சொன்ன கோயிலில் திருமணம் செய்வதில் எந்தப் பிரச்சினையும் இல்லை. அதற்குரிய ஏற்பாடுகளையும் செய்துவிட்டு வந்திருந்தார்கள்.

மாமாவையும் அழைத்துக்கொண்டு ஆசிரியர் அறைகளுக்குச் சென்று அவனுக்கு அறிமுகமான, ஆகாத எல்லா ஆசிரியர்களுக்கும் பணியாளர்களுக்கும் வெற்றிலை பாக்கு வைத்து அழைத்தார்கள். என்ன சொல்வது என்று அவனுக்குத் தெரியவில்லை. ஒவ்வொருவரிடமும் தன் மாமாவைக் காட்டி அறிமுகப்படுத்தினான். அவனையே தெரியாத ஆசிரியர்களும் இருந்தார்கள். அவர்களிடம் தன்னைத் தற்காலிக ஆங்கில ஆசிரியர் என்று அறிமுகப்படுத்திக் கொண்டு திருமண விஷயத்தைச் சொல்லி மாமாவை அறிமுகப்படுத்தினான்.

உடனே மாமா 'எம் பொண்ணுக்கும் மாப்பிள்ளைக்கும் முருகாசுரேசுவரர் கோயில்ல வர்ற ஞாயித்துக்கெழம காலையில கல்யாணங்க. முகூர்த்தம் காலையில் ஆறுலருந்து ஏழு வரைக்கும். கல்யாணம் முடிச்சுட்டு இங்க பள்ளிக்கொடத்துல சாப்பாடுங்க. ஊர்ல நடத்த வசதி பத்துல, அதான் இங்க நடத்தறம். நீங்கெல்லாந்தான் ஒறவுக்காரங்க. தவறாத வந்தரோணுங்க' என்று சொல்லி வெற்றிலை பாக்கைக் கையில் கொடுத்தார்.

வெற்றிலை பாக்கு வைத்து அழைப்பதைக் கேள்விப்பட்டிருந்த ஆசிரியர்களுக்கு அப்படி ஒரு அழைப்பு தங்களுக்கே வந்ததை ஆச்சரியமாகப் பார்த்தார்கள். அன்றைக்கெல்லாம் குமராசுரன்–மங்காசுரி திருமண அழைப்புத்தான் பள்ளியில் பேசுபொருளாக இருந்தது.

❖

16

'கல்யாணம் நல்லா நடந்துச்சாப்பா?' என்றான் முருகாசு. அவனுக்குத் தூக்கம் வரவில்லை. பெற்றோர் திருமணத்தின் பின்னணியில் இத்தனை விஷயம் இருக்கும் என்று எதிர்பார்க்கவில்லை. ஏதோ அத்தை மகன், மாமன் மகள் பந்தத்தில் திருமணம் செய்துகொண்டார்கள் என்று மேம்போக்காக நினைத்திருந்தான். குமராசுரருக்கும் தூக்கம் வரவில்லை. மகனுக்குத் தன் மீது எந்தச் சந்தேகமும் இருக்கக் கூடாது. அவன் அரைகுறையாக அறிந்திருந்தவை, அவன் அறிவுக்கே வராதவை எல்லாவற்றையும் இப்போது திறந்து முன்னால் வைத்துவிட வேண்டும். எதுவும் பேசாமல் படுக்கையில் இருந்து எழுந்து போய்ப் பீரோவுக்குள் வைத்திருந்த ஆல்பத்தை எடுத்துக்கொண்டு வந்தார். சிறிய அளவிலான இரு ஆல்பங்கள். அவன் கையில் கொடுத்துவிட்டுச் சொன்னார்.

'ஸ்கூல்ல ஒரு கேமரா இருந்துச்சு. அதுல நல்லா எடுக்கப் பழகி வெச்சிருந்தவரு ஓவிய ஆசிரியரு. அவருதான் ரண்டு ரோல் வாங்கிப் போட்டு எடுத்தாரு. ஒரு ரோலுக்கு முப்பத்தாறு படம் வரும். சிலது ஒண்ணு ரண்டு எச்சாவும் வரும். எடுக்கறப்ப சரியா வல்லீனா ஒண்ணு கொறஞ்சிரும். எங்க கல்யாணப் படம்னு இப்ப எழுபத்தொரு படம் இருக்குது. ஸ்டுடியோவிலயே இலவசமாப் போட்டுக் குடுத்த ஆல்பம் இது. பாரு.'

ஏற்கனவே ஓரிரு முறை அந்த ஆல்பங்களை அவன் பார்த்திருக்கிறான். பெற்றோர் திருமணப் பின்னணி தெரியாமல் பார்த்த சந்தர்ப்பங்கள் அவை. பெரிய சுவாரசியமில்லை. இப்போது ஆர்வத்தோடு பார்த்தான். வண்ணப் படங்கள்

மங்கி வெளுத்துத் தெரிந்தன. அம்மா அப்பா ஜாடையில் யாரோ இருந்தார்கள். இருவரும் அத்தனை ஒல்லி. அப்பாவின் கன்ன எலும்புகள் அப்படியே தெரிந்தன. வேலையில் சேர்ந்து நன்றாகச் சாப்பிட ஆரம்பித்த பிறகுதான் திருமணம் நடந்திருக்கிறது. படிக்கும் காலத்தில் எலும்புக்கூடாகத்தான் இருந்திருப்பாரோ? ‘அப்ப நாப்பத்திரண்டு கிலோதான் இருந்தன். நடக்கும்போது பாத்தா ஒடிஞ்சு உழுந்திருவியாட்டம் இருக்குதுன்னு எல்லாரும் கேலி பண்ணுவாங்க’ என்று சொல்லிச் சிரித்தார். சிரிப்பில் பெருங்கசப்பு மண்டியிருந்தது.

கோயிலில் திருமணம் நடந்தபோது அப்புச்சி, அம்மாயி, பாட்டி, மாமன் நால்வரும் நிறையப் படங்களில் உடன் நின்றனர். அப்பாவின் கையில் தாலியை வைத்திருக்கும் படங்களை மட்டும் தொடர்ச்சியாக வைத்து வீடியோ ஆக்கலாம். அண்மைப்படமாகத் தாலி தெரிந்த ஒரு படத்தைக் காட்டி ‘அசுர வம்சத்திலயே நம்ம கொலத்துக்காரங்கதான் இத்தாப் பெரிய தாலி கட்டுவாங்க. இதுக்குப் பெருந்தாலின்னே பேரு. பெருந்தாலி கட்டி வம்சம் நாம’ என்றார். மஞ்சள் கயிற்றில் கோத்திருந்த தாலியை உற்றுப் பார்த்தான். நூலை அறுத்துவிடுவது போன்ற கனம் கொண்ட தாலி. இத்தனை பெரிய தாலியை அம்மா கழுத்தில் அணிந்திருந்ததில்லை. வளையம் போலச் சிறுநூல்கயிறு எப்போதும் கழுத்தில் இருக்கும். அழுக்கடைந்து கறுத்துக் கிடக்கும் அதை எப்போதாவது புதிதாக மாற்றுவார்.

‘அழுக்கக் கயிறாத் திரிச்சுப் போட்டிருக்கறாப்பல இருக்குதும்மா’ என்று முருகாசு ஒருமுறை சொன்னான். அம்மாவின் நெஞ்சில் முகம் புதைத்துக்கொண்டு தூங்கும் சின்ன வயது. கயிற்றின் அழுக்கு நாற்றம் நாசியில் ஏறிற்று. ‘இது எத்தன மொற மாத்துனாலும் தீராத அழுக்குடா’ என்று சிரித்தார். ‘புதுக்கயிறு மாத்தலாமுல்ல’ என்றான். ‘புதுக்கயிறு ஏது? எல்லாம் பழசுதான்’ என்று தொடங்கியவர் ‘வேர்வய உறிஞ்சி உறிஞ்சிக் கயிறு அழுக்கா மாறீருது. நானு எத்தனதான் மாத்துவன்? கானக்காட்டுக்குப் போவும்போதுதான் ஒட்டுமொத்தமா அறுத்தெறியோணும்’ என்று சொல்லிக்கொண்டு அன்றைக்கே நூலைத் தேடினார் அம்மா. ‘கானக்காடுன்னா என்னம்மா?’ அவன் கேட்டான். ‘ம்… எல்லா ஒடம்பும் போயிச் சேர்ற அனாதி வனம் அது’ என்றார். அப்போதும் அவனுக்குப் புரியவில்லை. அன்றைக்குக் கயிறு மாற்றினார். வலுவான நூலை எடுத்துக் கழுத்துக்கு அளவு பார்த்து மஞ்சள் பூசிக் காய வைத்தார். கழுத்தில் கட்டிக்கொள்ளும்போது முடிச்சிட முடியவில்லை. ‘குடும்மா, நான் கட்டறன்’ என்றான். ‘அப்பனும் கட்டுவான், மகனும் கட்டுவானா? எனக்கு எவனும்

கட்ட வேண்டாம், போடா’ என்று விரட்டிவிட்டுத் தானே கட்டிக்கொண்டார். இப்படித்தான், கயிறு கறுத்துப் போனதை யாராவது சொன்னால் மாற்றுவார்.

அம்மாவின் பேச்சும் அந்தச் சம்பவமும் அவன் மனதில் அப்படியே இருந்தன. அம்மாவின் சொற்கள் புரியாத வயது அது. இப்போது அவற்றுக்குள் என்னென்னவோ இருப்பது போலப் பட்டது. ஆல்பத்தைப் பார்த்துத் தாலியைச் சுட்டிய அவன் ‘இந்தத் தாலிய அம்மா கழுத்துல பாத்ததே இல்லியேப்பா’ என்றான். அப்பா எழுந்து போய்ப் பீரோவைத் திறந்து எதையோ எடுத்துக்கொண்டு வந்தார்.

‘கல்யாணத்தப்ப மாமனால தாலி மட்டுந்தான் செய்ய முடிஞ்சது. அத மஞ்சக் கயித்துல கோத்துக் கட்டுனன். எனக்கு வேல நெரந்தரம் ஆனதும் மொதல்ல செஞ்சது இந்தத் தாலிக்கொடிதான். தாலி ஒன்றரப் பவுனு, கொடி ஏழரப் பவுனு, மொத்தம் ஒம்பது பவுனுக்கொடி. நம்ம சனத்துல தாலிக்கொடி இல்லீனாக் கேவலமா நெனப்பாங்க. வவுத்துக்குச் சோறு இல்லீனாலும் கழுத்துக்குக் கொடி வேணும். அதான் கைல காசு வந்ததும் மொதல்ல இதச் செஞ்சன். எங்கம்மாவுக்கும் மாமனுக்கும் இதப் பாத்ததும் அப்படி ஒரு சந்தோசம். ஆனா, உங்கம்மா எனக்குத் தெரிய அஞ்சாறு தடவ கழுத்துல போட்டிருப்பா, அவ்வளவுதான். போட்டுக்க கன்னு, போட்டுக்க கன்னுன்னு மாமன் எத்தனையோ மொற சொன்னாரு. வீட்டுக்குள்ள இருக்கயில கனமாப் போட்டாக் கழுத்த அறுக்கற மாதிரி இருக்குது, மஞ்சக்கயிறே போதும்னு சொல்லிட்டா. அப்பறம் அப்படியே உட்டுட்டம். இப்ப உங்கம்மா இத மட்டும் வெச்சுட்டுப் போயிட்டா.’ சொல்லிக்கொண்டே தாலிக்கொடியை அவன் முன்னால் உயர்த்திக் காட்டினார்.

அதிகம் பயன்படுத்தாததால் தேய்வில்லை. மெருகும் குலைய வில்லை. விளக்கு வெளிச்சத்தில் புதிது போல மினுங்கிற்று. ‘அவ நகையெல்லாம் எடுத்துக்கிட்டுப் போனவ, இத மட்டும் அந்த லட்டர் மேல வெச்சிட்டுப் போயிருந்தா’ என்று சொல்லிவிட்டுத் தலையைக் குனிந்துகொண்டார். தாலிக்கொடியைப் போட்டிருக்க வில்லை, இப்போது அதை மட்டும் வைத்துவிட்டுப் போயிருக் கிறார். தன்னையே உதறிவிட்டுப் போனதாக அப்பா கருதுகிறார் போல. ‘என்னப்பா?’ என்றான். ‘ஒரு ஆம்பளைக்கு இதவிட வேறென்ன அவமானம் இருக்குது? அவளுக்குப் புருசனா நடந்துக்கிட்டந்தான? இல்லாமையா மூனு கொழந்தயப் பெத்தா? இப்ப, நீ புருசனில்லைன்னு சொல்லீட்டுப் போயிருக்கறா. என்ன நெஞ்சழுத்தம் பாத்துக்க.’ அப்பாவின் முகம் கனிந்து

அழுகைக்குத் தயாராக இருந்தது. ஒரு அழுகைக் காட்சியை எதிர்கொள்வதில் அவனுக்கிருந்த சங்கடத்தைக் கண்டு குமராசுரர் கழுவறைக்குள் போய்விட்டார்.

தன் பெற்றோர் வாழ்க்கையில் ஏதேதோ புதிர்கள் இருப்ப தாக முருகாசுக்குப் பட்டது. புதிர் முடிச்சுக்களை அதிகரித்துக் கொண்டே போகிறார் அப்பா. அவற்றை அவிழ்ப்பதற்கு உதவினால்தான் அம்மாவைக் கண்டுபிடிக்க முடியும். ஏதாவது கணத்தில் முடிச்சின் நுனியை இழுத்துவிட்டால் எல்லாம் பொலபொலவென்று கொட்டிவிடும். அந்தக் கணம் வரட்டும் என்று எண்ணிக்கொண்டே ஆல்பத்தை அப்படியே மடி மேல் வைத்துக்கொண்டு படுக்கையில் சாய்ந்து கொண்டான். சில நிமிடங்கள் கழித்து வெளியே வந்த குமராசுரர் முகத்தில் தெளிச்சி இருந்தது. நீர் சொட்டும் முகத்தைத் துண்டால் துடைத்துக்கொண்டே அவனருகே வந்து உட்கார்ந்து கொண்டார்.

'ஆல்பத்தப் பாரு' என்று அவரும் தலையணையை முதுகுக்கு வைத்துக்கொண்டு சாய்ந்து அவன் பக்கம் திரும்பினார். திருமணம் முடிந்ததும் கருவறை முன்னால் நின்று மணமக்கள் கும்பிடும் காட்சி இருபடங்கள். அதற்குச் சொன்னார், 'முருகாசுரேசுவரன் கோயில்ல கல்யாணம் நடந்துச்சு. அந்த ஞாபகமாத்தான் உனக்கு முருகாசுன்னு பேரு வெச்சன்' என்றார். அவனுக்கு அது புதுச்செய்தி. அந்தக் கோயிலுக்குப் போனதேயில்லை. அப்பாவின் பள்ளிக்குப் போக நேர்ந்த சந்தர்ப்பங்களில் கோயில் வழியாகப் போயிருக்கிறான். நின்று பார்த்ததில்லை. உள்ளே போய்ப் பார்த்து ஒருமுறை கும்பிட்டு வர வேண்டும். 'எனக்குப் பேரு கொடுத்த சாமியா?' என்ற போது மகிழ்ச்சியால் உள்ளம் வெளிச்சமாவதாகப் பட்டது.

பள்ளி ஆசிரியர்கள் கூட்டமாக நின்ற படங்கள் பல. நீள முற்றத்தில் பெஞ்சுகளில் உட்கார்ந்து சாப்பிடும் காட்சி. அவனுக்குத் தெரிந்த சில ஆசிரியர்களைக் காட்டினார். அவனுக்குத் தெரிந்த உருவங்களுக்கும் புகைப்படத்தில் இருந்த உருவங்களுக்கும் பெருத்த வேறுபாடு. பள்ளி வளாகம் அருமையாகக் காட்சியாகியிருந்தது. நெகிழித்தாள்களுக்குள் வைக்கப்பட்டிருந்ததால் படங்கள் பழைய நினைவுகள் போல ரொம்பவும் மங்கித் தெரிந்தன. படங்களை எல்லாம் புதிதாக்க வேண்டும். முதலில் எல்லாவற்றையும் ஸ்கேன் செய்து வைக்க வேண்டும். தலைமையாசிரியரைக் காட்டி 'அவராலதான் எனக்கு எந்தக் கஷ்டமும் இல்லாத போச்சு. அவரு இப்ப இல்ல. ரொம்ப நல்ல மனுசன். வேற கொலத்துக்காரரா இருந்தாலும் எம்மேல அப்படி ஒரு பாசம். அவராலதான் எனக்கு இந்த

வேல கெடச்சுச்சு' என்றார். 'வேல குடுக்கக் கொலமெல்லாம் பாப்பாங்களா?' என்று ஆச்சரியமாகக் கேட்டான். 'ஆமா, பாப்பாங்க. இப்ப உங்க மாதிரி நிறுவன வேலையில பாக்கறாங் களான்னு தெரியல. எங்க காலத்துல ரொம்ப உண்டு' என்றார் சாதாரணமாக.

அம்மாவின் முகத்தை ஒவ்வொரு படத்திலும் உற்றுப் பார்த்தான். பெரும்பாலான படங்களில் குனிந்தபடி இருந்தார். மணப்பெண் வெட்கத்தில் தலைகுனிந்து இருக்க வேண்டும் என்பது அப்போதைய விதி போலும். சில படங்களில் முகத்தின் ஒருபகுதி மட்டுமோ பக்கவாட்டுத் தோற்றமோதான் தெரிந்தன. பள்ளியில் எடுத்த படங்களில் நேரடிப் பார்வை இருந்தது. முகத்தில் சிரிப்போ மகிழ்ச்சியோ தெரியவில்லை. பெருத்த சோகத்தில் இருந்தது போலவும் இல்லை. இதற்கு நான் காரணமில்லை என்னும் விலகலை உணர்த்தும் நிலை இதுவோ? இப்படிப்பட்ட முகம் அவனுக்கு நன்கு தெரிந்ததுதான். வீட்டில் நடக்கும் சம்பவங்களின் போதும் அம்மாவின் முகம் இப்படித்தான் இருக்கும். இது இயல்பானதா? வருவித்துக் கொண்டதா? 'என்னம்மா ஆச்சு உனக்கு?' என்று மனதுக்குள் கேட்டுக் கொண்டான். அவனையும் அறியாமல் பெருமூச்சு வந்தது.

புகைப்படங்கள் கிளர்த்திய நினைவுகளில் அப்பா இருந்தார்.

'ஸ்கூல்ல எல்லாரும் அப்படி உதவி பண்ணுனாங்க. நூறு ஆசிரியர்களுக்கு மேல அழைப்பு வெச்சம். வெத்தலயே ரண்டு மூனு கவுளி ஆச்சு. ஐம்பது அறுபது பேரு வந்திட்டாங்க. கொஞ்சம் தூரமா இருந்தவங்கதான் வர முடியல. ஆசிரியர்கள் சார்பா ஒரு இரும்பு பீரோ வாங்கிக் குடுத்தாங்க. எதிர்பார்க்கவே இல்ல. எனக்குன்னா கண்ணு கலங்கிருச்சு. நான் வெச்சிருக்கறனே இந்தப் பீரோ, இதுதான் அவுங்க வாங்கிக் குடுத்தது. இத்தன வருசத்துல எத்தனையோ பொருள் வாங்கிட்டன். என்னென்னவோ செஞ்சிட்டன். உங்களுக்கெல்லாம் சின்ன வயசுலயே ஆளுக்கொரு பீரோ ஒதுக்கிக் குடுத்தன். ஒவ்வொரு ரூமுலயும் அலமாரி வெச்சுக் கட்டுனன். ஆனா அப்ப? கல்யாணம் பண்றப்ப எங்கிட்ட ஒரு பொருளும் இல்ல. வீடே தொடச்சு எடுத்தாப்பலதான் இருக்கும். இந்தப் பீரோதான் மொதமொதல்ல உருப்படியான பொருளுன்னு வீட்டுக்கு வந்துச்சு. இது வந்த ராசிதான் ஒன்னொன்னாச் சேந்துச்சு. அந்த ஸ்கூல் எனக்கு வேல மட்டும் குடுக்கல, கல்யாணமும் பண்ணி வெச்சது.'

இப்போதும் அவர் கண் கலங்கியிருக்கலாம். குரலில் கம்மல் தெரிந்தது. அவரைத் திசை திருப்ப இன்னொரு கேள்வியைப் போட்டான்.

'கல்யாணத்துக்கு ஸ்கூல் பசங்ககூட வந்திருக்கறாங்க?'

சில படங்களில் பள்ளிப் பையன்களின் முகங்கள் தெரிந்தன. மணமக்களோடு பையன்கள் மட்டும் நிற்கும் குழுப் புகைப்படம் ஒன்றும் இருந்தது. அதில் இருபது பேருக்கும் மேல் இருந்தார்கள். அந்தப் படத்தைப் பார்க்கையில் அப்பாவின் முகத்திலும் குரலிலும் பெருமிதம் சேர்ந்தது.

'இவங்கெல்லாம் எனக்கு மொத செட்டுப் பசங்க. இன்னைக்குப் பல பேரு நல்ல நெலையில இருக்கறாங்க. அன்னைக்கு அவனுங்கெல்லாம் ஓடி ஓடிப் பரிமாறுனதப் பாக்கோணுமே. அவுங்க ஊட்டுக் கலியாணத்துலகூட அப்படிச் செஞ்சிருக்க மாட்டானுங்க' என்றவர் ஆழ்ந்த பெருமூச்சை விட்டுவிட்டு மேலும் தொடர்ந்தார்.

❖

17

அப்பாவின் பேச்சு சுழன்று சுழன்று மேலேறிக் கொண்டேயிருந்தது. முருகாசு கவனித்துக் கேட்டான்.

'அப்ப எனக்கு ஒன்பதாவதும் பத்தாவதும் வகுப்பு குடுத்திருந்தாங்க. நல்லா அன்பான பசங்க. நான் போற வகுப்புப் பசங்கள மட்டும் வாங்கடான்னு சொல்லியிருந்தன். இருபது முப்பது பேரு வந்துட்டானுங்க. அவனுங்கதான் சாப்பாட்டுக்குப் பெஞ்சு எடுத்துப் போட்டது, சாப்பாட்டுப் பாத்திரங்கள எடுத்து வந்து வெச்சது, பரிமாறுனது எல்லாம். பத்துப் பசங்க வந்தா ஒரு படையே வந்த மாதிரி. அப்பத்தான் எனக்குப் பசங்க மேல அப்படி ஒரு பிரியம் வந்திச்சு. இதோ வேலையில இருந்து ரிட்டயர்டு ஆகற வெரைக்கும் அந்தப் பிரியம் கொறையாம பாத்துக்கிட்டன். எங்க அம்மாவுக்கும் மாமனுக்குமே பெரிய சந்தோசம். உனக்கு இந்த ஊர்ல இத்தன பேரு இருக்கறாங்களா மாப்பிள்ளைன்னு கேட்டுக் கேட்டு மாஞ்சு போனாரு. பணத்தச் சம்பாரிக்காட்டிப் போவுது, சனத்த சம்பாரிச்சு வெச்சிருக்கறயே அது போதும்னு சொன்னாரு. இவ்ளோ பெரிய ஊர்ல தனியா வந்து இருக்கறானேன்னு மனசுக்குள்ள இருந்த கவலயெல்லாம் காணாத போயிருச்சு. எல்லாத்துக்கும் காரணம் ஸ்கூல்தான்.'

அவருக்குப் பள்ளியோடு இருந்த பிணைப்புக்குக் காரணம் ஆழமானது. 'ஸ்கூல்லயே ஒரு ரூம் குடுத்தாங்கன்னா அப்பா அங்கயே இருந்திருவாரு' என்று அக்கா கேலி செய்வாள். அதற்கெல்லாம் அசர மாட்டார். 'ஒரு ரூம் என்ன, ஸ்கூலே என்னுதுதான்' என்பார். விடுமுறை நாட்களில்கூட ஏதோ ஒரு காரணத்தை வைத்துக்கொண்டு பள்ளிப் பக்கம் போய் வருவார். அம்மா காணாமல் போனது மட்டுமல்ல, ஓய்வு பெற்றதும் அப்பாவுக்குப் பெரிய கஷ்டமாகவே இருந்திருக்கும். இரண்டும் ஒருசேர

வந்தபோது எப்படிச் சமாளித்தாரோ? இளவயது மன திடம் இப்போதும் கலையாமல் இருக்கிறது. அப்படி யோசித்த போது அவனுக்குக் கொஞ்சம் நிம்மதி வந்தது. எதையும் சமாளிக்க அப்பாவால் முடியும்.

'ரிட்டயர்டு ஆனதும் சேந்து உனக்குப் பெரிய கஷ்டந்தாப்பா' என்றான். ஆழ்ந்த பெருமூச்சை விட்டுக்கொண்டு அவனைப் பார்த்தார்.

பள்ளியைப் பற்றிப் பேசுவதென்றால் குமராசுரருக்குப் பெரும் உற்சாகம் வந்துவிடும். எங்கே நிறுத்துவது என்றே தெரியாமல் அதுபாட்டுக்குப் போய்க் கொண்டேயிருக்கும். அவருக்குப் பள்ளியும் வீடும். அம்மாவுக்கு வீடு மட்டும். இத்தனை சுருங்கிய இடத்திற்குள் காலத்தைக் கழித்துவிட முடிகிறது. அதைப் பற்றி யோசித்த முருகாசுவைப் பார்த்துச் சொன்னார்.

'ரிட்டயர்ட் ஆனது ஒண்ணும் கஷ்டம் இல்லடா. வயசாவுது, போதும்னு தோனிருச்சு. நீங்கெல்லாம் ஒரு நெலக்கி வந்துட்டீங்க. என்னோட சம்பாத்தியம் இன்னமே எதுக்காவப் போவுது? எம் வயித்துக்கு மூனு வேள சோறு. உங்கம்மா இருந்திருந்தா அவளுக்கும் சோறுதான். ரண்டு பேரு வவுத்துச் சோத்துக்கு எவ்வளவு செலவாவப் போவுது? பென்சன் பணத்துல கால்வாசி போதும். யாருக்கு சம்பாரிச்சு வெக்கறம்? அப்பறம் இப்பவும் ஸ்கூலுக்குப் போயிக்கிட்டுத்தான் இருக்கறன். தெனமும் சாயங்காலம் ஸ்கூலுக்குப் போயிருவன். பெரிய மைதானத்தச் சுத்தியும் மரங்களெல்லாம் வானொசரம் வளந்திருச்சு. வேல செஞ்சுக்கிட்டு இருந்தப்ப இந்த வித்தியாசம் எனக்குத் தெரீல. இப்பத் தெரீது. அதுல பல மரம் செடியா வெச்ச போதிருந்து எனக்குத் தெரியும். அட, இந்த மரம் இந்தச் சமயத்துல வெச்ச மரந்தான அப்படீன்னு இப்பத் தோனுது. தெனமும் ஒவ்வொரு மரத்தடியில உக்காந்துட்டு வர்றன். மைதானத்து மூலையில பெரிய ஆலமரம் ஒண்ணு இருக்குதில்ல, அதனடியில ரொம்ப நேரம் உக்காந்திருப்பன், ஏன் தெரியுமா?'

அந்தப் பள்ளிக்கு ஓரிரு முறை மட்டுமே போயிருக்கிறான். அவன் நினைவில் மைதானமும் வரவில்லை, மரமும் வரவில்லை. ஆலமரத்தைப் பார்த்தது உண்டா, படித்ததுதானா என்று அவனுக்கு நினைவு வரவில்லை. ஏதேனும் திரைப்படத்தில் பார்த்திருக்கலாம். பேய்ப் படங்களில் ஆலமரம் வராமல் இருக்காது. இப்போதும் அவனுக்குப் பேய்ப்படங்கள் மீதொரு பிரேமை உண்டு. பள்ளி ஆலமரம் மனதில் இல்லை. அதைக் காட்டிக்கொள்ளாமல் தெரிந்தது போல ஆமோதித்து 'ம்' என்று தலையசைத்து வைத்தான்.

‘எங்க கல்யாண விருந்தெல்லாம் முடிஞ்சு எல்லாரும் கெளம்பிக்கிட்டு இருந்தப்பத் திடீர்னு நெனப்பு வந்தாப்பல தலைமையாசிரியர் எங்கள நிறுத்தி உங்க கல்யாண நினைவா ஒரு செடி நட்டுட்டுப் போங்கன்னு சொன்னாரு. ஒடனே செடிக்கு எங்க போறது? பசங்க தேடிப் போயி கட்டடத்துச் செவுத்துல மொளச்சிருந்த ஆலஞ்செடி ஒன்னப் பொறுமையாப் புடுங்கிக்கிட்டு வந்தாங்க. அப்பவும் வேரு அறுந்து போயித்தான் இருந்துச்சு. கல்யாண நாளுல வெக்கறமே வருமா வராதான்னு எனக்குக் கொழப்பம். பசங்கதான் ஆலஞ்செடி எப்படி இருந்தாலும் வந்திரும், இதுல நுனிதான் அறுந்திருச்சு, வெய்யிங்க சார்னு சொன்னாங்க. நானும் உங்கம்மாவும் சேந்துதான் நட்டோம். அதுதான் இன்னைக்குக் கெளச்சுப் படர்ந்து விழுதுவிட்டு நிக்குது. விழுதயெல்லாம் அளவா வெட்டிவிட்டு இத்தன வருசமும் நாந்தான் பாத்துக்கிட்டன். விழுதப் புடிச்சுத் தொங்கி ஆடணும்னு ஆசயா இருக்கும். பசங்க அப்படி ஆடும்போது நானும் ஒருத்தனா அதுல மனசால போயி ஆடுவன்.’

அவர் முகத்தில் உச்ச மகிழ்ச்சி கூடியிருந்தது. நிமிர்ந்து பார்த்த முருகாசுவை அவர் கவனிக்கவில்லை.

‘ஒரு கல்யாணக் கூட்டமே மரத்தடியில நிக்கலாம். நான் ரிட்டயர்டு ஆகறத ஒட்டி ஸ்கூலுக்கு எதுனா செய்யலாம்னு தோனுச்சு. அந்த மரத்தடியில இருபது பெஞ்சும் மேசையும் கான்கிரீட்ல போட்டுக் குடுத்திருக்கறன். பசங்கெல்லாம் அதுல சந்தோசமா உக்கோந்துக்கிட்டுப் படிக்கறாங்க, எழுதறாங்க, சாப்பிடறாங்க, வெளையாட்டப் பாக்கறாங்க. மரத்துல ராத்திரிக்கி நெறையப் பறவைங்க வந்து அடையுது. அதுங்க போடற எச்சந்தான் பெஞ்செல்லாம் உழுந்து கெடக்குது. ஸ்கூல்ல வேல செய்யற கூட்டற அம்மாவ தெனமும் அதச் சுத்தம் பண்ணீரமுன்னு சொல்லி மாசத்துக்கு ஒரு சம்பளம் குடுக்கறன். காலையில இருபதையும் கூட்டித் தொடச்சிருவாங்க. அந்த மரத்தடியில உக்காந்துக்கிட்டா நேரம் போறதே தெரியாது. மைதானத்துல சாயங்காலம் பசங்க கும்பலா வெளையாடறாங்க. அதப் பாக்கப் பாக்கப் பாத்துக்கிட்டே இருக்கலாம்னு தோணும். வீட்டுக்கு வந்தாத்தான் கஷ்டம்.’

இதற்கு என்ன பதில் சொல்வதென்று அவனுக்குத் தெரியவில்லை. அம்மா இருந்திருந்தால் வீடும் அப்பாவுக்குக் கஷ்டமாக இருந்திருக்காதோ? பள்ளிக்குப் போய் ஆலமரத்தைப் பார்த்து அதனடியில் இருக்கும் பெஞ்சில் உட்கார வேண்டும் என்று ஆசையாக இருந்தது. ‘நாளைக்கு நானும் வர்றம்பா. ஆலமரத்தயும் பெஞ்சையும் பாக்கலாமே’ என்றான். ‘வா, போலாம் வா’ என்று சொல்லும் போது அவர் முகத்தில் சாதனைப்

பெருமிதம் ஏறிக்கொண்டது. இத்தனை வருசம் உடனிருந்தாலும் அம்மாவையும் அப்பாவையும் பற்றித் தனக்கு ஒன்றுமே தெரியவில்லை என்று வருந்தினான். ஏன் இப்படி ஆயிற்று? படிப்பு, வேலை ஆகியவற்றுக்குத்தான் பெற்றோரா? அதற்கு மேல் அவர்களிடமிருந்து எதைப் பெறுகிறோம்? அவர்கள் வாழ்க்கை, அனுபவம், வருத்தம், மகிழ்ச்சி எதைப் பற்றியும் அறியாமல் எப்படி உடனிருக்கிறோம்? அவன் பெருங்குழப்பத்துக்கு ஆளானான்.

குமராசுரர் ஆல்பத்தை எடுத்துப் போய் பீரோவில் வைத்துவிட்டு வந்து படுத்தார். அவன் நகர்ந்து அவரை ஒட்டிப் படுத்தான். கையை அவர் வயிற்றில் போட்டுக் கட்டிக் கொண்டான். முன்னெல்லாம் அவர் உடலைத் தொடும்போது இறுக்கம் இருக்கும். இப்போது நெகிழ்ந்து குழைந்துவிட்டதாக உணர்ந்தான். வயதானதாலா? வருத்தத்தாலா? அழுது விடுவோமோ என்றிருந்தது. கட்டுப்படுத்த முயன்று அவரை இன்னும் இறுக்கிக் கொண்டான். அறையின் வெதுவெதுப்பு இதம். குழந்தையைப் போல அப்பாவைக் கட்டிக்கொண்டு இந்த நான்கு சுவருக்குள்ளேயே இருந்துவிட்டால் எந்தப் பிரச்சினையும் இல்லை. எல்லாவற்றில் இருந்தும் தப்பித்து மிகவும் பாதுகாப்பாக இருப்பது போலப் பட்டது. அவன் கையைத் தட்டிக்கொண்டே குமராசுரர் சொன்னார்.

'ரிட்டயர்ட் ஆகி வீட்டுக்கு வந்த அன்னைக்கித்தான் சமாளிக்க முடியல. எல்லாரும் உட்டுட்டுப் போயிட்டாங்க. வீட்டுல யாருமில்ல. உங்கம்மா முகங் குடுத்துப் பேசலன்னாலும் அவ இருக்கறாங்கறதே எனக்குப் பெரிய தைரியத்தக் குடுக்கும். தைரியமே போயிருச்சு. இப்படி லட்டர் வேற எழுதி வெச்சிருந்தாளா, என்ன பண்றதுன்னே தெரீல. யோசிச்சு யோசிச்சுக் குழம்பித் தூக்கமே இல்ல. நடுராத்திரியில தூக்கு மாட்டிக்கிட்டுச் செத்துப் போயிரலாமுன்னு தோனுச்சு. இன்னமே இருந்து என்ன பண்றம்? யாருக்குப் பிரயோசனம்? உன்ன நம்பித்தான மங்காளக் கலியாணம் பண்ணி வெச்சன், இத்தன வருசத்துல அவள உம்பக்கம் திருப்ப முடியலியா, காணாத போக்கிட்டியேன்னு எங்க மாமா நெஞ்சுல அடிச்சுக்கிட்டுக் கத்தற மாதிரி இருக்குது. பொண்டாட்டி ஊட்ட உட்டு ஓடிப் போயிட்டா, அம்பத்தஞ்சு வயசுல ஒரு பொம்பள ஓடிப் போயிருக்கறா, அப்படீன்னா அவ சின்ன வயசுல எப்படி இருந்திருப்பான்னு நம்ம தெருக்காரங்க எல்லாம் பேசற மாதிரி காதுல கேக்குது. காய்கறிக்காரனோட ஓடிப் போனாளோ, பழக்காரனோட ஓடிப் போனாளோன்னு யார் யாரையோ சம்பந்தப்படுத்தித் தெருவே பேசுது. பொம்பள எந்த வயசுல வீட்ட விட்டு வெளிய

போனாலும் எவனோடவோ ஓடிப் போயிட்டான்னுதான் ஊரு பேசும். எங்காதுல எத்தனையோ பேச்சு வந்து விழுது. எல்லாமே ஒண்ணுமில்லாத போயிட்ட மாதிரி இருக்குது. அந்நேரத்துக்குக் கயித்தக்கூடத் தேட ஆரம்பிச்சிட்டன்.'

'ஐயையோ ... எப்படி அதுலருந்து வெளியில வந்த?' என்று கேட்டு அவரை இன்னும் கொஞ்சம் இறுக்கிக் கொண்டான். அப்பாவுடன் இப்படி நெருக்கமாகப் படுத்திருந்த நாட்கள் மிகவும் குறைவு. சமையலறையில் வேலைகளை முடித்துவிட்டு வந்து படுக்க அம்மாவுக்கு நேரம் ஆகும். அதுவரைக்கும் அவனால் தூக்கம் பொறுக்க முடியாது. வழியில்லாமல் அப்பாவிடம் வந்து படுப்பான். அவரைக் கட்டிக்கொண்டு தூங்கும் அவன், விழிப்பு வரும் நேரத்தில் எழுந்து ஓடிப் போய் அம்மாவிடம் படுத்துக் கொள்வான். இப்போது அந்த வயது நினைவு தோன்றித் தன்னைச் சின்னப் பையனாகவே உணர்ந்தான்.

'கயித்தத் தேடுனப்ப எங்கம்மாவோட படம் கண்ணுல பட்டுச்சு. அந்த நொடியே எண்ணமெல்லாம் மாறிப் போயிருச்சு. வாழ வேண்டிய வயசுல புருசனில்லாத எங்கம்மா பட்ட கஷ்டமெல்லாம் நெனப்பு வந்திச்சு. இப்பக் கிட்டத்தட்ட எம்பது வயசு வரைக்கும் வாழ்ந்திருச்சு. மகன் கூட இல்லைன்னாலும் எங்கயோ நல்லா இருக்கறான்னு சந்தோசப்பட்டுக்கிட்டுக் கெடக்குது. இப்பச் செத்துட்டான்னு காதுல கேட்டா இந்த வயசான காலத்துல எங்கம்மாளுக்கு மறுபடியும் மனசு கொலஞ்சு போயிரும். புருசன் கொலையானான், மகன் தற்கொல பண்ணிக்கிட்டான்னு கேட்டாத் தாங்குமா? அதுக்கு ஆளாக்கக் கூடாதுன்னு தோணுச்சு. எம் மனசுல இருந்த கலவரமெல்லாம் கலஞ்சு சுத்தமாயிருச்சு.'

அவர் மேலும் தொடர்ந்தார்.

'ஆனா மூனு நாளு வீட்டுக்குள்ளயே கெடந்தன். எதுக்கும் வெளீல போவுல. என்ன சாப்பிட்டன்னுகூட நெனப்பில்ல. அப்பப்பத் தண்ணி குடிச்சன். அதுமட்டும் தெரீது. படுத்தே கெடந்தன். தூக்கமும் வல்ல, விழிப்பும் இல்ல. ரண்டுங்கெட்டான் நெலம. அப்படிக் கெடந்தவன் மூனு நாளுக் கழிச்சு எந்திரிச்சு வெளிய வந்து பாக்கறன். வெகுகாலம் வெளிச்சத்தயே பாக்காத இருந்த மாதிரி எல்லாம் புதுசாத் தெரீது. வாசல்ல இருக்கற வேம்பு புதுசு. தெரு புதுசு. ஆளுங்க புதுசாத் தெரியறாங்க. சுவாசிக்கற காத்துக்கூடப் புதுசா இருந்துச்சு. என்னன்னு தெரீல. சரி, இந்தப் புது ஒலகத்துல புதுசா வாழ்வோம்னு சொல்லித் தெம்பானன். இதுநாள் வரைக்குமான என்னோட ஏக்கத்தப் போக்கிக்கத் தேட ஆரம்பிச்சன்.'

'எதைப்பா தேடுனீங்க?'

'ஒரு அசுரனுக்கு எத்தனையோ ஏக்கம் இருக்குது. பணமில்லைன்னு ஏக்கம், பொருளில்லைன்னு ஏக்கம், வயசில்லைன்னு ஏக்கம்னு இப்படி எத்தன ஏக்கம். எல்லாத்துலயும் எந்த ஏக்கம் பெருசு தெரியுமா?'

அவன் பதிலுக்காக அவர் இடைவிட்டார்.

'நீங்களே சொல்லுங்கப்பா' என்றான்.

'இல்ல, நீ சொல்லு. உம்மனசுல என்ன இருக்குதுன்னு பாக்கறன்' என்றார்.

சற்றே தயக்கத்தோடு அவன் மெதுவாகச் சொன்னான்.

'காம ஏக்கம்பா.'

❖

18

முருகாசு அப்படிச் சொல்லிவிட்டு நாக்கைக் கடித்துக்கொண்டான். அவன் கையைத் தட்டிய குமராசுரர் மேற்கொண்டு பேசினார்.

'உன் வயசுல அதத்தான் சொல்வ. காமமும் தீந்து போயிரும். பொறந்ததுல இருந்து சாகற வரைக்கும் தொடர்ந்து வர்றது அன்புக்கான ஏக்கந்தான். சாவே நெறையப் பேருக்கு அதனாலதான் வருது. அன்புக்கான ஏக்கம் தீராது. ஒவ்வொரு உசுரும் அன்புக்குத்தான் ஏங்குது. சின்னப் புழுபூச்சி, நாயிநரி, ஆனபூனயிலருந்து பெரிய அசுரன் வரைக்கும் ஒவ்வொரு உசுரும் அன்புக்குத்தான் ஏங்குது. அன்புக்கான ஏக்கம் ஒருபோதும் தீராது. எல்லா ஏக்கத்திலும் பெரிசு அன்புக்கான ஏக்கந்தான்.'

அப்பாவின் வார்த்தைகள் சுழன்று சுழன்று அவனைப் புரட்டின.

'காமத்துல அன்பு இல்லையாப்பா ?' என்றான்.

'இருக்குது. ஒரு எதிர்பார்ப்போட இருக்கற அன்பு. வாங்கிக்கறதோ கொடுக்கறதோ எதோ ஒண்ணு அதுல நடக்குதே.'

'எதுவுமே நடக்காத அன்ப வெளிப்படுத்தறதோ வாங்கிக்கறதோ எப்படிப்பா சாத்தியம் ?'

'நடக்கும். அன்பக் கொடுக்கறதும் வாங்கிக்கற தும் மட்டும் நடக்கும். வேறெந்த எதிர்பார்ப்பும் இருக்காது. வேறெந்தச் செயல்பாடும் இருக்காது. ஆலமரத்தடியில போயி உக்காந்திருக்கறன். வெளையாடிக் களச்ச பசங்க ஓடி வந்து கொஞ்ச நேரம் ஓய்வெடுப்பாங்க. அவுங்க என்னப் பாத்துச் சிரிப்பாங்க பாரு, அதுல என்ன எதிர்பார்ப்பு இருக்குது? நானும் ஒரு சிரிப்பக் குடுப்பன். அவ்வளவுதான். ஒரு சொல்கூட இல்ல. சொல்

தேவையே இல்ல. அடுத்த அஞ்சு நிமிசத்துல அந்தப் பையன் எந்திரிச்சு ஓடிருவான். மைதானத்துல கூட்டமா இருக்கற பசங்ள்ல அவன் யாருன்னு என்னால கண்டுபிடிக்க முடியாது. கண்டுபுடிச்சு என்ன செய்யப் போறம்? அவன் எனக்குக் குடுத்துட்டுப் போன சிரிப்பு எங்கிட்ட அப்படியே இருக்குது. என்னயப் பொருத்தவரைக்கும் அந்தச் சிரிப்புத்தான் அவன். கொறஞ்சது ஒருநாளுக்குத் தாங்கற அன்பு அதுல இருக்குது.'

'எல்லா அன்பையும் அப்படி எதிர்பார்க்க முடியுமா? அது ஒரு நிமிசத்துல கரஞ்சு போற அன்பு. கூடவே இருக்கறவங்ககிட்ட அப்படி எதிர்பார்க்கலாமா?'

'கூடவே இருக்கறவங்ககிட்ட அன்ப வாங்கறதுக்கு நாம என்னென்னமோ முயற்சி பண்றம். ஒருத்தருக்கு வேணுங்கற பொருள் ஒண்ணு வாங்கிக் குடுத்துச் சந்தோசப்படுத்துனா அன்பு கிடச்சிரும்னு நெனைக்கறம். பொருளத்தான் அன்போட அடையாளம்னு நெனச்சிக்கிட்டு இருக்கறம். அதெல்லாம் இல்ல. உங்கம்மாவுக்கு எத்தன பொருள் வாங்கிக் குடுத்திருக்கறன். நகையிலிருந்து அவளுக்கு என்னென்ன தேவைன்னு பாத்துப் பாத்துச் செஞ்சிருக்கறன். அதனால அவளோட அன்பு எனக்குக் கிடச்சிருச்சா? அன்பு கிடைக்காட்டியும் போகுது. என்னய வெறுக்காத இருந்தாப் போதும்னு இப்பெல்லாம் தோனுது. அவ என்னய வெறுத்துட்டுப் போயிருப்பான்னு நம்பல. அவ என்னய வெறுக்க என்ன காரணம் இருக்குது? என்னவோ தெரீல, பக்கத்துல நாப்பது வருசமா இருந்தாலும் அவளுக்கு என் மேல அன்பு வர்ல. அதப் பத்தித்தான் யோசிச்சுக்கிட்டே இருக்கறன். இப்ப என்னோட முடிவு என்ன தெரீமா?'

'என்னப்பா?'

'ஒரு நொடியில கிடைக்கறது பேரன்பு. ஒரு நிமிசத்துல கெடைக்கறது அன்பு. அவ்வளவுதான். ஒரு நிமிசத்துக்கு மேல அன்புக்கு ஆயுள் கெடையாது. அதுக்கு மேல நீண்டா அன்பு செத்திருது. வேற என்னென்னமோ வந்து முன்னால நின்னுக்குது. தெனமும் அந்த ஒரு நொடிய, ஒரு நிமிசத்தக் கண்டுபுடிச்சட்டமுன்னாப் போதும். அன்னைக்கிச் சந்தோசமா வாழ்ந்தரலாம். இந்த ஆறுமாசத்துல எனக்குப் பட்டது இதுதான்.'

குமராசுரர் பேச்சு அவனுக்குள் வெவ்வேறு எண்ணங்களைக் கிளர்த்தின. அவர் சொல்வது ஓரளவு புரிந்தது. எல்லாவற்றையும் அறிந்து கடந்த பிறகு அவருக்கு வாய்த்திருக்கும் ஞானம். இதை இப்போது உணரத் தன்னால் முடியுமா என்றும் அவனுக்குச் சந்தேகமாக இருந்தது.

இரவு எந்நேரம் உறங்கினான் என்றே தெரியவில்லை. அப்பா தொடர்ந்து பேசிக் கொண்டேயிருந்தாரோ என்னவோ. நொடி நேரம் பேரன்பு, நிமிடம் அன்பு என்பதைப் பற்றி யோசிக்க உள்ளிறங்கிய மனம் அப்படியே தூக்கத்திற்குள் ஆழ்ந்து விட்டது. அதற்கு மேலும் பேசியிருப்பார். அவனிடமிருந்து பதில் இல்லை என்றதும் மெதுவாக அவனைப் படுக்கையில் கிடத்திவிட்டு எழுந்து வெளியே சென்றிருப்பார். இப்போதும் அவருக்கு அவன் குழந்தைதான். இந்தக் குழந்தைத்தனம் மாறாமல் இருப்பது பற்றிப் பலசமயம் வருந்தியிருக்கிறான். 'கொழந்த மனசு கெடைக்கக் கொடுத்து வச்சிருக்கணும்' என்பார் அம்மா. நடைமுறையில் எத்தனையோ சிரமங்களை அதனால் அனுபவித்து விட்டான். குழந்தையைக் கொஞ்ச நேரம் கொஞ்சலாம். நெடுநேரம் தூக்கிச் சுமக்க முடியாது.

காலையிலும் தாமதமாகவே எழுந்தான். தூக்கம் அவனுக்குப் பிடித்தமானது. குழந்தைப் பருவத்தில் வெகுநேரம் தூங்கிக் கொண்டேயிருப்பானாம். பையனுக்கு ஏதாவது ஆகிவிட்டதோ என்று நினைத்து அம்மா அவ்வப்போது வந்து வந்து பார்ப்பாராம். சிலசமயம் தொடையில் கிள்ளுவாராம். முகத்தைச் சுழித்துச் சிணுங்குவதைப் பார்த்தால்தான் திருப்தி யாகுமாம். குளிக்கச் செய்து பால் கொடுத்துத் தொட்டிலில் போட்டுவிட்டால் எழவே மாட்டானாம். இரண்டு முறை சிறுநீர் கழித்துத் தொட்டில் நனைந்தாலும் ஈரத்திலேயே தூங்குவா னாம். தொட்டில் துணியை இழுத்து ஈரப்பகுதியை மேலேற்றி விடும்போது உடல் உருளுமே தவிர கண் விழிக்க மாட்டானாம்.

'உன்னால ஒரு தொந்தரவு கெடையாது. கொழந்தயில உந்தூக்கத்தப் பாத்து எத்தன நாளு பயந்து போயிருக்கறன் தெரீமா? மூக்குல வெரல் வெச்சுப் பாத்து மூச்சு வருதுன்னு தெரிஞ்சாத்தான் நிம்மதியாவும். கும்பகர்ணாசுர வம்சத்துல வந்தவன் நீ' என்பார் அம்மா. சிறுவயதில் பள்ளிக்கூடம் போய்வந்து ஏதாவது சாப்பிட்டால் உடனே தூக்கம் வந்துவிடும். சில நாட்கள் இரவு உணவே இல்லாமல் தூங்கிவிடுவான். மனம் கேட்காமல் எழுப்பி அம்மா ஏதாவது ஊட்டிப் படுக்க வைப்பார். உண்ட விஷயமே அவனுக்குத் தெரியாது. விவரம் தெரிந்த பிறகு அப்படித் தூங்குவது பற்றிக் கவலையும் வெட்கமும் இருந்தன. ஆனால் தூங்குவதைக் குறைக்க முடியவில்லை.

அவன் கவலையைப் பார்த்து அம்மா ஒருமுறை சொன்னார், 'தூக்கம் வர்லியேன்னு ஏங்கிக் கெடக்கற சனங்கதான் நெறைஞ்சு கெடக்குது. உனக்கு நல்லாத் தூக்கம் வருது. தூங்கு. தூக்கம் ஒரு ஆனந்தம். துக்கம் இல்லாத மனசுக்குத்தான் தூக்கம் நல்லா வரும்.

நல்லாத் தூங்கு, தப்பில்ல.' அதன் பிறகு தூக்கத்தை அனுபவிக்க ஆரம்பித்துவிட்டான். அவன் தூங்கிவிடுவான் என்பதற்காகவே அம்மா சீக்கிரம் அவனுக்கு உணவு கொடுத்துவிடுவார். வெகுநேரம் தூங்குவதால் படுக்கையிலேயே சிறுநீர் கழிக்கும் பழக்கம் ரொம்ப நாள் இருந்தது. விவரம் தெரிந்து வெட்கப்படும்படி அது தொடர்ந்தது. அதைத் தவிர்க்க அம்மா சில வழிகளைச் சொல்லிக் கொடுத்தார். படுக்கைக்குப் போகும் போது தண்ணீர் குடிக்கக் கூடாது; சிறுநீர் கழித்துவிட்டுப் படுக்க வேண்டும். இரவில் ஒருமுறை எழுப்பிக் கழுவறைக்குப் போகும்படி அம்மா சொல்வார். அப்படிப் போய் வந்து படுப்பது சில நாள் மங்கலாக நினைவிருக்கும். பெரும்பாலும் 'அப்படியா?' என்று ஆச்சரியப்பட்டுக் கேட்பான். 'நீ பொய் சொல்ற' என்பான். அம்மா சிரிப்பாரே தவிர மறுக்க மாட்டார். தூக்கம் நல்லதாக இருக்கலாம். செய்வதே தெரியாத அளவு தூக்கம் நல்லதல்ல.

என்னதான் தூக்கப் பிசாசு அண்டினாலும் அப்பா பேசிக் கொண்டிருக்கும் போதே தூங்கியது சரியல்ல என்றுதான் தோன்றியது. வாழ்வு முழுவதையும் அவன் முன் பரக்க வைத்துவிடும் ஆர்வத்தில் பேசிக் கொண்டிருந்தார். அதைக் கேட்கும் ஈர்ப்பு அவனுக்கும் இருந்தது. ஆனால் தூக்கம் எப்படி ஆழ்த்தியது? பள்ளியில் பாடம் எடுக்கும் போது எத்தனை பேரை அப்பா தூங்க வைத்திருப்பார் என்று ஒரு எண்ணம் வந்தது. அதுவும் ஆங்கிலப் பாடம். அவன் தூங்கியது அவருக்கு ஒன்றும் புதிதாக இருக்காது. ஆங்கில ஆசிரியர் என்றாலும் அப்பாவின் ஆங்கிலம் அப்படி ஒன்றும் சிலாக்கியமானதல்ல. உச்சரிப்பில் தமிழின் வாடை மிகுந்திருக்கும். இலக்கணத்தை எளிமையாகச் சொல்லித் தருவார். அதுதான் பள்ளியில் அவருக்குப் பெயர் வாங்கித் தந்திருக்கும். எழுதும் போதும் சொற்களை யோசிக்க மாட்டார். இலக்கணம் சரியாகப் பொருந்துகிறதா என்பதுதான் அவர் கவலை. ஒவ்வொரு தொடருக்கும் இலக்கணச் சுத்தம் பார்ப்பார். அது சரியாக அமைந்துவிட்டால் திருப்தியாவார். கொஞ்சம் இலக்கணம் குறைந்தால் என்னவாகிவிடப் போகிறது? ஒத்துக்கொள்ள மாட்டார். 'அப்பறம் இலக்கணமுன்னு எதுக்கு ஒண்ணு வெச்சிருக்குது?' என்பார்.

அவர் வாசிப்பு பாடப் புத்தகங்களோடு மட்டும்தான். 'எந்தொழிலுக்கு என்ன தேவையோ அதத் தெரிஞ்சு வெச்சிருக்கறன். அது போதும்' என்பார். பிள்ளைகளை எல்லாம் ஆங்கில வழியில் படிக்க வைத்தார். அவர்கள் உச்சரிப்பும் பேசும் தொனியும் வேறு. அதை அங்கீகரித்துக் கொண்டார். அவர்கள் பேச்சிலும் இலக்கணப் பிழை வந்துவிடக் கூடாது என்பதில் கவனமாக இருந்தார். எங்கேனும் பிறழ்ந்தால் உடனே சுட்டிக்காட்டித்

திருத்துவார். உச்சரிப்பிலும் சொற்புழக்கத்திலும் தன் இருப்பை நியாயப்படுத்திக் கொள்வார். 'எங்காலம் வேற, உங்க காலம் வேற. உங்க காலத்த நான் பாக்கலாமே தவிர உள்ள நொழைய முடியாது. எங்காலத்த நீங்க கேக்கலாம். அவ்வளவுதான். பாக்கக்கூட முடியாது' என்பார். எழுந்து அவனுடைய அறைக்குப் போய்க் கடன் முடித்து வெளியே வந்த போது அப்பா இல்லை. மணி பத்து. இந்த நேரத்தில் எங்கும் போயிருக்க மாட்டார். வெளியில் இருக்கக் கூடும்.

ப்ளாஸ்கில் தேநீர் ஊற்றி மேசை மேல் வைத்திருந்தார். உப்புமாவும் சட்னியும் இருந்தன. அதைப் பார்த்ததும் பசி தெரிந்தது. போட்டுச் சாப்பிட்டான். அவன் சாப்பிட்டுக் கொண்டிருக்கும் போதே மாடியிலிருந்து துணிகளை எடுத்துக்கொண்டு கீழே வந்தார். கையில் இருந்தவை முழுக்க அவனுடையவை. நேற்றே பையிலிருந்த எல்லாவற்றையும் எடுத்து இயந்திரத்தில் போட்டுத் துவைத்திருக்கிறார். 'உப்புமா எப்படியிருக்குது? உங்கம்மா செய்யறாப்பல இருக்காது' என்று கேட்டுச் சிரித்தார். 'நல்லாத்தான் இருக்குதுப்பா' என்றான். உண்மையில் நன்றாகத்தான் இருந்தது. அவனுக்காகக் கூடுதலாக முயன்று செய்திருக்கிறார் என்பது தெரிந்தது. முந்திரிப் பருப்பு, கடலைப் பருப்பு ஆகியவையும் இடையிடையே வந்தன. யுடியூப் பார்த்துச் செய்திருப்பார்.

வரவேற்பறையில் கிடந்த கட்டிலில் துணிகளைப் போட்டு மடித்துக்கொண்டே அவனிடம் பேசினார். 'சாயங்காலம் எங்கூட வர்றமின்னு சொன்னயே, வர்றயா?' என்றார். 'வர்றன். தூங்கிட்டாக்கூட எழுப்பீருப்பா' என்று சொன்னான். அவன் குரலில் இரவு தூங்கியதைப் பற்றிய வெட்கம் வெளிப்பட்டது. 'சரி. மத்தியானம் சாப்பிட்டுட்டு இன்னொருக்காத் தூங்கிக்க. மூன்றரை வாக்குல எழுப்பறன். நாலு மணிக்கு இங்க இருந்து கௌம்பீரலாம். கோயில்ல கும்பிட்டுட்டு ஸ்கூலுக்குப் போறதுக்குச் செரியா இருக்கும். முடக்கத்துல கோயிலுக்குள்ள உட மாட்டாங்க. பூசகர் எனக்கு ரொம்ப வருசமாத் தெரிஞ்சவருதான். கேட்டுப் பாக்கலாம்' என்றார்.

சாப்பிட்டுத் தேநீரையும் குடித்துவிட்டுத் தன்னறைக்குப் போய்ப் படுத்துக்கொண்டே செல்பேசியைக் கையில் எடுத்தான். இருநாட்களாக அதன் ஞாபகமே இல்லை. புலனத்திற்குள் போனான். ஏராளமானவை குவிந்து கிடந்தன. அவற்றைப் பார்க்கவே மலைப்பாக இருந்தது. எதிர்பார்க்கும் ஏதேனும் வந்திருக்கிறதா என்று ஓட்டிப் பார்த்தான். ஒன்றுமில்லை. ஒன்றுமில்லாதவையே குவிந்து கிடந்தன. செல்பேசியைப் பார்க்கவே வெறுப்பாக இருந்தது. சிலசமயம் தூக்கிப் போட்டு

உடைத்துவிடலாம் என்றுகூட வெறி வருகிறது. செல்பேசியைக் கட்டிலின் ஓரத்தில் வைத்துவிட்டுக் கண்களை மூடினான். தூக்கம் வரவில்லை. அப்படியே படுத்துக் கிடக்க வேண்டும் போலிருந்தது.

அம்மா எங்கே போயிருப்பார்? அப்பா சொன்னவற்றிலிருந்து தெளிவாக ஒன்றும் தெரியவில்லை. அம்மாவுக்கு விருப்பம் இல்லாமல்தான் அப்பாவைக் கல்யாணம் செய்து வைத்திருக்கிறார்கள் என்பது உறுதி. அம்மாவுக்கு ஏன் விருப்பமில்லை? மாநகரத்தில் நல்ல ஊதியத்தில் வேலை பார்க்கும் மாப்பிள்ளை. அதுவும் அத்தை மகன். அப்புறம் என்ன? அம்மாவைப் பெண் கேட்டு யார் யாரோ போட்டி போட்டார்கள் என்பது உண்மையா? அதில் யாரையாவது அம்மா விரும்பியிருப்பாரா? அம்மாவின் விருப்பத்திற்குரியவர் யாராக இருக்கக்கூடும்? விருப்பத்தைக் கலைத்துக் கூட்டி வந்து அப்பாவுக்குக் கட்டி வைத்துவிட்டார்களா? இத்தனை வருசமாக ஊர்ப்பக்கமே போகவில்லை, வர வேண்டாம் என்று அப்புச்சி சொல்லிவிட்டார். அப்படியானால் என்னதான் பிரச்சினை? ஊருக்குப் போய்ப் பார்த்தால் விவரம் தெரியும். கட்டாயம் போக வேண்டும். எப்போது கிளம்புவது என்று தீர்மானிக்க முடியவில்லை.

✤

நெடுநேரம்

19

இத்தனை வருசமாக ஊர்ப்பக்கமே போயறியாத அம்மா இப்போது அங்கே போயிருக்க வாய்ப்பில்லை. யாருடனாவது ஓடிப் போயிருப்பாரா? அம்மாவா? இந்த வயதிலா? அதற்கு எந்த வாய்ப்புமே இல்லை. அந்தக் கோணமே தவறு. அம்மா அப்படிப்பட்டவர் அல்ல. அப்படி இருக்க முடியாது. அம்மாவைப் பற்றி அப்படி நினைக்கத் தன்னால் எப்படி முடிகிறது என்று கோபப்பட்டான். அப்படி ஓடியிருந்தால் அது யாராக இருக்கும்? அப்பாவை விடவும் அம்மாவைக் கவர்ந்த அந்த ஆள் எப்படி இருப்பார்? இந்த வயதிலும் காதல் இருக்குமா? இல்லை, காமமா? காமத்திற்கு வயதில்லையா? அவன் பிறப்புக்குப் பிறகு அப்பாவுக்கும் அம்மாவுக்கும் இடையே உறவே அறுந்து போயிருக்குமோ? அவனுக்குத் தெரிய எந்த இரவிலும் அதற்கான சமிக்ஞைகளே இல்லை. இந்த விஷயத்தை அப்பாவிடம் எப்படிக் கேட்பது? அதனால்தான் அம்மா போய்விட்டாரோ?

அம்மாவைப பற்றித் தப்பாகவே மனம் யோசிப்பதைப் பற்றி எரிச்சலாக இருந்தது. வேறேதோ காரணம் இருக்க வேண்டும். அப்பாவோடு நேரடிப் பேச்சு கிடையாது. அவர் ஓய்வு பெற்ற பிறகு ஒரே வீட்டில் ஒருவர் முகத்தை ஒருவர் பார்த்துக்கொண்டிருப்பது கஷ்டமாக இருக்கும் என்று நினைத்திருக்கலாம். பேசாமலே இருப்பது இருவருக்குமே தண்டனையான விஷயம். அதைத் தவிர்க்க ஏதாவது முதியோர் இல்லத்தில் சேர்ந்திருக்கலாம். முதியோர் இல்லத்தில் சேரும் வயது இல்லை. ஏதாவது ஆசிரமத்திற்குப் போயிருக்கலாமோ? அம்மாவுக்கு அப்படியெல்லாம் தெரியுமா? படிக்கும் பத்திரிகைகளில் எத்தனையோ வருகின்றன. தொலைக்காட்சியில் எதைஎதையோ காட்டுகிறார்கள். எதுவாவது அவரை ஈர்த்திருக்கலாம்.

திரைப்பட ஆசையில் வீட்டை விட்டு ஓடிப் போய்விடும் எத்தனையோ பேரைப் போல ஏதேனும் ஆசிரமத்தில், குருகுலத்தில் தங்கப் போயிருக்கலாம். கைவசம் இருக்கும் சொத்துக்களை ஒப்படைத்துவிட்டு அங்கே தங்கிக்கொள்ளலாம் என்று அழைப்பு விடுக்கும் முனிபுங்கவர்கள் எங்கும் பெருகிக் கிடக்கிறார்கள். அசுர குலத்தை உய்விக்க வந்த குருமார்கள் என்று மார்தட்டிக் கொண்டு கிளம்பியிருக்கும் யார் வலையிலாவது விழுந்திருக்கலாம். அதற்கான சுவடு எதையும் அம்மா விடவில்லை. அப்படி எல்லாம் இல்லாமல் யாராவது தோழியர், சொந்தக்காரர் வீட்டில் தனியாகத் தங்கியிருக்கலாம். மாநகரத்தில் அம்மாவுக்குத் தோழியர் யாரும் இருப்பதாகவும் தெரியவில்லை. சொந்தக்காரர் என்று இங்கே யாருமே இல்லை. அக்காவைக் கட்டிக் கொடுத்த வகைச் சொந்தக்காரர்கள் இருந்தாலும் அவர்களோடு உறவாடுதல் இல்லை. ஊருக்கும்கூடப் போயிருக்கலாம். அங்கே போய்த் தனியாக வாழத் தேவையான பணத்தை எடுத்துக் கொண்டிருக்கலாம். அப்படியானால் அப்பாவுக்குத் தகவல் வந்திருக்குமே. அப்பாவுக்குச் சொல்ல வேண்டாம் என்று தடுத்திருப்பாரோ? அம்மா ... நீ எங்கே?

எப்படியும் முதலில் போய்ப் பார்க்க வேண்டிய இடம் ஊர்தான். அங்கே பார்க்கலாம், விசாரிக்கலாம். கூடுதலாக ஏதாவது கிடைக்கும். எப்போது கிளம்பலாம், எப்படிப் போகலாம்? இந்தப் பொதுமுடக்கக் காலத்தில் போக்குவரத்து இல்லை. பூவாசுரத்திலிருந்து வந்தது போல இருசக்கர வாகனத்திலேயே போகலாம். அப்பாவிடம் என்ன சொல்வது? அம்மாவைத் தேடி ஊருக்குப் போகிறேன் என்றால் அனுமதிப்பாரா? இப்போது வேலையில்லை, அம்மா இல்லாத வீட்டில் இருக்கவும் பிடிக்கவில்லை. பாட்டியையும் அப்புச்சி, அம்மாயி, மாமன் எல்லோரையும் பார்த்துச் சில நாள் அங்கே இருந்து வருகிறேன் என்றால் ஒத்துக்கொள்வார். போக வேண்டாம் என்று அப்பா சொன்னாலும் பூவாசுரம் போகிறேன் என்றாவது சொல்லிவிட்டு ஊருக்குப் போய்ப் பார்க்க வேண்டும். அப்பா பிறந்த ஊர். அம்மா பிறந்து வளர்ந்த ஊர். எப்படித்தான் இருக்கிறது என்று பார்க்க வேண்டும்.

அப்பாவின் கோணம் ஓரளவு பிடிபடுகிறது. அவசர அவசரமாகக் கல்யாணம் செய்துகொள்ள எப்படி ஒத்துக் கொண்டார், ஊரில் என்ன நடந்தது என்பதைப் பற்றி அவருக்குத் தெரியவில்லை. அல்லது தெரிந்தும் சொல்லவில்லை. எதுவும் தெரிந்து கொள்ள விரும்பாமல் இருக்க முடியுமா? பிறகாவது விசாரித்திருக்க மாட்டாரா? தெரிந்துகொண்டு மறைக்கிறாரா? தன் மாமாவுக்கு என்னதான் நன்றிக்கடன் பட்டிருந்தாலும்

நெடுநேரம்

இப்படித் திருமண ஏற்பாடு நடக்கும்போது என்ன காரணம் என்று மறைமுகமாகவேனும் அறிந்துகொள்ளாமலா இருப்பார்? ஒருவருக்கொருவர் பேசிக் கொள்ளாமல், சண்டை போடாமல் இத்தனை வருசம் ஒரே வீட்டில் வாழ முடிந்திருக்கிறது. பிள்ளைகளைப் பெற்றுக்கொண்டிருக்கிறார்கள். வளர்த்து ஆளாக்கியிருக்கிறார்கள். எப்படிச் சாத்தியம்?

தன் மீது பிரியம் இல்லாத பெண்ணைக் கட்டாயத்திற் காகக் கட்டிக்கொண்டு வாழ்வதை அப்பா எப்படிச் சகித்துக் கொண்டார்? அம்மாவின் கை ஒருமுறையேனும் ஆசையோடு அப்பாவைக் கட்டியணைத்திருக்குமா? அம்மா முத்தம் கொடுத்திருப்பாரா? அந்த முத்தத்தில் தித்திப்பு இருந்திருக்குமா? அவர்களுக்குள்ளான உறவு எப்படி இருந்திருக்கும்? காமத்திற்கு வெறும் உடல் மட்டும் போதுமா? எத்தனையோ கேள்விகள் படை போல முன்வந்து நிற்கின்றன. இதைப் பற்றி அம்மாவுக்கும் சொல்வதற்குச் சில இருக்கும். அதை எப்படி அறிவது? விஷயங்களை மறைத்துத்தான் அப்பா சொல்கிறார் என்று தோன்றுவதைத் தவிர்க்க முடிய வில்லை. தன் பெற்றோரின் வாழ்வில் இன்னும் எத்தனையோ புதிர்கள் இருக்கக் கூடும் என்று தோன்றியது.

அம்மா எழுதி வைத்திருந்த கடிதத்தை இன்னொரு முறை படிக்க வேண்டும் போலிருந்தது. அப்பாவிடம் அதை கேட்டால் ஏதாவது நினைப்பார். முடிந்தால் அப்பாவுக்குத் தெரியாமல் அதை நகலெடுத்து வைத்துக்கொள்ள வேண்டும். எங்கே வைத்திருக்கிறார் என்று தெரியவில்லை. கண்ணில் காட்டி மறைத்துவிட்டார். எழுந்து வெளியே வந்தான். 'அப்பா' என்று அழைத்தான். பதிலில்லை. மாடிக்குப் போயிருக்கலாம். வெளியில் இருக்கலாம். தோட்டத்துச் செடிகளில் ஏதாவது பறித்துக் கொண்டிருக்கலாம். வேகமாகப் போய்க் கதவைத் தாழிட்டான். அப்பாவின் அறைக்குள் போனான். கழுவறையைப் பார்த்தான். வெளித்தாழ் போடப்பட்டிருந்தது. அவர் இல்லை என்பது உறுதி.

தன்னிடம் படிக்க கொடுத்த பிறகு பெரிய நாட்குறிப்பேடு ஒன்றுக்குள்தான் அவர் வைத்த மாதிரி நினைவிருந்தது. அதைப் பீரோவுக்குள் வைத்திருந்தால் சாவியைக் கண்டு பிடிக்க வேண்டும். முதலில் கண்ணாடி பதித்திருந்த அலங்கார மேசை இழுப்பறைகளில் தேடினான். அடியறையில் பழுப்பு நிற நாட்குறிப்பேடு இருந்தது. அவசரமாக அதை எடுத்துப் புரட்டிப் பார்த்தான். பின்னட்டைக்கு உள்புறத்தில் அம்மாவின் கடிதம் இரண்டாக மடித்து வைக்கப்பட்டிருந்தது. சட்டென்று அதை விரித்து நகலெடுக்க நினைத்தான். செல்பேசியைத் தன் அறையிலேயே விட்டுவிட்டு வந்திருந்தான். வேகமாக ஓடித்

தன்னறையிலேயே வைத்து நகலெடுத்தான். நகலெடுக்கும் செயலி அறையிருட்டைப் போக்கி வெளிச்சப்படுத்தித் தெளிவாக்கித் தந்தது. சேமித்து வைத்துவிட்டுக் காகிதத்தோடு அப்பாவின் அறைக்குப் போனான்.

கடிதத்தை இருந்த மாதிரியே வைத்துக் கீழ் இழுப்பறைக்குள் நாட்குறிப்பைத் திணித்தான். நாட்குறிப்பில் ஏதேனும் எழுதி வைத்திருப்பாரோ என்று சந்தேகம் வரச் சட்டெனப் புரட்டினான். வரவு செலவுக் கணக்குகளாக இருந்தன. ஓரிடத்தில்கூட ஒருவரி, இருவரிக் கிறுக்கல் இல்லை. காய்கறி வாங்கியது முதல் ஒவ்வொன்றையும் பதிவு செய்து வைத்திருக்கிறார். எதற்கு இந்தக் கணக்கு? தவறாகச் செலவு செய்துவிடுவோம் என்னும் பயம் எப்போதும் அப்பாவுக்கு இருக்கலாம். கூடுதலாகச் செலவாகிவிடும் என்றும் தோன்றலாம். கணக்கு என்பதே பழக்கமாகியிருக்கலாம். அப்பாவுக்கு நாட்குறிப்பில் வேறெதுவும் எழுதும் வழக்கமில்லை. எந்த ஆசிரியருக்கும் எழுதும் வேலை கிடையாது. எழுதியதைத் திருத்தும் வேலைதான். ஒன்றுக்கும் பிரயோசனம் இல்லாத நாட்குறிப்பை வெறுப்போடு திணித்துவிட்டு வெளியே வந்தான்.

உடல் வேர்த்திருந்தது. திருட்டுத்தனம் செய்ததைப் போல நெஞ்சம் துடித்தது. கதவுத் தாழைத் திறந்துவிட்டு அறைக்குள் வந்தான். மின்விசிறியை அதிகப்படுத்தி உட்கார்ந்தான். அப்பாவைக் கேட்டிருந்தால் கொடுத்திருப்பார். இல்லை, எடுத்துப் பார்த்தாலும் 'படிக்க வேண்டும் போலிருந்தது, எடுத்தேன்' என்றால் அப்பா எதுவும் சொல்ல மாட்டார். அப்புறம் எதற்கு இந்த வேலை, பதற்றம்? சொந்த வீட்டில் திருடனாவது இதுதான். நிதானமாகி மூச்சை இழுத்துக் கொண்டான். உடல் குளிர்ந்து பதற்றம் தணிந்த பிறகு செல்பேசியை எடுத்துக் கடிதத்தைப் பார்த்தான். அதன் தொடக்க வரிகள் மட்டும் அப்படியே நினைவில் தங்கியிருந்தன.

'நெடுநேரம் உங்களோடும் பிள்ளைகளோடும் இருந்து விட்டேன். இன்னும் கொஞ்ச நேரம்தான் இருக்கிறது. அதை என் விருப்பப்படி கழிக்கப் போகிறேன்.' கிட்டத்தட்ட நாற்பதாண்டுகள் வாழ்ந்ததை 'நெடுநேரம்' என்று நினைக்கிறார். தன் ஆயுட்காலத்தின் பெரும்பகுதியை விருப்பம் இல்லாமல் வாழ்ந்து கழித்துவிட்டேன் என்கிறார். இருக்கும் காலத்தை விருப்பப்படி வாழப் போகிறேன் என்று சொல்கிறார். எங்கே போய் வாழப் போகிறார், யாருடன் வாழப் போகிறார்? எது அவருக்கு விருப்பமான வாழ்க்கை?

ஆறு மாதமாக ஒரு தகவலும் தரவில்லை. அம்மா இல்லை என்பதே தெரியாமல் பிள்ளைகள் மூவரும் இருந்திருக்கிறோம்.

அண்ணனுக்கும் அக்காவுக்கும் தகவல் தெரிவிக்கலாமா? அப்பாவிடம் ஒரு வார்த்தை கேட்டுக்கொள்வது நல்லது. தானாகத் உனக்குத் தெரிந்தது போல அவர்களும் தெரிந்து கொள்ளட்டும் என்றுதான் சொல்வார். அவர்கள் வெகுதூரத்தில் இருந்தாலும் அம்மா மேல் கொஞ்சமாவது கரிசனம் இல்லாமல் போகுமா? அம்மாவைக் கண்டுபிடிக்க அவர்களால் ஏதாவது உதவ முடியுமா? வீட்டில் வந்து கொஞ்ச நாள் அம்மா கையால் சாப்பிட்டு மன அமைதியோடு இருக்கலாம் என்று நினைத்தால் இங்கே இப்படி இருக்கிறது. அம்மா இல்லாத வீட்டில் தொடர்ந்து இருப்பது கஷ்டம். இந்த அமைதியைச் சகித்துக்கொள்ள முடியவில்லை. அப்பாவின் சமையலைச் சாப்பிட்டுக் கொண்டு அவரோடு பேசிக் கொண்டே எத்தனை நாளைக் கழிக்க முடியும்? அவரிடம் இன்னும் கொஞ்சம் தன் வாழ்க்கைக் கதை இருக்கக் கூடும். அதைச் சொல்லி முடித்துவிட்டால் மேலே பேச என்ன இருக்கிறது?

அம்மாவை அவர் தேடப் போவதில்லை. அம்மா இல்லாமல் தன் நாட்களை உருவாக்கிக் கொள்ள இந்த ஆறு மாதத்தில் தெளிவாகப் பழகியிருக்கிறார். கிழித்த கோட்டில் பிசகாமல் நடப்பதுதான் இனி அவர் வேலை. அண்ணனுக்கும் அக்காவுக்கும் தெரிந்த பிறகு அவரை அவர்கள் தங்களுடன் இருக்க அழைக்கலாம். அவரும் போகலாம். சில நாட்கள், சில மாதங்கள் தங்கலாம். பிறகு இங்கே வந்துவிடுவார். அம்மாவைப் போல இந்த வீட்டைத் தூக்கிப் போட்டுவிட்டு அவரால் இருக்க முடியாது. வீடும் வீட்டிலிருந்து நடைப் பயிற்சித் தூரத்தில் இருக்கும் பள்ளியும் அவருக்குப் போதுமானவை. இப்படியே இன்னும் பத்திருபது வருசத்தைச் சாதாரணமாகக் கழித்துவிடுவார்.

அம்மா எங்கோ இருக்கட்டும், இல்லாமல் போகட்டும் என்று சாதாரணமாகத் தன்னால் இருக்க முடியாது என்று அவனுக்குத் தோன்றியது. எங்காவது இருக்கத்தான் வேண்டும். எங்கே? எதற்காகப் போனார்? தெரிந்துகொள்ள வேண்டும். அம்மாவை அழைத்து வர வேண்டும். இந்த வீடு பிடிக்கவில்லை, அப்பாவுடன் இருப்பது பிடிக்கவில்லை என்றால் என்னுடன் வந்துவிடம்மா என்று சொல்லிப் பூவாசுரத்துக்குக் கூட்டிப் போய்விடலாம். எனக்கு உன்னைத் தவிர யாருமில்லை என்று சொன்னால் அம்மாவின் நெஞ்சம் இளகிப் போகும். கட்டாயம் வந்துவிடுவார். 'காலம் தப்பிப் பிறந்த கருமணி நீ' என்று கொஞ்சுவாரே, அதெல்லாம் மறந்துவிடுமா? அணுக்கமாக இருந்தவன் நான் தானே. என்னுடன் அம்மா வருவார். அதற்கு முதலில் எங்கே இருக்கிறார் என்று கண்டுபிடிக்க வேண்டும்.

யோசித்துக்கொண்டே இருந்தவனுக்குத் தூக்கம் வரும் போல இருந்தது. கதவு திறந்து அப்பா உள்ளே வருவது தெரிந்தது. ஏனோ மீண்டும் பதற்றம். கடிதத்தை எடுத்த விஷயம் தெரிந்துவிடுமா என மனம் பதறுகிறது போலும். கண்டுபிடித்துக் கேட்டால் 'ஆம்' என்று சொல்லிவிடலாம். பதற்றமே போ, போ என்று சொல்லி விரட்டினான். அப்படியே கண்களை மூடிக்கொண்டான். சற்று நேரம் அப்படியே இருந்தான். தூக்கம் வரும் போலிருந்தது. இப்போது தூங்க கூடாது. மதிய உணவுக்குப் பிறகு லேசாகத் தூக்கம் போட்டால் போதும். ஒரு தேநீர் குடித்தால் தூக்கத்தை ஓட்டிவிடலாம். எழுந்து சமையலறைக்குப் போன போது மதியச் சமையலைத் தொடங்கியிருந்தார் அப்பா.

'என்னப்பா பண்ற?' என்று கேட்டுக்கொண்டே உள்ளே போனான்.

✦

நெடுநேரம்

20

இதுவரைக்கும் அப்பாவுடன் இல்லாத இணக்கம் இந்த இருநாட்களில் கூடி வந்திருப்ப தாகப் பட்டது. மூன்றாவது நாள் இன்னும் சகஜமாகலாம். 'என்ன செய்யறன்னு வாசம் புடிச்சுச் சொல்லு பாப்பம்' என்றார் அவர். சப்பாத்திக் கட்டை மேல் வெங்காயத்தை வைத்து வெட்டிக் கொண்டிருந்தார். காய்கறி வெட்டி இருக்கும்போது எதற்கு இப்படிக் கஷ்டப்படுகிறார்? வெட்டியைத்தான் அம்மா பயன்படுத்துவார். அப்பாவுக்கு அது பழகவில்லை. குளிர்பதனப் பெட்டியிலிருந்து பாலை எடுத்துப் பாத்திரத்தில் ஊற்றிக்கொண்டே 'டீ வேணுமாப்பா?' என்றான். 'சரி, கொஞ்சமாக் கால் டம்ளர் குடு' என்றவர் 'வாசம் புடிச்சயா?' எனச் சிரித்தார். 'இப்பத்தான் வெங்காயம் நறுக்கறீங்க. அதுக்குள்ள என்னப்பா வாசம் வரும்' என்றபடி தேநீர் வைக்கும் வேலையைத் தொடர்ந்தான்.

தனக்கென ஏதோ சிறப்பு உணவு தயாரிக்கப் போகிறார் என்பது தெரிந்தது. 'இன்னக்கி ஞாயித்துக் கெழம. அது நெனப்பிருந்தா வாசம் புடிச்சிரலாம்' என்று சிறுதடயத்தைக் கொடுத்தார். கிழமைகளும் தேதிகளும் மறந்து போய்விட்டன. நேரம் மறக்க வில்லை. கிழமையும் தேதியும் போல நேரமும் மறந்து விட்டால் நன்றாக இருக்கும். நேரத்தை மறப்பது அத்தனை சுலபமல்ல. இரவும் பகலும் மாறி நேரத்தை நினைவுபடுத்திக் கொண்டே இருக்கின்றன. அவன் பூவாசுரத்திலிருந்து புறப்பட்ட நாள் வியாழன். அன்றிரவு வீடு வந்து சேர்ந்தான். வெள்ளி தூக்கத்தில் கழிந்தது. அப்பாவின் கதைகளில் சனி நிறைந்தது. இன்று ஞாயிறுதான். ஞாயிறு என்றால் கறிதான். 'கறிதான செய்யப் போற?' என்று குதூகலமாகக் கேட்டான். அவர் ஆமோதித்துச் சிரித்தார்.

‘உனக்குக் கறி எல்லாம் செய்யத் தெரியுமாப்பா?’

‘எல்லாம் செய்வன். என்ன, ரொம்ப நாள் ஆயிருச்சு. ரொம்ப நாள் என்ன, ரொம்ப ரொம்ப வருசமாயிருச்சு. கல்யாணத்துக்கு அப்பறம் சாப்படற வேல மட்டுந்தான். சாப்பிட்ட வட்டல எடுத்துக்கிட்டுப் போயி வைக்கிற வேலகூட இல்ல. வட்டல்லயே கையும் கழுவிக்குவன். எல்லாம் உங்கம்மாவே பாத்துக்கிட்டா. சொகுசாத்தான் பாத்துக்கிட்டா. அதெல்லாம் ஒண்ணும் கொற இல்ல.’

சொல்லிவிட்டுப் பெருமூச்சோடு நிறுத்தினார். இனி எல்லாப் பேச்சும் அம்மாவைத் தொடாமல் முடியாது. ஒவ்வொன்றிலும் அம்மா தன்னை நிறுத்தி விட்டுத்தான் போயிருக்கிறார். அப்பா தொடர்ந்தார்.

‘படிக்கற காலத்துல செஞ்சு பழகுனது இத்தன வருசத்துல மறந்து போயிருச்சு. செய்யத் தொடங்குன ஒடனே அந்தக் காலத்துக்கே போயிட்ட மாதிரி ஒன்னொன்னா நெனப்பு வருது. கத்துக்கிட்ட வித்த காலத்துக்கும் ஒதவும்னு செலவாந்தரம் சொல்லும். அது உண்மதான். தண்ணிக்கடியில இருந்து கொப்பளிச்சுக்கிட்டு வர்றாப்பல ஒன்னொன்னா வருது. வெறுங் கஞ்சியும் சோறு வெச்சு அப்படிச் சாப்பிடுவன். இப்பவும் அடிக்கடி அதச் செஞ்சுக்கறன். கறியும் செய்யத் தெரியும். மறந்தத நெனப்புக்குக் கொண்டு வர யுடியூப்லயும் கொஞ்சம் பாத்துக்குவன்.’

தேநீரை வடித்துத் தம்ளரில் ஊற்றி ஆற்றினான். ‘என்ன கறிப்பா?’ என்றான். வெங்காய வாசம் போகக் கையைக் கழுவிக்கொண்டே ‘எருமக்கறிதான். எளங்கன்னு. பாத்துத்தான் வாங்கிக்கிட்டு வந்தன்’ என்றவர் தனக்கான தேநீரை எடுத்துக்கொண்டு மேசைக்குப் போய் உட்கார்ந்தார். அவனும் எதிரில் உட்கார்ந்தான்.

சிறுவயதிலிருந்தே அவனுக்கு எருமைக்கறி மிகவும் பிடிக்கும். ஈரலையும் கொழுப்பையும் விரல்களால் நசுக்கி அவன் நாக்கில் தடவித் தடவி அந்த ருசியை அம்மா ஊட்டினார். வளர்ந்த பிறகு எலும்பு மஜ்ஜையை உறிஞ்சிச் சாப்பிடவும் அறிந்தான். ஊதுகுழல் போலக் கால் எலும்பை வாயில் வைத்துக்கொண்டு ஊதுவது அவனுக்கு விளையாட்டு. அம்மா வைக்கும் எருமைக்கறிக் குழம்புக்கு அவன் நாக்கு அடிமை.

‘கொழம்பு வெக்கட்டுமா, கறிய வறுத்தாப்பல செய்யட்டுமா?’ என்றார்.

‘உனக்குப் புடிச்சாப்பல வெய்யிப்பா’ என்றான்.

‘சாப்பிடப் போறது நீதான ?’

‘ஏன் நீ சாப்பிட மாட்டயா ?’

காலித் தம்ளரை மேசையில் வைத்துவிட்டுத் தலை குனிந்து ஒரு நிமிடம் அப்படியே இருந்தார். ‘நான் இப்பக் கறி சாப்பிடறதில்ல. சைவத்துக்கு மாறிட்டன். உனக்குப் புடிக்குமேன்னுதான் கால் கிலோ மட்டும் எடுத்துக்கிட்டு வந்தன்’ என்றார். ஞாயிற்றுக் கிழமை என்றால் விடிகாலையிலேயே போய்க் கறி வாங்கி வந்துவிடுவார். அவன் தூங்கி எழும் போது கறி மணம் வீடு முழுக்க வீசும். அதன் ஈர்ப்பில் அவசர அவசரமாகப் பல் துலக்கிவிட்டு ஓடி வருவான். மேசையில் சுடச்சுட அம்மா எடுத்து வைப்பார். நாக்கில் ஊறும் எச்சிலைக் கூட்டி விழுங்கிக்கொண்டே வட்டிலில் கை வைத்துச் சுட்டுக் கொள்வான். எதிரில் உட்கார்ந்து சாப்பிட்டு முடிக்கும் தறுவாயில் இருக்கும் அப்பா ‘பொறுமையாச் சாப்பிடு’ என்பார். இது வாடிக்கை. ஒரு ஞாயிறும் தவறியதில்லை. அப்படிச் சாப்பிட்டுப் பழகிய அப்பா விட்டுவிட்டேன் என்று சொல்வதைக் கேட்கக் கஷ்டமாக இருந்தது.

‘எப்பருந்து உட்டுட்ட ? வயசாயிருச்சுன்னு உட்டுட்டயா ?’

‘கல்லயும் செரிக்கக் கூடிய வவுறுதான் என்னோடது. வயசென்ன வயசு. உங்கம்மா நெனவா எதாச்சும் ஒன்ன உட்ரலாமின்னு தோனுச்சு. கறிய உட்டுட்டன். ஞாயித்துக் கெழமையானா கறியும் அவளும் சேந்து ஒண்ணா நெனப்புக்கு வர்றாங்க. அதான்.’

‘எதுக்குப்பா இதெல்லாம் ? நீ விரும்புனதச் சாப்பிடுப்பா’ என்றான். அவனுக்குச் சங்கடமாக இருந்தது.

‘நீ ஒண்ணும் சங்கடப்படாதடா. இத்தன வருசம் சாப்பிட்ட சாப்பாடுதான. அவ இல்லாத ஒரு ஞாயித்துக்கெழம இந்த மேசையப் பாத்தன். ஞாயிறு தவறாத கறி மணந்த மேச. அவ இல்ல, அந்த மணமும் இல்ல. அப்படியே இருக்கட்டும்னு தோனுச்சு. விட்டுட்டன். அவ்வளவுதான். நீ எளவயசுப் பையன். சங்கடப்படாத சாப்பிடு. எனக்கொன்னும் பிரச்சின இல்ல.’

‘சரிப்பா’ என்ற அவன் குரலில் சுரத்து குறைந்திருந்தது. தேநீரைப் பருகிவிட்டு அப்பாவுக்குச் சமையலில் உதவினான். தொட்டியில் கிடந்த பாத்திரங்களைத் துலக்கினான். மிக்சியில் சாந்து அரைத்துக் கொடுத்தான். அரிசியைக் களைந்து தந்தான். ‘ஒண்ணுந் தெரியாத இருந்தவன் பூவாசுரம் போயி எல்லாங் கத்துக்கிட்ட. வீட்ட விட்டு வெளிய போனாத்தான் நாலு விஷயம் கத்துக்க முடியும்’ என்று அவன் செய்வதைப் பார்த்துக்கொண்டு

சொன்னார். அவர் பேச்சில் பாராட்டும் பெருமையும் தொனித்தன. அவனுக்குப் பிடிக்கும் என்று நினைத்து ஏதேதோ உற்சாகமாகப் பேசியபடியே சமைத்தார். அவர் பேச்சு ஒன்றும் அவன் மனதில் பதியவில்லை. வெறுமனே தலையாட்டிக் கொண்டும் 'ம்' போட்டுக் கொண்டும் கேட்டான். தனக்குப் பிடித்த உணவை ஒரே நாளில் உதறிவிட்ட அப்பாவின் செயல் ஏனோ அவனை அமைதியாக்கியிருந்தது.

கறிக் குழம்பிலிருந்து மணம் எழுந்து பரவிய போது மனம் அதில் திரும்பியது. நாக்கில் நீர் அரும்பிற்று. மூக்கு மலர்ந்தது. கறியின் ஒற்றை மணத்தில் எல்லாம் மாறிவிட்டது. அப்பா சாப்பிட மாட்டார் என்பதை ஒரு பொருட்டாக இப்போது அவன் மனம் கருதவில்லை. ச்சீ, இதென்ன கேவலம் என்று ஒரு எண்ணம் தோன்றியது. அதுவும் ஒரு கணத்தில் மாறிவிட்டது. அவரோடு சேர்ந்து எடுத்துக்கொண்டு வந்து மேசையில் வைத்தான். போட்டு ஆவலாகச் சாப்பிட்டான். அப்பா அவருக்கு என்ன செய்து கொண்டார் என்றுகூடக் கேட்கவில்லை. எதிரில் உட்கார்ந்து கொண்டு அவனுக்குப் பரிமாறினார்.

சீம்புத் துண்டுகள் போன்ற கறியை அத்தனை விரைவாகச் சாப்பிட்டான். குழம்பும் இல்லாமல் வறுவலும் இல்லாமல் இரண்டுக்கும் பொருந்துகிற மாதிரி ஒருவகையில் செய்திருந்தார். இப்படிச் சாப்பிட்டு ரொம்ப நாள் ஆனதுதான் காரணமோ. இந்தச் சுவைக்கும் மணத்திற்கும் உடல் அப்படிப் பழகி யிருக்கிறது. 'நல்லாருக்குதுப்பா' என்பதையே மீண்டும் மீண்டும் சொன்னான். 'அப்படியா, சந்தோசம்' என்றார் அவர். தன் சமையலை மகன் விரும்பிச் சாப்பிடுவது அவருக்குப் பெருமையாக இருந்தது. வயிறு புடைக்கச் சாப்பிட்டு முடித்ததும் அவனுக்குப் படுத்துக்கொள்ள வேண்டும் போலிருந்தது. 'வயிறு நெறையச் சாப்புட்டு ஒடனே போய்ப் படுக்காத. கொஞ்ச நேரம் அப்படி இப்படி ஒலாத்திட்டுப் படு' என்றார். அவர் பேச்சைத் தட்டாமல் வெளியே போய் வாசலில் நடந்தான். இப்போது ஒரு சிகரெட் பிடித்தால் நன்றாக இருக்கும் என்று மூளை சொல்லிற்று. இது மாதிரி நிறைவான சந்தர்ப்பங்களில் பிடிப்பது வழக்கம். அதுவும் பூவாசுரம் கொடுத்த கொடை. கட்டுப்படுத்திக் கொண்டு சற்றே நடந்தவன் மீண்டும் உள்ளே போனான்.

'மூனு மணிக்கு எழுப்புப்பா' என்று சொல்லிவிட்டுப் போய்ப் படுத்தான். செல்பேசியைக் கையில் எடுத்தான். இரண்டே முக்காலுக்கு அலாரம் வைக்கலாமா என்று யோசித்தான். எப்படியும் அப்பா சரியாக வந்து எழுப்பிவிடுவார், எதற்கு அலாரம் என்று அதைத் தவிர்த்தான். பிள்ளைகளை நேரத்திற்கு எழுப்புவது, அனுப்புவது எல்லாவற்றையும் அத்தனை சரியாகச்

செய்வார். ரயிலுக்குப் போவது, பேருந்து பிடிப்பது எதற்கும் கவலைப்பட வேண்டியதில்லை. செல்பேசியில் எதைப் பார்க்கவும் சலிப்பாக இருந்தது. இரண்டு நாட்களாக அதிகம் பயன்படுத்த வில்லை என்பது ஒரு விஷயமாகவே தெரியவில்லை. கண் சுழன்று கொண்டிருந்தது. பேசி நழுவி விழுந்ததை அறியாமல் தூங்கிப் போனான். அப்பா வந்து எழுப்பிய போதுதான் விழிப்பு வந்தது. 'நல்ல சாப்பாடுப்பா' என்றான். 'சரி. நீ பொறப்பட்டு வா' என்று வெளியே போனார். சில நிமிடங்களில் தயாராகி வெளியில் வந்தான்.

மணி மூன்றரை. வெயில் அவ்வளவாக இல்லை. மேகம் மூடியும் கலைந்தும் சென்று கொண்டிருந்தது. விளையாடிக் களித்த தெருவில் வெகுநாட்களுக்குப் பிறகு நடப்பது உற்சாகமாக இருந்தது. தெரிந்தவர்கள் யாரும் கண்ணில் படுவார்களோ என்று பார்த்தான். அந்த நேரத்தில் யாரையும் காணோம். சிறுவயது நண்பர்கள் எல்லாம் ஒவ்வொரு பக்கம் போய்விட்டார்கள். இப்போது யாரும் இங்கிருக்க வாய்ப்பில்லை. அடுத்த தெருவில் மேகாசு இருக்கிறான். கல்லூரி வரைக்கும் ஒன்றாகப் படித்தவன். ஊருக்கு வந்த செய்தியை இன்னும் அவனுக்குச் சொல்ல வில்லை. தெரிந்தால் உடனே வந்துவிடுவான். ஏனோ அவனைப் பார்க்கும் எண்ணம் இதுவரை வரவில்லை. இருபுறமும் மரங்கள் அடர்ந்து நிழல் படர்ந்து தெருவையே மூடிவிட்ட மாதிரி இருந்தது. சில வீடுகள் புதிதாக வண்ணம் பூசப்பட்டிருந்தன. சில வீடுகளில் மாடிக் கட்டிடம் ஏறியிருந்தது. மற்றபடி பெரிய மாற்றமில்லை. குழந்தையின் மனதோடு எல்லாவற்றையும் வேடிக்கை பார்த்துக்கொண்டே வந்தான்.

தெருவைக் கடந்து வாகனங்கள் ஏதுமற்ற முதன்மைச் சாலையில் சிறுதூரம் நடந்து பிறகு ஒரு சந்தில் நுழைந்து அப்பா முன்னால் போனார். கயிறில்லாத கன்றுக்குட்டி தாயைத் தொடர்வது போல அவர் பின்னால் போனான். அரைமணி நேர நடைக்குப் பிறகு முருகாசுரேசுவரன் கோயில் தெரிந்தது. திடீரென அவனுக்கு ஒரு சந்தேகம். 'ஏப்பா, கறி சாப்பிட்டுட்டுக் கோயிலுக்குப் போலாமாப்பா?' என்றான். அவர் சிரித்தார். 'நம்ம சாமியெல்லாம் கறி சாப்பிடற சாமி. முருகாசுரனுக்கு நோம்பி வரும்போது பாரு, நூத்துக் கணக்குல எருமக்கெடா வெட்டுவாங்க. இது பெரிய மாநகரத்துக்குள்ள இருக்கற கோயிலு. இதுக்கு இந்தக் காலத்துலயே அத்தன கெடா வெட்டு நடக்குது. நோம்பி சாட்டும் போது அப்படிச் சனங்க வந்து சேரும். பலி கேட்டுக் கறி திங்கற சாமி கறி தின்னவன வர வேண்டாங்குதா?' என்றார்.

சுற்றிலும் கட்டிடம் இருந்தாலும் முருகாசுரேசுவரன் திறந்த வெளியில் வானுயர நின்றிருந்தான். வெளியிலிருந்தே தோற்றம் தெரிந்தது. அங்கிருந்து மாநகரம் முழுவதையும் ஒரே வீச்சில் பார்த்துப் பரிபாலிக்கும் கம்பீரம். உள்ளே செல்லச் செல்ல பிரமிப்பு அதிகமாயிற்று. ‘முருகாசுரன் உருவம் வளந்துக்கிட்டே இருக்குது. சுவர போட்டா அத ஒடச்சிக்கிட்டுப் போயிரும். அதான் இப்படி வெட்டவெளி’ என்றார் அப்பா. முருகாசுரனுக்குப் பல கைகள். ஒவ்வொரு கையிலும் ஒவ்வொரு ஆயுதம். கண்ணை லேசாக மூடிப் பார்க்கும் போது எல்லாக் கைகளும் ஒரே கையாக இணைந்து ஆயுதத்தைச் சுழற்றும் காட்சி தெரிந்தது.

❖

21

முருகாசுரேசுவரனின் ஒரு கையில் எருமைக்கிடாயின் தலை ரத்தம் சொட்டத் தொங்கியது. செம்மண்ணில் புரண்டோடும் புதுவெள்ளத்து வாய்க்கால் போல நாக்கு நீண்டு தொங்கியது. முழுநிலவைக் கொண்டு வந்து பொருத்திய கண்கள். மூக்கிடத்தில் குகை கொண்ட கரடு. ஏறி விளையாடலாம் போலக் காதுகள் பரந்து விரிந்திருந்தன. மைதானமாய்க் கிடந்த மார்பைப் பார்க்க ஆசையாக இருந்தது. சேவேறிய தடித்த மரத்தின் அடிப்பகுதி எனத் திரண்டிருந்த கால்களின் நேர்த்தியைக் கண்டான். தன் உடல் பூஞ்சையோ என்று தோன்ற முருகாசுக்கு வெட்கம் வந்தது. மெலிந்த நெஞ்சுக்கூடும் பொருக்குக் கையும். 'உன் பெயரை வைத்திருக்கும் எனக்கும் உன்னைப் போல உடலைத் தா' என்று மனதிற்குள் சொல்லிக் கொண்டான்.

ஆக்ரோசமான முகத்தை அண்ணாந்து பார்த்துக் கும்பிட்டான். கிரீடம் வானம் முட்டிற்று. வெயில் பட்ட மின்னலில் கண் கூசிற்று. தலை தாழ்த்திக் கொண்டான். அப்பா நீட்டி விழுந்து எழுந்தார். இப்பேர்ப்பட்ட கோயிலுக்கு இதுவரை வராமல் இருந்தோமே. தீரா வியப்போடு முருகாசுரேசுவரனின் தோற்றத்தையே மீண்டும் மீண்டும் பார்த்தான். அப்பாவுக்கு எந்த வியப்பும் இல்லை. அடிக்கடி வருபவருக்கு எல்லாம் சாதாரணமாகத்தான் தெரியும். அந்நேரத்தில் கோயிலில் யாரும் இல்லை. பூசகர் மட்டும் இருந்தார். அப்பாவைப் பார்த்துச் சிரித்த அவர் 'சாமிக்கு நாந்தான் காவல். வேற யாரும் வர்றதில்ல. சனங்க நெரிஞ்சு கெடந்த கோயில், இப்பத் தொணைக்கு ஆளில்ல' என்றார். 'காலத்த முருகாசுரன் மாத்துவான்' என்றார் குமராசுரர். 'பழசு திரும்போணும். அத மோசம்னு சொல்லிக்கிட்டு இருந்தம். அதுவே

நல்லதுன்னு காட்ட இது வந்திருக்குது. முருகாசுரன் மனசுல என்ன வெச்சிருக்கறானோ? எல்லார்த்துக்கும் அமிழ்தத்தக் கொடுப்பான்னு வேண்டிக்கறதத் தவிர நாம என்ன செய்ய முடியும்?' என்று பேசிக்கொண்டே போன பூசகர் முருகாசுவை அப்போதுதான் பார்த்தது போல 'மகனா?' என்றார். 'ம். இவந்தான் கடைசியான். பூவாசுரத்துல வேல' என்றார் அப்பா. 'பேரு' என்று அவனைப் பார்த்தார். 'முருகாசு' என்றான். 'நம்ம முருகாசுரன் தானா?' என்ற பூசகர் எழுந்து கற்பூரம் காட்டப் போனார். கம்பீரமாக அவர் சொன்ன 'முருகாசுரர் வாழி' கேட்டது.

காலம் படைத்தோன் கருத்தில் நிறைந்தோன்
சீலம் சொன்னோன் சிறந்தோன் வாழி
மூலன் முதல்வன் முருகா சுரேஸ்வரன்
வாழத் தந்தோன் வளனே வாழி

தனக்காகப் பூசகர் நீட்டிப் பாடுகிறார் என்று தோன்றியது. முடித்துத் திரும்பியவர் நீட்டிய தட்டத்திலிருந்து எருமைச் சாணம் மணக்கும் கருநிறத் திருநீற்றை எடுத்து இருவரும் இட்டுக் கொண்டார்கள். பத்து ரூபாய் நோட்டு ஒன்றைத் தட்டத்தில் போட்டார் குமராசுரர். பூசகருக்கு மனம் குளிர்ந்தது. பஞ்ச காலத்தில் விருந்துண்டதைப் போல முகத்தில் மலர்ச்சி தெரிந்தது.

'முருகாசுரன்னு பேரு வெச்சிருக்கறயே தம்பி, அவனோட வரலாறு தெரியுமா?' என்று கேட்டார். தெரியாது என்பதாய்த் தலையசைத்தான். 'பேரு வெச்சீங்களே, வரலாறு சொல்லி வைக்க வேண்டாமா?' என்று அப்பாவைப் பார்த்துக் கோபித்துக் கொள்வது போல அவர் கேட்டார். மழுப்பலாய்ச் சிரித்தார் அப்பா. 'நம்ம அசுர இனத்துக்காக உசுர் கொடுத்த சாமி, இந்த முருகாசுரன்' என்று சொல்லிக் கைகளை மேலே தூக்கிக் கும்பிட்டு வரலாற்றைச் சொல்லத் தொடங்கினார் பூசகர்.

அமிழ்தத்தைக் கண்டடைந்து அருந்திச் சாகாவரம் பெற வேண்டும் என விரும்பிய அசுரர்களும் தேவர்களும் ஒரு முடிவுக்கு வந்தார்கள். பொதுவாக அசுரர்களுக்கும் தேவர்களுக்கும் எல்லாவற்றிலும் முரண். அசுரர் இடப்பக்கம் போனால் தேவர் வலப்பக்கம் போவார்கள். அசுரர் கரும்பாறை உடல் கொண்டவர்கள். சுருட்டை முடி உடையவர்கள். தீ கொப்பளிக்கும் கண்கள். கோப முகம். அசுரரும் தேவரும் பெரும்பகை கொண்ட இனங்கள். பாற்கடலுக்குள் அமிழ்தம் இருக்கிறது, அதைக் கடைந்தெடுக்கலாம், கடைவதற்குப் பெரும்பலம் வேண்டும். அசுர பலமும் தேவ பலமும் இணைந்தால் கடையலாம். வெகுகாலம் யார் யாரோ முயன்றும் இரு இனத்தையும் இணங்க வைக்க முடியவில்லை. ஒருவழியாக அசுர குல குருவாகிய சுக்ராச்சாரியார் முன்னின்று பேசி இணக்கம் ஏற்படுத்தினார்.

அமிழ்தம் கிடைத்ததும் இரு இனத்தவரும் சமமாகப் பங்கிட்டுக் கொள்ள வேண்டும் என்பது பேச்சு.

ஒத்துக்கொண்டு பாற்கடலைக் கடையும் வேலை தொடங்கியது. மலையை மத்தாக்கிப் பாம்பைக் கயிறாக்கி ஒருபுறம் அசுரர்கள் நின்றும் இன்னொரு புறம் தேவர்கள் நின்றும் இழுத்துக் கடைந்தார்கள். இருபுறமும் லட்சக்கணக்கில் கயிறிழுக்கக் கூடி நின்றனர். அநாதி காலம் தொட்டுப் பாற்கடலுக்குள் விழுந்திருந்த ஏதேதோ பொருட்கள் எல்லாம் ஒவ்வொன்றாக வெளியே வந்தன. கிணறு தூர் வாரும் போது எந்தெந்தச் சமயத்திலோ விழுந்து மூழ்கிய பொருட்கள் எல்லாம் சேற்றோடு வந்து விழுவது போல. அந்தப் பொருட்களுக்கு ஆசைப்பட்ட அசுரர்களும் தேவர்களும் ஓடி ஓடி வாரிக் கொண்டார்கள். அவர்களுக்கு அந்தப் பொருட்களும் நொடி நேர வாழ்வும் போதுமாக இருந்தன. சாகாவரம் தேவைப்படவில்லை. அமிழ்தம் வரும் என்பதில் அவர்களுக்கு நம்பிக்கையும் இல்லை. பொருளாசை கொண்டு ஓடிய அவர்கள் எல்லாம் பூலோகத்திற்குப் போய் நரர்களாகினர்.

நாட்கணக்கு முடிந்து மாதக் கணக்காகி அதுவும் கழிந்து வருடக் கணக்காயிற்று. கயிற்றை இழுப்போர் எண்ணிக்கை குறைந்துகொண்டே வந்தது. ஒருகட்டத்தில் ஆலகால விஷம் பாற்கடலிலிருந்து மேலெழுந்து வந்தது. அது பரவி எல்லோரையும் கொன்றுவிடும் என்று பயந்தார்கள். விஷம் போய்த் தங்கப் பாதாள லோகத்திற்கு வழியமைக்கும் வேலை வெகுகாலம் நடந்தது. பாதாளத்து நாகங்களுக்கு விஷ ஆறு ஆனந்தம் தந்தது. அதில் மூழ்கி மூழ்கிக் குளித்தன. அதன் பிறகு பல வருசங்கள். கயிறிழுப்போர் எண்ணிக்கை ஆயிரக்கணக்கு எனக் குறைந்தது. நம்பிக்கையோடு அவர்கள் இரவும் பகலும் கயிற்றை இழுத்து இழுத்துக் கடலைக் கடைந்தெடுத்தனர். ஒரு நாளின் சூரியோதயத்தில் அமிழ்தக் கலசம் பாற்கடலிலிருந்து மேலெழுந்தது. தங்கத்தில் தகதகத்த அக்கலசத்தை கையிலேந்திக் கொண்டு அழகின் பூரணமாகிய மோகினி ஒருத்தி வெளியே வந்தாள். அசுரர்கள் எப்போதும் போகத்தில் வல்லவர்களாக இருந்ததால் தங்கக் கலசத்தைவிடவும் கலசத்தை ஏந்தி வரும் மோகினியையே பார்த்து லயித்திருந்தனர். அவளுக்கு இடை இருப்பதாகவே தெரியவில்லை. அவள் நடந்து வந்தபோது அசைந்த முலைகளைப் பார்த்த அசுரன் ஒருவன் 'மூன்று அமிழ்தக் கலசங்கள்' என்றான். 'அமிழ்தம் வேண்டாம், அவள் எச்சில் போதும்' என்றான் இன்னொருவன். 'அழகைத் தரிசித்தாகிவிட்டது. இனிச் செத்துவிடலாம்' என்றான் மற்றொருவன்.

மோகினி மெல்லக் கரைக்கு வந்தேறி ஒயில் நடை நடந்தாள். அவள் காலடி பதிந்த மண்ணில் குனிந்து சில அசுரர்கள்

முத்தமிட்டனர். பிறழ்ந்த மனதோடும் பிசகிய நினைவோடும் அவள் பின்னாலேயே நடந்தனர். அசுரர்கள் அப்படி மயங்கிக் கிடக்கத் தேவர்களோ அவளுக்கு முன்னால் முண்டியடித்து ஓடிக் கையேந்தினர். 'ரசனை கெட்ட ஜென்மங்கள் அமிழ்தத்திற்கு அலைகின்றன' என்று அசுரர்கள் திட்டினர். தன்னைச் சுற்றி ஒளிவட்டம் அமைத்துக்கொண்ட மோகினி வரிசையாக நிற்கச் சொன்னாள். யாரும் அதற்கு இணங்கவில்லை. அவள் பேச்சை அருந்தினால் போதும் என்று நினைத்த அசுரர்களும் அவளுக்கு முன்னால் போய் நின்றனர். 'ஒரு வார்த்தை பேசு' என்றார்கள். ஒரு அசுரன் 'என்னைப் பார்த்து ஒரே வார்த்தை சொல், போதும்' என்றான். மோகினி சிரித்தாள். சிலர் மயங்கி விழுந்தனர்.

பிறகு அசுரர்களை ஒருபுறமும் தேவர்களை ஒருபுறமும் நிற்கும்படி மோகினி வலியுறுத்தினாள். அப்போதுதான் ஒழுங்காக விநியோகம் செய்ய முடியும் என்றாள். இல்லாவிட்டால் தான் மீண்டும் பாற்கடலுக்குள் மறைந்து போய்விடுவதாகவும் பயமுறுத்திப் பொய்க்கோபம் காட்டிக் கடல் பக்கம் திரும்பினாள். அவள் ஒவ்வொரு அசைவும் அசுரர்களைக் கிறங்கடித்தன. அவற்றைக் காணவே அவளைச் சீண்டிப் பார்த்தனர். அவள் பாற்கடலுக்குள் இறங்கிக் கலந்து மாயமாகி விடுவாளோ என்று அஞ்சிய அசுரர்கள் ஒருபுறம் வரிசை கட்டினர். வேறு வழியில்லாமல் தேவர்களும் வரிசையில் நிற்க வேண்டியதாயிற்று. அசுரர்கள் இடப்புறமும் தேவர்கள் வலப்புறமும் நின்றனர். அசுரர்கள் பக்கம் திரும்பிய மோகினி அமிழ்தம் குழைத்த குரலில் 'முதலில் தேவர்களுக்குக் கொஞ்சமாகக் கொடுத்து ஏமாற்றிவிட்டு வருகிறேன். பிறகு உங்களுக்கு வேண்டுமளவு திகட்டத் திகட்டக் கொடுக்கிறேன்' என்றாள். அசையும் உதடுகளின் வசீகரத்தில் ஆழ்ந்திருந்த அசுரர்கள் 'சரி' என்றார்கள். அவள் சொல்வதை எல்லாம் ஆமோதிக்கும் போதையில் ஆழ்ந்திருந்தனர்.

மயக்கும் மோகினியின் குரலில் இருந்த வஞ்சகத்தை உணர்ந்த ஒரே ஒரு அசுரன் மட்டும் மறுத்துப் பேசினான். அவன் குரல் ஓங்கி ஒலித்தது. தேவர்களுக்கு முதலில், அசுரர்களுக்குப் பிறகு என்பது பாரபட்சமானது; அசுரன் ஒருவன், தேவன் ஒருவன் என்னும் முறைப்படி வரிசையில் நிற்க வைத்து ஒவ்வொருவருக்காகக் கொடுத்து வரலாம். அதுதான் நீதி என்றான். 'என் மேல் நம்பிக்கை இல்லையா?' என்று சிணுங்கல் குரலில் அசுரர்களைப் பார்த்து மோகினி கேட்டாள். பிறகு 'அங்கே கொஞ்சம், இங்கே அதிகம்' என்று அசுரர்களை நோக்கி விரல் நீட்டினாள். அவள் விரல் ஒவ்வொரு அசுரனின் நெஞ்சிலும் வந்து தொட்டு இளக்கியது. நீதிக்காகக் குரல் கொடுத்த அசுரன் 'மோகினி மயக்கி நம்மை ஏமாற்றிவிடுவாள்' என்றான். 'பசப்புக்காரி,

நெடுநேரம்

மினுக்கி' என்று திட்டினான். மோகினிக்காக எதையும் செய்யத் தயாராக இருந்த அசுரர் கூட்டம் நீதி பேசிய அசுரன் மீது பாய்ந்தது. சூழ்ந்த தாக்குதலில் இருந்து மீள முடியாத அந்த அசுரன் மிதிபட்டும் அடிபட்டும் அங்கேயே உயிரை விட்டான். அவன்தான் முருகாசுரன்.

மோகினியின் பேச்சில் மயங்கி அமிழ்தத்தை இழந்த பிறகு அசுர இனம் தங்களுக்காகக் குரல் கொடுத்த முருகாசுரனை மிதித்துக் கொன்றமைக்காக வருந்தியது. தன் இனத்திற்காகக் கேள்வி கேட்டவனை அவ்வினமே அடித்துக் கொன்றமைக்குச் சாட்சி அவன். செத்தும் முருகாசுரன் அசுர இனத்தைக் கைவிடவில்லை. நீதிக்குக் குரல் கொடுத்த அவனுக்கு அசுர இனம் கோயில் கட்டிக் கொண்டாடியது. அமிழ்தப் பிரச்சினையில் முதல் களப்பலியாகிய முருகாசுரனை வணங்கி வழிபட்டால் கேட்டது கிடைக்கும்; நினைத்தது நடக்கும். ஏமாந்த தன்னினத்தைக் காக்கும் கடமையை இப்போதும் ஏற்று வரம் கொடுத்துக் கொண்டிருக்கிறான் முருகாசுரேசுவரன்.

இந்த வரலாற்றைச் சொல்லி 'எதையாச்சும் நெனச்சு வேண்டிக்க. அடுத்த வருசத்துக்குள்ள அது நடந்திரும். அப்பறம் வந்து முருகாசுரனுக்கு எருமக் கெடா வெட்டீரு' என்றார் பூசகர். 'மோகினியப் பாத்தே மயங்காத அசுரன் இவன், நாங்களும் இவனாட்டமே இருப்பமுன்னு ஒரு பசங்க கூட்டம் திரியுது. அவுங்க மொரட்டு சிங்கிள்னும் பேரு வெச்சிக்கிட்டு விரதம் புடிச்சுக் கும்பிட வருவாங்க' என்று அவனைப் பார்த்துச் சிரித்தார் பூசகர். கொன்ற தன்னினமே தெய்வமாகக் கொண்டாடும் முருகாசுரன் கதையால் ஈர்க்கப்பட்ட முருகாசுக்கு என்ன வேண்டுதல் வைப்பது என்று குழப்பமாக இருந்தது. பூவாசுரத்தில் இருந்தபோது நேர்ந்த பிரச்சினைகள் தீர வேண்டும் என வேண்டிக் கொள்ளலாம் என நினைத்தான். அதே கணம் அம்மா விரைவில் கிடைக்க வேண்டும் என்று வேண்டலாம் என்னும் நினைவும் எழுந்தது. இதுமாதிரி சாமிகளிடம் வேண்டுதல் வைக்கும் வழக்கம் அவனுக்கு இல்லை. அம்மா சொல்வார், 'எல்லாரும் நல்லாருக்கனும்னு சாமிகிட்ட வேண்டிக்க போதும்.' இப்போது அம்மாவுக்காக வேண்டுதல் வைத்துவிடலாம். உடனே கை குவித்து மனம் ஒன்றி 'அம்மா கிடைக்க வேண்டும் முருகாசுரா, அம்மா கிடைக்க வேண்டும் முருகாசுரா' என்று பத்து முறை சொன்னான். எந்த வேண்டுதலையும் ஒருமுறை சொன்னால் போதாது. பத்து முறை சொல்ல வேண்டும் என்பது அம்மா கற்றுத் தந்தது. பத்து முறை சொன்னால் அந்த வேண்டுதல் மந்திரமாகி விடும். மந்திரத்திற்குச் சக்தி இருக்கிறது, பலிக்கும் என்பார் அம்மா.

❖

22

கோயிலில் இருந்து வெளியே வந்து பள்ளியை நோக்கி நடந்தார்கள். முருகாசுரன் கருணையால் அம்மா கிடைத்துவிடுவார் என்னும் நம்பிக்கை அவனுக்கு மனதை நிறைத்திருந்தது. கதையும் வேண்டுதலும் பிடித்திருந்தன. அவை கொடுத்த கிளர்ச்சியில் கனிந்திருந்தான். தனக்கு இதுவரை பழக்கமில்லாத விஷயம் ஒன்றுக்குள் புதிதாக நுழைந்த பரவசத் திளைப்பை உணர்ந்தான். அவன் மௌனத்தைக் கலைக்கும்படி அப்பா பேசினார். 'அந்தக் கதைய நீ நம்பறியா?' என்றார். 'கத நல்லா இருக்குதுப்பா' என்றான் மெல்லிய புன்னகையோடு. 'நெறையச் சாமிக்கு இந்த மாதிரி கத இருக்குது. எல்லாங் கேட்டா ஒரே மாதிரி இருக்கும்' என்றார். கதை கொடுத்த மயக்கத்திலிருந்து அவனை விடுவிக்க முயல்கிறாரா அப்பா?

'முருகாசுரன் பேச்சக் கேட்டிருந்தா அசுரர் களுக்கும் அமிழ்தம் கெடச்சிருக்கும். சாவே இருக்காது இல்லப்பா' என்றான். அவனை அறியாமல் பெருமூச்சு வந்தது. சாலையில் போக்குவரத்து இல்லை. நடந்து செல்லும் ஆட்கள் எண்ணிக்கை கூடியிருந்தது. பல பேர் முகக்கவசம் ஏதும் இல்லாமல் சாதாரணமாகப் பேசிக்கொண்டு நடந்து போனார்கள். தொற்றிலிருந்து தப்பிக்க முகக்கவசமே முதன்மை என்று ராசாங்கம் எத்தனைதான் பிரச்சாரம் செய்தாலும் பின்பற்ற மறுக்கிறார்கள். அசுரர்களுக்குச் சாவைப் பற்றிய பயம் போய்விட்டதா? அமிழ்தம் கிடைக்காத ஏக்கத்தில் சாவை விரும்பி அணைத்துக் கொள்கிறார் களா? வானில் முகில் கூடி வெளிச்சத்தை முழுவதுமாக மறைத்துவிட்டது. உலகம் முழுக்க நிழல் படர்ந்தது போலிருந்தது. ஆட்களிடமிருந்து விலகி ஒரு சந்தில் நுழைந்தார் அப்பா. அது

நடக்க வாகாக இருந்தது. அப்பா கேட்டார், ‘சாவே இல்லாத வாழ்க்கையில என்ன சுவாரசியம் இருக்கும்?’ இந்தக் கேள்வியில் அவன் திடுக்கிட்டுப் போனான்.

‘என்னப்பா இப்பிடிச் சொல்ற? அவனவன் சாகாத இருக்கணுமுன்னு என்னென்னவோ பண்ணிப் பாக்கறான். சஞ்சீவி மூலிகையத் தேடிப் போறான். தங்கப் பஸ்பம் சாப்பிடறான். மருந்து மாத்திரைன்னு ஆராய்ச்சி பண்றான். நீ இப்பிடிச் சொல்ற. சாவு இல்லைன்னா இந்த வாழ்க்கைய இன்னும் கொஞ்சம் சாவகாசமா வாழலாமேப்பா. இப்பப் பாரு, ரொம்ப அவசர அவசரமா வாழ்ற மாதிரி இருக்குது’ என்றான்.

‘அப்படியா சொல்ற? அசுரனோட வாழ்க்க ஒரு அறுபது எழுபது வருசமுன்னு வெச்சுக்க. இல்ல, நூறுன்னுதான் வெச்சுக்க. என்ன சுவாரசியம் இருக்குது? முப்பது வயசுக்கு மேல எல்லாமே ஒழுங்குக்கு வந்திரும். சாப்பாடு, தூக்கம், வேல, குடும்பம் எல்லாமே. காலையில எந்திரிக்கறதுல இருந்து ராத்திரி தூங்கற வரைக்கும் எல்லாமே கோடு கிழிச்ச மாதிரிதான். ஒவ்வொரு நாளுக்கும் என்ன வித்தியாசம்?’

‘ஒருநாளுக்கும் இன்னொரு நாளுக்கும் வித்தியாசமே இல்லையா?’

‘சொல்லேன். என்ன வித்தியாசம்? ஒருநாள் பொழுது ஆறு மணிக்கு விடியும். கோடையா இருந்தா அடுத்த நாள் அஞ்சு அம்பத்தொன்பதுக்கு விடியும். குளிர்காலமா இருந்தா ஆறு ஒண்ணுக்கு விடியும். அவ்வளவுதான? நீ செய்யற வேலையில மட்டும் என்னவாம்? ஒருநாளுக்குக் கொழம்புல உப்பு சரியாயிருக்கும். இன்னொரு நாள் கொஞ்சம் கூடிரும், இல்லைன்னா கொறஞ்சிரும். இந்தச் சிறுசிறு வித்தியாசத்தத் தவிர வேறென்ன இருக்குது சொல்லு.’

‘அப்பச் சாவு வேணுங்கறீங்களா? தெனம் தெனம் புதுப்புதுக் கண்டுபிடிப்பா வந்துக்கிட்டே இருக்குது. நேத்து ராத்திரி கையில இருந்த பேசியோட அடுத்த வெர்ஷன் இன்னைக்கிக் காலையில வந்திருது. எத்தன எத்தன கண்டுபிடிப்பு. எரநூறு முந்நூறு வருசமுன்னு வாழ்ந்தா எப்பேர்ப்பட்ட பொருள்களோட பழகிப் பார்க்கலாமுன்னு எனக்கெல்லாம் ஆசயா இருக்குதுப்பா.’

‘சரிதான். நீ இன்னம் முப்பது வயசத் தாண்டல. உனக்கு வாழ்ற துடிப்பு இருக்குது. அதனால நீண்ட வாழ்நாள் வேணும்னு நெனைக்கற. முப்பதக் கடந்தயின்னா கொஞ்சம் கொஞ்சமா நாஞ் சொல்றது புரியும். ஒரே மாதிரி வாழ்றதுல பெருஞ்சலிப்பு வந்திரும். கண்டுபிடிப்பெல்லாம் வருதுதான்.

அதோட பயன்பாடு ஒன்னேதான? அதுல சலிப்பு வரத்தானே செய்யும்? பொருளா வாழ்க்க? மனசுதான். போதும் இந்த வாழ்க்கையின்னு நெனச்சு ஒருத்தன் தற்கொல பண்ணிக்கறான். அதுக்குச் சுதந்திரம் இருக்குது. சாகாவரம் இருந்தா அந்தச் சுதந்திரம் கெடைக்குமா? எதுக்குக் கட்டாயமா வாழணும்? சாகாத வெகுகாலம் இங்கயே இருந்தம்னா எதிலுமே சுவை இருக்காது. நாக்கு மரத்துப் போயிரும். காது புளிச்சுப் போயிரும். மனசு நொந்திரும். சாகா வரம் வாங்குன தேவர்கள் வாழ்க்கைல புதுசுக்கு ஏது எடம்? எல்லாம் பழசு பழசு. எங்க பாத்தாலும் சலிப்புத்தான்.'

அப்பா சொல்வதை ஆழ்ந்து யோசிக்க வேண்டும் என்றிருந்தது. இப்போது அதை அப்படியே ஏற்றுக்கொள்ளவும் முடியாது. மறுத்துப் பேசவும் தன்னிடம் தர்க்கம் இல்லை. அவருக்கு இன்னும் தற்கொலை எண்ணம் முழுதாகப் போக வில்லையோ என்றும் சந்தேகமாக இருந்தது. பேச்சை வேறு விஷயத்திற்குத் திருப்ப முயன்றான்.

'தங்களுக்காக நீதி கேட்ட ஒருத்தன மிதிச்சே கொன்னிருக்கறாங்க. காமம் மனசுல ஏறிட்டா கொல செய்யக்கூடத் தயங்க மாட்டானுங்க இந்த அற்ப அசுரனுங்க. காமம் அப்படிக் கொடுமையானதாப்பா?' என்றான்.

'ஆமா. அந்தக் கணத்துல என்ன செய்யறமுன்னு தெரியாது. காமம்கிறது ஒரு பித்து. மனசையும் ஒடம்பையும் ஒரே சமயத்துல கொழப்பற பித்து. அந்தப் பித்தத் தெளிவிக்கிற மருந்து ஏது?'

'அப்பக் காமம் தப்பாப்பா?'

'தப்புன்னு யாரு சொன்னா? அது ஒரு பித்துன்னு புரிஞ்சுக்கிட்டாப் போதும். புரிஞ்ச எதுன்னாலும் தெளிவாயிரும்.'

'அப்படித் தெளிவா இருக்க முடியுமா?'

'இருக்க முடியும். தெளிவோட அதில ஈடுபட முடியும் . . .'

அப்பாவின் பேச்சு தொடர்ந்தது. இந்த விஷயத்திலும் அவரோடு அவனால் உடன்பட முடியவில்லை. பித்திலிருந்து தெளிய வேண்டும். எப்படித் தெளிவது? அந்த வழியைக் கண்டடைய முடியுமா? குழப்பமே பித்து. தெளிந்துவிட்டால் பித்தேது? என்னவோ காரணத்தால் அப்பாவுக்கு அந்தப் பித்துப் பிடிக்கவில்லை போலும். அவருக்குப் பிடிக்கவில்லை என்றாலும் அவரை அது பிடித்துத்தான் இருக்கும். இந்த வயதில் இப்படிப் பேச முடிகிறது. இளம்வயதில் அந்தப் பித்து இல்லாமலா

எந்தக் கேள்வியும் இல்லாமல் ஒரு பெண்ணைத் திருமணம் செய்துகொண்டார்? அவள் பேசவே இல்லை என்றாலும் மனம் எதற்கு, உடல் போதும் என்று நினைத்தாரே, அது பித்துத்தான். அவரிடம் இதைப் பற்றி மேலும் பேச அவனுக்குத் தயக்கமாக இருந்தது. நிறையக் கேட்க வேண்டும்தான். எது கேட்டாலும் அவரிடம் பதில் இருக்கிறது. எல்லாக் கேள்விகளுக்கும் பதில் கண்டுபிடித்துவிட முடியும் என்பதே அவனுக்கு ஆயாசமாக இருந்தது.

பேசிக்கொண்டே பள்ளி மைதானத்திற்குள் வந்திருந்தார்கள். பள்ளியை அவன் புதிதாகப் பார்த்தான். பார்வை புதிதாக இருந்தால் ஒவ்வொன்றும் புதிதுதான். பொருள் பழையது; பார்வை புதிது. யோசித்தால் அப்பாவின் தர்க்கங்களுக்கு நிறையப் பதில் சொல்லலாம் என்றிருந்தது. அவன் மனதை மீட்டது பேரிரைச்சல். ஆலமரத்திலிருந்து பறவைகளின் கூட்டொலி பெருத்த ஆரவாரம் போலக் கேட்டது. மைதானத்தில் விளையாடிக் கொண்டிருந்த பையன்களைக் கடந்து ஆலமரத்தை நோக்கிச் செல்லச் செல்ல அதன் பிரம்மாண்டம் அவனுக்கு உறைத்தது. விரிந்திருந்த வெட்டவெளி நடுவே கைகளை ஊன்றிக் கொண்டு பேரசுரன் ஒருவன் உட்கார்ந்திருப்பது போலிருந்தது.

முந்தைய காலத்தில் தன் முன்னோர்கள் எல்லாம் இத்தகைய பேருருக் கொண்டவர்களாகவே இருந்திருக்கலாம். இப்போது நரர்களைப் போல உடல் குறுகிவிட்டது. எல்லாம் காலம் செய்த மாயம். காலத்தைத் தாண்டி வந்து தன்னிடம் பேச அமர்ந்திருக்கும் தன் முன்னோர் ஒருவரின் உருவமாகத் தெரிந்த ஆலமரத்தை நோக்கி ஆவலோடு அவன நடந்தான். தன் பெற்றோரின் திருமண நாளில் வைத்த மரம். பெரும்பரப்பில் கிளை விரித்து விழுதுகளை ஊன்றிப் பரந்து நின்றிருந்தது. விழுதுகள் சீரான இடைவெளியில் விடப்பட்டிருந்தன. நிலம் தொட இறங்கும் விழுதுகள் காற்றில் அசைந்தாடின.

சில பையன்கள் விழுதுகளுக்குள் ஓடிக் கொண்டும் பற்றித் தொங்கியாடியும் கொண்டிருந்தனர். விளையாட்டு தடை செய்யப்பட்டிருந்த போதும் இங்கே பையன்கள் கூட்டத்திற்குக் குறைவில்லை. எவ்வளவு நேரம் வீட்டுக்குள் அடைந்து கிடக்க முடியும்? வீடு பையன்களுக்குச் சிறை. வீட்டிலிருக்கும் பையன் மீது ஒவ்வொருவரின் பார்வையும் விழுந்து கொண்டேயிருந்தால் அவன் என்ன செய்வான்? ஒரே சமயத்தில் எல்லோரின் கண்காணிப்பும் அவன் மீதே பதியும் என்றால் வீட்டிலிருப்பது சாத்தியமில்லை. கண்காணிப்பவர்களுக்கும் கொஞ்சம் ஓய்வு வேண்டும். அதற்காகவாவது வெளியே போகட்டும் என்று அனுப்பியிருக்கலாம்.

அம்மா, அப்பா இருவரின் கவனமும் எந்நேரமும் முருகாசுவின் மீதே இருந்ததால்தான் அவன் பூவாசுரத்திற்குப் போவதென்று முடிவு செய்தான். ஒரு நிமிடம்கூட அவன் விருப்பப்படி எதுவும் செய்ய முடியாது. செல்பேசி கையிலிருந்தால் அவன் என்ன பார்க்கிறான் என்று விதவிதமாக நோட்டமிடுவார்கள். கழுவறைக்குப் போனால் ஐந்து நிமிடம் தங்க முடியாது. 'இவ்வளவு நேரமா என்னடா பண்ற?' என்று குரல் வரும். அவன் தூங்குவது, எழுவது, குளிப்பது, சாப்பிடுவது, நடப்பது எல்லாமே இன்னொருவரின் கண்ணுக்கு உட்பட்டுத்தான் என்றிருந்தால் எப்படி? சொர்க்கமே என்றாலும் கண்காணிப்புக்கு உட்பட்டது என்றால் அங்கே நீடித்திருக்க முடியாது. இந்தப் பறவைகளுக்குக் கண்காணிப்பு இல்லை. அவை விருப்பப்பட்டபடி எதுவும் செய்யலாம்.

எவ்வளவு பறவைகள் என்றே தெரியவில்லை. நூற்றுக் கணக்கில் இருக்குமா? மரத்தின் மேலே சில பறந்துகொண்டிருந்தன. உள்ளே கிளையேறி அமர்ந்திருந்தவை அனேகம். இத்தனை பறவைகளையும் இந்த ஒரே மரம் சுமந்து கொள்கிறது. கனத்தை உணருமா மரம்? மரத்திலிருந்து கனிகள் சிதறுவது போல விதவிதமான எச்சங்கள் விழுந்து கொண்டே இருந்தன. பறவைகளின் குரலை இனம் பிரித்துக் காண முடியவில்லை. சிறுவகுப்பில் வாய்பாடு சொல்லிக் கத்தும் குழந்தைகளின் குரல் போல அத்தனை ஒத்திசைவு. பறவைகளின் தோற்றத்திலும் வேறுபாடு இல்லை. நிழல் இருளில் எல்லாம் ஒரே மாதிரி தெரிந்தன. அளவில் மட்டுமே வித்தியாசம்.

மரத்திற்கு வெளியில் அமைத்திருந்த பெஞ்சில் அப்பா உட்கார்ந்தார். தான் அமைத்துக் கொடுத்த பெஞ்சு என்னும் உரிமையும் பெருமையும் அவர் முகத்தில் தெரிந்தன. அவற்றால் ஏற்பட்ட மகிழ்ச்சியில் முகம் பூத்தது. தினமும் இந்த மரத்தை வந்து பார்க்கிறார், இதனடியில் உட்கார்கிறார், பறவைகளின் குரல்களைக் கேட்கிறார். இன்பத்தை அனுபவிக்கிறார், அதில் ஒன்றும் சந்தேகமில்லை. தினம்தினம் பார்த்தாலும் சலிப்பு வரவில்லை. அப்பாவையும் அவர் சொற்களையும் உதறிவிட்டு ஆலமரத்தில் ஆழ வேண்டும் என்று மனதிற்குச் சொல்லிக் கொண்டான். அப்படிச் சொல்லிக் கொள்வது அம்மாவிடமிருந்து வந்தது. அம்மாவையும் நினைக்கக் கூடாது என்று மனதிற்குக் கட்டளை போட்டான். கட்டளைக்கு அடிபணியாத மனதை ஒதுக்கித் தள்ளினான். கோயிலுக்குப் போகாமல் நேராக இங்கே வந்திருந்தால் பறவைகள் வந்து அடைவதற்கு முன்னான மைதானக் காட்சிகள் கிடைத்திருக்கும். வந்து சேரும் முதல் பறவையின் குரலையே கேட்டிருக்கலாம். இன்னொரு முறை

அப்படி வர வேண்டும். இப்போது அவனுக்கு மரத்தைச் சுற்றிப் பார்க்க வேண்டும் போலிருந்தது.

பறவைச் சத்தம் கூடிக் கொண்டேயிருந்தது. வந்து அடையும் போது ஏன் இப்படிச் சத்தமிடுகின்றன? பகல் போகிறதே என்று கத்தி அழுகின்றனவோ? இது துயரக் குரலா? இல்லை, மகிழ்ச்சிக் குரலா? அதிகாலையில் அவை விழித்தெழும் போதும் இப்படித்தான் கத்துகின்றன. அதற்கும் இதற்கும் வேறுபாடு இருக்கும். எது மகிழ்ச்சி, எது துயரம் என்று அவனால் தீர்மானிக்க முடியவில்லை. இரண்டும் மகிழ்ச்சியாகவே இருக்கலாம். பறவைகளுக்குத் துயரம் ஏது? பெரிய சர்க்கஸ் கூடாரத்தைச் சுற்றி வருவது போலிருந்தது. ஒருபுறச் சுற்றுக்குப் பிறகு மரத்திற்குள் புகுந்தான். சொத்தென்று சில எச்சத் துளிகள் அவன் மேல் விழுந்தன. அவற்றிலிருந்து தப்பிக்க விழுது மறைவுக்குள் நுழைந்ததும் பேரிருளுக்குள் கரைந்து தான் காணாமல் போய்விட்டதாக உணர்ந்தான்.

✦

23

பள்ளியிலிருந்து திரும்பும் வழியிலும் அப்பாவிடம் ஏதும் பேச முடியவில்லை. ஆலமரத்தைப் பார்த்த பிரமிப்பும் முருகாசுரன் கதை கிளர்த்திய எண்ணங்களும் வேறெதையும் பேசும் மனநிலையைத் தரவில்லை. இருள் சூழ்ந்ததால் பள்ளி மைதானத்தில் அப்பா நடைப்பயிற்சி செய்ய வில்லை. வீட்டிலிருந்து அத்தனை தூரம் நடந்ததே இன்றைக்குப் போதும் என்று சொல்லிவிட்டார். வரும் வழியில் காய்கறிக் கடையிலும் மளிகைக் கடையிலும் சில பொருட்களை வாங்கிக்கொண்டு வந்தார். கதவை அடைத்துவிட்டு ஜன்னல் வழியாக வும் பின்பக்கக் கதவு வழியாகவும் அக்கடைகளில் வியாபாரம் நடந்தது. வியாபாரம், வருமானம் என்பதை விடவும் விதி மீறலில் இருக்கும் சந்தோசம்தான் இப்படி எல்லாம் செய்யத் தூண்டு கிறது. இரவில் எப்படியும் அப்பாவிடம் இன்னும் கொஞ்சம் பேசும் மனநிலை வாய்க்கும் என நினைத்தான். அவரிடம் பேசி முடித்துவிட்டால் அம்மாவைத் தேடி ஊருக்குக் கிளம்பிவிடலாம். தள்ளிப் போடக் கூடாது.

பகலில் செய்த கறிக்குழம்புக்குத் தோசை ஊற்றிக் கொடுத்தார். சோற்றுக்குப் பதிலாகத் தோசை என்றாலும் மதியத்து ஆர்வம் கூடவில்லை. குழம்பும் கொஞ்சம் சல்லிட்ட மாதிரி தெரிந்தது. எல்லாச் சுவையும் முதல்முறைதான். முதல் முறையில் இருக்கும் ஆர்வம் பின்னர் குறைகிறது. இல்லாமலும்கூடப் போய்விடுகிறது. மதிப்பும் அப்படித்தான். கோயில், கதை, ஆலமரம், பறவைகள் எல்லாமே அப்படித்தானோ? 'நல்லாருக்குதா நல்லாருக்குதா' என்று அப்பா கேட்டுக்கொண்டே இருந்தார்.

பையன் விரும்பிச் சாப்பிட வேண்டும், தன் சமையல் அவனுக்குப் பிடித்திருக்க வேண்டும் என்று நினைத்தாலும் அம்மா இல்லாததை அவன் உணராமல் இருக்க வேண்டும் என்பதுதான் அவருடைய எண்ணமாக இருக்கும். அப்படி, அம்மாவை ஒற்றைச் சுவையில் மறந்துவிட முடியாது. அவனும் 'நல்லாருக்குதுப்பா', 'அருமையா இருக்குதுப்பா' என்று மாற்றி மாற்றிச் சொல்லிக் கொண்டேயிருந்தான். மதியம் அவன் முகத்திலும் உண்ணும் வேகத்திலும் இருந்த பரவசம் இப்போது இல்லை என்பது அவருக்குத் தெரிந்திருக்கிறது. அதற்கு என்ன செய்ய முடியும்?

அவர் கவனத்தைத் திசை மாற்றப் பேச்சுக் கொடுத்தான். எத்தனையோ மாணவர்களைப் பார்த்தவர். ஆசிரியரைக் குழப்பவும் திருப்பவும் செய்யும் உத்திகளை எல்லாம் அறிந்தவர்தான். லேசாகச் சிரித்துக்கொண்டே அவனுடன் பேச்சில் கலந்தார். அவனைக் கோயிலுக்கு அழைத்துப் போனதும் அவன் கொண்ட பரவசமும் கொடுத்த திருப்தியை வெளிப்படுத்துவதாகப் பேச்சு இருந்தது. அவரை இன்னும் கொஞ்சம் பழைய நினைவுக்குத் திருப்ப வேண்டும் என்று நினைத்தான். இப்படி ஒரு கேள்வியைப் போட்டான், 'கல்யாணம் ஆகி எத்தன வெருசம்ப்பா அந்த முருகாசுரன் கோயில் பக்கத்து வீதியில இருந்தீங்க?' அவனோடு சேர்ந்து சாப்பிட்டுக் கொண்டே நினைவுகளை மேலெடுத்தார்.

குமராசுரன், மங்காசுரி திருமணம் பள்ளியில் விருந்தோடு நிறைவாக முடிந்து வீட்டுக்கு வந்து சேரப் பிற்பகல் நேரமானது. மதியத்திற்கும் சேர்த்துச் சாப்பிட்டிருந்தார்கள். முதல்நாள் பெரும் அலைச்சல். துணிக்கடையில் வெகுசீக்கிரம் வேலை முடிந்தது. மணமக்களுக்கான துணிகள் தவிரப் பிறர் யாருக்கும் எடுக்கவில்லை. பெற்றோருக்கும் வேண்டாம் என மாமன் சொல்லிவிட்டார். அம்மாவும் அதையே வழிமொழிந்தார். செலவை எவ்வளவு முடியுமோ அவ்வளவும் குறைத்துக் கொண்டார்கள். திருமணச் சடங்குகளுக்காகத்தான் பல பொருட்கள் வாங்க வேண்டியிருந்தது. கோயில் பூசகர் பெரிய பட்டியல் கொடுத்திருந்தார். ஒவ்வொன்றையும் வாங்க ஒவ்வொரு இடத்திற்குப் போனார்கள். குமராசுரன் சில ஆண்டுகளாக அந்நகரத்தில் இருந்தாலும் இந்தப் பொருட்கள் கிடைக்கும் கடைகளைப் பார்த்ததில்லை.

ஊரிலிருந்தே தாலியைக் கொண்டு வந்திருந்தார்கள். அதனால் அந்தப் பிரச்சினை இல்லை. திருமண விருந்தெல்லாம் முடிந்த பிறகு செய்வதற்கு ஒன்றும் இல்லை. ஊரிலாக இருந்தால் இன்னும் சடங்குகள் தொடர்ந்திருக்கும். பெண்ணை மாப்பிள்ளை வீட்டுக்கு அழைத்துப் போக வேண்டும். அதற்கு ஒரு

கூட்டம் வரும். விருந்தும் நடக்கும். மாப்பிள்ளை வீட்டிலிருந்து இருவரையும் பெண் வீட்டிற்கு அழைத்துப் போவார்கள். அதற்கும் கூட்டம் சேரும். இருவீடுகளும் தூர தூரத்தில் இருந்தால் வண்டி ஏற்பாடு செய்ய வேண்டும். ஒவ்வொரு வீட்டிலும் சில சடங்குகள் நடக்கும். வீராசுரத்தில் இருவீடும் இல்லை; சடங்கும் கிடையாது. நிம்மதியாகப் பிற்பகலில் வந்து எல்லோரும் பெருந்தூக்கம் போட்டார்கள்.

வீட்டுக்குத் தேவைப்படும் அத்தியாவசியப் பொருட்களை மாலையில் பட்டியல் எடுத்தார்கள். பொருட்கள் குறைவாக இருக்க வேண்டும் என்று திரும்பத் திரும்பச் சொன்னான். அவர்கள் போட்ட பட்டியலில் பலவற்றை 'இது வேண்டாம், அது வேண்டாம்' என்று மறுத்துக் கொண்டேயிருந்தான். அப்படியும் பட்டியல் பெரிதுதான். குமராசுரனிடம் கொஞ்சம் பணம் இருந்தது. அவன் கொடுப்பதாகச் சொல்லியும் மாமன் கேட்கவில்லை. அவரே செலவு செய்தார். சிறிய வீடுதான் என்றாலும் இப்போதைக்கு வீடு மாற்றும் எண்ணமில்லை என்று சொல்லிவிட்டான். வேலை நிரந்தரமாகி ஊதியம் கூடிய பிறகு வேறு வீடு பார்த்துக்கொள்ளலாம் என்றான். இரண்டு பேருக்கு இந்த வீடும் வசதிகளும் போதும் என்றான். 'நாங்க யாராச்சும் ஒருத்தரு கொஞ்ச நாளு இங்க இருப்பம். பிள்ளக்கி ஊரு புதுசு. பட்டிக்காட்டுல வளந்தவ. நீங்க பள்ளிக்கூடத்துப் போயிட்டு வர்ற வரைக்கும் பிள்ள தனியா இருப்பா. அவளுக்கும் பழகோணும்' என்றார் மாமன்.

இன்னொருவர் இருந்தாலும் வீடு போதும் என்றே குமராசுரன் சொன்னான். 'அப்பப்ப நாங்களும் வந்து போவம்' என்றான் கும்பாசு. 'வேல நெரந்தரம் ஆகற வரைக்கும் சமாளிச்சுக்கலாம்' என்றானே தவிர வீடு மாற்ற ஒத்துக்கொள்ளவில்லை. அதே போல வீட்டுக்கு மிகவும் அவசியமான சிறுபொருட்கள் மட்டும் வாங்கினால் போதும், இடத்தை அடைத்துக்கொள்கிற மாதிரி பெரியவை எதுவும் வேண்டாம் என்பதிலும் கறாராக இருந்தான். அவன் அப்படி இருப்பதைக் கண்டு மாமன் சந்தோசப்பட்டார். ஏதேதோ வேண்டும் என்று கேட்கிற காலத்தில் எதுவும் வேண்டாம் என்கிறானே, இந்த வயதில் எந்தப் பையன் இப்படிப் பொறுப்பாக இருக்கிறான் என்று நினைத்தார்.

அன்றைக்கு இரவு படுக்கையறையைப் புதுத்தம்பதி களுக்கு ஒதுக்கிவிட்டு எல்லோரும் வரவேற்பறையில் படுத்துக் கொண்டார்கள். மங்காசுரியிடம் எவ்வளவோ பேச வேண்டும் என்று நினைத்திருந்தான். அவன் கேட்கும் கேள்விகளுக்கு எல்லாம் 'ம்' என்பதையே லேசாகவும் அழுத்தமாகவும்

விட்டேத்தியாகவும் சொல்லிக் கொண்டிருந்தாள். பெரும்பாலும் தலையைக் குனிந்திருந்தாள். வெட்கமாக இருக்கும் என்று நினைத்தான். ஒரு பெண்ணிடம் இத்தனை நெருக்கத்தில் அவனும் பேசியதில்லை. ஏதேதோ உளறுவது போலத் தோன்றியது. பேச்சைக் குறைத்துக் கொண்டான். அந்த இரவில் பேசிய 'ம்' என்பதும் குறைந்து போகும் என்று அப்போது நினைக்கவில்லை.

வீட்டில் யாரோ ஒருவர் மாறி மாறி இருந்தார்கள். குமராசுரனின் அம்மாவுக்கும் அத்தைக்கும் நகரத்து நடை முறைகள் பழக்கமாகவில்லை. காடுகரையில் திரிந்தவர்களுக்கு ஒரே இடத்தில் இருப்பது கஷ்டமாக இருந்தது. பக்கத்து வீடுகளில் எல்லாம் பேசிப் பழகினார்கள். பெரும்பாலும் வாசற்படியில் உட்கார்ந்து வெளியே பார்த்தார்கள். முருகாசுரேசுவரன் கோயிலுக்குத் தினமும் போய் வந்தார்கள். என்றாலும் அவர்களுக்கு ஏற்ற இடமாக வீராசுரம் இல்லை. அப்படியும் ஆளுக்கொரு மாதம் என்று முறை வைத்துக்கொண்டு உடனிருந்தார்கள். தான் பார்த்துக் கொள்வதாக அவன் சொல்லியும் அவர்கள் வருகையை நிறுத்த முடியவில்லை.

வருபவர்களை அடிக்கடி வர வேண்டாம் என்று சொல்லவும் கஷ்டமாக இருந்தது. 'சோத்துச் செலவுக்குக் கணக்குப் பாக்கறயா?' என்று கேட்டுவிடுவார்களோ என்று பயமாகவும் இருந்தது. ஊரிலிருந்து வெறுங்கையோடு வந்ததில்லை. அரிசி, பருப்பு, காய்கறி, தேங்காய் என்று மூட்டைகளும் சேர்ந்து வந்தன. அவர்களுக்கு இருக்கிறதோ இல்லையோ இருப்பதைக் கொண்டு வந்தார்கள். சிலவற்றை விலை கொடுத்து வாங்கித்தான் ஆக வேண்டும். இங்கே கடைகள் இருக்கின்றன, வாங்கிக் கொள்ளலாம் என்றாலும் கேட்கவில்லை. நிலக்கடலையும் பருப்பு வகைகளும் நிலத்தில் விளைவன. அவற்றிற்கு ஒருபோதும் குறைவில்லை. அரிசி விலை அதிகம் என்பதாலோ என்னவோ அவன் அம்மா கேழ்வரகும் கம்பும் சாப்பிட்டார். தனக்கு அதைத் தின்றால்தான் திருப்தியாக இருக்கிறது என்றார்.

அம்மா வருகை நின்று கும்பாசுவின் மனைவி வளராசுரி வந்து ஒருமாதம் இருந்து போனாள். அவளுக்கும் வயது குறைவுதான். அவளோடு மங்காசுரி சந்தோசமாகப் பேசிக்கொண்டு இருப்பதாகத் தோன்றியது. அவளை வரவேற்பறையில் படுக்க வைத்துவிட்டுப் படுக்கையறைக்குள் தாங்கள் இருவரும் புகுந்து தாழிட்டுக் கொள்வது என்னவோ போலிருந்தது. இளம்பெண்ணாகிய அவள் என்ன நினைப்பாள் என்று மனதில் கசப்பு மண்டியது. மங்காசுரியோடு அவளையும் படுக்கையறையில் படுக்கச் சொல்லிவிட்டுத் தான் வரவேற்பறையில் படுத்துக் கொள்வதாகச் சொன்னான். அவள் ஒத்துக் கொள்ளவில்லை.

‘எனக்கென்ன, இங்கதான் காத்தோட்டமா இருக்குது’ என்று மறுத்தாள். பெண்களை அழைத்து வரும்போது மாமனோ கும்பாசுவோ வந்தார்கள். வந்து ஒருநாள் இரண்டு நாள் தங்கிப் போனார்கள். யாராவது ஒருவர் வீட்டில் இருப்பது நல்லதுதான். அவன் பள்ளிக்குப் போன பிறகு பேச்சுத்துணை.

அவனுக்கு உணவுப் பிரச்சினையே இல்லை. மதிய உணவுக்கு வீட்டுக்கு வந்து சூடாக உண்டான். காலையிலும் இரவிலும் நகரத்து வழக்கப்படி இட்லி, தோசை என்று செய்தார்கள். அருகிலிருந்த வீட்டாரிடம் பழகிச் சப்பாத்தியும் பூரியும் செய்யவும் மங்காசுரி கற்றுக்கொண்டாள். அவள் கைப்பக்குவம் நன்றாக இருந்தது. திருமணமான மூன்று மாதத்தில் அவன் உடலில் வித்தியாசம் தெரிந்தது. லேசான தொந்தி வந்திருந்தது. அதைக் கண்டு பயந்து போனான். ‘எப்படி இவ்வளவு ஒல்லியா இருக்கற?’ என்று கேட்போரிடம் பெருமிதப் புன்னகை புரிந்த காலம் போயிற்று. ‘கல்யாணம் ஆச்சுன்னா ஒடம்பு பெருத்திரும். தொந்தி வந்திரும்’ என்று சொன்னவர்களிடம் தனக்கு அப்படி எல்லாம் வராது என்று சவடால் விட்டான். அதெல்லாம் பொய்த்துப் போய்விடுமோ என்று பயமாயிற்று.

‘புதுமாப்பிள்ளக்கித் தொந்தி போட்டிருச்சு போல’ என்று சிரித்தபடி சொல்பவர்களிடம் தன் இளந்தொந்தியைத் தடவிக்கொண்டே ‘இல்லையே, எப்பவும் போலத்தான் இருக்குது’ என்று சொன்னான். அவனைவிடச் சற்றே வயது கூடிய நண்பன் மலராசுரனோடு ஒருநாள் விவாதமும் ஆயிற்று. மலராசுரன் அறிவியல் ஆசிரியர். தற்காலிகமாகப் பணியில் சேர்ந்து குமராசுரன் போலவே நிரந்தரத்தை எதிர்பார்த்துக் கொண்டிருந்தான். அவனுக்கு ஒரு வருசத்திற்கு முன்னர் திருமணம் ஆயிற்று. இப்போது தொந்தி மாறி தொப்பை ஆகியிருந்தது. ‘உனக்கும் தொந்தி போயித் தொப்ப வந்திரும்’ என்றான் அவன். குமராசுரனால் ஒத்துக்கொள்ள முடியவில்லை. ‘எனக்குத் தொந்தியே இல்ல, அப்பறம் எங்க தொப்ப வர்றது?’ என்றான். ‘இல்லையா உனக்கு? அப்பறம் இது என்னவாம்?’ என்று குமராசுரனின் இளந்தொந்தியைத் தடவிக்கொண்டு கேட்டான். சிறுகள்ளுப்பானையை வைத்துக் கட்டியது போலிருந்தது. அந்த வட்டத்தை மட்டும் முழுவதும் தடவி ‘சொல்லு, இது என்னவாம்?’ என்றான்.

குமராசுரன் வயிற்றைச் சற்றே உள்ளிழுத்துக் கொண்டான். ‘எங்க இருக்குது?’ என்று கேட்டான். ‘அது சரி. நீ ஒத்துக்க மாட்ட. வயித்த எக்கிக்கிட்டே வீடு வரைக்கும் போய்ப் பாரு தெரியும். அது முடியாட்டி உனக்கு இன்னொன்னு சொல்றன்,

அதச் செஞ்சு பாத்துத் தொந்தி இருக்குதா இல்லையான்னு நீயே தெரிஞ்சுக்க' என்றவன் அதற்கான வழிமுறையைச் சொன்னான்.

கழுவறையில் குளிக்கும்போது நிர்வாணமாக நின்று உடலைத் தளர்த்திக்கொள்ள வேண்டும். தலையை லேசாகக் குனிந்து கீழே பார்க்க வேண்டும். வயிற்றைக் கடந்து பார்வைக்குக் குஞ்சாமணி முழுவதுமாகத் தெரிந்தால் தொந்தி இல்லை. சிறிதும் தெரியவில்லை என்றால் கடுந்தொப்பை. நுனி மட்டும் தெரிந்தால் அபாயத்தை எட்டுகிறது என்று அர்த்தம். அது தெரிகிற அளவுக்கேற்பத் தொந்தி இருக்கிறது, இல்லை என்று அறியலாம். அப்படி அவன் சொன்ன போது சிரித்தான். ஆனால் அன்றைக்கு இரவே சோதித்துப் பார்த்தான்.

வயிறு எக்கிக் கொள்ளாமல் இயல்பாக விட்டுப் பார்த்தான். குமிழ் மட்டும் தெரிந்தது. வேறு வழியில்லை, தொந்தி இருக்கிறது என்று ஒத்துக்கொண்டுதான் ஆக வேண்டும். எப்படியாவது குறைத்துக்கொள்ள வேண்டும் என்று முடிவு செய்தான்.

❖

24

பல ஆண்டுகளாக சரியான சாப்பாடு இல்லாமல் இருந்த நாக்கைக் கட்டுப்படுத்தக் குமராசுரனால் இயலவில்லை. விதவிதமான சுவைகளை உண்டு அறிந்தான். மங்காசுரி தன்னிடம் சரியாகப் பேசுவதில்லை என்பதுதான் ஒரே கவலை. ஆனால் சமையலில் கெட்டிக்காரி. ஒவ்வொரு குழம்பு வைக்கும்போதும் அதில் நெய் மணந்தது. நெய்யே பயன்படுத்தாமல் அந்தச் சுவையை எப்படிக் கொண்டு வருகிறாள் என்று புரியவில்லை. அவளிடம் பேச்சு இல்லை என்றாலும் செயல் இருக்கிறது எனச் சமாதானமாகிக் கவலையைப் போக்கிக் கொண்டான். வீட்டில் அம்மாவோ அத்தையோ இருக்கும் போது எப்படிப் பேச முடியும்? இடையில் மெல்லிய மரத்தாலான ஒற்றைக் கதவுதான். ஏதாவது பேசி அவர்கள் காதில் விழுந்தால் என்ன நினைப்பார்கள்? இப்படியெல்லாம் நினைத்துத்தான் மங்காசுரி பேச மறுக்கிறாள் என்பதும் ஒரு சமாதானம்.

பெண்கள் நிறையப் பேசுவார்கள் என்பது பொதுக்கருத்தாக இருந்தாலும் எல்லோருக்கும் பொருந்தாது. குறைவாகப் பேசும் அல்லது பேசாமலே இருக்கும் ரகத்தைச் சேர்ந்த அபூர்வம் மங்காசுரி. அப்படிச் சமாதானம் கொள்வது அவனுக்குச் சந்தோசமாக இருந்தது. வீட்டில் யாரும் இல்லை என்றால் பேசுவாளோ என்று எண்ணி முயன்று பார்த்தான். அம்மாவோ அத்தையோ இருந்தால் சாயங்காலம் அவன் வரும்போது அவர்கள் வெளியே போய்விடுவார்கள். பக்கத்து வீடுகளில் பேசுவதற்குப் போவார்கள். அந்தப் பகுதிப் பெண்கள் பலர் அருகிலிருந்த பூங்கா ஒன்றுக்கு நடைப்பயிற்சி செய்யப் போவார்கள். அவர்களுடன் சேர்ந்து

கொள்வார்கள். சின்னஞ்சிறுசுகள் பேசிப் பழக வாய்ப்புக் கொடுக்க வேண்டும் என்பது அவர்கள் எண்ணமாக இருக்கும்.

அப்படியும் மங்காசுரியிடமிருந்து பேச்சு வரவில்லை. 'நீ ஊமையா?' என்றுகூடக் கேட்டுப் பார்த்தான். அவள் உதடுகள் அசையும் விதத்தையே பார்த்துக் கொண்டிருப்பான். மெல்லிய ஈரத்தோடு சிவந்து தோன்றும் உதடுகள் பேசாவிட்டால் என்ன குறைந்துவிடப் போகிறது என்று தோன்றும். அவள் இருப்பு ஒன்று போதும். தனக்கும் ஒரு மனைவி வருவாள், இப்படி எல்லாம் இருப்போம் என்று நினைத்ததில்லை. எல்லாம் கனவு போலிருந்தது. அவன் மீது விருப்பம் என்று ஒரு பெண் சொன்ன போது தன் மீதே தோன்றிய கழிவிரக்கம் பற்றி எண்ணுவான். அந்தத் துயரக் காலம் நொடிக்குள் காணாமல் போய்விட்டது அதிசயம்.

மனைவி பேசுவதில்லை என்பதை மலராசுரனிடம் சொன்ன போது 'பொண்டாட்டி பேசாத இருக்க மாட்டாளான்னு எத்தன பேரு ஏங்கறாங்க தெரியுமா? பேசுலீன்னா நல்லதுன்னு இருந்துக்க. வேற எதும் கொற இல்லீல்ல' என்றான் அவன். அவன் சொன்னது நகைச்சுவை மாதிரி தெரியவில்லை. கிராமத்திலிருந்து வந்திருக்கிறாள். புதுப்பெண் கணவனிடம் பேசிப் பழகப் பல வருசம் ஆகும், அதற்குள் இரண்டு மூன்று குழந்தைகளும் பிறந்திருக்கும் என்றெல்லாம் கேள்விப்பட்டிருக்கிறான். அந்த மரபில் வந்தவள். மங்காசுரி வாய் பேசாவிட்டால் என்ன? அவள் உடல் பேசும் பேச்சு அவனுக்குப் போதுமானதாயிருந்தது.

மூன்றாம் மாதத்தில் அவள் உடலிலும் மாற்றம் தெரிந்தது. கருவுற்றிருக்கிறாள் என்று சந்தேகம் வந்து அது படிப்படியாக உறுதியாயிற்று. இப்போது உடன் யாராவது இருந்தாக வேண்டும். குடலே வெளியே வந்துவிடுவது போல வாந்தி எடுத்தாள். நீராகாரம்கூட உள்ளே தங்கவில்லை. பார்க்கப் பரிதாபமாக இருந்தது. அதனால் மாதாமாதம் முறை வைத்துக்கொண்டு பெண்கள் மாறி மாறித் தங்குவது தொடர்ந்தது. மாமனோ கும்பாசோ வரும்போது எடுத்து வரும் மூட்டைகள் அல்லாமல் வீட்டுக்குத் தேவையான மளிகைப் பொருட்களையும் வாங்கிப் போட்டார்கள். வாடகை கொடுப்பதைத் தவிர அவனுக்கு வேறு செலவேயில்லை. அவன் எவ்வளவோ மறுத்த போதும் அவர்கள் கேட்கவில்லை. 'உங்களுக்கு யாரு செய்றா? எங்க பொண்ணுக்குச் செய்யறம்' என்றார்கள்.

பிரசவத்திற்கு ஊருக்கு அழைத்துப் போவார்கள் என்று எதிர்பார்த்தான். 'மங்காளப் பாத்தாக் குத்திக் கொல செய்யாத உடமாட்டன்னு ஒருத்தன் இன்னந் திரியறான். அந்தப்பக்கமே

மங்கா வரக் கூடாது. அதான் நாங்க வர்றமில்ல. அங்க பட்டிக்காட்டுல என்ன கொட்டியா கெடக்குது? உன்னாட்டம் படிச்சிருந்தனா நானும் இங்கயே எதுனா வேல பாத்துக்கிட்டுச் சந்தோசமா இருப்பன்' என்றான் கும்பாசு. சிறுவயதிலிருந்தே கடும் உழைப்பாளி அவன். வீட்டில் பத்துப் பதினைந்து எருமை இருந்தது. எருமைச்சாணி வாரிக் கொட்டுவது, தீனி போடுவது, தண்ணீர் காட்டுவது, மேய்ப்பது, பால் கறப்பது, சினைக்குக் கொண்டு போவது எல்லாம் அவன் வேலைகள். தொடர்ந்து அவற்றைச் செய்து அலுத்துப் போயிருந்தான். நகரத்து விஷயங்கள் பல அவனை ஈர்த்தன. வரும்போது தவறாமல் இரண்டு திரைப்படங்களாவது பார்த்தான். திரையரங்குகளின் அமைப்பையும் அழகையும் வியந்தான். புரோட்டாவும் குருமாவும் சாப்பிடுவது அவனுக்கு மிகவும் பிடித்திருந்தது.

அவன் வற்புறுத்தலால் குமராசுரனும் மங்காவும் சில திரைப்படங்களுக்குப் போனார்கள். தனியாக அவளை அழைத்துப் பார்த்தபோது தலையை ஆட்டி மறுத்துவிட்டாள். அவளுக்கு ஏதாவது வேண்டுமா என்று அடிக்கடி கேட்டுப் பார்த்தான். மறுப்புத்தான். ஒன்றுமே தேவையில்லாமல் ஒருத்தி இருக்க முடியுமா? திருமணத்தின் போதும் அதன் பின்னும் மாமா எடுத்த சேலைகள் நிறைய இருந்தன. அவளுக்கு என்ன வாங்கிக் கொடுப்பது என்பதை அவனால் தீர்மானிக்க முடியவில்லை. திரைப்படத்திற்குப் போயிருந்த சமயத்தில் கும்பாசு ஐஸ்கிரீம் வாங்கித் தந்தான். அதை ஆவலாக அவள் உண்பதைப் பார்த்தான்.

அதன் பிறகு வாரம் ஒருமுறை ஐஸ்கிரீம் வாங்கி வருவதை வழக்கமாகக் கொண்டான். அவன் இருக்கும்போது ஆர்வம் இல்லாதவள் போலக் காட்டிக்கொண்டு அவன் கழிப்பறைக்கோ குளியலறைக்கோ வெளியில் போயிருக்கையில் தின்று முடித்தாள். விதவிதமான ஐஸ்கிரீம்களை வாங்கி வந்தான். அவளுக்கு எது பிடித்திருக்கிறது என்று கணிக்க முடியவில்லை. வித்தியாசமான சுவைகளை அனுபவிக்கட்டும் என்று ஒவ்வொரு முறையும் ஒவ்வொன்று எனத் தீர்மானித்தான். அவள் மட்டும் பேசினால் ஐஸ்கிரீமால் குளிப்பாட்டி விடலாம் என்று தோன்றியது.

கும்பாசு சொன்னதைப் போலவே மாமனும் சொன்னார். 'மாப்பள, ஊருப் பக்கம் வர்றத மறந்திருங்க. அந்தக் காட்டுப்பயலுவ எப்ப எப்படி இருப்பானுங்கன்னே சொல்ல முடியாது. வந்தா எதுக்கு வருவீங்க? எங்களயெல்லாம் பாக்கலாமுன்னு வருவீங்க. அதான் நாங்களே இங்க வந்தர்றமே. நாங்க என்னைக்கு ஊருலருந்து பொறப்படறமுன்னு ஊர்க்காரனுங்க ஒருத்தனுக்கும் தெரியாது. அப்படித்தான் வர்றம். எப்பவாச்சும் நான் வாங்கன்னு சொல்றப்ப வந்தாப் போதும்.' மாமாவின் பேச்சை அவன்

தட்டவேயில்லை. அவர் சொன்னால் அதில் அர்த்தம் இருக்கும் என்று நினைத்தான்.

பல பேர் போட்டி போட்டுத் திருமணம் செய்ய முயன்ற பெண் தனக்குக் கிடைத்திருக்கிறாள் என்பது அவனுக்குப் பெருமையாக இருந்தது. பேச மாட்டாள், நேராகப் பார்க்க மாட்டாள் என்பதைத் தவிர அவனுக்கு எல்லா விதத்திலும் இசைந்திருந்தாள். 'என்ன உனக்காகக் குத்து வெட்டெல்லாம் ஊர்ல நடக்குதாமா?' என்று அவளைக் கேலி செய்தான். அப்போது அவள் முகம் அழுகை வருவது போலாகிவிடும். கேலி பொறுக்காத பூஞ்சை மனக்காரி. அதையும் தவிர்த்துக் கொண்டான். அவள் கருவுற்றதும் கவனிப்பை அதிகமாக்கினான்.

தன் வாரிசு வளர்கிற பெருமிதம் பிடிபடவில்லை. தலையே அண்ணாந்த மாதிரி மாறிவிட்டது. கால்கள் தரையில் படாமல் நடந்து போனான். எதிர்ப்படும் எல்லோருடனும் சிரித்துச் சிரித்துப் பேசினான். அவன் முகத்தில் சிரிப்பு அகலவே இல்லை. வகுப்பில் மாணவர்களைப் பார்த்து அவனுக்குக் கோபமே வரவில்லை. 'என்ன செஞ்சாலும் சாரு சிரிக்கறாரு, மறை கழண்டு போயிருச்சா?' என்று மாணவர்கள் பேசிக் கொண்டனர். படிக்கிற காலத்தில் பட்ட கஷ்டம் எல்லாம் ஏதோ முந்தைய ஜென்மத்தில் நடந்தது போல மாறிற்று. அதை நினைக்கும் போதெல்லாம் மனம் ஆழ்ந்து பெருமூச்சு விட்டது.

முதல் குழந்தை அழகாசு பிறந்த அதே மாதம் குமராசுரனுக்கு வேலை நிரந்தரமாயிற்று. தற்காலிகப் பணியில் இருந்த போது கிடைத்ததைவிட ஐந்து மடங்கு ஊதியம். 'பையன் பிறந்த அதிர்ஷ்டம்' என்றார்கள். அத்தனை பணத்தை என்ன செய்வது என்று தெரியவில்லை. பலவிதமாக யோசித்துப் பார்த்தான். தனக்கு எந்தச் செலவுமே இல்லாதது போலத்தான் தெரிந்தது. சரி, பையனுக்குச் சேர்த்து வைப்போம் என்று அப்படியே கொண்டு போய் வங்கியில் போட்டு வைத்தான். அதை நினைத்தால் பிற்காலத்தில் அவனுக்கே சிரிப்பாக இருக்கும். செலவு செய்யத் தெரியாமல் இருந்திருக்கிறோமே என்று வெட்கம் கொள்வான்.

அழகாசு தவழ்ந்து ஓடிய போதுதான் அந்த வீட்டின் போதாமையை உணர்ந்தான். ஊதியம் கூடியதும் காரணம். வீடு தேட ஆரம்பித்தான். விரிந்த மொட்டை மாடியுடன் கூடிய முதல் தளத்தில் வீடு ஒன்று கிடைத்தது. வாடகை கூடுதல் என்றாலும் கொடுக்க முடியும் என்பது பெரிய நம்பிக்கையைக் கொடுத்தது. வீட்டில் பொருள்களின் எண்ணிக்கையும் கூடிற்று. குழந்தையின் தேவை எதிலும் குறை வைக்கவில்லை. தனக்குக் கிடைக்காத எல்லாவற்றையும் பையனுக்குக் கொடுத்து

விடலாம் எனப் பார்த்துப் பார்த்துச் செய்தான். மங்காசுரியின் முகத்திலும் மகிழ்ச்சிப் பொலிவு சேர்ந்திருந்தது.

அழகாசு ஓடி ஆட விஸ்தாரமான இடம். குதலை மொழிக்கு அர்த்தம் கண்டுபிடிப்பதே பெரிய வேலை. அப்படி அர்த்தம் சொல்லி ‘அப்படித்தானடா?’ என்று கேட்பான். மங்காசுரி உள்ளிருந்து ஓசை எழாமல் சிரிப்பாள். அவள் சிரிக்கிறாள் என்பது தெரியும். அவள் சிரிப்புக்காகவே பையனை அதிக நேரம் கொஞ்சினான். அவள் பேசா விட்டாலும் அவளுக்கும் சேர்த்து அழகாசு பேசினான். மகனைக் கொஞ்சும் போது அவளுக்கும் பேச்சு வந்தது. அவள் பேசுகிறாளா, குழந்தை பேசுகிறதா என்று மயங்கினான். வேலையை நிரந்தரமாக்கிக் கொடுத்தவன் என்பதால் மகன் மீது அவனுக்கு அன்பு மிகுந்திருந்தது. தனக்கு நேர்ந்த கஷ்டம் எதுவும் அவனுக்கு வரக் கூடாது என்பதில் குமராசுரன் கவனமாக இருந்தான். சிறுகுழந்தையின் ஒவ்வொரு தேவையையும் கவனமெடுத்துச் செய்தான்.

பையன் வளர வளர ஊரிலிருந்து வந்து உடன் தங்குபவர்கள் குறைந்தார்கள். யாராவது வந்தாலும் ஓரிரு நாள் இருந்துவிட்டுக் கிளம்பினார்கள். மாமனோ கும்பாசோ அடிக்கடி வருவதை நிறுத்தவில்லை. ‘படம் பாக்கத்தான நீ வர்ற மச்சான்’ என்று கும்பாசைக் கேலி செய்தான். ‘ஆமா. அப்படியே உங்களையும் பாத்துட்டுப் போறன்’ என்று கூசாமல் அவன் சொன்னான். எல்லோருக்கும் சந்தோசம் தருவதாக அவன் வாழ்க்கை அமைந்தது. ஊதியம் கூடியதும் எதற்கும் பணம் கொடுக்கக் கூடாது என்று மாமனிடமும் கும்பாசிடமும் கறாராகச் சொல்லிவிட்டான். அவர்கள் ஊருக்குத் திரும்பும் போது கையில் பணம் கொடுத்துவிட்டான். ஊரில் என்ன விவசாயம் நடக்கும், எவ்வளவு வருமானம் வரும் என்பதெல்லாம் அவனுக்குத் தெரியும். அவர்களுக்குக் கஷ்டம் கொடுக்கக் கூடாது என்பதோடு முடிந்தவரைக்கும் அவர்கள் கஷ்டத்துக்கு உதவுவது என்று முடிவு செய்தான்.

மாதம் இவ்வளவு என்று அம்மாவுக்குக் கொடுத்தான். ‘ஒருத்தி பொழப்பு கழியாதா? எனக்கு எதுக்கு பையா பணம்?’ என்றார். ‘நல்லாச் சாப்பிடு’ என்று வற்புறுத்திப் பணத்தைத் திணித்தான். ‘ஆமா, சாப்பாட்டுக்கு இல்லாத கெடக்கறனா?’ என்றார் முகம் முழுக்கவுமான சிரிப்போடு. ‘சாப்பிடறதுக்கும் நல்லாச் சாப்பிடறதுக்கும் வித்தியாசம் இருக்குதும்மா. அது எனக்குத் தெரியும்’ என்றான். அம்மாவுக்கு அது புரிந்திருக்க வேண்டும். அவர் முகம் சுருங்கிப் போயிற்று. அதன் பின் பணத்தை மறுக்கவில்லை. ஆனால் மகன் கொடுக்கும் பணத்தை

ஏதாவது ஒருவழியில் அவனுக்கே திருப்பிக் கொடுத்தார் அம்மா. கும்பாசு வீராசுரம் வந்திருந்து போகும் போதெல்லாம் ஏதாவது பொருளாகவோ பணமாகவோ கொடுத்தனுப்பினான். அவன் வரவுதான் அதிகமாக இருந்தது. தனக்குப் பிடித்த நடிகர் படம் வெளியாகும் போதெல்லாம் கிளம்பி வந்துவிடுவான்.

அழகாசுக்கு மொட்டை, காதுகுத்து என விசேஷம் வைத்து அழகாசுரேசுவரன் கோயிலில் கிடா வெட்டிச் சொந்தக்காரர்கள் எல்லோரையும் அழைத்து வயிறு குளிரச் சாப்பாடு போட வேண்டும் என்பது குமராசுரன் விருப்பம். அதுவும் நிறைவேறவில்லை.

❖

25

அழகாசுவின் காதுகுத்து நிகழ்வை விமர்சை யாக நடத்த வேண்டும் என்பது குமராசுரனின் ஆசை. உறவினர்கள் மட்டுமல்ல, ஊர் முழுவதையும் அழைக்கலாம். பள்ளி ஆசிரியர்கள் எல்லோரையும் வண்டி வைத்துக் கூட்டிப் போகலாம். கூடுதலாக இருகிடாய்கள் வெட்டினால் போதும். ஒருமாத ஊதியம் செலவாகும். சுருக்கம் விழுந்த பழைய சட்டை, பேண்ட் போட்டுக் கொண்டு பரிதாபமாக ஊருக்கு வரும் குமராசுரனா இவன் என்று ஊரே வியக்க வேண்டும். தூவெள்ளையில் வேட்டியும் சட்டையும் போட்டுக் கொண்டு வரவேற்பில் அவன் நிற்கையில் கிடா விருந்துக்கு வரும் ஒவ்வொருவரும் அவனுக்குக் கையெடுத்துக் கும்பிட்டு வணக்கம் சொல்லும் காட்சி விரிந்தது. மங்காவைக் கட்டுகிறேன் என்று தொடை தட்டி வந்தவன்கள் விருந்து சாப்பிட்டுவிட்டு ஈரக்கையோடு தலைகுனிந்து 'வர்றங்க' என்று விடைபெற்றுச் செல்வதைப் பார்க்க வேண்டும். என்னென்னவோ கற்பனை செய்து வைத்திருந்தான். ஆனால் அவன் ஆசை நிறைவேற வில்லை.

காதுகுத்து என்றில்லை, வேறு எதற்குமே ஊருக்குச் செல்லவில்லை. மாமனும் கும்பாசும் வருவார்கள். அவ்வப்போது என்ன செய்ய வேண்டுமோ அதையெல்லாம் செய்வார்கள். போய்விடுவார்கள். காதுகுத்தி மொட்டை அடிக்கும் நிகழ்வும் கிடா வெட்டும் முருகாசுரேசுவரன் கோயிலிலேயே நடந்தன. பள்ளியில் விருந்து. இலை நிறைய நிறையக் கறிகளை அள்ளி வைத்துப் பரிமாறினார்கள். வேலை நிரந்தரமானதற்கு விருந்து வேண்டும் என்று கேட்டவர்களுக்கு அது திருப்தியாயிற்று. 'இன்னம் ஒரு வருசத்திக்கிக் கறி ஆசையே வராதப்பா. இப்படியா போட்டுத் தாக்குவ?' என்று பாராட்டிவிட்டுப் போனார்கள். அப்படி எல்லாமே வீராசுரத்திலேயே முடிந்து போனது.

சூரம்பட்டிக்குப் போகவேயில்லை. அம்மாவுக்கு உடல்நிலை சரியில்லை என்று இடையில் ஒரே ஒருமுறை மட்டும் ஊருக்குப் போய் வந்தான்.

அம்மாவுக்கு உடல்நிலை சரியில்லை என்னும் செய்தியைச் சொல்ல வந்த கும்பாசு 'மங்காகூட நானிருக்கறன். நீ போய்ப் பாத்துட்டு வா' என்றான். இரவில் கிளம்பிப் போய்ப் பகலில் அம்மாவைப் பார்த்துவிட்டு அடுத்த இரவில் திரும்பி விட்டான். ஒரே ஒரு பகல். அம்மாவுடனே இருப்பு. ஊர் எப்படி இருக்கிறது என்றுகூடப் பார்க்க முடியவில்லை. அம்மாவுக்கு ஒன்றும் இல்லை. பழைய மனக்குழப்பம் மறுபடியும் கொஞ்சம் வந்துவிட்ட மாதிரி இருந்தது. வீராசுரத்திற்கு வந்து தங்களுடன் இருக்கும்படி அழைத்தான். அம்மா மறுத்துவிட்டார். தனிமையில் இருக்க வேண்டாம் என்றும் யாரையாவது துணைக்கு வைத்துக் கொள்ளும்படியும் சொன்னான். நிலத்தில் ஆழ்துளைக் கிணறு அமைத்து விடலாம் என்றான். அம்மாவுக்கு ஏதாவது வேலை கொடுக்க வேண்டும். மாதாமாதம் தான் வந்து செல்வதாகவும் உறுதி கொடுத்தான். அவனைப் பார்த்த பிறகு அம்மாவுக்குத் தெளிவு வந்திருந்தது. தனக்கு ஒன்றுமில்லை என்றும் நீயும் குடும்பமும் நன்றாக இருந்தால் போதும் என்றும் தைரியம் சொன்னார்.

வீராசுரத்தில் உறவினர்கள் யாரும் உடனில்லை என்ற போதும் மங்காவிடம் பேச்சு வரவில்லை. அவன் எதிர்ப்படும் போதெல்லாம் எதிர்ச்சுவரை வெறித்தாள். கூரையை நோக்கினாள். பரிமாறும் போது தலை குனிந்தே இருந்தது. ஏதாவது சொல்ல வேண்டும் என்றால் 'டேய் அழகுக் கண்ணு' என்று விளித்து மகனிடம் அவள் பேசினாள். அதிலிருந்து அவனுக்கான செய்தியை எடுத்துக் கொள்ள வேண்டும். அவனும் மகனிடமே பதில் சொல்லானான். நேர்ப்பேச்சு இல்லாமல் இப்படிக் குழந்தை மூலமாகப் பேசுவது ஒருவகையில் சுவாரசியம் கொடுத்தது. அவன் கழுவறையில் இருக்கும் போது அவள் பேச்சு அதிகமாகக் கேட்கும். குழந்தையிடம் சகஜமாகப் பேசுவாள். அதைக் கேட்கவென்றே உள்ளே அதிக நேரம் இருந்தான். அந்தப் பேச்சைக் கேட்பதே அவனுக்குப் போதுமானதாக இருந்தது.

குடும்பம் சார்ந்து எந்த முடிவு எடுப்பதாக இருந்தாலும் அவன்தான். அவளிடம் ஒரு விஷயத்தைச் சொன்னால் அதில் தனக்கென்று எந்தக் கருத்தும் இருப்பதாகக் காட்டிக் கொள்ளவே மாட்டாள். அவளிடம் கேட்கா விட்டால் ஏதாவது நினைப்பாள் என்று வலிந்து போய்ச் சொல்வான். அவளிடம் எந்த எதிர்வினையும் இருக்காது. குழந்தை பெற்றுக் கொள்வதில்கூட அப்படித்தான். அழகாசு பிறந்த பிறகு இன்னொரு குழந்தை

உடனடியாக உருவாகிவிடக் கூடாது என்று உறவைத் தவிர்த்து வந்தான். இருபத்தைந்து வயதுகூட நிறையாத இளைஞன். உறவில் நிறைவு கூடா முன்னரே முதல் குழந்தை. கருவுற்றதும் உறவு வைத்துக் கொள்ளலாமா கூடாதா எனக் குழப்பம். நண்பர்களிடம் அதைப் பற்றிப் பேசத் தயக்கம்.

எல்லாவற்றையும் படித்தும் கேட்டும் கற்றுக் கொள்ளலாம். பாலுறவு விஷயத்தை மட்டும் தானாகவே தெரிந்து கொள்ள வேண்டும் என்றால் எப்படி? குழந்தை பிறந்த பிறகும் உறவில் தைரியமாக ஈடுபட முடியவில்லை. தடுப்பு முறைகளில் உறை பயன்படுத்தலாம் என்று அரசல் புரசலாக அறிந்திருந்தான். அதைக் கடையில் கேட்டு வாங்குவதற்குக் கூச்சம். அவனிருக்கும் பகுதியைக் கடந்து வீராசுரத்தின் மையப் பகுதிக்குச் சென்று கூட்டம் இல்லாத கடையாகப் பார்த்து வாங்க வேண்டியிருந்தது. அதைப் பயன்படுத்தி உறவு கொள்வதில் நிறைவு ஏற்படவில்லை. அதற்கு மனம்தான் காரணம் என்று தோன்றினாலும் ஏதோ ஒருவித விலகல் இருந்தது.

தன்னைவிட ஓரிரு வயதே அதிகமாக இருந்த நண்பன் மலராசுரனிடம் இதைப் பற்றி ஒருமுறை பேசும்படி ஆயிற்று. பள்ளியில் உடற்கல்வி ஆசிரியராகத் தற்காலிகப் பணியில் அவனிருந்தான். திருமணமாகிச் சில ஆண்டுகள் கழிந்திருந்த அவன் என்ன செய்கிறான் என்பது தெரியவில்லை. அன்றைக்கு மாலையில் பள்ளி மைதான ஓரத்தில் நட்டிருந்த செடிகளுக்கு அவன் தண்ணீர் பாய்ச்சிக் கொண்டிருந்தான். அவனுக்கு உதவிக் கொண்டே குமராசுரன் பேசிக் கொண்டிருந்தான். குடும்பம், குழந்தை என்று பேச்சு ஓடிய போது 'அடுத்த வாரிசு எப்ப?' என்று குமராசுரன் தொடங்கினான். உரையாடல் இப்படிப் போயிற்று:

'இப்ப வாங்கற சம்பளம் கைக்கும் வாய்க்குமே போதல. இதுல ஒரு கொழந்தைய வளத்துனாப் போதாதா?'

'ஓடிப் பிடிச்சு வெளையாட இன்னொரு கொழந்த வேண்டாமா?'

'உன்ன மாதிரி நெரந்தர வேல, நெறையச் சம்பளம்னு இருந்தா முயற்சி பண்ணலாம். எனக்கு ஒன்னே போதும்பா.'

'தானா உருவாயிட்டா என்ன பண்ணுவ?'

'அதெப்படித் தானா உருவாவும்? நம்ம கையிலதான இருக்குது அது.'

'நம்ம கையில என்ன இருக்குது? எல்லாம் அந்த சுரேசுவரக் கடவுள் கையிலதான இருக்குது.'

'அடப் போடா. உனக்கு விவரமே இல்ல.'

பாலாசுரன் சிரித்தான். அப்போது அவன் கையில் தண்ணீர் பாய்ச்சும் ஓஸ் பைப் இருந்தது. கொஞ்ச தூரத்தில் கிடந்த நெகிழிக் குடத்தைக் காட்டி 'அத இங்க எடுத்தாந்து தண்ணி புடி' என்றான். நீர் வரும் வழியை அடைத்துவிட்டு ஓஸ் பைப்பிலிருந்த நீர் முழுவதையும் வெளியேற்றினான். குமராசுரன் குடத்தை எடுத்து வந்து ஓஸ் பைப்புக்கு முன்னால் நீட்டினான். இப்போது நீரைத் திறந்துவிட்டான். அது ஓஸ் பைப்பில் நிறைந்து வெளியேறும் நேரத்தில் தண்ணீர் விடுவது போலக் குடத்துக்குள் பைப்பை நுழைத்த பாலாசுரன் சட்டென வெளியே எடுத்துவிட்டான். தண்ணீர் கீழே விழுந்து வழிந்தோடிற்று.

'இப்ப என்ன செஞ்சன்னு புரிஞ்சுதா? இதத்தான் நம்ம கையில இருக்குதுன்னு சொன்னன். கொஞ்சம் கஷ்டந்தான். ஆனா நம்ம கையிலதான் இருக்குது' என்றான் அவன். புரிந்தது போலவும் இருந்தது, புரியாத மாதிரியும் இருந்தது. அவனுடைய செயல் விளக்கத்தை வீட்டுக்கு வரும் வழியெல்லாம் யோசித்து வெகுநேரம் கழித்தே தெளிவாக்கிக் கொண்டான். இத்தனை மரமண்டையாகவா இருந்திருக்கிறோம் என்று தன் மீதே வெறுப்பு வந்தது. குடத்திற்குள் நீர் விழக் கூடாது, அவ்வளவுதானே. பிறகு அதையும் செயல்படுத்திப் பார்த்தான். அதுவும் திருப்தியாக இல்லை. என்றாலும் உறை தேடிக் கடைகடையாக அலைவதை விடவும் அது பரவாயில்லை.

பையனுக்கு ஒருவயது ஆனபோது இன்னொரு குழந்தை பெற்றுக் கொள்ளலாம் என்று தோன்றியது. அதற்குக் காரணம் எந்தத் தடையும் இல்லாமல் உறவு வைக்கலாம் என்பதும் தான். இன்னொரு குழந்தை பற்றி இரவில் மங்காவிடம் பேசிப் பார்த்தான். அவன் செய்யும் எதைப் பற்றியும் எதுவும் சொல்லாமல் இருப்பதைப் போலவே அப்போதும் இருந்தாள். தொடர்ந்து இரண்டு மூன்று நாட்கள் அதைப் பற்றியே பேசினான். 'வேணுமா வேண்டாமா?' 'வளத்த முடியுமா முடியாதா?' 'தொண இருந்தாப் பரவால்லதான?' என்று பலவிதமாகக் கேட்டான். இருளைப் பார்த்தேனும் பேசுவாள் என்று நினைத்து ஏமாந்தான். ஓரிரவில் அவன் பொறுமை மீறிப் போயிற்று. திடீரென வெறி ஏறி அவள் இருகன்னத்திலும் மாறி மாறி அறைந்தான். 'பேசாத என்னயக் கொல்லலாம்னு பாக்கறயா? பேசுடி பேசுடி' என்று கத்தினான்.

அவன் கைகள் ஓய்ந்த பிறகே அறைவதை நிறுத்தினான். அறையை வாங்கிக்கொண்டு கவிழ்ந்து படுத்த மங்காசுரி உடல் அசையாமல் அழுதாள். அதைப் பார்க்க இன்னும் வெறி ஏறிற்று. கவிழ்ந்து கிடந்தவளைத் திருப்பினான். உடும்பு போல உடம்பை இறுக்கிக் கொண்டாள். முதுகில் ஓங்கி அறைந்தான். அவளை

அடித்தே கொன்றுவிடுவோமோ என்று பயமாக இருந்தது. அவள் அழுகை கூடிற்று. பயமும் வெறியும் சேர்ந்தன. அவளை வெற்றி கொள்ள வேண்டும் என்று மனம் தூண்டிற்று. எதிர்பார்க்காத கணத்தில் அவளைத் திருப்பினான். முகத்தைக் கைகளால் மூடிக் கொண்டாள். அவன் விடவில்லை. அவனுக்கு அன்றைக்கு முகம் தேவைப்படவில்லை. மூர்க்கனைப் போலாகி அவள் உடலைப் புரட்டினான். அவள் மௌனத்திற்கு இதுதான் பதில் என்பது போலிருந்தது அவன் செய்கை. வெறி அடங்கிய பிறகு வெளியே வந்து படுத்துக் கொண்டான்.

அவளை நினைக்க நினைக்கப் பாவமாக இருந்தது. மீண்டும் ஒருமுறை எட்டிப் பார்த்தான். அவள் அழுகை கேட்டது. அழட்டும் என்று விட்டுவிட்டான். உடனே சமாதானப்படுத்த முயலவில்லை. அதன்பின் சில நாட்கள் வெளியிலேயே படுத்திருந்தான். அவள் முகத்தைப் பார்க்க வெட்கமாக இருந்தது. தன்னைப் பற்றி என்ன நினைத்திருப்பாள் என்று நினைத்து மருகினான். அவளுக்கு என்ன சமாதானம் சொல்வது என்றும் தெரியவில்லை. மனம் நெகிழ்ந்திருந்த இன்னொரு இரவில் அவள் அருகில் போய்ப் படுத்துக் காதில் வாய் வைத்து ‘மன்னிச்சிரு மன்னிச்சிரு’ என்று இடைவிடாமல் சொல்லிக் கொண்டேயிருந்தான். ஆயிரத்தெட்டு முறை சொன்ன பிறகு அவள் கை இளகி எழுந்து வந்து அவன் வாயை மூடிற்று.

மறுநாள் அவன் கழுவறையில் இருந்த போது மகனிடம் அவள் கொஞ்சுவது கேட்டது. ‘நீ சுரன், உங்கப்பன் சூரன்’ என்றது மங்கலாகக் கேட்டது. தன்னைச் சூரன் என்று திட்டுகிறாளா, பாராட்டுகிறாளா? ‘நீ அழகன், உங்கப்பன் அசுரன்’ என்றாள் அடுத்து. தன் வெறிச்செயலை இப்படிக் குத்திக் காட்டுகிறாள் போலும். அவனுக்குச் சங்கடமாக இருந்தது. பிறகு அவள் பேசியது நன்றாகக் கேட்டது. ‘என்னடா கண்ணு, உனக்குத் தம்பி வேணுமா தங்கச்சிப் பாப்பா வேணுமா? எது உனக்குப் புடிக்கும்? பொம்மையோட வெளையாடப் புடிக்கலியா?’ அவள் குரல் அவன் காதில் விழ வேண்டும் என்றே சத்தமாக வந்தது. சரி, ஒப்புக் கொண்டுவிட்டாள். இனிக் கொஞ்ச நாளுக்கு எந்தத் தடையும் இல்லாமல் உறவு கொள்ளலாம் என்று மகிழ்ந்தான்.

மங்காசுரியை அடித்ததற்கும் தனக்கு வெறியேறியதற்கும் சேர்த்து வருத்தப்பட்டான். மாமாவுக்குத் தெரிந்தால் என்ன நினைப்பார்? இனிமேல் எந்த நிலையிலும் கட்டுப்பாடாக இருக்க வேண்டும். மங்கா எப்படியிருந்தாலும் என்ன செய்தாலும் பொறுத்துக் கொள்ள வேண்டும். என்னென்னவோ தீர்மானங்கள் எடுத்தான். அதன் பிறகு அவனுக்கு அப்படி வெறி வரவில்லை.

❖

26

முருகாசு எப்போதும் அம்மா பையன். இத்தனை காலமும் அப்பா பக்கமிருந்து எதையும் யோசித்ததில்லை. தன் தேவைகளுக்கு மட்டும் அவரை நாடியிருக்கிறான். அவர் வேலைகளைப் பற்றி அக்கறை காட்டியதில்லை. அவர் என்னென்ன செய்கிறார் என்று கவனித்ததில்லை. ஒவ்வொன்றைப் பற்றியும் என்ன நினைக்கிறார், அவர் உணர்வுகள் எப்படிப்பட்டவை என்பதெல்லாம் அவன் பரிசீலனைக்குள் வந்ததேயில்லை. ரொம்பவும் தவறு செய்துவிட்டோமே, இப்படி இருந்து விட்டோமே என்று கவலை கொண்டான். அப்பாவின் உலகத்திற்குள் அவன் புகுந்து பார்க்க வேண்டும் என்பதற்காகத்தான் அம்மா காணாமல் போயிருக்கக் கூடுமோ?

அண்ணனும் அக்காவும் பிறை போலத் தோன்றிச் சட்டெனக் காணாமல் போய்விட்டார்கள். அவர்களுக்கு ஒன்றுமே தெரியாது. அவன் அப்படி யல்ல. அவனுக்கு எல்லாம் தெரிய வேண்டும் என்றே அம்மா இப்படி ஒரு ஏற்பாட்டைச் செய்திருக் கிறார். இப்போதும் அப்பாவின் பக்கமிருந்து தான் யோசிக்கவில்லை என்று தோன்றச் சலிப்புக் கொண்டான். அம்மாவைப் பிறகு பார்த்துக் கொள்ளலாம். இப்போது அப்பாதான் முக்கியம். சாப்பிட்டுக் கொண்டே பேச்சைத் தொடங்கிய அவர் எல்லாவற்றையும் எடுத்து வைத்துச் சுத்தம் செய்தார். உடனிருந்து முருகாசுவும் உதவினான். வரவேற்பறையில் அமர்ந்து கொஞ்சநேரம் பேசினார்கள். பிறகு படுக்கையில் படுத்தபடியே தொடர்ந்தார்.

மகனுக்குச் சொல்ல வேண்டியவற்றை மட்டும் சொன்னார். எப்பேர்ப்பட்ட நம்பகமான நட்பு அமைந்தாலும் ஒருவர் தன் அந்தரங்கம்

முழுவதையும் திறந்து வைத்துவிட முடியாது. நட்புக்கே அப்படி என்றால் மகனிடம் எப்படிச் சொல்ல முடியும்? அந்த இரவில் வெறி கொண்டு தான் ஆடிய ஆட்டத்தை நினைத்தால் ச்சீ என்றிருக்கும். தன் மீதே எச்சிலைக் காறித் துப்புவார். சில சமயம் அப்படி வெறியைத் தூண்டியவள் மங்காதானே. அவளுக்கு அதில் பங்கில்லையா என்று மனம் நியாயம் கேட்கும். எல்லா வற்றையும் காலம் மங்கச் செய்துவிடுவதில்லை. சிலவற்றின் மீது படிந்திருக்கும் ஒளி காலம் போகப் போகத் துலங்குகிறது. அவர் நினைவில் அப்படி எத்தனையோ.

பகலில் நன்றாகத் தூங்கியதில் முருகாசுக்கு இரவில் தூக்க வாசனையே இல்லை. அப்பாவுக்குத் தூக்கம் வருமோ? அவர் முகத்திலும் தெளிவு அப்படியிருந்தது. சட்டென எழுந்தார். 'ரொம்ப நேரம் பேசிட்டமோ? எதாச்சும் குடிக்கலாமா?' என்று கேட்டார். அவனுக்கும் ஏதாவது தேவை என்றே பட்டது. இருவரும் உணவறைக்குப் போனார்கள். குளிர்பதனப் பெட்டியிலிருந்து பழச்சாற்றுக் குவளையை எடுத்து வந்தார். முலாம்பழமா ஆரஞ்சா என்று தெரியவில்லை. பழுப்பு நிறத்தில் தெரிந்த சாறு இந்த நேரத்துக்கு இதமாக இருக்கும். சமையலறைக்குப் போய் இரு தம்ளர்களை எடுத்து வந்தான். இரண்டிலும் பகிர்ந்தார் அப்பா. 'ரொம்ப ஜில்லுன்னு இருக்கும். பொறுத்துக் குடி. குளிர்ச்சியா எதையும் குடிக்கக் கூடாதுங்கறாங்களே, லேசா சூடு பண்ணட்டுமா?' என்றார். 'வேண்டாம்பா. ஒவ்வொரு மிடறாக் குடிக்கலாம். இன்னம் உங்ககிட்ட நெறையப் பேசணும் போல இருக்குது.' என்றான்.

ஒரு மிடறு பருகிவிட்டு 'நல்லாருக்குது. இது எப்பப்பா போட்ட?' என்று கேட்டான். 'நேத்து. பகலெல்லாம் நீ அசந்து தூங்குன. நானும் அப்பப்ப வந்து எட்டிப் பாத்துக்கிட்டே இருந்தன். எப்பவாச்சும் எந்திரிச்சயின்னாக் குடுக்கலாம்னு போட்டு வச்சன். நீ எந்திரிச்சுச் சாப்பிட்ட. ஒடனே தூங்கிட்ட. குடுக்கவே இல்ல. சின்னப் பையன்ல இருந்து தூக்கத்துல உன்ன அடிச்சிக்க ஆளே கெடையாது. பயண அலுப்பா?' என்றார். 'ஆமாப்பா. எல்லாத்திலயும் அலுப்பு. அதான் இங்க வந்தன்' என்று மனதில் நினைத்தான். சொல்லவில்லை. நேற்றும் இன்றும் பகலில் அவர் தூங்கியிருக்க வாய்ப்பில்லை. அவனையே கவனித்துக்கொண்டு வீட்டுக்குள் நடமாடியிருக்கிறார்.

அந்த நேரத்துக்குப் பழச்சாறு அத்தனை இதமாக இருந்தது. ஆழக் குளிர்ந்த பீரை ருசிப்பது போல ஒவ்வொரு மிடறாக இடைவெளி விட்டுவிட்டு வெகுநேரம் குடிக்க வேண்டும் என ஆசையாக இருந்தது. அப்பா இன்னும் கையிலேயே எடுக்கவில்லை.

இருமிடறு உறிஞ்சிய பிறகு மேசையின் மேல் வைத்துவிட்டு அப்பாவைக் கேட்டான்.

'அப்புச்சி சொன்னாருன்னு அப்படியே கேட்டுக்கிட்ட யாப்பா? அவுங்க சொல்றது நெசமாப் பொய்யா, என்ன நடந்ததுன்னு தெரிஞ்சுக்கவே தோனலையாப்பா?'

'தோனுச்சு. ஆனா வேண்டாமுன்னு உட்டுட்டன். தெரிஞ்சு என்ன செய்யப் போறன்? எங்க மாமா சொல்ற எதையும் அப்படியே கேக்கறதுன்னு முடிவு பண்ணுனதுக்கு அப்பறம் அதையும் இதையும் தெரிஞ்சு என்ன செய்யப் போறன்?'

'எப்படீப்பா? மாமா மேல மரியாத இருக்க வேண்டியதுதான். பாசமும் இருக்கட்டும். அதுக்காவ உன்னோட வாழ்க்கைப் பிரச்சினையக்கூடத் தெரிஞ்சுக்காத இருப்பீயா?'

'சின்னவனே . . . உனக்கு நாஞ் சொல்றதெல்லாம் வடிகட்டுனது. எத்தனையோ கசடுகளப் பாத்துட்டு வந்திருக்கறன். அத்தனையும் சொல்லனும்னா பெரிசு பெரிசு நாலஞ்சு புத்தகந்தான் எழுதணும்.'

'உனக்கு ஆர்வமிருந்தா எழுதலாம்பா. எனக்கே இப்பத்தான் இவ்வளவு தெரீது. எல்லாருக்கும் தெரியட்டுமே. படிக்கறதுக்கு அப்புச்சி ஒதவி பண்ணாரு. உங்கப்பா கொலக்கேசுல கெடச்ச பணத்த அவரு வெச்சிக்கிட்டாரு. அவரு பொண்ண யும் உனக்குக் கட்டிக் குடுத்திட்டாரு. எல்லாமே அவரோட சுயநலந்தானப்பா. அதுக்கா இத்தன விசுவாசம் காட்டணும்?'

'உனக்கு இப்படிச் சொன்னாப் புரியாது. ரண்டு மூனு சம்பவத்தச் சொல்றன், புரியும் பாரு. பசின்னா உனக்கு என்னன்னு தெரீமா? சொல்லு.'

'ம். பசின்னா பசிதான். வயிறு காலியாயிருச்சுன்னா எதுனா சாப்பிடக் கேக்கும். நம்ம ஒடம்பும் ஒரு இயந்திரந்தான். வண்டிக்குப் பெட்ரோல் போடற மாதிரி இந்த இயந்திரத்துக்கு அப்பப்ப சாப்பாடு கொடுக்கணும். வண்டிக்கு உசிர் இல்லாததால அது கேக்காது, உணராது. நம்ம வயிறு கேக்கும், நாம உணர்வோம். ஒருமாதிரி சொல்லணும்னா பசிங்கறது ஒரு உணர்வு.'

'சரி, எதுனா சாப்பிடக் கேக்குதில்ல, அப்ப வயித்துக்கு ஒண்ணும் குடுக்க முடியலீன்னு வச்சுக்க. எப்படி இருக்கும்?'

'கொஞ்ச நேரம் ஒடம்புல சத்தெல்லாம் கொறஞ்சிட்ட மாதிரி இருக்கும். எதோ சுண்டி இழுக்குறாப்பல இருக்கும். எதுனா உள்ள போச்சுனா செரியாயிரும்.'

‘உள்ள போக உன்னால எதுவுமே குடுக்க முடியல. ஒருவேள முழுக்க ஒண்ணுமே போடல. எப்படி இருக்கும்?’

‘தெரிலப்பா. அப்படி ஒருவேள சாப்பிடாத நானிருந்ததில்ல. ஒண்ணு ரண்டு முற வயிறு சரியிலலாத போனப்பக் கூட அம்மா லெமன் ஜூஸூ அதுஇதுன்னு குடுத்திருவாங்க. அதுக்கு மேல எனக்குத் தெரியாதுப்பா.’

‘எனக்குத் தெரியும்பா. ஒருவேள இல்ல, ரண்டு வேள இல்ல, மூனு வேளகூட சாப்பிடாத இருந்திருக்கறன். பசிங்கறது ஒரு தீ. அது உன் வயித்துல எரிஞ்சுதுன்னா எப்படி இருக்கும்னு கற்பன பண்ணிப் பாத்துக்க. பசிங்கறது உணர்வுதான். அது தீ எரியற உணர்வு. என் வயித்துல நெஜமாலுமே பசித்தீ எரிஞ்சிருக்குது. அத அணைக்க நான் பட்ட பாடு இருக்குதே. அது சாதாரணமில்ல. ஒருநாள் முழுக்கச் சாப்பிடாத இருந்து அப்பறம் சாப்பிட்டா வயிறு இழுத்துப் புடிச்சிக்கும். எத்தனையோ அருமையான சாப்பாடு எதிர்ல இருந்தாலும் சாப்பிடணும்னு ஆச இருக்கும். வயிறு ஏத்துக்காது. அது பெரிய அவஸ்த. என்னோட பசித்தீய அணைச்சவரு உங்க அப்புச்சி.’

பழச்சாறு கொடுத்த குளிர்ச்சியை அவர் சொல்லப் போகும் சம்பவங்கள் கொடுக்கப் போவதில்லை என்பது தெரிந்தது. அவற்றின் வெம்மையை இதன் குளிர்ச்சியால் கொஞ்சம் கட்டுப்படுத்திக் கொள்ளலாம். கேட்கத் தயாரானான்.

குமராசுரன் கல்வியியல் படித்துக் கொண்டிருந்த சமயம். அறையில் சமைப்பதற்கு எதுவும் இல்லை. அரிசி இருந்தால் கஞ்சி காய்ச்சிக் குடித்துவிடலாம். கையில் இருக்கும் பணம் தீரத் தொடங்குகிறது என்றால் எல்லாவற்றையும் கட்டுப்படுத்திக் கொண்டு வெறும் கஞ்சி வைத்துத்தான் குடிப்பான். சோற்றில் வடித்த கஞ்சி. சோற்றோடு கலந்த கஞ்சி. சோற்றைக் கடைந்த கஞ்சி. கஞ்சியும் சோறு. இப்படி அதிலேயே விதவிதமான முறைகளை முயன்று பார்ப்பான். உப்புப் போடாதது, குறைஉப்பு, அளவு உப்பு, மிகுஉப்பு என்று உப்பின் அளவை மாற்றுவதன் மூலம் கஞ்சியிலேயே வெவ்வேறு சுவையைக் கொண்டு வருவான். மாமா பணம் அனுப்பும் வரை கஞ்சிதான் உணவு.

பணவிடை மூலமாக மாமா பணம் அனுப்புவார். அதை எதிர்பார்த்துக் கொண்டிருந்தான். அவர் அனுப்பத் தாமதமானதோ அஞ்சலகத் தாமதமோ தெரியவில்லை. பணம் வரவில்லை. ஏற்கனவே மாமாவுக்குக் கடிதம் எழுதியிருந்தான். மாதாமாதம் அவர் அனுப்பும் பணத்தில் ஏதாவது கூடுதல் செலவு

வந்துவிட்டால் சாப்பாட்டுக்கான பணம்தான் காலியாகும். பகுதி நேர வேலைக்குப் போவதில் வரும் பணத்தை வைத்துச் சமாளிக்க முயலுவான். அதுவும் முடியாத சமயத்தில் பணம் கேட்டு எழுதுவான். கடிதம் போய்ச் சேர இரண்டு அல்லது மூன்று நாள் ஆகும். அவர் அனுப்ப ஓரிரு நாள் எடுத்துக் கொண்டாலும் அதிகபட்சம் ஒரு வாரத்துக்குள் பணம் கிடைத்துவிடும். கல்வியியல் படித்த போது பகுதி நேர வேலைக்குப் போக நேரமில்லை. அந்த வருமானம் இல்லை.

ஒருவாரத்துக்கு மேலாகியும் பணம் வரவில்லை. கஞ்சி காய்ச்சவும் அரிசி இல்லை. ஒருநாள் முழுக்கப் பட்டினி கிடந்தான். தீ எழுந்து எரிந்து எரிந்து சுருட்டியது. அணைப்பதற்கு வயிற்றைத் தண்ணீரால் நிரப்பிக் கொண்டேயிருந்தான். அடிக்கடி சிறுநீர் கழித்தான். அடுத்த நாள் காலையில் நடக்கவே சக்தியில்லை. கல்லூரிக்குப் போக வேண்டியிருந்தது. வயிறு சுண்டி இழுத்துக்கொண்டது. உடல் லேசாகக் கூனியது போலத் தோன்றியது. நடப்பது மிதப்பது போலிருந்தது. வகுப்பில் இருக்க முடியவில்லை. மயக்கம் போட்டுவிடுவோமே என்று பயமாக இருந்தது.

அருகில் உட்கார்ந்திருக்கும் நண்பன் நீராசுரனிடம் அவ்வப்போது கடன் வாங்குவது உண்டு. அவனிடம் பெரும்பாலும் பணம் இருக்காது. இருந்தால் தருவான். தயக்கத்தோடு 'காசு எதுனா இருக்குதாடா?' என்று கேட்டான். அவனிடமும் இல்லை. கல்லூரிக்கு அவன் கொண்டு வந்திருந்த சோற்றை இருவரும் பகிர்ந்து சாப்பிட்டார்கள். கொஞ்சம் சோறுதான். வயிற்றை அது அடக்கிவிட்டது.

மாலை வரைக்கும் அடங்கியிருந்த வயிறு மறுபடியும் எரியத் தொடங்கியது. அன்றைக்குப் பணம் வரவில்லை. அடுத்த நாள் வரலாம் என்று எதிர்பார்த்துக் காலையில் அஞ்சலகத்திற்குப் போனான். கடிதங்களைப் பிரித்துக் கொண்டிருந்த அஞ்சலகர் கொஞ்ச நேரம் பொறுத்திருக்கச் சொன்னார். பணவிடைப் படிவங்கள் அவர் கைக்கு வந்ததும் அவன் பெயர் இருக்கிறதா என்று இரண்டு மூன்று முறை தேடிப் பார்த்துவிட்டு 'இல்லை' என்று சொன்னார். அவன் முகம் எப்படியிருந்ததோ தெரிய வில்லை. அவனுக்காக மீண்டும் ஒருமுறை பார்த்தார். அப்பவும் 'இல்லை'தான். கல்லூரிக்கு வந்தான். நீராசுரன் அன்றைக்குச் சோறு கொண்டு வரவில்லை. அறைக்குப் போய்த்தான் சமைக்க வேண்டும். உடன் வருமாறு அழைத்தான். அவன் அறை இருந்த இடம் மாநகரத்தின் வேறொரு கோடி. அவன் ஊர் நண்பர்கள் வெவ்வேறு வேலை செய்து கொண்டு அங்கே

தங்கியிருந்தார்கள். சோற்றுக்காக அங்கே போவதா என்று ஒரு கை அவனைப் பிடித்துப் பின்னால் இழுத்தது. போவதற்கும் திரும்புவதற்கும் பேருந்துக் கட்டணம் வேண்டும்.

அன்றைய உணவுக்கு ஏற்பாடு செய்ய நீராசுரன் ஒரு திட்டத்தைச் சொன்னான். அப்போது மதியச் சாப்பாடு மூன்றரை ரூபாய். பார்சல் வாங்கினால் நான்கு ரூபாய். அந்த உணவகத்தில் மாணவர்களிடம் சில பொருட்களை அடமானம் வாங்கிக் கொண்டு சாப்பாடு தருவது உண்டு. குமராசுரன் வைத்திருந்த பேனா கொஞ்சம் விலையுயர்ந்தது. பன்னிரண்டாம் வகுப்பில் ஆங்கிலத்தில் முதல் மதிப்பெண் பெற்றதற்காக அவனது ஆங்கில ஆசிரியர் அன்பளிப்பாகக் கொடுத்த பேனா. புதிதாக வாங்கினால் பதினைந்து ரூபாய் ஆகும். உணவகத்தில் பேனாவைக் கொடுத்து ஒரு பார்சல் சாப்பாடு வாங்கலாம், பணம் வந்ததும் பேனாவைத் திருப்பிக் கொள்ளலாம். அடமானம் வைப்பதற்கு உகந்த மாதிரி வேறு எந்தப் பொருளும் இல்லை. அதற்காக அவன் வாழ்நாள் சாதனையாகிய பேனாவை அடகு வைக்க முடியுமா? மனம் ஒப்பவில்லை.

❖

27

குமராசுரனுக்குத்தான் அந்தப் பேனாவின் மதிப்புத் தெரியும். அவன் வாழ்வில் என்றைக்கும் உடனிருக்க வேண்டும் என்று ஆசைப்படும் பொருள் அது. இன்னொருவர் கையில் அது இருப்பதை நினைத்தும் பார்க்க முடியவில்லை. அதை அடமானம் வைக்க அவனுக்கு விருப்பமில்லை. வேறு எந்தப் பொருளும் கைவசம் இல்லை. பார்சல் சாப்பாட்டை நண்பன் ஏன் சொன்னான் என்பதைத் தாமதமாகவே புரிந்து கொண்டான். அவனுக்கும் பசி போல. அது புரிந்ததும் யோசிக்கவில்லை. பசி போக்கத் தன் பேனா இருக்கிறதே என்று சந்தோசப்பட்டான். அதுவும் இருவர் பசி.

உலகளாவிய விளையாட்டுப் போட்டிகளில் தொடர்ந்து சில ஆண்டுகள் வென்று பெற்ற தங்கப் பதக்கங்களைத் தம் இறுதிக் காலத்தில் பசி போக்க விற்ற விளையாட்டு வீரன் ஒருவனின் நினைவு வந்தது. பசிக்குப் பதக்கத்தைச் சாப்பிட முடியாது. எதிரில் வைத்துக்கொண்டு பார்த்துக் கொண்டிருந்தால் பசியும் ஆறாது. அசுரலோகமே போற்றிக் கொண்டாடிய பதக்கங்களே பசிக்கு விற்பனை ஆயின என்றால் இந்தப் பேனா எம்மாத்திரம்? அந்த வீரனுக்குப் பதக்கம், தனக்குப் பேனா.

பேனாவை விற்கவில்லை. அடமானமாக ஒருநாள், ஒரே ஒருநாள் கொடுக்கப் போகிறோம். அவ்வளவுதான். பணம் வந்து கொண்டிருக்கிறது. வந்ததும் முதல் வேலையாகப் பேனாவை மீட்டுவிட வேண்டும். பேனாவைக் கொடுத்து அன்றைக்குச் சாப்பிட்டார்கள். உணவகத்தில் 'பேனா பத்திரம், பத்திரம்' என்று பலமுறை சொன்னான். 'அதெல்லாம் பத்திரமா இருக்கும், போ. என்னமோ தங்கத்த வெக்கறாப்பல பேசற' என்று சிரித்துக்கொண்டே முதலாளி கல்லாப்பெட்டிக்குள் தூக்கிப் போட்டார். பேனா ஞாபகமாகவே இருந்தது. பேனாவும் கைவிட்டுப் போன பிறகு மனம் சோர்ந்தது.

அடுத்த நாள் பணம் வரவில்லை என்றால் தற்கொலை செய்துகொள்ளலாம் என்று முடிவெடுத்தான். எத்தனை நாள் இப்படிப் பசியோடு உயிரைத் தாங்கிக் கொண்டிருக்க முடியும்? ஒரேயடியாகப் போய்விடலாம் என்று நினைத்தான். பசியைப் பொறுத்துக் கொள்வதைவிடத் தற்கொலை சுலபமே. தற்கொலைக்குப் பிறகு பசி இருக்காது. தற்கொலைக்குப் பிறகு வயிறு கத்தாது. தற்கொலைக்குப் பிறகு சோற்றைப் பார்த்தால் நாவில் எச்சில் ஊறாது. தற்கொலைக்குப் பிறகு கை சோற்றை அள்ள அலையாது. அட, தற்கொலைக்குப் பிறகு சோற்று ஞாபகமே இருக்காது. அதை நினைக்கவே சுகமாக இருந்தது.

மதியம் உண்ட உணவு இரவில் தூங்குவதற்கு உதவியது. மறுநாள் பசி போக்கும் பணம் வந்தால் வாழ்வு, இல்லையேல் சாவு என்னும் தீர்க்கமான முடிவுடன் அஞ்சலகத்திற்குப் போனான். அஞ்சல்காரர் அவனைப் பார்த்துச் சிரித்தபடி பணவிடைப் படிவத்தை எடுத்துக்கொண்டு வந்தார். மாமாவிடமிருந்து இருநூறு ரூபாய் வந்திருந்தது. தொகையைப் பெற்றதும் கைகள் நடுங்கின. பணவிடைப் படிவத்திலிருந்து கிழித்துக் கொடுத்தத் துண்டுப் பகுதியைப் பார்த்தான். அதில் 'குமரா, பணம் புரட்டத் தாமதமாகி விட்டது. பொறுத்துக்கொள்' என்று இரண்டு வாக்கியங்களே இருந்தன. யாரை யார் பொறுத்துக்கொள்வது? 'அவர்தான் என் மாமன்' என்று சொல்லி முடித்த குமராசுரருக்குக் கண்ணீர் வழிந்தது.

அப்பாவின் பேச்சைக் கேட்ட பிறகு இரவு தன்னறைக்குப் போய்ப் படுத்துக் கொண்டான் முருகாசு. உடலும் மனமும் சோர்ந்திருந்தன. ஆனால் தூக்கம் வரவில்லை. கண்கள் மூடியிருந்தாலும் மனம் ஓடிக் கொண்டேயிருந்தது. அப்பா சொன்ன சம்பவங்கள் குழம்பிக் காட்சியாக நகர்ந்தன. பல முகங்கள் வந்து வந்து போயின. செஞ்சோற்றுக் கடன் கழிப்பதே அப்பாவின் வாழ்நாள் நோக்கமாகிவிட்டது. பசி, சோறு பற்றிப் பேசினால் அவர் நிறுத்தவே மாட்டார் போலிருந்தது.

பள்ளியில் படிக்கும் காலத்தில் ராசாங்கம் நடத்தும் இலவச விடுதியில் குமராசுரன் தங்கியிருந்தான். அந்த விடுதி பன்றிகள் திரியும் பெருஞ்சாக்கடை ஓரத்தில் இருந்ததாம். ஈயளவு பருத்த கொசுக்கள் விடுதி முழுக்கத் திரியுமாம். விடுதிச் சோறு நாறுமாம். நாறும்படியான அரிசி எங்கே கிடைக்கிறது என்று இன்றுவரை தனக்குத் தெரியவில்லை என்றார் குமராசுரர். இருப்பவற்றிலேயே மட்டமானவை, நாறுபவை எல்லாம் ராசாங்கத்திற்கு எப்படியோ கிடைத்துவிடுகின்றன. குழம்பு என்பது வெந்நீரில் மிளகாய்த் தூளைக் கொட்டியதுதான். அங்கேதான் ஏழு வருசம் இருந்தாராம். ஒருமுறை பையனைப்

பார்க்க வந்த மாமன் சாப்பாட்டை வாயில் வைத்துப் பார்த்தாராம். அவரால் விழுங்கவும் முடியவில்லை, துப்பவும் முடிய வில்லை. முருகாசு அன்றாடம் சாப்பிடும் சோற்றைத் துப்பினால் அவனுக்கு எப்படி இருக்கும்? 'தெனமும் இதுதான் சாப்பாடா?' என்றவர் கண்கள் கலங்கியிருந்தனவாம்.

பிறகு அவர் வரும் போதெல்லாம் தூக்குப்போசி நிறைய சோறு கொண்டு வருவாராம். மூன்று வேளை சாப்பிடும் அளவு இருக்குமாம். அவன் படித்த பள்ளி இருந்த ஊர் வீணாசுரம்பட்டி. தேர்வுநிலை ஊராட்சி அது. அங்கே ஏதாவது வேலையாக ஊர்க்காரர்கள் போனால் அவர்களிடம் சோற்றுத் தூக்குப்போசி ஒன்றைக் கொடுத்துவிடுவாராம். அங்கிருந்த உணவகம் ஒன்றிற்கு அவனை அழைத்துப் போய் அறிமுகப்படுத்தி எப்போது வேண்டுமானாலும் சாப்பிட்டுக் கொள்ளவும் ஏற்பாடு செய்திருந்தாராம். அவர் நிலை தெரிந்திருந்த தால் குமராசுரன் ரொம்பவும் செலவு வைக்கவில்லை. வேறு வழியே இல்லை என்றால்தான் போய்ச் சாப்பிடுவான்.

ராசாங்கத் தலைவர் ஒருவர் இறந்து போனபோது ஒருவாரம் கடைகள் எல்லாம் அடைக்கப்பட்டன. விடுதிக்குச் சமையல்காரர் வரவில்லை. விடுதிக் காப்பாளரும் இல்லை. பத்துப் பதினைந்து பையன்கள் மட்டுமே இருந்தார்கள். வெளியூர் செல்ல முடியாத அவர்களைக் கவனிக்க ஒருவருமில்லை. சமையலறையில் இருந்த அரிசியை வைத்துப் பையன்களே கஞ்சி காய்ச்சிக் குடித்தார்கள். ஒருவாரம் கஞ்சியாகக் குடித்ததால் வயிற்றுப் போக்கு ஏற்பட்டது. பேருந்து ஓட ஆரம்பித்ததும் முதலில் விடுதிக்கு வந்தவர் அவன் மாமன். நடக்கச் சக்தியற்று விழுந்து கிடந்தார்கள் பையன்கள். அவர்கள் மேல் பீ நாற்றம். விடுதியே பீ நாற்றம் சூழ்ந்திருந்தது. எல்லோரையும் மருத்துவமனையில் கொண்டு சேர்த்துக் காப்பாற்றியவர் அவன் மாமாதான். 'அப்பத்தான் விதவிதமான கஞ்சி செய்யக் கத்துக்கிட்டன்' என்று சிரித்த குமராசுரர், 'மாமனுக்கு என் நெனப்பாவே இருந்திருக்குது. ஒடனே வந்தாரு. அவரு வல்லீனா பதினஞ்சு உசுரு போயிருக்கும்' என்றார்.

விடுதியில் இருந்த பையன் ஒருவனைப் பார்க்க வந்த அவன் அம்மா கறிச்சோறு கொண்டு வந்திருக்கிறார். அப்பையனோடு இருந்த குமராசுரனுக்கும் சாப்பாடு கொடுத்தாராம். கறிச்சோற்றைப் பார்த்ததும் அவனுக்கு வேறு எதுவுமே தெரியவில்லை. அவசர அவசரமாக அள்ளி வாயில் திணித்தான். சோறு தொண்டைக்குள் போகமால் அடைத்துக் கொண்டது. மூச்சே நின்றுவிடும் போலக் கண்கள் பிதுங்கிவிட்டன. பயந்து போன அந்தம்மா 'மெதுவாச் சாப்புடு, மெதுவாச் சாப்புடு' என்று அவன் தலையில் தட்டிச் சரி செய்தார். அதன் பின் சாப்பாட்டைப் பிசைந்து அவன் கையில்

கொஞ்சம் கொஞ்சமாக அள்ளி வைத்தார். 'அட ஆண்டவனே, சிறுபசங்க பசி போக்காத உனக்குக் கண் அவிஞ்சா போச்சு' என்று அந்தம்மா வானத்தைப் பார்த்துச் சொன்ன வாசகம் குமராசுரர் நெஞ்சில் அப்படியே பதிந்திருக்கிறதாம்.

நல்ல சோறு சாப்பிட்ட அரிய தருணங்கள் எல்லாம் அவர் நினைவில் தங்கியிருந்தன. கல்லூரிக் காலத்தில் வகுப்புத் தோழி ஒருவரின் வீட்டு விசேஷத்திற்கு எல்லோரும் போயிருந்தார்களாம். பசி மிகுந்திருந்தாலும் பந்தியில் போய் உட்காரவில்லை. சொந்தக்காரர்கள் சாப்பிடும் முன்னால் தாங்கள் போய்ச் சாப்பிடுவது நன்றாக இருக்காது என்று தயங்கி ஒருபக்கம் நின்று பேசிக் கொண்டிருந்தார்கள். தோழி வந்து கெஞ்சும் குரலில் 'கொஞ்சம் பொறுத்துச் சாப்பிடலாம்' என்றாள். காத்திருந்து கடைசிப் பந்தியில் உட்கார்ந்தார்கள். எதிரே வந்து நின்றுகொண்டு, இருந்ததை எல்லாம் எடுத்து இலையில் வைத்து வைத்துத் தோழி பரிமாறினாள். மறுக்க முடியவில்லை. மறுத்தாலும் அவள் விடவில்லை. அவன் பார்த்துமிராத பதார்த்தங்கள் இலை நிறைய இருந்தன. இலையைக்கூடத் தின்றுவிடலாம் என்றிருந்த பசி பதார்த்த நிறைவில் மாறிப் போயிற்று. மிச்சம் வைத்துத்தான் ஆக வேண்டும்.

எதையாவது இலையில் மிச்சம் வைத்தால் என்ன நினைப்பார்களோ என்று பயமாக இருந்தது. ஒரே வேளையில் இத்தனையும் சாப்பிடச் சொன்னால் எப்படி? மூன்று நாட்களுக்குத் தினமும் அழைத்துப் போட்டிருக்கலாம். ஆளுக்கொரு பொட்டலம் கட்டிக் கையில் கொடுத்து அனுப்பியிருக்கலாம். கொண்டு போய் இன்னொரு வேளைக்குச் சாப்பிடலாம். சோற்றை மட்டும் கொடுத்தால்கூடத் தண்ணீர் ஊற்றி வைத்துக் கரைத்துக் குடிக்கலாம். ஒரே நேரத்தில் எல்லாவற்றையும் கொட்டிச் சாப்பிடு, சாப்பிடு என்றால் என்ன செய்ய முடியும்? வயிறு நிரம்பிவிட்டாலும் இலையைக் காலி செய்ய வேண்டும் என்று சாப்பிட்டுக் கொண்டேயிருந்தான். வயிற்றுக்கு மேல் சோறு நெஞ்சில் ஏறிற்று. குரல்வளைக்கு வந்து நின்றது. அவ்வளவுதான். வாய்க்குள்ளிருந்து இறங்கவில்லை.

வேறு வழியில்லாமல் இலையை மூடி வைத்துவிட்டு எழுந்து கை கழுவப் போனான். குரல்வளையில் நின்ற சோறு குனிந்ததும் எதுக்களித்துச் சட்டென வாந்தி வந்துவிட்டது. சத்தம் கேட்டு வகுப்பு நண்பர்கள் எல்லாம் 'என்ன என்ன' என்று கூடிவிட்டார்கள். யாரோ ஒருவன் 'கொஞ்சம் கம்மியாத் தின்னுருக்கலாமில்ல' என்று சத்தமாகச் சொன்னான். 'தொண்டை வரைக்கும் சாப்பிட்டுட்டு ஒரு பையன் வாந்தி எடுக்குறான்' என்று தோழியின் உறவினர் யாருக்கோ தகவல்

சொன்னார். குமராசுரனுக்கு உடல் கூனிப் போயிற்று. யார் யாரோ சிரிக்கிறார்கள். யார் யாரோ அவனைக் கை நீட்டிப் பேசுகிறார்கள். அங்கிருந்து மெல்ல நழுவி வெளியே வெகுதூரம் வந்த பிறகு கையை விட்டு வாந்தி எடுத்தான். வயிற்றுக்குள் ஒரு பருக்கைகூட நிற்காமல் வெளியே வரும்வரை விரல் விட்டு வாந்தியை வர வைத்தான். வெறும்வயிற்றைத் தடவிய போது சுகமாக இருந்தது. சோறு கிடைக்காமலும் அவமானப்படுத்தும், கிடைத்தாலும் அவமானப்படுத்தும்.

இப்படி அவரிடம் சோற்றுக் கதைகள் கொட்டிக் கிடந்தன. ஒரு அளவுக்கு மேல் அவனால் கேட்க முடியவில்லை. இனிமேல் சோற்றில் கை வைக்கும் போதெல்லாம் இந்தக் கதைகளில் ஏதாவது ஒன்று முன்னால் வந்து நின்று தன்னைப் பரிகசிக்குமோ என்று பயந்தான். இப்போதும் தன்னால் ஒரு பருக்கையைக்கூட வீணாக்க முடியாது என்றார். 'நீங்கெல்லாம் அப்படியே வட்டல்ல மிச்சச் சோத்த வெச்சுட்டுப் போவும் போது எம் மனசு அடிச்சிக்கும். அடடா… இந்தச் சோறு அப்ப இருந்திருந்தா எப்படி இருக்கும்னு நெனச்சிக்குவன். அப்பெல்லாம் நல்ல நல்ல சோறாத் திங்கற மாதிரிதான் கனவு வரும். எப்படியோ என் மாமனால அந்தக் கனவெல்லாம் பலிச்சிருச்சு. எம் பிள்ளைகளுக்குப் பசி தெரியாத வளத்திட்டன்' என்று சொல்லும் போது குமராசுரர் முகத்தில் பெருமிதம் இருந்தது.

மாமன் என்ன சொன்னாலும் அவர் கேட்பார். கையையும் காலையும் கட்டிக்கொண்டு கிணற்றில் குதி என்றாலும் வாயை மூடிக்கொண்டு குதிப்பார். கல்யாணத்திற்கு முன்னால் ஊரில் என்ன நடந்தது என்பது பற்றி அப்பாவுக்குத் தெரிந்திருக்கலாம். அவற்றைப் பற்றியெல்லாம் ஏதும் பேசாமல் மறைக்கிறாரோ என்றிருந்தது. அம்மாவைத் தூக்கிக்கொண்டு போய்த் தாலி கட்டத் துடித்த அந்த உறவுக்காரர்கள் யாராக இருக்கும்? எத்தனை பேர் அப்படி முட்டி மோதியிருப்பார்கள்? அதில் யார் மீதாவது அம்மாவுக்கு விருப்பம் இருந்திருக்குமோ?

அந்தப் பக்கத்தை நோக்கி சிறுவெளிச்சக் கீறல்கூட அப்பாவின் பேச்சில் இல்லை. அப்பாவுக்கு உண்மையாக எதுவும் தெரியாதா, தெரிந்தும் மறைக்கிறாரா? இப்படியும் ஒருவர் இருப்பாரா? ஊருக்குப் போய்ச் சிலநாள் இருந்தால் கிடைக்கலாம். இனி ஊருக்குப் போகிற ஏற்பாட்டைப் பார்க்க வேண்டியதுதான். என்ன ஏற்பாடு? பூவாசுரத்திலிருந்து இரு பைகளோடு கிளம்பி வந்தது போலக் கிளம்பிவிடலாம். ஊருக்குப் போக ஒரே ஒரு பை போதும். மடிக்கணினிப் பை தேவையில்லை. நாளைக்கே கிளம்பிவிடலாம் என்று நினைத்தான்.

28

நினைவுகளில் தூக்கம் வராமல் புரண்டு கொண்டேயிருந்த அவன் எத்தனை நேரம் இப்படிக் கிடப்பது என்று செல்பேசியைக் கையில் எடுத்தான். புலனத்தில் ஏராளமான செய்திகள் குவிந்திருந்தன. எதையும் பார்க்க மனமில்லை. என்ன இருக்கப் போகிறது? இருப்பதைத் தெரிந்து கொண்டுதான் என்ன செய்யப் போகிறோம்? விரலால் தள்ளி ஓட்டினான். சேர்க்கும் குப்பையை ஒரே நாளில் வாரிக் கொட்டுவது போல எல்லாவற்றையும் ஒருசமயத்தில் போக்கிவிடலாம். புரட்டலில் நண்பன் மேகாசு செய்தி அனுப்பியிருந்தது கண்ணில் பட்டது.

வீராசுரத்தில் அவனுக்கு இருக்கும் நெருங்கிய நண்பன் அவன்தான். வந்ததைக் கூட அவனுக்குச் சொல்லவில்லை. செய்தியைப் பார்த்தான். 'வந்திருக்கிறயாமே?' என்று ஒற்றைச் சொல்லில் கேட்டிருந்தான். 'தெரிந்துவிட்டதா?' என்று பதில் கொடுத்தான். அவனிடமிருந்து உடனே பதில் வந்தது. 'ம். காக்கா வந்து சொல்லுச்சு.' 'என்னயத் தெரிஞ்சு வெச்சிருந்த காக்கா எதுடா?' என்று தட்டினான். 'எங்கப்பா காக்காதான். உன்னையும் உன் அப்பாவையும் பள்ளி மைதானத்தில் பார்த்தாராம். யாரோ சொல்லித்தான் நான் தெரிந்துகொள்கிறேன்' என்றிருந்தான். 'உங்கப்பா உனக்கு யாரோவா?' என்று மாற்றினான். 'அதை விட்டுப் பதில் சொல்லுடா நாயே' என்று காட்டமாகப் பதில் வந்தது. 'வந்த அலுப்பில் தூங்கிக் கொண்டேயிருந்தேன்' என்றான்.

'தூக்கப் பிசாசு இன்னும் விடவில்லையா? நானெல்லாம் தூங்காமல் தவித்துக் கிடக்கிறேன். உனக்குத் தூக்கமா?'

'இப்போது எங்கே ஓடிப் போயிற்றோ தெரியவில்லை.'

'எவளிடமாவது கடலை போட்டிருப்பாய். தூக்கப் பிசாசு பயந்து போயிருக்கும்.'

நெடுநேரம் 169

'எவள் இருக்கிறாள்? உன்னைப் போல மூடனிடம்தான் பேசுகிறேன்.'

'மூடத்திற்கு மூடம்தான் பொருந்தும். தூக்கப் பிசாசைத் துரத்தியடிக்கும்படி வேறு எந்தப் பிசாசும் இன்னும் பிடிக்க வில்லையா?'

'பிசாசுகள் நம்மைக் கண்டு பயந்து ஓடி விடுகின்றன.'

'நீயும் கார்ப்பரேட் பிசாசுதானேடா. அதே மாதிரி ஒன்றைப் பிடிக்கலாமே.'

'போடா பொறாமைக்காரா. சரி, என்ன செய்கிறாய்?'

'ம். கையில் பிடித்துக்கொண்டு கவிழ்ந்து படுத்திருக்கிறேன்.'

'ச்சீ. அசிங்கம் புடிச்சவனே.'

'என்னுடையதைப் பிடித்திருப்பதில் என்னடா அசிங்கம், சுத்த சிகாமணியே? வேறு என்ன செய்யச் சொல்கிறாய்? கடை திறக்க முடியவில்லை. வீட்டு மொக்கை தாங்க முடியவில்லை. வெளியே ஓடினால் தேவலாம்.'

'நாளைக்குப் பார்க்கலாமா?'

'காலையில்?'

'ம். எழுந்துவிட்டால்.'

'வந்து எழுப்புகிறேன்.'

'குரல்வளையைக் கடிப்பேன்.'

'ரத்தவெறியனே.'

ஊருக்குப் போகும்போது மேகாசையும் அழைத்துச் சென்றால் என்ன என்று தோன்றியது. பேச்சுத்துணைக்கு அவன் நல்ல ஆள்தான். அம்மா காணாமல் போன விஷயம் அவனுக்குத் தெரிந்துவிடுமே. தெரியட்டும். யாருக்கும் சொல்ல வேண்டாம் என்றால் ரகசியம் காப்பான். அவனுடைய ரகசியம் எத்தனையோ இவனுக்குத் தெரியும். அதுவும் அம்மா விஷயம் என்றால் பொறுப்பாக இருப்பான். இருவரும் பள்ளியிலும் கல்லூரியிலும் ஒன்றாகப் படித்தவர்கள்.

அவனுக்கு வேலை எதுவும் கிடைக்கவில்லை. வீராசுரத்தி லேயே 'கணினி மையம்' ஒன்றை வைத்திருக்கிறான். சிறுமுதலாளி. 'இதச் செய்யறதுக்குக் காலேஜ் போயிப் படிச்சிருக்கவே வேண்டியதில்ல. பத்தாவது போதும். வெட்டிச் செலவு' என்பான். பயிற்சி வகுப்புகள் நடக்கின்றன. ராசாங்கத்து நடைமுறைகள் எல்லாம் இப்போது இணையம் வழியாகவே

நடப்பதால் விண்ணப்பித்தல், அச்சீடு எனப் பல வேலைகள். ஐந்தாறு ஆட்களையும் வேலைக்கு அமர்த்தியிருக்கிறான். தொற்று முடக்கத்தில் இப்போதைக்குக் கடை திறக்க வாய்ப்பில்லை. அழைத்தால் வருவான்.

'என்னோடு ஊருக்கு வருகிறாயா?'

'எந்த ஊருக்கு? எங்கே என்றாலும் வருகிறேன். வீட்டுக்குள் மூச்சு முட்டுகிறது. நரகத்திலிருந்து விடுபட்டால் போதும்.'

'வீட்டை நரகம் என்கிறாயே, உருப்படுவாயாடா மகனே?'

'சொர்க்கமாக இருந்தாலும் உள்ளேயே பத்து நாள் அடைத்து வைத்தால் அது நரகமாகிவிடும். வீடும் அப்படித்தான்.'

அதைப் படித்ததும் முருகாசு சில நிமிடம் எதுவும் செய்யத் தோன்றாமல் அப்படியே இருந்தான். அதற்குள் அவனிடமிருந்து இன்னொரு செய்தி.

'என்னடா, தூங்கிவிட்டாயா? எந்த ஊருக்கு என்று சொல்லுடா.'

'சொந்த கிராமத்துக்கு.'

'உனக்கு அப்படி ஒரு ஊரும் இருக்கிறதா?'

'சொல்லக் கேள்வி. போய்ப் பார்க்கலாம்.'

'சரி. நாளைக்கே கிளம்பலாமா?'

'அப்படியா? யோசிக்கிறேன்.'

முருகாசுவைவிட அவனுக்கு அவசரம்.

'டேய், இப்பவே வரட்டுமா? நேரில் பேசலாமே.'

என்று அவன் கொடுத்த செய்திக்கு உடனே என்ன பதில் சொல்வதென்று தெரியவில்லை. வெளியே வந்து பார்த்தான். அப்பாவின் அறைக்கதவு தாழிடாமல் திறந்திருந்தது. எப்போதுமே அப்படித்தான். கதவைத் தாழிட்டு மின்விசிறியைப் போட்டு விட்டால் வெளியே என்ன நடந்தாலும் தெரியாது; ஒருசத்தமும் கேட்காது. அதனால் கதவைத் திறந்து வைத்துவிட்டுத்தான் தூங்குவார். சிறுசத்தம் கேட்டால் விழித்துக் கொள்வார்.

கீழ் வீட்டிலிருந்தும் மாடிக்குச் செல்லலாம். வெளியிலிருந்து நேராகவும் மாடிக்குப் போகலாம். கீழே நாமிருந்து கொண்டு மேலே வாடகைக்கு விட்டால் இரண்டும் தனித்தனி வீடாகிவிடும் என்று யோசித்துக் கட்டியிருக்கிறார். இப்போது அவர் தனியாக இருப்பதற்கு மாடியறையை மட்டும் வாடகைக்கு விட்டால் யாராவது துணைக்கு இருப்பார்கள். அவரிடம் பேசிப் பார்க்க

வேண்டும். அவர் அறையருகே சென்று எட்டிப் பார்த்தான். அவர் அசந்து தூங்குவது விடிவிளக்கு வெளிச்சத்தில் தெரிந்தது. மெல்லக் கதவைச் சாத்தினான். தாழ் பொருந்தும் போது சத்தம் வராமல் இருக்க வேண்டும். பூ அசைவது போலத் தாழ் நுழைந்து கொண்டது. இப்போது வாசற்கதவைப் பூட்டிவிட்டு வெளியே போய்விட்டால் உள்ளே துளியும் சத்தம் கேட்காது. வெளியே வந்து பதில் கொடுத்தான்.

'வாடா. சத்தம் இல்லாமல். அப்பாவைத் தொந்தரவு செய்யக் கூடாது.'

உடனே அவன் விரல் உயர்த்தினான்.

மூன்று தெரு கடந்துதான் அவன் வீடு. வண்டியை எடுத்தால் இரண்டு நிமிடம். சார்ஜரை எடுத்துக் கொள்ளவில்லை என்பது நினைவு வந்தது. வாசற்கதவைச் சத்தமில்லாமல் திறந்து உள்ளே போய் எடுத்துக்கொண்டு வந்து மீண்டும் மூடினான். மாடிக்குப் போய் விளக்கைப் போட்டு அறையைப் பார்த்தான். சுத்தமாக இருந்தது. கட்டிலுக்கு மெத்தை விரிப்பு புதிதாக மாற்றப்பட்டிருந்தது. வீடு முழுவதையும் சுத்தம் செய்வதை அன்றாடக் கடமையாக அப்பா வைத்திருக்கிறார்.

அம்மா இருந்த போதுகூட இந்த அளவு வீடு சுத்தமாக இல்லை. அப்போது ஆட்கள் நடமாட்டம் அதிகம். சமையலில் பல வகைகள் இருக்கும். இப்போது எல்லாம் பெயரளவுக்குத்தான். முழுநாளும் அப்பா வசம் இருக்கிறது. அதில் கூட்டலுக்கும் துடைத்தலுக்கும் குறிப்பிட்ட நேரத்தை ஒதுக்குகிறார். தரை மின்னுகிறது. ஜன்னல் கண்ணாடிகள் பளிச்சிடுகின்றன. தினமும் துடைப்பாரோ? அதீதச் சுத்தம் கொண்டிருக்கும் வீடு ஆட்களை விரட்டி விடுகிறது. சுத்தத்திற்குப் பங்கம் வந்துவிடுமோ என்று எச்சரிக்கையாகப் புழங்க வேண்டியிருக்கிறது.

அப்பா ஒன்றும் சொல்லவில்லை என்றாலும் ஏதாவது சொல்லிவிடுவாரோ, நினைப்பாரோ என்றெல்லாம் தயக்கம் வருகிறது. அவனுக்குத் தன் வீட்டிலேயே அப்படி ஒரு விலகல் நேர்ந்திருக்கிறது. இது இப்போது தன் வீடில்லை என்றும் தோன்றியது. அம்மா வீடாக இருந்து அப்பா வீடாக மாறிவிட்டது. ஒரே வீடுதான். கையாளும் ஆளைப் பொறுத்து முகம் மாறுகிறது. அம்மா இருந்தபோது வீட்டுக்கு இருந்த உயிர் இப்போது இல்லை. பிணத்தை வைத்துக்கொண்டு சடங்குகளைச் செய்வது போலத் தோன்றுகிறது.

வீட்டைச் சுற்றிலும் செடிகொடி வைக்க நிறைய இடம் இருந்திருந்தால் அப்பாவின் வேலை நேரம் இன்னும் கூடியிருக்கும். வீடே ஒருவரின் நாள் முழுவதையும் விழுங்கிவிடும் என்பதை

அம்மா இருந்தபோது உணரவில்லை. அப்பாவைப் பார்க்கும்போது அதை உணர முடிகிறது. அவன் பார்த்த போதிருந்து அம்மாவின் நாள் முழுதையும் வீடே அபகரித்துக் கொண்டிருந்ததால் அது இயல்பு போலத் தென்பட்டிருக்கிறது. அப்பாவோ வெகுநேரம் வெளியில் இருந்தவர். இப்போது வீட்டை அவர் பராமரிப்பது புதிதாகத் தெரிகிறது. வீடு இப்படி நாளை விழுங்குமா என்று ஆச்சரியம் வருகிறது.

மாடியில் நின்று கொண்டு தெருவையே பார்த்தான். மேகாசுவின் வாகனம் இன்னும் தென்படவில்லை. அவனும் வீட்டார் யாரையும் தொந்தரவு செய்யாமல் வெளியே வர வேண்டும். வண்டியை எடுக்க வேண்டும். வந்து மூன்று நாட்களாகியும் அவனை அழைக்கவில்லை. இப்போது சில நிமிடங்களில் இப்படிப் பொறுமையில்லாமல் மனம் ஓடுகிறது. நேற்று இரவும் நெடுநேரமாயிற்று. பகலிலும் அப்பா தூங்கவில்லை. இப்போது நன்றாகத் தூங்கியிருப்பார். இரவில் தூங்கிப் பகலில் நடமாடும் தலைமுறை அவர். பகலையே பார்க்காமல் இரவில் நடமாடும் தலைமுறை இது. இரவு எத்தனை பாதுகாப்பானது என்பதை அறியாதவர்கள் உறங்குகிறார்கள். உறங்கி இரவை வீணாக்குகிறார்கள். இப்படி எண்ணம் ஓடுவதைக் கண்டு அவனுக்குச் சிரிப்பு வந்தது. அப்பாவுடன் பேசியிருந்த இந்த மூன்று நாட்களில் தன் மனமும் எதை எதையோ யோசித்துச் சஞ்சாரம் செய்கிறது. மன சஞ்சாரம் என்பது வாடிக்கைதான் என்றாலும் இப்போதைய யோசனைகள் புதிதாக இருக்கின்றன.

தெரு நுழைவாயிலில் வண்டி விளக்குத் தெரிந்தது. படியிறங்கிப் போனான். மதில் இரும்புக் கதவு பூட்டியிருப்பது நினைவில்லை. வாசற்கதவைத் திறந்து உள்ளே போனான். வரவேற்பறையின் விடிவிளக்கு எரிந்து கொண்டிருந்தது. எப்போதுமே இந்த விளக்கைப் போட்டுவிடுவது வழக்கம். அவனுக்குத் தெரிய இருபத்தைந்து வருசமாக இந்த வீட்டில் இது மாறவில்லை. ஹேங்கரில் வரிசையாக மாட்டியிருந்த சாவிக் கொத்தில் உரியது எதுவெனத் தெரியவில்லை. இரண்டு மூன்று கொத்துக்களை அப்படியே எடுத்துக்கொண்டு அசைவற்ற காற்றுப் போல வெளியே வந்தான்.

சரியாக மேகாசும் வீட்டுக்கு வெளியே வண்டியை நிறுத்தினான். குதிரை போல நின்ற என்பீல்டு பைக்கை முருகாசு ஆவலாகப் பார்த்தான். புதிதாக வாங்கியிருக்கிறான். அதை ஓட்டிப் பார்க்க வேண்டும் என ஆசை வந்தது. ஊருக்கு இந்த வண்டியிலேயே போனால் என்ன? இரும்புக் கதவைத் திறந்ததும் புயலாய் வந்து முருகாசுவை கட்டியணைத்துக் கன்னத்தில் ஆழ முத்தம் பதித்து 'டேய்' என்று காதுக்குள் கிசுகிசுத்தான்

மேகாசு. விட்டால் இன்னும் சரமாரியாக முத்தம் கொடுப்பான் போலிருந்தது. 'சரி, போதும். மெதுவா வா' என்றான். வண்டி வெளியிலேயே நின்றது. தெருவின் கடைசி வீடு என்பதால் அப்படி நிறுத்துவது வழக்கம்.

இருவரும் மாடிக்குப் போனார்கள். 'ஒதடெல்லாம் சுடுது. என்னடா, செம மூடுல இருக்கற போல' என்றான் முருகாசு. 'ஆமா, இருந்தென்ன பண்றது? நீதான் கெடச்சிருக்கற. உன்னய வெச்சுக்கிட்டு என்ன பண்றது? செலம்பந்தான் ஆடணும்.' இருவரும் சிரித்தார்கள். 'ஏண்டா இப்படி?' என்றான் முருகாசு.

'ஆமா. முடக்கம் முடக்கம்னு வீட்டுக்குள்ளயே முடங்கிக் கிடந்தா வேற நெனப்பு எங்கடா வருது? என்ன செய்யறதுன்னே தெரீல. யாரையும் பாக்க முடியல. பேச முடியல. வேல இல்ல. செண்டரத் தெறந்து பத்துப் பேரு வந்து போனாங்கன்னா மனசு வேற வேற விஷயத்துல தாவும். இப்ப ஒரே எடத்துல இருந்தா நெனப்பெல்லாம் ஒண்ணுலதான் இருக்குது.'

'கலியாணம் பண்ணிக்க வேண்டியதுதான.'

'எங்கண்ணனுக்கே இன்னம் ஒண்ணும் கெடைக்கல. அதுக்குள்ள எனக்கெங்க? சரி, அந்தச் சோகத்த விடு. என்ன ஒருவருசங் கழிச்சு வீட்டுக்கு வந்திருக்கற, வீட்டு நெனப்பே இல்லையா? அங்கயே எதாச்சும் செட் பண்ணிட்டயா? பொண்ணா, ஆண்ட்டியா?'

'போடா, உனக்கு இதேதான் பேச்சு. வீட்டுல கெடக்க முடியலீன்னு கஷ்டப்படறியே. எங்கூட வா, எங்க கிராமத்துக்குப் போயிட்டு வரலாம். திரும்பப் பத்து நாளாச்சும் ஆவும்.'

'ஓ, அருமைடா. காலையிலயே கௌம்பீரலாமா? இப்போதைக்கு இந்த நோய்க்காலம் முடியாது. இந்த ரண்டாவது அல முடிஞ்சு மூனாவது அல வேற வருதுன்னு சொல்றாங்க. கிராமத்துக் காத்து வாங்கிக்கிட்டு மெதுவா வரலாம்.'

மேகாசு உடனே ஒத்துக்கொண்டது முருகாசுவுக்குச் சந்தோசமாக இருந்தது. மணியைப் பார்த்தான். விடிகாலை இரண்டு மணிக்கு மேலாகியிருந்தது. நேற்று முடிந்து இன்று வந்துவிட்டது.

'இன்னைக்கி வேண்டாம். நாளைக்கிக் காலையில கௌம்பலாம்' என்றான் முருகாசு.

29

வீராசுரத்தில் தொற்றுப் பரவல் நாளுக்கு நாள் அதிகரித்துக் கொண்டேயிருந்தது. நகரம் வீங்கிப் பெருத்துவிட்டது. மக்கள் தொகை மிகுதி. மாகாணத்தின் வெவ்வேறு பகுதிகளிலிருந்து வந்து குடியேறியவர்கள் நகரத்தைப் பிதுக்கிப் பிதுக்கிப் பெரிதாக்கினார்கள். ஒருவர் மூச்சில் இன்னொருவர் மூச்சு முட்டியது. கை வீசி நடந்தால் இன்னொருவர் கையில் போய் அடித்தது. வாகனம் வந்து இடிக்குமோ என முன்னும் பின்னும் பார்த்தபடியே போக வேண்டியிருந்தது. மக்கள் நெருக்கம் தொற்றுக்கு இணக்கம். அடர்த்தியைக் குறைத்தால் தொற்றுக் குறையும். அதற்காக ராசாங்கம் பல்வேறு நடவடிக்கை களை எடுத்தது. கடையடைப்பு, போக்குவரத்து நிறுத்தம், பொதுவிடங்கள் மூடல். எல்லாவற்றையும் செய்தும் பரவலைக் கட்டுப்படுத்த முடியவில்லை.

குறிப்பிட்ட அளவு மக்களை நகரத்திலிருந்து வெளியேற்றினால்தான் அடர்த்தியைக் குறைக்க முடியும் என்று முடிவு செய்து இருநாட்கள் பொதுப் போக்குவரத்தை இயக்கியது. மாகாணத்தின் எல்லாப் பகுதிக்கும் பேருந்துகளும் ரயில்களும் புறப்பட்டன. நகரத்தில் இருந்து தொற்றுக்குச் சாவதைவிடச் சொந்த ஊரில் போயாவது சாவோம் என்று பலர் கிளம்பினார்கள். லட்சக்கணக்கான மக்கள் தங்கள் பூர்விக ஊர்களுக்குக் கூட்டம் கூட்டமாகச் சென்றார்கள். அதன் வழித் தொற்றுப் பரவினாலும் பிரச்சினையில்லை. சமாளித்து விடலாம். அப்படிச் செய்ததால் வீராசுரம் சற்றே மூச்சுவிட்டது. அங்கிருந்து வாகனங்களில் செல்பவர்கள் எப்போது வேண்டுமானாலும் போகலாம். அதற்கும் கட்டுப்பாடு என்று அலுவல் ரீதியாகச் சொல்லப்பட்டாலும் நடைமுறையில் இல்லை.

கிராமத்திற்கு இருசக்கர வாகனத்தில் செல்வதற்கு எந்தத் தடையும் இருக்காது. பதிவு செய்யவும் வேண்டியதில்லை. அனுமதியும் தேவையில்லை. மேகாசு இந்த விவரங்களை எல்லாம் முருகாசுவிடம் சொன்னான். 'அவசரமாப் போக வேண்டியதில்லைலடா? வழியில எனக்கு ஒரே ஒரு வேல இருக்குது. அதயும் பாத்துட்டுப் போலாம். அதுக்கு நீ ஒத்துக்கணும்' என்று நிபந்தனை போட்டான் மேகாசு. 'என்ன வேலைடா' என்று கேட்டால் சொல்லவில்லை. 'போகும்போது தெரிஞ்சுக்குவ' என்று மட்டும் சொன்னான். என்னவாக இருக்கும் என்று கொஞ்ச நேரம் மனதில் யோசனை ஓடியது. ஒன்றும் பெரிய விஷயமாக இருக்காது, ஏதாவது சின்ன விஷயத்தைப் பெரிதாக்கிச் சொல்வான். தானாகத் தெரியட்டும் என்று வற்புறுத்தவில்லை.

'அப்பறம், வழியெல்லாம் இப்ப நல்லாருக்கும். மழ பேஞ்சு பச்சப் பசேர்னு கண்ணுக்குக் குளிர்ச்சியா இருக்கும். அவசரமில்லாத அங்கங்க நின்னு நின்னு பார்த்துக்கிட்டும் சாப்பிட்டுக்கிட்டும் பொறுமையாப் போவனும். யாரோ ஒருத்தி தூக்கிக்கிட்டு நிக்கறா, அவசரமாப் பாத்தே ஆவோணும்னு பறந்துக்கிட்டுப் போவக் கூடாது' என்று இன்னொரு நிபந்தனை விதித்தான். 'நீ வருவீன்னு வேண்ணா யாராச்சும் நிப்பாங்க. எனக்கு யாரு நிக்கப் போறா? மடமிருந்தா ஒருநாள் ரண்டு நாள் தங்கிட்டே போலாம்' என்று சொல்லி அதை முடித்தான். 'மடத்துக்குப் போற அளவுக்குச் சாமியார் ஆயிட்டயா? மடத்துச் சாமியார்களுக்குத்தான் இப்பக் காலம். நல்ல நல்ல சிஷ்யைக கெடப்பாங்க. அதுக்குத்தான் அடிப் போடறயோ? சரி, எதுனா இருந்தாப் பாப்போம்' என்றான் அவன்.

அன்றைக்குப் பகலில் தயாராகிவிட்டு இரவு நன்றாகத் தூங்கிக் கொண்டால் மறுநாள் அதிகாலையில் கிளம்பிவிடலாம். அம்மாவைக் காணவில்லை என்பதை மேகாசிடம் சொல்ல வில்லை. அதை எப்படிச் சொல்வது என்றும் தெரியவில்லை. சொல்லியாக வேண்டுமா? அவன் கேட்கும் சந்தேகங்களுக்குப் பதில் சொல்ல முடியுமா? ஏடாகூடமாக எதுவும் சொல்லி விடுவான். வாய் அப்படி. ஏதாவது சந்தர்ப்பத்தில் தெரிய வரும்போது பார்த்துக் கொள்ளலாம். அவனும் உடன் வருகிறான் என்பது முருகாசுக்குத் தெம்பைக் கொடுத்தது. இருவரும் வெகுநேரம் பேசிக் கொண்டிருந்தார்கள். எந்நேரம் தூங்கினார்கள் என்பதே தெரியவில்லை. கதவைத் தாழிடவில்லை. காலையில் அப்பா கீழறையில் தேடுவார். அப்புறம் மேலே வருவார். கதவைத் திறந்து பார்ப்பார். மேகாசு வந்தது அவருக்குத் தெரியட்டும்.

இருவரும் விழித்தெழக் கிட்டத்தட்ட மதியமாகிவிட்டது. அப்பாவுக்கு ஒரு வணக்கத்தைப் போட்டுவிட்டு மேகாசு தன்

வீட்டுக்குக் கிளம்பினான். தேநீர் மட்டுமாவது குடித்துவிட்டுப் போகச் சொன்னார். அதற்காகச் சில நிமிடங்கள் உட்கார்ந்தான். ஏற்கனவே போட்டு வைத்திருந்த தேநீரை இருவருக்கும் ஊற்றிக் கொடுத்தார். வீட்டுக்குள் கண்ணோட்டிவிட்டு 'அம்மா எங்கப்பா?' என்றான் மேகாசு. 'மக வீட்டுக்குப் போயிருக்கறா' என்றார் அப்பா. அவர் குரலில் ஏற்ற இறக்கம் எதுவுமில்லை. 'அப்ப நீங்களும் எங்கள மாதிரி தனியாத்தான் இருக்கறீங்க' என்றான் மேகாசு. அவன் உள்குத்து புரியாத அப்பா 'ஆமா. தனியா இருக்க ஒவ்வொருத்தரும் பழகிக்கணும். எத்தன பேரு இருந்தாலும் நாம தனிதான' என்றார். மேற்கொண்டு அப்பாவுக்குப் புரிகிற மாதிரி ஏதேனும் பேசிச் சிக்கலில் மாட்டிவிடப் போகிறான் என்று முருகாசு பயந்தான்.

'செரி, நீ கெளம்பு. நாளைக்குக் காலையில தயாரா இரு. தூங்கிட்டன் அதுஇதுன்னு சொல்லக் கூடாது' என்றான்.

'அதெல்லாம் நாங்க தூங்க மாட்டம். செண்டருக்கு நேரத்திலயே எந்திரிச்சுப் போயிப் போயிப் பழக்கம். நீதான் ஒம்பது மணி வரைக்கும் தூங்கிட்டு அப்பறம் அவசர அவசரமா எந்திரிச்சு ஓடுவ. ஊம்பிக் கம்பெனிகள்ல வேல செய்யறவன் பொழப்பெல்லாம் எங்களுக்குத் தெரியாதா?'

அவன் பேச்சு எப்போதுமே அப்படித்தான். அப்பாவுக்கும் தெரியும். ஒன்றும் சொல்லாமல் மெலிதாகச் சிரித்துக் கொண்டார். முருகாசு வேலை செய்யும் நிறுவனத்தை அப்படிச் சொன்னதில் லேசான வருத்தம் இருந்திருக்கும். அது மாதிரி ஒரு நிறுவனத்தில் வேலை கிடைக்காத தன் ஆதங்கத்தை அவன் இப்படிப் பேசிப்பேசித் தணித்துக் கொள்கிறான் என்பது அப்பாவுக்கும் தெரியும். அப்பாவுக்கு முன்னால் இப்படிப் பேச வேண்டாம் என்று சொன்னால் 'அவருக்கு இதெல்லாம் தெரியாதா?' என்பான்.

கல்லூரியில் படிக்கும் போதே அவன் பேச்சு பிரசித்தம். ஒரு வசைச்சொல் இல்லாமல் பேச்சே வராது. அவனுக்கு 'மந்திரம்' என்று பட்டப்பெயர். மந்திரத்தைத் திரும்பத் திரும்ப உச்சரிப்பது போல வசைச்சொற்களைப் பேசுவான் என்பதால் நண்பர்கள் நடுவில் அவனுக்கு அந்தப் பெயர். புதுப்புது மந்திரங்களை அறிமுகப்படுத்துவதும் அவன் வழக்கம். 'எங்கிருந்துடா இதெல்லாம் கத்துக்கிட்டு வர்ற?' என்றால் 'இதெல்லாம் கத்துக்கறதில்ல. கருவிலயே வர்ற திரு' என்பான். அவன் தொடர்ந்து பேசினால் அப்பா சங்கடப்படுவார். 'அய்யா . . . சாமீ . . . நீ கெளம்பு. உன்னோட மந்திர வித்தயெல்லாம் இங்க காட்ட வேண்டாம்' என்று முருகாசு விரட்டினான்.

அவன் கிளம்பியதும் 'இவனையும் ஊருக்குக் கூட்டிக்கிட்டுப் போறயா?' என்றார். அதில் அவருக்கு அத்தனை விருப்பமில்லை என்பது குரலில் தெரிந்தது. அவர் முகச்சுளிப்பு கசப்பை வெளிப்படுத்தியது. 'பேச்சுத் தொணைக்கு ஆள் இருந்தாப் பரவால்லன்னு கேட்டன். வர்றாம்பா' என்றான் தயக்கத்தோடு.

'செரி. கூட்டிக்கிட்டுப் போ. அவங்கிட்ட அம்மா விஷயத்தச் சொல்ல வேண்டாம்.'

'இதுவரைக்கும் சொல்லல. நானாச் சொல்ல மாட்டன். தானாத் தெரிஞ்சாத் தெரியட்டும்னு நெனச்சன்.'

'அவனுக்கு எப்பவும் தெரியாத பாத்துக்க. எனக்கு அது நல்லதாப் படல. அவன் நம்ம நகர்லயே குடியிருக்கறவன். அவங்க குடும்பமே நமக்கு நல்லாப் பழக்கம். அவன் மூலமா அவங் குடும்பத்துக்குத் தெரிஞ்சு, அவுங்க மூலமா இந்தக் குடியிருப்பு முழுசுக்கும் தெரிஞ்சிரும். இந்த மாதிரி விஷயமெல்லாம் காத்துல வாசம் பரவுற மாதிரி எட்டற வரைக்கும் போய்க்கிட்டே இருக்கும்.'

யாருக்கும் தெரியாமல் எவ்வளவு காலத்துக்கு மறைத்து வைக்க முடியும்? மறைக்க எதற்கு இத்தனை பிரயத்தனப்படுகிறார் என்றிருந்தது. அவர் தொடர்ந்தார்.

'இந்தக் குடியிருப்புல முப்பது வருசத்துக்கும் மேல குடியிருக்கறம். நம்ம குடும்பத்து மேல எல்லாருத்துக்கும் மதிப்பு இருக்குது. வாத்தியார் வேல, படிச்சொடன வேலைக்குப் போன பிள்ளைங்க, அயல்தேசத்துல இருக்கறவங்க, ஒரு சண்ட சச்சரவுன்னு ஓரக்கக் குரல் கேக்காத வீடு இப்படியெல்லாம் நமக்குக் கௌரவம் இருக்குது. ஒவ்வொரு வீட்டுல பாரு அப்பா அம்மா பேச்சப் பிள்ளைங்க கேக்காது. பிள்ளைங்க மேல எப்பவும் பெத்தவங்களுக்குக் கொற. தெருவுல வந்து நின்னு சண்ட போடறவங்க எத்தனையோ பேரு. நான் அப்படி உங்கள வளத்துல.'

'நாங்க எதுக்குப்பா சண்ட போடறம்?'

'பேச்சுக்குச் சொல்றன். இன்னைக்கி அம்மா காணாத போயிட்டான்ன ஒடனே இத்தன வருசம் இருந்த பேரையெல்லாம் ஒரே நிமிசத்துல பறக்க விட்டுருவாங்க. வெளிய மினுக்கு; உள்ள நொடக்குன்னு செலவாந்தரம் சொல்றாப்பல வீட்டுக்குள்ளயே இத்தன நாளூ என்ன நடந்துதோன்னு அப்படிப் பேசுவாங்க. அதுக்கு எடங் கொடுக்க முடியாது. நீயெல்லாம் எங்கயோ இருக்கற. நான் இங்க இருக்கறவன். என்னால தாங்கிக்க முடியாது.'

சற்றே நிறுத்தியவர் லுங்கி முனையைத் தூக்கிக் கண்களைத் துடைத்துக் கொண்டார். இந்த மாதிரி சமயத்தில் என்ன

செய்வது? அவனுக்குக் குழப்பமாக இருந்தது. அப்பாவுக்கு ஆறுதல் வார்த்தைகளைச் சொல்வதா? எழுந்து சென்று தலையை வருட வேண்டுமா? சாதாரண விஷயங்களுக்கு எல்லாம் இப்படி உணர்ச்சிவசப்பட்டால் என்ன செய்வது? இங்கே இருந்தால் மூக்குச் சிந்தியும் கண்ணீர் வடித்தும் பழங்காலச் சோகத் திரைப்படம் பார்ப்பதைப் போலாக்கிவிடுவார். கரை கட்ட இயலாத கண்ணீர்க் குளத்தைத் தேக்கி வைத்திருக்கிறார். எந்த நேரத்திலும் உடைத்துக் கிளம்பிவிடும்.

இப்போது எதற்குக் கண்ணீர்? அவனிடம் சொல்ல வேண்டாம் என்றால் முடிந்தது. அப்படியே தெரிந்தால் 'வெளியில் சொல்லாதே' என்றால் சரி. அதையெல்லாம் மீறியும் தெரிந்து கேட்பவர்களுக்கு 'ஆமாம்' என்று சொல்வோம். யாருக்குப் பயப்பட வேண்டும்? அவரவர் வீட்டுக்குள் ஆயிரம் இருக்கிறது. அதையெல்லாம் விட்டுவிட்டு மற்றவன் முதுகு அழுக்கைக் குடையும் பேர்வழிகளை நினைத்துக் கவலைப்படுவது தேவையில்லாதது. என்னென்னவோ தத்துவம் பேசுகிறார், சாதாரண நடைமுறையில் இப்படிப் பூஞ்சை மனதும் வெற்றுக் கௌரவமும் பார்த்துக் கஷ்டப்படுகிறார். எப்படித் தேற்றுவது என்று தெரியவில்லை. அவன் பேசாமலே இருந்தான். அவர் எழுந்து போய்க் கை கழுவும் வாங்கியில் மூக்கைச் சிந்தி முகத்தைக் கழுவிக் கொண்டு திரும்பினார். தேநீர்த் தம்ளர்களை ஒன்றுக்குள் ஒன்றாக வைத்தார். பிறகு சொன்னார்.

'ஒருதடவ மனசு மாறிருச்சு. இன்னொரு தடவ அந்த மாதிரி எண்ணம் வந்தா தொங்கிருவன். வேற வழியில்ல' என்று மின்விசிறியைப் பார்த்தார். அது அவனை மிரட்டுவது போலிருந்தது. அம்மா காணாமல் போய்விட்டார். ஆறு மாதமாக என்ன செய்தார்? அவர் வேலையைப் பார்த்துக்கொண்டு அவர்பாட்டுக்கு இருக்கிறார். தொங்கினால் தொங்கட்டும். அவருக்கும் இதே நிலைதான். யாருக்கும் இதுதான். இருப்பவர்கள் தம் பாட்டைப் பார்த்துக்கொண்டு போக வேண்டியதுதான். மனம் இப்படி ஓடினாலும் வெளியே சொல்ல முடியவில்லை. வெறுப்பை மறைத்துக்கொண்டு வேறு வார்த்தைகளைச் சொன்னான்.

'அந்த மாதிரி நெனப்ப உட்ருப்பா. யாரோ என்னமோ சொல்றாங்கன்னு நாம சாவ முடியுமா? நம்மளப் பத்தி நமக்குத் தெரிஞ்சாப் போதும்பா.'

'நீ சொல்ற. எனக்கும் புரியுது. ஆனா அப்படி இருக்க முடியல. சும்மா நடந்து போவும் போதே அவன் பொண்டாட்டிதான் ஓடிப் போயிட்டான்னு பேச்சு காதுல உழுந்தா தாங்க முடியாதுப்பா. மூள வேற, மனசு வேற.'

நெடுநேரம் 179

அவர் நெகிழ்ச்சியைக் காண மீண்டும் அழுதுவிடுவாரோ என்று பயமாக இருந்தது. இப்படியான காட்சியைத் தவிர்க்க வேண்டும். மனதை மூளை விஞ்ச முடியாதா?

'செரிப்பா. நீங்க பயப்படாதீங்க. நான் மேகாசுக்குச் சொல்லுல.'

'மேகாசுக்கு மட்டுமில்ல. ஊருல அப்புச்சிக்கோ பாட்டிக்கோ யாருக்கும் தெரிய வேண்டாம். அங்கெல்லாம் உங்கம்மா போயிருக்க மாட்டா. சும்மா போயி இருந்து பாத்துட்டுப் பேசிட்டு வா. அம்மாவக் கண்டுபிடிக்கறன்னு ஏடாகூடமா எதாச்சும் பண்ணி வெச்சராத. எம் மானம் போயிரும்.'

அப்பாவின் பேச்சு அவனுக்குக் கட்டளை போலவே இருந்தது.

'இல்லப்பா. யாருக்கும் சொல்ல மாட்டன். ஊருக்குப் போயிக் கொஞ்சநாள் இருந்தா எனக்கு மனசு நல்லா இருக்கும்பா. அதுக்குத்தான் போறன். பூவாசுரத்துலயும் வீட்டுக்குள்ளயே இருக்கறது கஷ்டமா இருந்துச்சு. இங்கயும் அம்மா இல்லாத இருக்க முடியாதுப்பா. சும்மா அப்படியே சுத்திட்டு வர்றலாமுன்னுதான் போறன். வேற ஒண்ணும் செய்ய மாட்டன்.'

அவருக்கு உறுதி அளிப்பது போலச் சொன்னான்.

30

முருகாசு கொடுத்த உறுதியில் அப்பாவுக்கு நம்பிக்கை வந்திருக்க வேண்டும். சில நிமிடம் கழித்துச் சொன்னார்.

'இன்னங் கொஞ்ச நாள் இந்த வீட்டுல இருக்கலாம்னு நெனைக்கறன். நீ எதும் வேல இங்கயே பாத்துக்கிட்டா வந்து இரு. கலியாணம் பண்ணிக்கிட்டாக் குடும்பமா இரு. இல்லீனா வாடகைக்கு உட்ரலாம். நான் ஊர்ல அம்மாவோட போயி இருக்கறன். வயசான காலத்துலயாச்சும் அவங்க கூட இருக்கறன். எனக்கும் அங்க பொழுது போயிரும். ஓய்வூதியப் பணப் பயனெல்லாம் இன்னம் முழுசா வர்ல. அதெல்லாம் முடியட்டும்னு பொறுத்திருக்கறன். எப்படியும் ரொம்ப நாளுக்கு இங்க இருக்க மாட்டன்.'

'நீ அங்க போனீன்னா எல்லாருக்கும் தெரிஞ்சிருமேப்பா?' என்றான். அவர் மூலமாகத் தெரிந்தால் அது பிரச்சினை இல்லையா என்னும் தொனியில் கேட்டான்.

'அதுக்குள்ள மனசு திடமாயிரும். எங்கம்மாளும் மாமனும் வயசாயி இருக்கறாங்க. அவுங்களால தாங்க முடியாதுதான். இப்ப மாதிரியே மக ஊட்டுக்குப் போயிருக்கறான்னு கொஞ்ச நாள் சொல்லுவம். அப்பறம் பாத்துக்கலாம். அவுங்க காலம் இன்னம் கொஞ்சந்தான். வீட்டத்தான் என்ன செய்யறதுன்னு தெரீல. அது உங்கையிலதான் இருக்குது' என்றார்.

அவருக்கும் இந்த வீட்டின் மீது பெரிய பிடிப்பில்லையோ? இதை விட்டுப் போகிறேன் என்று சொல்கிறாரே. அது நல்லதுதான் என்று தோன்றியது. அவனுக்குத்தான் வீடு. அவன் வந்து இருக்கப் போகிறானா? இனி பூவாசுரத்துக்குப் போவது பற்றி

முடிவு ஏதுமில்லை. அப்பா சொல்வதைப் பார்த்தால் இங்கேயே வந்துவிடலாம் என்று சபலம் வருகிறது. சட்டென்று வேலையில் சேர்ந்துவிட்டு ஒரு பெண்ணைப் பார்க்கச் சொல்லலாமா? பூவாசுரத்தில் யாருமில்லை. அந்த வாழ்க்கை இனி கனவுதான். பூவாசுரத்தை நினைக்க நினைக்க மனம் சுமக்க முடியாத அளவு கனப்பது போலிருந்தது.

'சரிப்பா' என்று எழுந்து அறைக்குள் போனான். படுக்கையில் கவிழ்ந்து படுத்தான். அப்பாவை உணர்ச்சிவசப்படுகிறார் என்று சொல்லிவிட்டு அதே மாதிரி தானும் ஆவதை அறிந்தான். அவர் சொன்னது போல மூளையும் மனசும் வேறு வேறுதான். மனசை மூளை வெல்ல முடியாதா? மூளை எதை எதையோ சிந்திக்கிறது; சிருஷ்டிக்கிறது. ஆனால் மனசின் கட்டுப்பாட்டில் இருந்து விடுபட முடியாமல் தவிக்கிறது. தலையணை ஈரம் முகத்தில் அழுந்தக் கண்களைத் துடைத்துக் கொண்டான். அப்படியே தூங்கிப் போனான்.

அன்றைய பொழுது நொடி போலக் கழிந்துவிட்டது. அப்பாவிடம் அதன் பிறகு அதிகம் பேசவில்லை. அவரும் எதையும் காட்டிக் கொள்ளவில்லை. முருகாசு திட்டப்படி மறுநாள் அதிகாலையில் புறப்பட்டுவிட்டான். அவனுடைய தேவைகள் பெரிதாக இல்லை. அப்பா சொன்னார், 'நாலு டவுசரு, நாலு கை பனியனு அவ்வளவுதான் ட்ரெஸ். எங்கப்பா காலத்துல கோமணந்தான் கட்டிக்கிட்டு இருப்பாங்க. கிட்டத்தட்ட அந்தக் காலத்துக்குப் போயிருவீங்க போல.' அலுவலகப் பணி ஏதும் இல்லாததால் மடிக்கணினியை எடுத்துக்கொள்ள வில்லை. அதைத் தவிர்த்தாலே பெருஞ்சுமை குறைந்துவிடும். செல்பேசி போதுமானது. பாட்டி, அப்புச்சி, அம்மாயி மூவருக்கும் அப்பா எடுத்து வைத்திருந்த சேலைகளும் வேட்டிகளுமே அவன் பையை நிறைத்தன. எப்போது ஊருக்குப் போனாலும் கொண்டு செல்ல வசதியாக ஏற்கனவே எடுத்து வைத்திருந்தார்.

இருசக்கர வாகனத்தில் இருவர் போகிறோம் என்பதை அவருக்கு நினைவுபடுத்திக் கொண்டே இருந்தான். விடியற்காலம் எழுந்து புளிச்சோறு செய்து அதைப் பொட்டலம் கட்டிக் கொடுத்தார். அவனுக்குப் பிடிக்காத சோறு அது. அம்மாவுக்குத் தெரியும். அதுவும் கனம். தண்ணீர்ப் பாட்டில்கள் பெருஞ்சுமை. பொதுமுடக்கம் என்பதால் வழியில் கடைகள் இருக்காது, எதுவும் கிடைக்காது என்பதைத் திரும்பத் திரும்பச் சொல்லிக் கொண்டேயிருந்தார். அவர் அப்படி நம்புகிறார். வழியில் ஏதேதோ கிடைக்கும் என்பதை பூவாசுரத்திலிருந்து வந்தபோது அவன் கண்டிருந்தான். ஒருசமயத்தில் 'நாங்க லாரியில போகலப்பா'

என்று சிரித்தபடி சொன்னான். அப்புறம் அவர் வேகம் கொஞ்சம் தணிந்தது. முன்னால் வைத்துக்கொள்ள பயணப்பை. பக்கவாட்டில் தொங்கவிடச் சாப்பாட்டுப் பை. அவையும் பெருத்துத் தெரிந்தன. அவற்றோடு வண்டியை ஓட்டுவது சாகசம்தான்.

மேகாசுவின் என்பீல்டு வண்டியில் போக அவர் சம்மதிக்க மாட்டார். அதை அவரிடம் சொல்லவில்லை. அவன் பையில் கிடந்த ஐந்தாறு முகக்கவசத் துணிகளைத் துவைத்து மடித்து வைத்திருந்தார். அதில் ஒன்றைப் போட்டுத் தலைக்கவசத்தையும் மாட்டிக் கொண்டான். 'ஜாக்கிரத ஜாக்கிரத' எனப் பலமுறை சொன்னார். அவரை விட்டு நகர்ந்தால் போதும் என்றிருந்தது. முருகாசு தன் வண்டியை எடுத்துக்கொண்டு மேகாசு வீட்டுக்குப் போய்விடுவது என்றும் அங்கே வண்டியை மாற்றிக் கொள்ளலாம் என்றும் தீர்மானித்திருந்தார்கள். ஆறு மணிக்கு வீட்டிலிருந்து வண்டியைக் கிளப்பியபோது தெருவில் நடமாட்டமே இல்லை. இந்நேரம் தெருவைக் கூட்டிக் கோலம் போடும் காட்சிகள் தொடங்கியிருக்கும். முடக்க காலம் என்பதால் காலையில் சீக்கிரம் எழுவதைப் பெண்களும் தள்ளிப் போடுகிறார்கள்.

மேகாசு வீட்டுக்குப் போனபோது அவன் தயாராக இருந்தான். அவன் அம்மாவைத் தவிர வேறு யாரும் எழவில்லை. அவனிடமும் இரு பைகள். ஒன்றை முதுகில் மாட்டிக் கொள்ள லாம். இன்னொன்றை எங்கே வைப்பது? அவன் அம்மா வண்டிக்கு அருகே வந்து நின்று 'இப்படி வெச்சுக்க, அப்படி வெச்சுக்க' என்று சொல்லிக் கொண்டேயிருந்தார். என்பீல்டு வண்டியை மேகாசு ஓட்டினான். அதில் முருகாசுக்குப் பழக்கமில்லை. முன்னால் ஒரு பை. முருகாசுவின் முதுகில் ஒன்று. பக்கவாட்டுக் கொக்கியில் ஒன்று. இருவருக்கும் நடுவில் ஒன்று. 'பாத்துப்பா . . . பாத்துப்பா' என்னும் அம்மாவின் குரல் வந்தபடியிருக்க வண்டி கிளம்பித் தெருமுனைக்கு வந்திருந்தது. 'என்ன வண்டி, அதோட மவுசு என்ன, எதாச்சும் தெரிஞ்சாத்தானே. வண்டின்னா பொட்டி இருக்கணும், கொக்கி இருக்கணும். மூட்ட சுமந்துக்கிட்டுப் போகணும். அவ்வளவுதான். இந்தத் தாயோலி மக்கள ஒண்ணுமே செய்ய முடியாதுடா' என்று மேகாசு புலம்பினான்.

முருகாசுக்கு வேறொரு பயம். அப்பா சாதாரணமாக விடுபவரல்ல. தொடர்ந்து கொண்டேயிருப்பார். அவர் மாடியில் நின்று பார்ப்பாரோ? பார்த்தால் எந்த வண்டியில் போகிறோம் என்பது தெளிவாகத் தெரியுமா? உடனே பேசியில் அழைப்பாரோ? இரண்டு, மூன்று மாடிகள் கொண்டு வீடுகள் வளர்ந்துவிட்டன. மாடியிலிருந்து எட்டி எட்டிப் பார்த்தாலும்கூட அப்பாவுக்குத் தெரியாது. கிளம்பிய பிறகு என்ன, அப்பா அழைத்தால் பார்த்துக் கொள்ளலாம் என்று குழப்பத்தைத் தவிர்த்தான்.

அதிகாலைக் காற்று குளிர்ச்சியாக வந்து தழுவியது. வெகுகாலத்திற்குப் பிறகு அனுபவிக்கும் இரண்டாம் அதிகாலை. பூவாசுரத்திலிருந்து இதே போல வண்டியில் புறப்பட்டபோது பார்த்த காலை. இன்று மீண்டும். வெயில் ஏறாத இந்தக் காலை அவனுக்குள் பெரும் வலிமையைக் கூட்டியது. அம்மாவை நோக்கிப் போகிறோம், பார்த்துவிடுவோம் என்று மனம் நிரம்பச் சொல்லிக்கொண்டான். மேகாசு மெதுவாகவே ஓட்டினான். ஆனால் வேகமாகத் தோன்றியது. இந்த வேகம்தான் இந்த வண்டியில் மெதுவானது.

தலைக்கவசத்தோடு அவன் பேச முயன்றான். எதுவும் கேட்கவில்லை. காற்று கீச்சிடும் ஒலி மட்டும் காதுக்குள் வந்து போயிற்று. இருவருக்கும் இடையில் இருந்த பையைத் தாண்டிக் காதை அவனருகே கொண்டு செல்ல முடியவில்லை. ‘கேக்கலடா’ என்று கத்திச் சொன்ன பிறகு ஏதோ கையசைத்தான். பிறகு பேசிக் கொள்ளலாம் என்பதாக இருக்கும். வண்டியில் இயல்பாகப் போவதைப் பைகள் தடுத்தன. எந்தப்புறமும் அசைய விடாமல் செய்தன. பெரிய தொந்தரவு.

புறவழிச் சாலை நோக்கிப் போகாமல் வண்டி நகருக்குள்ளேயே போயிற்று. வழி மறந்து போகிறானா? மேகாசு வின் முதுகைத் தட்டினான். வேகத்தை முழுக்கக் குறைத்து ‘எதுக்குடா சொரண்டற? உன்ன விட எனக்கு வழி நல்லாத் தெரியும். மூடிக்கிட்டு வா’ என்றான் அவன். கட்டிச் சில ஆண்டுகள் ஆகியிருந்த, பல வழிகளைக் கொண்ட மேம்பாலம் ஒன்றின் அடிப்பகுதிக்குச் சென்று அத்தனை புழக்கம் இல்லாத ஓரிடத்தில் வண்டியை நிறுத்தினான்.

பாலம் தரையைத் தொடும் இடத்திலிருந்து வெகுதூரம் கடந்தே பகாசுர வாயைப் பிளந்தது. அதுவரைக்கும் உயரம் குறைவு. தரைக்கும் பாலத்திற்கும் இடையே கை நுழைக்கும் அளவில் தொடங்கும் உயரம் தலை முட்டும் அளவுக்குச் செல்வதற்குள் வெகுதூரம் இருந்தது. அதனடியில் பல உருவங்கள் படுத்துக் கிடந்தன. சிலர் எழுந்து உட்கார்ந்து வெறித்துப் பார்த்திருந்தனர். சிறுபாத்திரங்களில் இருந்தெடுத்த தண்ணீரில் முகத்தைக் கழுவிக் கொண்டிருந்தார்கள் சிலர். எல்லோரும் பிச்சைக்காரர்களா? வெவ்வேறு வகையானவர்கள் இருந்த மாதிரி தெரிந்தது.

வண்டியை நிறுத்திவிட்டு மாட்டியிருந்த பையை எடுத்துக்கொண்டு அவர்களை நோக்கிச் சென்றான். எழுந்து உட்கார்ந்திருந்த சிலருக்கு அருகில் போய்ப் பையிலிருந்த சாப்பாட்டுப் பொட்டலத்தை எடுத்துக் கொடுத்தான். என்ன செய்கிறான் இவன் என்று முருகாசுக்குப் பதற்றமாக இருந்தது.

விடிகாலையில் எழுந்து அப்பா செய்து கொடுத்த புளிச்சோற்றுப் பொட்டலங்கள். எல்லாவற்றையும் கொடுத்துவிட்டால் வழியில் சாப்பாட்டுக்கு என்ன செய்வது? இன்னொரு பையில் இருக்கும் சாப்பாடு போதும் என்று நினைத்திருப்பான். அந்தப் பையைக் காலி செய்த பிறகு வண்டிக்கு வந்த மேகாசு இன்னொரு பையையும் எடுத்தான். அதில் அவன் அம்மா செய்து கொடுத்த உணவும் பட்சணப் பொட்டலங்களும் இருந்தன.

மேகாசுவின் பின்னாலேயே ஓடி வந்த பிள்ளைகள் 'அண்ணா அண்ணா' என்று கையேந்தின. 'சோறு வேணுமா, பலகாரம் வேணுமா?' என்று அவர்களைப் பார்த்துக் கேட்டான். எல்லோருமே 'பலகாரம் பலகாரம்' என்றார்கள். அம்மா கொடுத்திருந்த பலகாரப் பொட்டலங்களை எண்ணிப் பார்த்து இருந்தவர்களைப் பிரித்து இரண்டு பேருக்கு ஒன்று, மூன்று பேருக்கு ஒன்று கொடுத்துச் 'சண்ட போடாத சாப்பிடனும்' என்று எச்சரித்து அனுப்பினான். சில பிள்ளைகள் 'அண்ணா சோறு' என்று மேலும் கேட்டனர். 'போங்கடா, எதாச்சும் ஒண்ணுதான்' என்று விரட்டினான். மீதமிருந்த சில சோற்றுப் பொட்டலங்களைக் கொண்டு போய் வயதான சிலருக்குக் கொடுத்துவிட்டு வந்தான். இருபைகளிலும் இப்போது தண்ணீர்ப் பாட்டில்கள் சில மட்டுமே இருந்தன. அவற்றில் இரண்டை மட்டும் வைத்துக்கொண்டு மற்றவற்றையும் அவர்களுக்குக் கொடுத்தான்.

'என்னடா பைத்தியக்காரத்தனம் பண்ற?' என்று அடங்கிய குரலில் கோபப்பட்டான் முருகாசு.

'எது பைத்தியகாரத்தனம்டா? இத்தனையும் தூக்கிக்கிட்டுப் போறவந்தான் பைத்தியகாரக்கூதி. ஒரு வைக்கோல் பொதிய என்னோட வண்டில வெச்சுக்கிட்டுப் போலாமா?'

'பெரிய வண்டி வாங்கிட்டமுன்னு பீத்தாதடா. எல்லாப் பொட்டலத்தையும் குடுத்திட்டியே, ஊரு போயிச் சேர்ற வரைக்கும் சோத்துக்கு என்னடா பண்றதுன்னு கேட்டன்.'

'ஒருநாளைக்குப் பட்டினி கெடக்க மாட்டியா?' என்று அவன் சிரித்தான். 'எல்லாம் வழியில கெடைக்கும். பாத்துக்கலாம்.'

'அதுக்கில்லைடா. எங்கப்பாவும் உங்கம்மாவும் பாவம். காலையில எந்திரிச்சுச் செஞ்சு குடுத்திருக்கறாங்க. அத இப்படித் தானம் பண்ணிட்டது தெரிஞ்சா என்ன நெனைப்பாங்க?'

'எப்படித் தெரியும்? நீ போயிச் சொல்லுவியா?'

'மாட்டன்.'

'அப்பறம்? இந்தக் கெழ்டுங்க தொந்தரவு தாங்க முடியல. விடிய விடியத் தூங்காத அதயும் இதயும் செஞ்சு நம்ம தலையில கட்டி அனுப்புதுங்க. பசங்களுக்கு நல்லது செய்யறமுன்னு நெனப்பு. மூட்டைய வண்டியில வெச்சுக்கிட்டு எப்படி ஓட்டிக்கிட்டுப் போவாங்கன்னு தெரிய வேண்டாம்? கழிச்சுக் கட்டிட்டம். இப்ப வண்டியில உக்காந்து பாரு. காத்து மாதிரி போலாம்.'

இப்போது இருவருக்கும் இடைவெளி இல்லை. நெருங்கி உட்கார்ந்தவனைப் பார்த்து 'நீயாச்சும் இடுப்புல கை போட்டுப் புடிச்சுக்கடா. நல்லா இருக்கும். கையில ஒரு வளையம் போட்டிருந்தயின்னா வளையல்னு நெனச்சிக்கலாம். கையும் பூவாட்டந்தான் இருக்குது. வாரி முத்தம் குடுக்கலாம் போல' என்றான் மேகாசு. செல்லமாக அவன் முதுகில் குத்தியவன் அவன் சொன்னது போலவே கை போட்டுப் பிடித்துச் சாய்ந்து கொண்டான். வெயில் லேசாகத் தெரியத் தொடங்கியிருந்த போதும் அவனுடனான நெருக்கம் இதமாக இருந்தது.

❖

31

மேம்பாலத்தின் மீதேறி வண்டி வேகம் எடுத்தது. இதில் போய்ப் புறவழிச்சாலையில் இணைந்து விடுவான் என்று நினைத்தான். இடைவெளி இல்லாத போதும் நெருங்கிப் பேச முடியவில்லை. இருவரும் தலைக்கவசம் அணிந்திருந்ததால் முட்டாமல் தோளில் சாய்வதே கஷ்டம். சரி, அவனுக்குத் தன்னை விடவும் நகரத்து இண்டு இடுக்குகள் எல்லாம் தெரியும், அவனுக்கு விருப்பப்பட்டபடி போகட்டும் என்று விட்டான். போக்குவரத்தே இல்லை. அரிதாக ஒன்றிரண்டு கார்கள், இருசக்கர வாகனங்கள் தென்பட்டன. மாதக்கணக்கில் போக்குவரத்து இல்லாமல் மக்கள் வீடுகளுக்கு உள்ளேயே சமாளிக்கிறார்கள். பெரிய விஷயம்தான்.

அவன் நினைத்தது போலவே நகர எல்லை கடந்து புறவழிச்சாலையில் சேர்ந்தான் மேகாசு. அதற்கே ஒரு மணி நேரத்திற்கும் மேலாயிற்று. எழுந்து புறப்படும் போது அப்பா தேநீர் கொடுத்திருந்தார். இப்போதும் ஒரு தேநீர் குடித்தால் தேவலாம் போலிருந்தது. வழியில் தேநீர்க் கடை இருப்பதற்கு வாய்ப்பேயில்லை. உணவுக்கேனும் பொட்டலம் வழங்கும் கடைகள் இருக்கும். திடீரெனப் புறவழிச்சாலையிலிருந்து வண்டியைக் குறுகிய சாலை ஒன்றுக்குள் திருப்பினான். அதன் வழியாக இரண்டு கல் தூரம் போனதும் பெரிய சாலை ஒன்றில் சேர்ந்தது. புறவழிச்சாலை வருவதற்கு முன் போக்குவரத்து நடந்த சாலை அது. இப்போது அதில் புழக்கம் அவ்வளவில்லை. இங்கே எதற்கு வந்தான் என்று தெரியவில்லை. தோளைத் தட்டி 'எங்கடா போற?' என்றான். வண்டியை ஒருபுற ஓரத்தில் நிறுத்தித் தலைக்கவசத்தைக் கழட்டி

வண்டியின் மேல் வைத்துவிட்டுப் போய்ச் சிறுநீர் கழித்தான். முருகாசும் மரத்தடி ஒன்றைத் தேடிப் போனான்.

'இங்க பாருடா . . . நொய்நொய்னு முதுகச் சொரண்டுறது, தோளத் தட்டறதுன்னு கேனவேல எல்லாம் செய்யாத. எனக்கு வழியெல்லாம் தெரியும். பைபாஸ்ல போனா நல்லாவா இருக்குது? அங்க ரோட்டத் தவிர என்ன இருக்குது? அதயே எவ்வளவு நேரம்டா பாத்துக்கிட்டுப் போறது? நாலு சனங்க மூஞ்சியப் பாக்க வேண்டாமா? இன்னம் ஒருமணி நேரம் பொறுத்துக்க. உனக்கு அருமையான டிபன் வாங்கித் தர்றன்' என்றான்.

'அப்படின்னாச் சரி. அந்தப் பிச்சக்காரங்களுக்கு அடிக்கடி சோறு குடுப்பியா?'

'அவுங்க எல்லாருமே பிச்சக்காரங்க கெடையாதுடா. பாத்தா அப்பிடித் தெரிவாங்க. வீட்டு வேல செய்யறவங்க, தோட்ட வேல செய்றவங்க, கடையில வேல செய்றவங்கன்னு நெறையா இருக்கறாங்க. ஒரு பாட்டி இருக்குது. தெனமும் காலையில பத்துக் கட வாசலக் கூட்டி அள்ளித் தண்ணி தெளிச்சு விடறதுதான் அதோட வேல. இப்பத்தான் எந்தக் கடையும் இல்லயே. இன்னொரு அம்மா நாலஞ்சு டீக்கடையில பாத்திரம் கழுவிக் குடுக்கும். இப்ப வேல குடுக்க எந்த மசுரானும் இல்ல.'

'இவுங்களுக்கெல்லாம் வீடு கெடையாதா?'

'உங்கப்பன் கட்டிக் குடுத்தாத்தான். வேல இல்ல, கையில காசு இல்ல, எப்படியோ பசியும் பட்டினியுமாப் பொழுத ஓட்டறாங்க எங்க வீட்டுல ரண்டு தென்னமரம் இருக்குது தெரியுமா? அதுல ஏறித் தேங்கா பறிக்கறதுக்கு அங்க இருந்துதான் ஒராளு வருவாரு. அவர மாதிரி நெறையா இருக்கறாங்க. எங்கிருந்து வந்தாங்க, ஏன் வந்தாங்கன்னு ஒண்ணும் தெரியாது. கெடச்ச வேலயச் செஞ்சுக்கிட்டுப் பொழுத ஓட்டறாங்க. இதுல பல பேரு குடும்பங் குடும்பமா வேற இருப்பாங்க.'

'இங்க எப்படிடா குடும்பம் நடத்துவாங்க?'

'பாரு, என்னயச் சொல்ற, உனக்குப் புத்தி எப்படிப் போவுது பாரு. வீட்டுக்குள்ள பஞ்சு மெத்தயில படுத்தாத்தான் எந்திருக்குமா? எங்கிருந்தாலும் அசுரனுங்க இதுக்கெல்லாம் எடத்தக் கண்டுபுடிச்சிருவானுங்க. எத்தன கொழந்தைங்க ஓடியாந்துது பாத்தயா. அதுல பலதும் இங்கதான் பொறந்ததுங்க. யாருக்கும் வீடு கெடையாது. பல பேருக்குப் பாத்துக்க ஆளு கெடையாது. எதோ ராசாங்கம் இப்படி மேம்பாலத்தக் கட்டிப் போட்டு இவுங்களுக்கு அண்ட ஒரெடத்தக் குடுத்திருக்குது.

ஏதோ என்னால முடிஞ்சப்ப நாலஞ்சு பேருக்குச் சோறு வாங்கிக் கொண்டுபோயிக் குடுப்பன். ரொம்பப் பிரியமா இருப்பாங்கடா.'

'ஓகோ . . . இப்படியெல்லாம் சமூக சேவையில வேற எறங்கிட்டயா? ஒடியாந்ததுல ஒரு அஞ்சாறு உன்னோடது இருக்குமா?' என்றான் முருகாசு.

'நீ என்னமோ சொல்லு. என்னய மோசமாப் பேசறன்னு சொல்றீங்க, நான் எதோ ஒண்ணு ரண்டு வார்த்த பேசுவன். அவ்வளவுதான். நீங்கெல்லாந்தான் மோசமாவும் ஆபாசமாவும் பேசறீங்கடா. நான் அவுங்க பொழப்பப் பத்திப் பேசறன். உம் புத்தி அவுங்க கூப்புட்டா வருவாங்களான்னு யோசிக்குது.'

மேகாசுவின் குரலில் உண்மையான வருத்தம் இருந்தது. அவனைப் போலவே பேச முயன்று இப்படித்தான் தோற்றுப் போய் மாட்டிக் கொள்கிறோம் என்று நினைத்தான். 'சரிடா, ஸாரிடா. என்னமோ உன்னயக் கேலி பண்றன்னு நெனச்சுக்கிட்டுச் சொல்லீட்டண்டா' என்று சொல்லிப் பின்வாங்கினான்.

'ஒருநாளு அந்தப் பாலத்துக்கிட்ட வந்தப்ப எதோ முக்கியமான போன் வந்துச்சு. நின்னு பேசலாம்னு அப்படிக் கீழ போனன். ஒரு சின்னப் பொண்ணு வந்து சோறிருக்குதாண்ணான்னு கேட்டுச்சு. காசு கேக்குல, பொருள் கேக்குல, சோறு கேட்டுச்சு அந்தப் பொண்ணு. அது எனக்கு ரொம்பப் புதுசு. என்னமோ இதச் செய்யறம், அதச் செய்யறமுன்னு பேசறம். எல்லாத்துக்கும் மொதல்ல சோத்துக்கு வழி பண்ணறதுதான் முக்கியம். அப்பத்தான் பாத்தன். மேம்பாலத்தடியில ஒரு ஊரே இருக்குதுன்னு தெரிஞ்சுது. அப்பப்ப அங்க வருவன். எதுனா என்னால முடிஞ்சத வாங்கிக் குடுப்பன். எனக்கு நெறைய பிரண்ட்ஸ் அங்க இருக்கறாங்க.'

மேகாசு சிரிப்புடன் சொல்லச் சொல்ல அவன் மேல் மதிப்புக் கூடியது. அம்மாவும் இதுமாதிரி ஏதேனும் இடத்தில் போய் ஒண்டியிருப்பாரோ? அம்மாவிடம் பணமும் நகைகளும் இருக்கின்றன. இப்படி அலைய வேண்டியிருக்காது. ஏதோ ஓரிடத்தில் நிலை கொண்டிருப்பார். சோற்றுக்குக் கஷ்டம் என்று கவலைப்பட வேண்டியிருக்காது. எல்லாவற்றையும் காப்பாற்றிக் கொள்ளும் திறன் அம்மாவுக்கு உண்டா? யாரேனும் பிடுங்கிக்கொண்டிருந்தால் என்ன செய்வார்? சோற்றுக்கு ஏந்திய கைகளில் ஒன்றாக அம்மாவின் கைகளும் மனதில் எழ அவன் தலையைச் சிலிர்த்துக் கொண்டான். தலைக்கவசத்தைக் கழட்டிக் கையில் பிடித்தபடி மேகாசின் அகண்ட முதுகில் நன்றாகச் சாய்ந்தான்.

மேகாசு சொன்னது போலவே ஒருமணி நேரத்திற்குப் பிறகு முதன்மைச் சாலையிலிருந்து பிரிந்து ‘தேனாசுரத்தாங்கல் உங்களை வரவேற்கிறது’ என்னும் பலகை கொண்டிருந்த சிறுசாலையில் வண்டியை விட்டான். இருபுறமும் நெல் வயல்கள். நடவு செய்து சில நாட்களே ஆகியிருக்க வேண்டும். பயிர்களில் இன்னும் பசுமை பிடிக்கவில்லை. தேங்கி நின்ற நீரில் பயிர்களின் நிழல்கள் தெரிந்தன. தார் கழிந்த சாலையில் பல வடிவப் பள்ளங்கள். சில நாட்களுக்கு முன் மழை பொழிந்து நீரோடிய அறுப்புத் தடங்கள். வயல்களில் அங்கங்கே மனிதத் தலைகள் தெரிந்தன. மெல்ல வண்டி நகர்ந்தது. அப்படியே வண்டியை நிறுத்தி வயலோரத்தில் நின்று கொஞ்ச நேரம் பார்த்துவிட்டுச் சில படங்கள் எடுத்துக்கொண்டு கிளம்பலாம். இந்தக் கொடூரச் சாலையில் எதற்குக் கஷ்டப்பட்டு வண்டியை ஓட்ட வேண்டும் என்று நினைத்தான் முருகாசு.

மேகாசு நிதானமாக வண்டியைச் செலுத்தினான். அதற்கிடையே பேசவும் செய்தான். இப்போது பேச்சு தெளிவாகக் கேட்டது.

‘இதெல்லாம் என்ன செடின்னு தெரீதாடா?’ என்றான்.

‘நெல்லுச் செடி தானடா?’

‘ஆமாமா. நெல்லுச் செடிதான். நீ இப்படிச் சொல்லுவீன்னு தெரியும்.’

‘நீதான் நெல்லுச் செடின்னு சொல்லுவீன்னு நெனச்சன். நானெல்லாம் நெல்லுப்பயிர்ன்னு சொல்வன்.’

‘நெஜமாவா? நெல்லுப்பயிர்னு தெரியுமா?’

‘ம். உங்கொழுப்ப எங்கிட்டயே காட்டறயா? நாங்க வீராசுரத்துல வளந்தாலும் எங்க பூர்வீகம் கிராமம்டா. எங்கப்பாவும் அம்மாவும் எல்லாம் சொல்லித்தான் வளத்திருக்கறாங்க.’

முருகாசுவின் குரலில் கோபம். மேகாசு தன் கேலியை விடவில்லை.

‘சரி. நெல்லுப்பயிரு ஒத்துக்கறன். இது பச்சரியா புழுங்கலரிசியா, சரியாச் சொல்லு பாப்பம்.’

முருகாசுவுக்கு அது குழப்பமாகத்தான் இருந்தது. எப்படிச் சமாளிப்பது என்று தெரியவில்லை. ரொம்பவும் கேலி செய்வானே என்று கேள்வியை அவன் பக்கமே திருப்பினான்.

‘உனக்குத்தான் தெரீமே. பாத்தொடன கண்டுபிடிச்சுச் சொல்ற ஆளு நீதான, சொல்லு.’

வந்த சிரிப்பில் மேற்கொண்டு வண்டியை ஓட்டாமல் நிறுத்திவிட்டு இறங்கினான் மேகாசு. முருகாசுவும் இறங்க வேண்டியதாயிற்று.

‘பாத்தயா, வசமா மாட்டிக்கிட்ட. நீயெல்லாம் பட்டிக்காட்டுப் பக்கமே பாக்காத வளந்த ஆளுன்னு தெரியும்டா. உங்கப்பாவும் உங்கம்மாவும் பண்ணக்கோழி வளக்கறாப்பல வீட்டுக்குள்ளயே வெதுவெதுன்னு வெச்சு வளத்துட்டாங்க. பக்கத்துல ஆருகிட்டயும் சண்டக்கிப் போயிரக் கூடாதுன்னு மூக்கு நுனியக்கூட வெட்டி வெச்சிருப்பாங்க. கால் நகத்தையும் காலி பண்ணிருப்பாங்க. அதே மாதிரி ஒரு ஊம்பிக் கம்பெனியில வேலக்கிச் சேந்து ராத்திரிக்கும் பகலுக்கும் வித்தியாசம் தெரியாத உள்ளயே கெடப்பீங்க. அப்பறம் எப்படிப் பச்சரிக்கும் புழுங்கலரிசிக்கும் வித்தியாசம் தெரியும்?’

‘உனக்கு நல்ல கம்பெனியும் கெடைக்கல, ஊம்பிக் கம்பெனியும் கெடைக்கல. அந்தப் பொச்செரிப்புல இப்படிப் பேசற. கெடைச்சிருந்தா சூத்த மூடிக்கிட்டுப் போயி உக்காந்து குண்டியத் தேச்சுக்கிட்டு வேல பாத்திருப்ப.’

‘போடா. இப்ப நாலு பேருக்கு நான் வேல குடுக்கறண்டா.’

‘இருந்தாலும் உனக்குத் திருப்தி இல்லைன்னு தெரீதுடா.’

‘செரி. அப்படித்தான் வெச்சுக்க. பச்சரி எப்படி இருக்கும், புழுங்கலரிசி எப்படி இருக்கும்?’

‘செரி, எனக்குத் தெரியில. நீ அதெல்லாம் தெரிஞ்சு வெச்சுக்கிட்டு என்னத்தக் கிழிச்ச? ஒருத்தனுக்கு எல்லாமும் தெரியனும்னு அவசியம் இல்லடா. எங்க நீயே சொல்லு. உனக்கு மொதத் தெரியுதான்னு பாப்பம்.’

‘அப்படி வா வழிக்கு. அங்க தூரத்துல பச்சயாத் தெரீது பாரு, அது பச்சரிசி. இங்க பக்கத்துல பழுப்பு நெறத்துல தெரியற பயிரெல்லாம் புழுங்கல். போதுமா?’

தன்னை ஓட்டுகிறான் என்பது அவனுக்குத் தெரிந்தது. முருகாசுவின் முகம் சுருங்கிப் போயிற்று. அப்பா மேல் கோபமாக வந்தது. இந்த மாதிரி இடங்களை எல்லாம் காட்டி வளர்த்திருக்கலாம் என்று அப்பா மேல் கோபம் வந்தது. கிராமத்தில் பிறந்த அவர் கிராமத்தையே காட்டாமல் வளர்த்திருக்கிறார். அம்மாவைப் பற்றிய பயம்தான் காரணம். ஒன்று, அம்மாவை அப்பா கல்யாணம் செய்திருக்கக் கூடாது. செய்த பின்னாவது தைரியமாக இருந்திருக்க வேண்டும். ஊர்ப்பக்கம் போனால் யார் என்ன செய்துவிடுவார்கள்? இளவயதில் அந்தத் துணிச்சல்

இல்லை என்றால் அசுர இனத்தில் பிறந்து என்ன பயன்? கேட்டால், நன்றிக்கடன், பன்றிக்கடன் என்று ஏதாவது கதை சொல்வார். பச்சரிசிக்கும் புழுங்கலரிசிக்கும் வித்தியாசம் தெரியாமல் பையன் அவமானப்பட்டு நிற்பது அவருக்குத் தெரியாது. கண் கலங்கும் கதைகள் யாருக்குத் தேவை?

முருகாசுவின் முகத்தைப் பார்த்துத் தன்னை அடக்கிக் கொண்ட மேகாசு அருகில் வந்து 'அழுதிருவியாட்டம் இருக்குது. இந்தப் பிஞ்சு மூஞ்சிக்கு அழுவாச்சு நல்லாருக்காது. சிரி, சிரி' என்றான். 'போடா' என்று அவனைத் தள்ளிவிடவும் அவன் வந்து வலுக்கட்டாயமாகத் தலையை இழுத்து நெஞ்சில் சாய்த்துக் கொண்டான். இழுத்துத் தன்னை விடுவித்துக்கொண்ட முருகாசு 'உன்னயக் கூட்டிக்கிட்டு வந்ததே தப்புடா. நா மட்டும் தனியாப் போயிருக்கணும்' என்று சாலையின் ஓரமாகக் கிடந்த கல்லொன்றில் போய் உட்கார்ந்தான்.

மேகாசுவைப் பொறுத்துக் கொள்வது கஷ்டம்தான். அவன் செய்வது ரசிக்கும்படி இருந்தாலும் சிலசமயம் இப்படி அகங்காரத்தைத் தூண்டி இழிவுபடுத்திவிடுவான். முருகாசு கையில் கிடைத்த கற்களை எடுத்துக் கோபத்தோடு சாலையில் எறிந்தான். ஒன்றிரண்டு மேகாசுவின் பக்கத்திலும் வண்டி அருகிலும் போய் விழுந்தன. வண்டியின் மேல் இட்டுவிடுவானோ என்று அவனுக்குப் பயமாகவும் இருந்தது. கற்களை எறியும் வேகம் கூடிற்று. வெயில் இப்போது ஏறி அடித்தது. வயல் குளிர்ச்சி இருந்தாலும் நிழலே இல்லாததால் உடலில் நேரடியாகப் பட்டது. பயந்து போன மேகாசு ஓடி வந்தான்.

❖

32

கோபத்தோடு கல்லெறிந்து கொண்டிருந்த முருகாசுவின் பின்னால் போய் அணைத்தபடி மேகாசு தூக்கினான்.

'செரி செரி. இப்படித் தொட்டாச்சிணுங்கியா இருக்கறயேடா. இன்னமே உன்ன ஒண்ணும் சொல்லுலடா. வா, போலாம் வா. கொழந்தைக்கிப் பசிக்கும். சாப்பாடு வாங்கித் தர்றன் வா.'

இவனோடு வந்திருக்கக் கூடாதோ என்று முருகாசுக்கு உண்மையாகவே தோன்றியது. அவனும் வீராசுரத்தில் வளர்ந்தவன்தான். எப்படியோ சில விஷயங்களைத் தெரிந்து கொண்டிருக்கிறான். அவனுக்குத் தெரிந்தவை தனக்குத் தெரியவில்லை என்பதை இப்படிக் குத்திக் காட்டிக்கொண்டே இருந்தால் எப்படி உடனிருப்பது? இன்னும் பல நாட்களை இவனுடன் கழிக்க முடியுமா? அம்மாவின் சுவடுகளைக் கண்டறியும் பயணத்தில் இவன் சுமையாகிவிடலாம். தான் மட்டும் கிளம்பியிருந்தால் எங்கும் திரும்பாமல் நேர்ச்சாலையில் ஊருக்குப் போய்ச் சேர்ந்திருக்கலாம். இவனை ஏதோ ஒரு சக்தி உடனனுப்பி எண்ணத்தைத் திசை மாற்றுகிறதோ? தனக்குத் தெரிந்த ஒரு விஷயம் பிறருக்குத் தெரிய வில்லை என்றால் இழிவுபடுத்துவதும் பிறருக்குத் தெரிந்த ஒரு விஷயம் தனக்குத் தெரிய வில்லை என்றால் நியாயப்படுத்துவதும் இந்த விஷமனதின் இயல்பு.

கண்களைத் துடைத்துக்கொண்டு தடுமாறியபடி வண்டியில் ஏறி உட்கார்ந்தான். குழிச்சாலையில் இருந்து பிரியும் இன்னொரு தடத்தில் வண்டி போயிற்று. கொஞ்ச தூரத்தில் பனைமர வரிசை நீண்டு தெரிந்தது. இங்கே போய்ச் சாப்பிட என்ன கிடைக்கப் போகிறது? ஆள் நடமாட்டமற்ற இந்தப்

பகுதியில் கடையா வைத்திருப்பார்கள்? வண்டி போகப் போகப் பனைக்கூட்டம் அருகில் வந்தது. குளிர்ச்சி அதிகரித்துக் கொண்டிருந்தது.

பனைகளுக்கு அருகில் போனதும் தடத்திலிருந்து விலகிப் பனைகளுக்கு இடையே மேலேறும் சிறுதடத்தில் வண்டியை ஏற்றித் திருப்பினான் மேகாசு. மேட்டுக்கு அந்தப் பக்கம் பெருநீர்ப் பரப்பு விரிந்து தெரிந்தது. முதலில் முருகாசு பயந்து போனான். இப்படி ஒரு நீர்ப்பரப்பு இருப்பது அருகில் வரும் வரை தெரியவேயில்லை. மேடேறாமல் கீழேயே போயிருந்தால் இதன் இருப்பை அறியாமலே போயிருக்கக் கூடும். உடல் சிலிர்த்து மேகாசை இறுகப் பற்றினான்.

நீரை விட்டுக் கண்களை அகற்ற முடியவில்லை. பனைகளுக்கும் நீருக்கும் இடையிலிருந்த அகண்ட கரையில் சாதாரணமாக வண்டியை ஓட்டினான் மேகாசு. அந்தக் கரை சுற்றுவட்டமாகப் போயிற்று. முன்னால் பார்த்தான். கொஞ்ச தூரத்தில் ஆட்களின் நடமாட்டம் தெரிந்தது. அருகில் போய் வண்டியை நிறுத்தினான் மேகாசு. அந்த இடமே வித்தியாசமாக இருந்தது.

பனை வரிசையில் ஏற்பட்டிருந்த சிறுஇடைவெளியில் அவர்கள் இருந்தனர். ஐம்பது வயதிருக்கும் ஓர் அம்மா பெரிய கூடைக்கு அருகில் உட்கார்ந்திருந்தார். இன்னும் இரு ஆண்கள் இருந்தனர். இடுப்பில் துண்டு போன்ற வேட்டியைத் தொடைக்கு ஏற்றி அடியில் இழுத்துக் கோவணம் போலப் பின்னால் கொண்டு போய்ச் சொருகியிருந்த உயரமான அந்த அசுரன் 'என்ன தம்பீ . . . ரொம்ப நாளாச்சு. வழியில ஒண்ணும் போலீசு புடிக்கலயா?' என்றார்.

'இல்லண்ணா. அதெல்லாம் ஒண்ணும் கெடுபிடி இல்ல. நகரத்த உட்டு ஆளுங்க கெளம்புனாப் போதும்னு இருக்கறாங்க.'

என்று சொல்லிவிட்டு அந்த அம்மாவைப் பார்த்து 'எப்படிம்மா இருக்கறீங்க?' என்றான். 'அட முகமூடி போட்டுக் கிட்டிருந்தீங்களா, தெரியல. நல்லா இருக்கறந் தம்பீ. நீங்க நேத்துப் போன்ல சொன்னதும் வருவீங்கன்னு உங்களுக்கு எடுத்து வெச்சிருக்கறன்' என்றார் அந்த அம்மா. அந்த இடம், ஆட்கள் எல்லாம் மேகாசுக்கு ஏற்கனவே பழகியவை என்பது தெரிந்தது. எங்கெல்லாம் வந்து பழக்கம் பிடித்து வைத்திருக்கிறான் பார் என்று அவன் மேல் பொறாமை ஏற்பட்டது. அங்கங்கே ஈக்கள் மொய்த்துக் கொண்டிருந்ததை அருவருப்பாக உணர்ந்தான்.

முருகாசுவிடம் சமாதானக் குரலில் 'கள்ளுக் குடிச்சிருக்கறயாடா' என்று கேட்டான் மேகாசு. 'இல்லடா' என்று

சொல்லி முடிப்பதற்குள் கலயத்திலிருந்து கள்ளை ஊற்றிய 'உயர' அசுரன் மேகாசிடம் நீட்டினான். சில்வர் சொம்பைக் கையில் வாங்கி முருகாசுக்கு நீட்டினான். வாங்கலாமா வேண்டாமா என்றிருந்தது. சரி, வாங்குவோம் என்று பெற்றுக்கொண்ட அவன் 'இதையெல்லாம் ராசாங்கம் தட பண்ணிருக்குதேடா' என்று மேகாசின் காதில் மெல்லச் சொன்னான். தன் கையில் ஒரு சொம்பை வாங்கிக்கொண்டு ஒருபுறம் போய் உட்கார்ந்த மேகாசின் முன்னால் பாக்குமட்டைத் தட்டில் இட்லியும் கறிக்குழம்பும் போட்டுக் கொண்டு வந்து வைத்தார் அந்தம்மா. அடுத்து முருகாசுக்கும் ஒன்று வந்தது.

வாயில் வைத்த சொம்பை எடுக்காமல் குடித்துவிட்டுக் கீழே வைத்த மேகாசு சாப்பாட்டை எடுத்துக் கொண்டான். முருகாசு என்ன செய்வதென்று தெரியாமல் அப்படியே கையில் வைத்திருந்தான். அவனைப் பார்த்த அந்தம்மா 'தம்பி புதுசாட்டம் இருக்குது. கள்ள ரண்டு வாயி குடிச்சிட்டு இட்லியத் தின்னு தம்பி. கொடல் கொழம்பு நல்லாருக்கும்' என்றார். 'என்னண்ணா சுர்ருன்னு ஏறுது. மாத்திர கீத்திர கலக்கலியே' என்றான் மேகாசு.

'இப்பத் தருணந் தம்பி. ஒரு பனையில ஏறி எறங்குனா ஒரு கொடம் வந்திரும். மாத்திர போடறவனே இப்பெல்லாம் அத உட்டுட்டான். நான் எப்பவுமே அந்த வேலைக்கிப் போவாதவன். உனக்குத் தெரியாதா? தெரியாதயா என்னயத் தேடி வர்ற?' என்று அவர் காரமாகப் பேசினார். 'இல்லண்ணா, ஒரப்பா இருக்குதேன்னு கேட்டன்' என்று சமாளித்தான் மேகாசு.

'ஒண்ணும் ஆகாது, குடிடா' என்று முருகாசுவைப் பார்த்துச் சொன்னான். 'இதெல்லாம் தட பண்ணிருக்குதுதானடா' என்று மீண்டும் கேட்டான் முருகாசு.

'ஊரடங்கு போட்டிருக்குது. ஆனா நாம எப்படி வண்டி ஓட்டுனம்? ஊர விட்டு வெளிய வந்தம்? அது மாதிரிதான் இதும்டா. அதெல்லாம் யோசிக்காத. உங்கையில அமிழ்தம் இருக்குது. ஏமாந்து போயராத ஒடனே குடிச்சிரு' என்று சிரித்தான் மேகாசு. 'எளங்கள்ளு. இனிச்சுக் கெடக்கும். குடிப்பா' என்றார் உயர அசுரன்.

அவர் சொன்னது போல மெல்லிய இனிப்பு கொண்ட நீர் போலத்தான் இருந்தது. அரைச் சொம்பு குடித்துவிட்டுக் கீழே வைத்த முருகாசு இட்லியை எடுத்துச் சாப்பிட்டான். எருமைக்குடல் குழம்பு. விரற்கடை அளவில் இருந்த குடல்கறியை நாவில் வைத்ததும் அம்மாவின் ஞாபகம் வந்தது. இதே மாதிரி குழம்புதான் அம்மாவும் வைப்பார். குடல் குழம்பு வைக்கும் நாளில் இட்லிதான். வெகுநாளுக்குப் பிறகு அம்மாவின் கைப்பக்குவத்தில்

சாப்பிடுவது போல இருந்தது. சொம்பிலிருந்த மீதத்தையும் குடித்து முடித்த முருகாசு இட்லியை ஆவலாகச் சாப்பிட்டான்.

‘இன்னொரு சொம்புக்கு எடம் வெச்சிக்கிட்டுச் சாப்பிடுடா’ என்றான் முருகாசு. இன்னொரு சொம்பு குடிக்கலாமா வேண்டாமா என்றிருந்தது. அவன் முடிவு எடுப்பதற்குள் இருவர் சொம்பையும் ஊற்றி நிறைத்தார் உயர அசுரர். வேறு வழியில்லை. குடித்துத்தான் ஆக வேண்டும். கள்ளுக்கும் குடல்கறிக்குமா, இட்லிக்கும் குடல்கறிக்குமா, இல்லை, மூன்றுக்கும் சேர்த்தா எப்படிப் பொருத்தம் அமைந்தது என்று தெரியவில்லை. தட்டில் இட்லியும் கறியும் மீண்டும் நிறைந்தன. இரண்டாம் சொம்பையும் குடித்துவிட்டுச் சாப்பிட்ட முருகாசுவுக்கு மனம் நெகிழ்ந்தது. இட்லிக்கார அம்மாவைப் பார்த்து முருகாசு சொன்னான்.

‘நீங்கதான் எங்கம்மா.’

‘எங்கம்மா எங்கம்மா’ என்பதைத் திரும்பத் திரும்பச் சொன்னபோது அம்மாவைக் காணவில்லை என்பதை மேகாசுக்குச் சொல்லிவிடுவோமோ என்னும் பயம் அவனுக்கு வந்தது. ‘இவன் அம்மா பையன். முந்தானையப் புடிச்சிக்கிட்டே சுத்திக்கிட்டிருப்பான். இப்ப அவனோட அம்மா வெளிநாட்டுக்குப் போயிட்டாங்க. அதான் உங்களாட்டம் ஆரப் பாத்தாலும் எங்கம்மா எங்கம்மான்னு அழுவறான்’ என்று அந்தம்மாவுக்கு விளக்கம் கொடுத்தான் மேகாசு. ‘அப்படியா? நாங்கூடத் தாயில்லாப் பிள்ளையோன்னு நெனச்சிட்டன்’ என்று சிரித்த அந்தம்மா ‘உங்கம்மாவும் இப்படித்தான் செய்வாங்களா தம்பீ’ என்று கேட்டார். ‘ஆமாம்மா. அதே கைப்பக்குவம், அதே ருசி. எங்கம்மாதான் இல்ல’ என்று மீண்டும் நெகிழ்ந்தான் முருகாசு.

அம்மாவின் கைகள் காட்சிக்கு வந்த பிறகு மனம் ஒருநிலையில் இல்லை. நெகிழ்ச்சியும் பயமும் கூடிவிட்டன. அம்மாவைக் காணவில்லை என்பதை யாருக்கும் சொல்ல மாட்டேன் என்று அப்பாவுக்குக் கொடுத்த உறுதியை மீறி விடுவோமோ என்று முருகாசுக்குத் தோன்றவும் தன்னைக் கட்டுப்படுத்திக்கொள்ள முயன்றான். கள்ளுக்கும் இட்லிக்கும் தன் மனம் இத்தனை நெகிழ்ந்து போய்விட்டதை நினைத்து வெட்கமாக இருந்தது. தன்னைப் பார்த்துச் சிரிக்கும் மேகாசுவின் முகத்தில் ஏளனம் நிறைந்திருந்தது. நெகிழ்ச்சியும் மகிழ்ச்சியும் சேர்ந்திருக்கும் இந்த மனநிலைக்கு அவன்தான் காரணம் என்பதால் பொறுத்துக் கொள்ளலாம். தனக்குத் தெரிந்திருக்கும் ஒரு விஷயம் மற்றவர்களுக்குத் தெரியாது என்றால் கேலியும் ஏளனமும் வந்து விடுகின்றன. மற்றவர்களுக்குத் தெரிந்திருக்கும் எத்தனையோ நமக்குத் தெரியாது. அதை யோசிக்க முடிவதில்லை.

இரண்டு சொம்புக் கள்ளும் இட்லிகளும் வயிற்றை நிரப்பி விட்டன. இன்னும் ஒரு சொம்பு குடிக்கலாம், இன்னும் சில இட்லிகளைத் தின்னலாம் என்று நாக்கு கேட்கிறது. மனமும் தூண்டுகிறது. வயிறு இடம் கொள்ள வேண்டுமே. இனியும் நீ உள்ளிறக்கினால் வெளியே தள்ளிவிடுவேன் என்று அது பயமுறுத்துகிறது. சிறுநீரும் முட்டிக்கொண்டு வந்தது. எழுந்து நின்றான். லேசாக உடல் தள்ளாடுவதை உணர்ந்தான். இவர்கள் எல்லாம் இருக்கும் இவ்விடத்தில் எங்கே போய்ச் சிறுநீர் கழிப்பது என்று தெரியவில்லை.

வெட்டவெளியில் சிறுநீர் கழிக்கும் பழக்கத்தைச் சிறுவயதி லிருந்தே அப்பா கண்டித்திருக்கிறார். அவசரத்திற்குச் சில சமயங்களில் அப்படி வெளியில் போயிருக்கிறான். அதுவும் தன் உறுப்பு பற்றிய உணர்வு தோன்றிய பிறகு பொதுவிடத்தில் ஜிப்பைத் திறக்கக் கை வருவதில்லை. எழுந்ததும் பெரிதாக ஏப்பம் வந்தது. கட்டுப்படுத்திய போதும் ஓரளவு சத்தத்தோடு ஏப்பம் விட்டான். இப்போது வயிறு இளகி இடம் கொடுத்தது. சிறுநீரும் கழித்துவிட்டால் இன்னும் ஒரு சொம்புக்கு வயிற்றில் இடம் கிடைக்கும். மேகாசைப் பார்த்து விரல் காட்டினான். அவனுடைய நிலைமை புரிந்து மேகாசு உதவிக்கு வந்தான். இருவரும் கரை மீதே கொஞ்சதூரம் நடந்து போனார்கள்.

‘இவ்வளோ பெரிய கொளத்த நான் பாத்ததே இல்லடா’ என்றான் முருகாசு.

‘ஏண்டா, இப்படிக் காமெடி பண்ற? இது கொளமில்லடா, ஏரி. இப்ப நாம நடக்கறது ஏரிக்கரை. ஆத்துல அணை கட்டற மாதிரி நெலத்துல தண்ணி ஓடற எடம் பாத்து ஏரி கட்டுவாங்கடா. இந்தப் பக்கமெல்லாம் ஏரிப் பாசனத்துலதான் நெல்லு விவசாயம். இவுங்கெல்லாம் ஏரின்னு சொல்ல மாட்டாங்க. தாங்கல்னு சொல்வாங்க’ என்றான் மேகாசு.

எதுவும் பேசாமல் கேட்டுக்கொண்ட முருகாசு நல்ல புதராக இருந்த ஓரிடத்திற்குள் போனான். கரையின் ஓரத்திலேயே நின்று சிறுநீர் கழித்த மேகாசு ‘இவ்வளவு ரகசியமா வெச்சிருந்தாலும் ஒருநாளைக்குத் தொறந்துதானடா ஆவணும்’ என்றான் சத்தமாக. கழுவறை போலச் சுற்றிலும் புதர் சூழ்ந்த இடத்தில் சிறுநீர் கழித்தான் முருகாசு. ‘ரொம்ப உள்ள போவாதீடா. பாம்பு கீம்பு இருக்கும்’ என்று மேகாசு சொல்வது கேட்டதும் சுற்றும் முற்றும் பார்த்தான். பெரும்பயம் தோன்றிச் சிறுநீர் விட்டுவிட்டுச் சொட்டியது. விரைவாக வெளியே வந்துவிட்டான். ‘போனயா இல்லையா?’ என்ற மேகாசுக்கு இப்படிப் பயமுறுத்திப் பாதியில் வரும்படி செய்துவிட்டோமே என்றிருந்தது.

‘போடா, இதே உனக்கு வேலையாப் போச்சு. நீ எல்லாருக்கும் தொறந்து காட்டற வெக்கங் கெட்டவன். என்னால அப்படி முடியாதுடா. தெருவுல, சாக்கடையில ஒண்ணுக்குப் போனாலே ஒடனே எங்கப்பா முதுவுல ஓங்கித் தட்டுவாரு. அப்படி எப்பவாச்சும் அவசரமாப் போனாலும் அப்பா பின்னாலயே வந்து நிக்கற மாதிரி இருக்கும். பழக்கம் இல்லைடா’ என்றான் முருகாசு.

இருவரும் அங்கேயே நின்று ஏரி நீரைப் பார்த்தார்கள். கரையின் பாதியளவிற்கு நீர் நின்றது. எதிர்க்கரை மங்கலாகத் தெரிந்தது. கண் மயக்கமா ஏரியின் அளவா என்று தெரியவில்லை. தூய்மையாக இருந்தது ஏரி. காற்று தொட்டு ஏற்படும் நீரலையில் வெயில் படும் மினுக்கம் கண் கூசியது. பனையல்லாமல் கரையோரம் இருந்த வேறு வேறு மரங்களில் பறவைகள் சத்தமிட்டுக் கொண்டிருந்தன. நீர்ப்பரப்பின் மேல் பறந்தும் மரத்தில் அமர்ந்தும் வெவ்வேறு வகையாய்க் காட்சி கொடுத்தன. நீரை உராய்ந்து மேலெழும் பறவை ஒன்றின் அலகை உற்றுப் பார்த்தான். மீன் கிடைத்திருக்குமா? அது அலகைத் திறக்க வில்லை. அப்படியானால் கிடைத்திருக்கும். அங்கேயே அமர்ந்து நீரையே பார்த்துக் கொண்டிருக்க வேண்டும் போலிருந்தது.

❖

33

முருகாசு ஏரி நீருக்குள் சற்றே கண்ணோட்டி யதும் விதவிதமான உயிர்கள் காட்சிக்கு வந்தன. ஏதேதோ குரல்கள் கேட்டன. மரங்களின் அசைவுகள் கணந்தோறும் மாறின. நீரை அணைத்துக்கொண்டு சுற்றிலும் மரங்கள் நிற்பதைப் போலிருந்தது. அப்பா காட்டிய ஒற்றை ஆலமரமே அவனுக்கு விசித்திரமாக இருந்தது. இங்கோ அதைப் போல ஏராளமான விசித்திரங்கள். அசுரக் குரலே அற்ற ஓரிடத்தை இப்போதுதான் அறிகிறான். அது மிகப் பெரிய ஆனந்த மாக இருந்தது.

அவன் எண்ணத்தை மேகாசு கலைத்தான். ‘இன்னொரு சொம்பு வேணுமாடா?’ என்றான் அவன். வயிறு காலியானதில் இன்னொரு சொம்பு குடிக்கலாம் என்று ஆசையாகத்தான் இருந்தது. ‘செரி’ என்றான் வெட்கத்தோடு. ‘இதுக்கெல்லாம் வெக்கப்பட்டா அதுக்கெல்லாம் என்ன செய்வியோ?’ என்ற மேகாசுவைக் கோபத்தோடு பார்த்தான். ‘எல்லாத்திலயும் உனக்கு அதுதானாடா?’ என்றான். ‘அது இல்லாத எதுவும் இல்லடா’ என்று சிரித்தான் அவன். ‘பெரிய தத்துவ மயிரு’ என்றவன் முகத்தில் கோபம் தெரியவில்லை.

‘தம்பீ . . . போதுமா? இன்னம் வேணுமா? அவ்வளவுதான், கௌம்பறம்’ என்று அழைத்தார் உயர அசுரர். ‘மூனு சொம்புதான் வரும். வெக்கட்டுமா?’ என்றார். ‘அடிவண்டலு வேண்டாண்ணா’ என்றான் மேகாசு. ‘அதெல்லாம் வடிச்சுச் சுத்தமா வெச்சிருக்கறன். அப்படிப்பட்டதக் குடுப்பனா? எங்கயோ இருந்து வர்றீங்க. உங்கள ஏமாத்தி ரண்டு காசு சம்பாரிச்சா அதுதான் நிக்கப் போவுதா’ என்ற அவர் முழுவதையும் தனித்தனிச் சொம்புகளில் ஊற்றி வைத்தார். இருவருக்கும் மேகாசு பணம் கொடுத்தான். இட்லியும் குழம்பும் கொடுத்துவிட்டு அந்தம்மாவும் கூடையைத் தூக்கித் தலையில் வைத்துக் கொண்டார். ‘அறியாப்பசங்க, போதுமோ என்னமோ. கடைசியா வந்த பசவளுக்கு இருந்து வேணுங்கறதக் குடுக்க முடியல’ என்று வருத்தப் பட்டார் அந்தம்மா.

அகலக் கூடையுடன் ஏரிக்கரையில் நடக்கும் அந்தம்மாவும் பெரிய பறவை ஒன்றைப் போலச் சிறுத்துக்கொண்டே போனார். ஏரிக்கரையில் இப்போது அவர்கள் இருவரையும் தவிர யாருமில்லை. 'பொறுத்துக் குடிச்சிட்டுப் பொறுத்துப் போவம். ஊருக்குப் போறதுதான. எதுக்கு அவசரம்? ரண்டு மூனு நாளு வழியெல்லாம் பாத்துக்கிட்டு மெதுவாப் போலாம்' என்றான் மேகாசு. 'ராத்திரிக்கு எங்கடா தங்கறது?' என்றான் முருகாசு.

'பெருத்த லோகத்துல படுக்கவா எடமில்லாத போச்சு? இதக் குடிச்சமுன்னா நல்லாத் தூக்கம் வரும். இந்த ஏரிக்கரையில கொஞ்ச நேரம் தூங்கலாம்.' மேகாசு சொல்லவும் அவ்விடத்தைப் பார்த்தான். எறும்புகள் ஓடிக் கொண்டிருந்தன. ஈக்கள் மொய்த்தன. வடித்தெறிந்த பூச்சிக் கழிவுகள் கொட்டிக் கிடந்தன. இங்கே படுத்தால் எங்கிருந்து தூக்கம் வரும் என்றிருந்தது.

முதலில் குடித்த போதிருந்த ஆவல் இப்போதில்லை. இட்லியிலும் சுவை குறைந்த மாதிரி இருந்தது. கள்ளில் புளிப்பும் சேர்ந்து கொண்டது. ஒன்றைக் குடித்து முடிப்பதற்குள் தலைசுற்றல் அதிகமாயிற்று. கை வாய்க்குப் போவதே தெரியவில்லை. ஏரியில் இறங்கித் தண்ணீர் கொண்டு வந்து அவன் கையைக் கழுவிவிட்ட மேகாசு கொஞ்சம் தள்ளியிருந்த வேம்பின் அடியில் படுக்க வைத்தான். வெளியில் தெரிந்த வேம்பின் நெளிவேர் தலையணை ஆயிற்று. அவனுக்கு எதுவும் தெரியவில்லை. வெகுநேரம் அசைவில்லாமல் தூங்கினான்.

அவன் கண் விழித்த போது அதே மரத்தடியில் இன்னொரு வேரில் தலை வைத்து மேகாசு படுத்துறங்குவதைக் கண்டான். வண்டியைப் பற்றி நினைவு வரச் சட்டென எழுந்து பார்த்தான். அருகிலேயே இன்னொரு மரத்தடியில் வண்டி தலைநிமிர்த்தி நின்றது. இந்த வண்டியை ஓட்டிப் பார்க்க வேண்டும். ஊருக்குப் போய்ச் சேர்வதற்குள் இந்த வண்டியை ஓட்டுவதில் தேர்ந்துவிட வேண்டும். ஊரிலிருந்து திரும்பி வீராசுரத்திற்குச் செல்லும்போது தானே ஓட்டும்படி இருந்தால் நல்லது.

கால்கள் லேசாகத் தடுமாறின. தலைக் கிறுகிறுப்பு இப்போது இல்லை. மேகாசை எழுப்பாமல் அங்கேயே உட்கார்ந்து ஏரியைப் பார்த்தான். ஏரிப் பரப்பில் எங்குமே ஓர் அசுர முகமும் தென்படவில்லை. பறவைகளும் வெயிலுக்கு அடங்கிவிட்டன. இப்போது அரவமே இல்லாத அமைதி. தன் உடம்பெங்கும் படிந்திருந்த புழுதியை, தூசுகளைத் தட்டிவிட்டுக் கொண்டு ஏரிக்கரையில் நடந்தான்.

இப்படி ஒரு காட்சியை அவன் எதிர்பார்க்கவில்லை. இவ்வித மான சூழல் அமையும் என்றும் நினைக்கவில்லை. மேகாசுக்கு

வாய்தான் அதிகமே தவிர நல்ல ரசனை உள்ளவன்தான். அவன் சொல்வது போல இது போன்ற வெட்டவெளிகள் அதிகம் அறிமுகம் இல்லாமலே போயிற்று. அடிவயிறு கனத்தது. நீருக்கு எதிர்ப்புறம் நின்று சிறுநீர் கழித்தான். இப்போது தயக்கமில்லை. ஆட்கள் இல்லாததாலா, வெளி பழகிவிட்டதாலா? குடத்திலிருந்து ஊற்றுவது போல சிறுநீர் வந்து கொண்டேயிருந்தது. வயிறு காலியானதும் பசிப்பது போலிருந்தது. அப்பா சொன்ன மாதிரி சில நிமிடங்கள்கூடப் பசி பொறுக்க முடிவதில்லை. வேளைக் கணக்கில், நாட்கணக்கில் பசியோடிருப்பதை நினைத்துப் பார்க்கவே முடிய வில்லை. அப்பாவின் நன்றிக்கடன் மதிப்புள்ளதுதான்.

திரும்பி வந்து மேகாசை எழுப்பினான். வாயில் எச்சில் வடிந்து கோட்டுவாய் படிந்திருக்கத் தூங்கிக் கொண்டிருந்தவன் விழித்தான். 'என்னடா?' என்றான். 'பசிக்குதுடா' என்று பாவமாக முகத்தை வைத்துக்கொண்டு சொன்னான் முருகாசு. ஏரி நீரில் இறங்கி மேகாசு முகத்தைக் கழுவினான். கரைச் சரிவில் இறங்க அச்சமாக இருந்தது. முருகாசுக்கு நீச்சலும் தெரியாது. மேகாசு கையைப் பிடித்துக் கொண்டான். 'பூச்சி இருக்குதுடா' என்றான். நீரின் மேற்பரப்பில் சில பூச்சிகள் நடந்து சென்றன. உள்ளேயும் சில திரிந்தன. 'எல்லாம் இருக்கும். நீ கைய வச்சீனா ஓடிரும். நம்மளக் கண்டா எல்லார்த்துக்கும் பயந்தான். அள்ளிக் கழுவு' என்றான். கையை நீரில் வைத்து அளைந்தான். பூச்சிகள் நகர்ந்து கொண்டன. பயத்தோடே அள்ளி அடித்துக் கழுவினான்.

வண்டியை எடுத்துக்கொண்டு முன்னர் வந்ததுக்கு எதிர்த்திசையில் கரை மீதே போய்க் கீழிறங்கினான் மேகாசு. பனைகளிலிருந்து இறங்கியதும் பெரிய நிலப்பரப்பு மைதானம் போலிருந்தது. பையன்கள் விளையாடிக் கொண்டிருந்தனர். ஒருபுறம் ஆடுகள் மேய்ந்து கொண்டிருந்தன. தலைக்கு முக்காடிட்டுக் கொண்டு சில பெண்கள் ஆடுகளைப் பார்த்துக் கொண்டிருந்தனர். மைதானத்தைக் கண்டதும் வண்டியை ஓட்டிப் பார்க்க வேண்டும் போலிருந்தது. 'டேய், இங்க நான் வண்டி ஓட்டிப் பாக்கட்டுமாடா' என்றான். 'சரி' என்று உடனே ஒத்துக்கொண்டான் மேகாசு.

பெருவிலை கொடுத்து வாங்கிய வண்டியை இன்னொரு வருக்கு உடனே கொடுப்பதற்கு மனம் வருவது அரிது. யாராவது கேட்டால் தான் 'சரி' என்று சொல்லுவோமா என்று நினைத்தான் முருகாசு. இருசக்கர வாகனங்கள் பலவற்றையும் ஓட்டியிருந்தாலும் இந்த வண்டி புதிது. ஆசையைத் தூண்டும்படி அதன் அமைப்பு இருந்தது. கால் பகுதியில் இருப்பவை, கைகளின் வேலைகள் என ஒவ்வொன்றாகச் சொல்லி 'ரொம்ப ஈஸிதான். மத்த வண்டி ஓட்டறாப்பலதான்' என்று சொன்னான் மேகாசு.

இவர்கள் வண்டி பழகப் போவதைப் பார்க்கவும் இந்த வண்டி கொடுத்த ஆச்சரியத்திலும் பையன்கள் கூட்டமாக ஓடி வந்தார்கள். அவர்கள் வரும் முன் வண்டியை முறுக்கி எடுத்துக் கொஞ்ச தூரம் போனான். பார்க்கும் போது பாரமாகத் தோன்றிய வண்டி ஓட்டுகையில் லகுவாக இருந்தது. தரையில் மிதப்பதை உணர்ந்தான். மெதுவாகவே போனான். தார்ச்சாலையில் இன்னும் பஞ்சு போலிருக்கும். சமீபத்தில் மழை பெய்திருந்ததால் மண் தரை வண்டியின் கனத்திற்கு இறங்கி இழுத்தது.

பையன்களின் தொந்தரவு வேறு. வண்டியுடனேயே சிலர் கத்திக்கொண்டு ஓடி வந்தார்கள். மேகாசு நின்ற இடத்திலிருந்தே சிலர் கத்தினார்கள். காலூன்றி நின்று 'போங்கடா' என்று பையன்களை விரட்டினான். அவர்கள் அப்படியே நின்றார்கள். 'ஓரமா நின்னு பாருங்கடா' என்றான். 'அண்ணா, நானும் ஏறிக்கட்டுமா?' என்றான் ஒருவன். 'போடா, நானே இப்பத்தான் பழகறன்' என்று விட்டு வண்டியை நகர்த்தினான்.

ஓரிரு பையன்கள் நின்று கொண்டார்கள். கேட்காமல் சிலர் ஓடி வந்தனர். எவ்வளவு தூரம் ஓடி வர முடியும்? வண்டியின் வேகத்தைச் சற்றே கூட்டினான். ஒரு வட்டமிட்டு மேகாசு இருக்குமிடம் வந்துசேரும்போது முகத்தில் பெருமிதம் கூடியிருந்தது. 'அவ்வளவுதாண்டா' என்று மேகாசு உற்சாகப்படுத்தினான்.

மதிய வெயிலை முகில் தழுவி மறைத்துக்கொண்டது. மைதானம் முழுக்க நிழல் படர்ந்தது. இரண்டாவது சுற்றை இன்னும் விரிவுபடுத்தினான். மைதானத்தின் முக்கால் பகுதியை இலக்காக்கினான். வண்டிச் சத்தம் கேட்டு ஆடுகள் பயந்து ஓடின. ஆடு மேய்ப்பவர்கள் ஏதும் சொல்வார்களோ என்று திரும்பிப் பார்த்தான். ஓடிய ஆடுகள் மீண்டும் பழைய நிலைக்கு வந்து மேய்ந்தன. பிரச்சினையில்லை.

மேகாசுக்கு அருகில் வந்த போது அவன் கை தட்டி வரவேற்றான். உடன் நின்ற பையன்களும் கை தட்டினார்கள். 'இன்னொரு ஒரு ரவுண்டு வந்திரு. போலாம்' என்று கத்தினான் மேகாசு. மூன்றாம் சுற்று இலகுவாக அமையவில்லை.

கடைசிச் சுற்றில் மைதானத்தின் முழுப்பகுதியையும் இலக்காக்கி ஓட்டினான். வேகத்தையும் கொஞ்சம் கூட்டினான். மழை ஈரம் இன்னும் சில இடங்களில் சொதும்பலாக இருந்தது. ஏரி நீரின் ஒசும்பும் தட்டி அங்கங்கே நீர்க்கசிவு தெரிந்தது. அவற்றை முருகாசு பொருட்படுத்தவில்லை. இருசுற்று கொடுத்த நம்பிக்கை எல்லாம் வசப்பட்டு விட்ட மாதிரி இருந்தது. 'ஹேஹே' என்று சீழ்க்கையுடன் பையன்கள் கத்திக் கூப்பாடு போட்டனர். அவர்களையும் பார்த்துக்கொண்டு உற்சாகக் குரல்களையும் கேட்டபடி வண்டியை விட்டான்.

பந்தய மைதானத்தில் தான் ஓட்டுவது போலவும் தானே முந்தி வருவதாகவும் தோன்றக் கொண்டாட்ட மனநிலை வந்திருந்தது. மைதானத்தின் அடுத்த ஓரத்திற்குச் சென்று திரும்பும் போது அசட்டையாகச் சாய்த்துத் திருப்ப முயன்றான். சகதியில் சட்டென்று டயர் இழுத்துச் சறுக்கிவிடச் சரிந்தான். தாங்கிப் பிடிக்க முயன்று இயலாமல் சிறிது தூரம் போய் விழுந்தான். ஒரு கால் அடியில் சிக்கிக்கொள்ள வண்டி சாய்ந்திருந்தது. 'டேய் டேய்' என்று ஓடி வந்தான் மேகாசு. அவன் பின்னால் பையன்களும் கும்பலாக வந்தார்கள்.

ஐந்தாறு பேர் சேர்ந்து வண்டியைத் தூக்க அவனைப் பிடித்து மேகாசு தூக்கினான். அப்படியே உட்கார வைத்தார்கள். பையன்கள் பிடித்திருந்த வண்டியை மேகாசு வாங்கி ஸ்டேண்ட் போட்டு நிறுத்தினான். 'வண்டிக்கு ஒண்ணுமில்லையே, பார்றா' என்றான் முருகாசு. 'அது இருக்கட்டும்டா. உனக்கு ஒண்ணும் இல்லையே' என்று முருகாசுவின் காலைத் தொட்டான். பற்களைக் கடித்துக்கொண்டு 'வலிக்குதுடா' என்றான். முழங்காலுக்குக் கீழே லேசாக வீக்கம் இருப்பது போலத் தெரிந்தது. எலும்பு முறிவு ஏற்பட்டிருக்குமோ என்று மேகாசு பயந்தான்.

அப்படி ஏதும் இருந்தால் வீராசுரத்திற்குத் திரும்ப வேண்டியதுதான். முருகாசுவின் அப்பாவுக்குப் பதில் சொல்ல வேண்டும். தன் வீட்டிலும் திட்டுவார்கள். ஒரு நிமிடத்தில் மேகாசுக்கு எல்லாம் நினைவு வந்து வியர்த்தது. கால்களை நீவிவிடப் பார்த்தான். முருகாசு தொட்டாலே 'வேண்டாண்டா. வலிக்குதுடா' என்று கத்தினான். பையன்களில் சற்றே பெரியவனாக இருந்த ஒருவனைப் பார்த்து 'இங்க எங்கடா தம்பீ ஆஸ்பிடல் இருக்குது' என்று கேட்டான் மேகாசு. 'ஆஸ்பிடல்லாம் இங்க கெடையாதுண்ணா. ஊர்ல கட்டுப் போடறவரு இருக்கறாரு. அவரு பாப்பாரு' என்றான் அந்தப் பையன். 'செரி, நீ கூட வா' என்று சொல்லிவிட்டு வண்டியைப் பார்த்தான்.

வண்டிக்கு ஒன்றும் ஆகவில்லை. கண்ணாடி திரும்பி யிருந்தது. அதைச் சரி செய்தான். அங்கங்கே சேறு படிந்திருந்தது. மண் தான். கல்லாக இருந்திருந்தால் கீறல் விழுந்திருக்கும். ஸ்டார்ட் செய்து ஏறி உட்கார்ந்தான். பையன்கள் பலர் சேர்ந்து முருகாசுவைப் பிடித்துத் தூக்கினார்கள். அவன் உடல்வாகு மெலிதாகத்தான் இருந்தது. என்றாலும் எல்லாப் பையன்களும் தமக்குப் பங்கிருக்க வேண்டும் என்று நினைத்தார்கள். ஒரு பையன் 'கால ஒதறிப் பாருண்ணா' என்றான். ஒற்றைக் காலில் நின்று உதறினான். முடிந்தது. ஒருபக்கமாகக் கால்களைப் போட்டுச் சிரமத்தோடு ஏறி உட்கார்ந்தான் முருகாசு.

34

வண்டியில் முருகாசு ஏறி உட்கார்ந்ததும் அவனுக்குப் பின்னால் பெரிய பையன் ஏற வந்தான். 'அண்ணா நானுண்ணா, நானுண்ணா' என்று பல பேர் கத்திக்கொண்டே வந்தனர். மேகாசு 'உடுங்கடா, அவன் போதும்' என்று கத்தினான். ஒரு பையன் இன்னொருவனைக் கைகாட்டி 'இவங்க ஊடுதான் கட்டுக் கட்டறவங்க. அவுங்க பையந்தான் இவன்' என்றான். உடனே மேகாசு 'அப்படியாடா?' என்றான். அவன் ஆமாம் என்பது போலத் தலையசைத்தான். 'செரி, நீ ஏறிக்க' என்று அவனை அழைத்து ஏற்றிக் கொண்டான்.

பையன் முகத்தில் பெருஞ்சிரிப்பு. அவன் இருபக்கமும் கால் போட்டுக் கோழிக்குஞ்சைப் போல ஒடுங்கி உட்கார்ந்து கொண்டான். அந்த வண்டியில் உட்காரும் வாய்ப்பு தனக்குக் கிடைத்தது பற்றி அவன் முகத்தில் அப்படி ஒரு பெருமை தோன்றியது. மற்ற பையன்கள் முகம் வாடினார்கள். வாய்ப்பை இழந்த பெரிய பையன் மிகுந்த சோர்வில் ஒதுங்கி நின்றுகொண்டு ஒரு கல்லை எடுத்து மைதானத்தின் மையத்தை நோக்கி வீசினான். அங்கே மேய்ந்து கொண்டிருந்த ஆடுகள் அஞ்சி ஒதுங்கின. பையன்களின் முகத்தைப் பார்க்கப் பாவமாக இருந்தது.

நேரம் இருந்தால் இரண்டிரண்டு பையன் களாக ஏற்றிக்கொண்டு சுற்றி வரலாம் என்று மேகாசுக்குத் தோன்றியது. முருகாசுவுக்கு ஒன்றும் இல்லை என்றால் அதைச் செய்யலாம். ஊரில் ஏராளமான பையன்கள் இருப்பார்கள். குரங்குக் கூட்டம் போல வந்து தொற்றிக் கொள்வார்கள். அதைச் சமாளிப்பது கஷ்டம். மேகாசு வண்டியை மெதுவாக நகர்த்தினான். 'முதுவுல சாஞ்சுக்கடா' என்றான். 'இல்லடா, இப்பப் பரவால்ல. போ' என்றான் முருகாசு. வண்டியில் போகப் போக வலி தெரியவில்லை. காற்று வந்து மோதி வலியை உறிஞ்சிவிட்ட மாதிரி இருந்தது.

ஊர் என்பது இரண்டே நீண்ட தெருதான். சிறுசிறு ஓட்டு வீடுகள். ஒன்றிரண்டு மட்டும் மெத்தை வீடுகளாக இருந்தன. வீட்டுக்கு அருகிலேயே எருமை மாட்டுக் கட்டுத்தறிகள். தீவனப் போர்கள். எருமைகள் வாழுமிடத்தில் அசுரர்களும் இருக்கிறார்கள். மேம்பாலத்தின் அடியிலேயே குடும்பம் நடக்கிறது என்றால் இந்த வீடுகள் நல்ல வசதியானவை. ஒவ்வொரு வீட்டின் ஏதாவது ஒருபுற மூலையில் கழிப்பறை இருந்தது. குண்டான ஆட்கள் உள்ளே நுழைய முடியாதபடி கதவு பொருத்தி ராசாங்கம் கட்டிக் கொடுத்த சிறிய பெட்டிகள் அவை.

தெருவின் அகலத்தை ஆக்கிரமித்து மரங்கள் இருந்தன. பந்தல் போல உயர்ந்திருந்த கிளைகள். மின்சாரக் கம்பங்கள் இன்னொரு புறம் நின்றன. அப்பகுதியில் மரக்கிளைகள் வெட்டப்பட்டு மேலே போகும்படி விடப்பட்டிருந்தன. எங்கும் சாண நாற்றம். பெரும்பாலான கட்டுத்தறிகள் காலியாக இருந்தன. சிலவற்றில் நின்றிருந்த எருமைகள் தலை நிமிர்த்தி வண்டிச் சத்தத்தைக் கேட்டன. புத்துலகம் ஒன்றிற்குள் நுழைவது போலிருந்தது. வலி மறந்து சுற்றிலும் கண்ணோட்டிக் கொண்டே வந்தான் முருகாசு.

எது முதல் தெரு, எது இரண்டாவது என்று சொல்ல முடியவில்லை. வண்டி நுழைந்து சென்றதை முதல் தெருவாகக் கொண்டான். அதன் நடுவில் இரண்டுக்கும் இணைப்பாகச் சென்ற குறுக்குத் தெருவுக்குள் போய் இரண்டாம் தெருவை அடைந்தார்கள். 'இப்படித் திரும்புண்ணா, அப்படித் திரும்புண்ணா' என்று பையன் சொல்லிக்கொண்டே வந்தான். அத்தெருவின் நடுவில் கட்டுப் போடுபவர் வீடு.

பையன் இறங்கி முருகாசுவைப் பிடித்துக் கொண்டான். அடிபட்ட காலை ஊன்றாமல் தூக்கிக்கொண்டு நின்றான். ஒற்றைக் காலில் அவன் குதித்து நடப்பதைப் பார்த்த பையன் 'அந்தக் கால முடிஞ்சளவுக்கு ஊனி நடங்கண்ணா' என்றான். வைத்தியர் வீட்டுப் பையன் என்பதைக் காட்டினான். வீட்டில் ஒருபக்கச் சாய்ப்புச் சாளையில் கட்டுக் கட்டுவதற்கான இடமிருந்தது. கட்டுவதற்கெனவே அவ்விடத்தை அமைத்திருக்கிறார்கள்.

அவன் சொற்படி லேசாகக் காலை ஊன்ற முயன்றான். தரையோடு இழுத்த மாதிரி கால் வந்தது. ஆனாலும் ஒற்றைக் காலால் நடப்பதைவிட இது பரவாயில்லை. வண்டியை நிறுத்தி விட்டு 'இருடா இருடா' என்று ஓடி வந்து மேகாசும் பிடித்துக் கூட்டி வந்தான். பையன் வீட்டுக்குள் ஓடி 'அப்பா எங்கம்மா?' என்றான். பையனின் அம்மா வெளியே வந்து 'யாரு' என்றார். விவரம் சொன்னதும் 'அவரு வயலுக்குப் போயிருக்கிறாரே' என்றார் அம்மா. முருகாசுவைச் சாளையில் இருந்த பலகையில் படுக்க வைக்கச் சொன்னான் பையன். அதில் உட்கார்ந்து கொண்டான் முருகாசு.

'வண்டியில போயிக் கூட்டிக்கிட்டு வந்தரலாமா தம்பி?' என்று மேகாசு கேட்டதும் பையனுக்கு ரொம்பச் சந்தோசமாக இருந்தது. இரண்டு முறை அந்த வண்டியில் பயணம் செய்யும் வாய்ப்பை அவன் எதிர்பார்க்கவில்லை. ஆவலாகப் 'போலாண்ணா' என்றான். வழியில் எதிர்ப்பட்ட பையன்களிடம் 'டேய்' என்று கத்திக் கையாட்டிக் கொண்டே வந்தான். முருகாசுவைத் தனியாக விட்டு வந்திருக்கிறோமே என்பதும் அவனுக்கு ஒன்றும் ஆகியிருக்கக் கூடாது என்பதும் மேகாசுவின் கவலையாக இருந்தன.

வயல்களுக்கு நடுவே செல்லும் வண்டிப் பாதை. அங்கங்கே வயல் நீர் கசிந்து தேங்கி நின்றது. மிக மெதுவாகவே போக நேர்ந்தது. ஓரிடத்தில் நிறுத்தச் சொல்லிப் பையன் இறங்கி ஓடினான். மண்வெட்டியோடு வயல் கரை மேல் நின்றிருந்தவரை அழைத்து விஷயத்தைச் சொன்னான். 'செரி, போங்க வர்றன்' என்று சொன்னார் அவர். பையன் மீண்டும் ஓடி வந்து வண்டியில் ஏறிக் கொண்டான். அவரையும் வண்டியிலேயே அழைத்துக் கொண்டு போனால் நல்லது என்று தோன்றியது.

அதை உணர்ந்த பையன் 'அவருக்குச் சைக்கிள் இருக்குது. வந்திருவாரு' என்றான். 'சீக்கிரம் வரச் சொன்னயா?' என்று கேட்டான். 'சொல்லீட்டண்ணா, வந்திருவாரு' என்று உறுதியாகச் சொன்ன பையனுக்கு வயல் தாண்டும் வரை யாரையும் பார்க்க முடியாதே என்றிருந்தது. ஊருக்குள் நுழைந்ததும் வண்டியின் பின்னால் எழுந்து நின்று பலருக்கும் 'ஹேய் ஹேய்' என்று கத்திச் சந்தோசத்தை வெளிப்படுத்தினான்.

முருகாசு அமைதியாகப் படுத்திருந்தான். 'வலி எப்படிடா இருக்குது' என்று அருகில் உட்கார்ந்து கேட்டான் மேகாசு. 'தொட்டா வலிக்குது. அசஞ்சா வலிக்குது' என்றான் அவன். 'இப்ப வந்திருவாரு' என்று காலைப் பார்த்தான். ஓரளவு வீக்கம் இருந்தது. 'நல்லாத்தானடா போயிக்கிட்டு இருந்த. அதுக்குள்ள எப்படி ஸ்லிப் ஆன?' என்றான். அந்த இடத்தில் நடந்ததை அவன் விவரித்தான். 'போதை கீது ஒண்ணுமில்லயே?' என்றான் மேகாசு. அவன் சீண்டுகிறானா, உண்மையாகவே கேட்கிறானா என்பதைக் கண்டுபிடிக்க முடியவில்லை. 'கொடம் கொடமா ஒண்ணுக்குட்டு எல்லாம் போயிருச்சு. அப்பறமும் போத எங்கிருந்து வரும்?' என்றான் முருகாசு. 'ஒண்ணுக்குன்னா அப்படித்தாண்டா வரும். நாலஞ்சு சொட்டோட நின்னா அது ஒண்ணுக்கில்லடா' என்றான் மேகாசு. 'போடா' என்று சிரித்தான் முருகாசு. அவன் முகத்தில் சிரிப்பைப் பார்த்ததும் கொஞ்சம் நிம்மதியாக இருந்தது.

கொஞ்ச நேரத்தில் கட்டுக் கட்டுபவர் வந்து சேர்ந்தார். முப்பத்தைந்து வயதுக்குள்தான் இருக்கும். அவர்களைப் பார்த்துச் சிநேகத்துடன் சிரித்தார். மேகாசுவின் காலைப் பார்வையால் அளந்துவிட்டு வாசலில் இருந்த தொட்டிக்குப் போனார். கைகளைக் கழுவிக் கொண்டு வந்தவர் முருகாசுவைக் காலை நீட்டி மடக்கச் சொன்னார். பின் நீட்டி வைக்கச் சொல்லிக் காலின் ஒவ்வொரு பகுதியாக விரல்களால் அழுத்தி 'வலிக்குதா, இப்ப வலிக்குதா?' என்று கேட்டுக்கொண்டே வந்தார். வீக்கம் இருந்த பகுதியில் சதையை அழுத்தினார். பிறகு எலும்பு வரைக்கும் அழுத்திப் பார்த்தார். ஒவ்வொன்றுக்கும் அவன் பதில் சொன்னான். 'கீழ எறங்கிக் கால ஊனி நடப்பா' என்றார் அவர்.

முருகாசுவுக்குத் தயக்கமாக இருந்தது. மருத்துவமனைக்குச் செல்லாமல் இங்கே நாட்டு வைத்தியம் பார்ப்பது பற்றி ஏற்கனவே அவனுக்குத் தயக்கம் இருந்தது. அவர் இறங்கி நடக்கச் சொன்னதும் முறிவு இன்னும் அதிகமாகிவிடுமோ என்று தோன்றியது. 'சும்மா நடப்பா, ஆயிரக்கணக்கான காலப் பாத்துக் கட்டுப் போட்டவன் நானு. எத்தனையோ தலமொறயா இந்த வைத்தியம் பாக்கறம். பரம்பர பரம்பரயா வர்றது. ரண்டா ஒடிஞ்ச காலக்கூடக் கட்டிச் சேத்துருவம். கவலப்படாத தம்பீ' என்று அவனைப் புரிந்துகொண்டு சொன்னார்.

அவர் சொல்லில் தைரியம் வந்து இறங்கி நடந்தான். காலை ஓரளவு ஊன்ற முடிந்தது. 'எலும்பு முறிவு ஒண்ணுமில்ல. ரத்தக்கட்டுத்தான். பயந்தான். நல்லா அழுந்த ஊனி நடங்க தம்பீ . . . ஒண்ணும் ஆவாது' என்றார். முருகாசுவைப் பார்த்து மேகாசு சிரித்தான். இருவர் சிரிப்பிலும் பெருநிம்மதி இருந்தது. ரத்தக்கட்டை எடுப்பதற்குத் தைலம் தடவித் துணியைச் சுற்றி லேசாகக் கட்டினார்.

'இதுக்கே வீக்கம் வத்திரும். காலையில இன்னொரு தடவத் தைலம் தடவி விட்டுட்டாப் போதும். வீக்கம், வலி எல்லாம் இருந்த எடம் தெரியாது' என்றார் அவர். காலை வரைக்கும் இங்கேதான் இருக்க வேண்டும் என்றால் தங்குவதற்கு இடம்? 'இங்க எதாச்சும் லாட்ஜ் இருக்குமா?' என்றான் முருகாசு. 'லாட்ஜா? அது ஏது? பக்கத்துல மண்டாசுரி கோயில் இருக்குது. அங்க பெரிய எடங் கெடக்குது. தங்கிக்கலாம். பொழுதோடத்துக்கு வாங்க. அப்பவும் ஒருக்காப் பாக்கறன். தைரியமாக் கால ஊனி நடக்கலாம்' என்று அவர் வழிகாட்டினார்.

'சரிங்க' என்று சொல்லிவிட்டு மேகாசு பர்ஸை எடுத்தபடி 'எவ்வளவுங்க?' என்று கேட்டான். அவர் சிரித்தார். 'இது காசுக்குப் பாக்கற வைத்தியமில்லீங்க. தர்மத்துக்குப் பாக்கற வைத்தியம். இதுநா வரைக்கும் வைத்தியத்துக்குன்னு ஒருபைசா வாங்குனதில்லீங்க.

எங்க சோத்துக்குக் குடுக்க வயலிருக்குது' என்றார். மேகாசுக்கு என்ன சொல்வதென்று தெரியவில்லை. 'மருந்துக்காச்சும்?' என்று இழுத்தான். 'எதுக்கும் வேண்டாம். எதுனா செய்யறதுன்னா மண்டாசுரி கோயில் உண்டியல்ல போட்டுருங்க' என்றார். அவர் முகத்தில் அப்படி ஒரு திருப்தி தெரிந்தது.

கோயிலைக் காட்டத் திரும்பப் பையனை அழைத்தான். ஆசையாக ஓடி வந்து பையன் ஏறிக் கொண்டான். முருகாசு இப்போது காலை அழுத்தமாக ஊன்றி நடப்பது போலிருந்தது. அவர் சொன்னது போலவே கோயில் மண்டபம் விஸ்தாரமாக இருந்தது. பைகளோடு முருகாசுவை அங்கே உட்கார வைத்து விட்டுச் சாப்பாட்டுக்கு வழி தேடினான். முருகாசு முதலிலேயே பசிக்கிறது என்றானே. சாப்பாட்டுக்கும் பையனே வழி சொன்னான்.

அவ்வூரில் வயல் வேலை செய்பவர்களுக்கு என்று முன்கூட்டியே சொன்னால் சமைத்துக் கொடுப்பவர் வீடு ஒன்று இருக்கிறது என்றும் அங்கே இந்நேரத்திற்குச் சாப்பாடு மீதம் இருந்தால் தருவார்கள் என்றும் சொன்னான். மணி மூன்றே கால் ஆகியிருந்தது. மணியைப் பார்த்ததும் மேகாசுக்கும் பசித்தது. அந்த வீட்டில் சோறு இருக்க வேண்டுமே என்று நினைத்துக்கொண்டே வண்டியை விட்டான். வண்டியில் செல்லும் உற்சாகம் வற்றாத பையன் அப்போதும் சத்தமிட்டுக் கொண்டே வந்தான்.

அந்த வீட்டில் முதலில் சோறில்லை என்று சொல்லி விட்டார்கள். வைத்தியர் பையன் உள்ளே போய் 'வெளியூர்க் காரர்கள்' என்று சொன்ன பிறகு மீதமிருந்த சோற்றைச் சுரண்டிப் போட்டுக் கொடுத்தார்கள். குழம்பும் ரசமும் குறைவாக இருந்தன. மோர் மட்டும் போசி நிறையக் கொடுத்தார்கள். சோற்றுக்குக் காசு கொடுத்தான். 'இந்தச் சோத்துக்கு என்னன்னு காசு வாங்கறது?' என்றார் அந்த வீட்டம்மா.

இந்த ஊரில் எதற்கும் பணம் வாங்க மாட்டார்களா என்று சந்தேகம் வந்தது. 'ராத்திரிக்கும் சோறு வேணும். அதுக்கும் இப்பவே சேத்துக் குடுத்தர்றன்' என்று ஐந்நூறு ரூபாய் நோட்டை எடுத்து நீட்டினான். 'ஐயோ, சில்லர இல்லயே' என்றார் அந்தம்மா. 'அப்பறம் வாங்கிக்கறன்' என்றான். 'ராத்திரிக்குத் தோச குடுக்கட்டுமா? ராத்திரிச் சாப்பாடு விக்கறதில்ல. எங்களுக்குச் செய்ய மாவு இருக்குது. அதுல ஊத்திக் குடுக்கட்டுமா?' என்றார். 'சரிம்மா. அந்தப் பணத்த வெச்சுக்கங்க. முட்ட கிட்ட இருந்தாலும் போட்டுக் குடுங்க' என்று சந்தோசமாகச் சொல்லிவிட்டுப் பையனோடு புறப்பட்டான். அந்த நேரத்தில் அங்கே சாப்பாடு கொடுத்தமைக்கு ஐந்நூறு என்ன, ஆயிரமே கொடுக்கலாம் என்று அவனுக்குத் தோன்றியது.

❖

35

ஊருக்கு வெளியில் இருதெருவும் முடிந்து ஒற்றைச் சாலையாகும் இடத்தில் மண்டாசுரி கோயில். கருவறையும் முன்மண்டபமும் இருந்த பகுதிக்குப் பின் பெரிய மண் வாசல். அதையடுத்து மண்டபம். மண்டபத்திற்குள் ஏதுமில்லை. ஒருவயல் அகலம் கொண்டிருந்த அதன் தூண்களில் பலவிதச் சிற்பங்கள். இராவணாசுரன் இறப்பு, மண்டாசுரி உயிர் விடுதல், அசுரர் குலத்தவர் கண்ணீர் மல்குதல், மண்டாசுரியைத் தேவர் உட்படச் சகல லோகத்தினரும் போற்றுதல், மண்டாசுரி சொர்க்கம் சென்று சேரல் என்னும் காட்சிகள். மண்டாசுரியின் உருவம் எல்லாச் சிற்பங்களிலும் வடிவு. அது மட்டும் புடைப்பாகவும் கருங்கல்லிலும் இருந்தது. மண்டபத் தரையில் நாள்பட்ட காரை மினுக்கம். ஒருபுறம் பைகளை வைத்துக்கொண்டு படுத்த முருகாசும் மேகாசும் நன்றாகத் தூங்கிப் போனார்கள். எழுந்த போது இருள் சூழ்ந்துவிட்டது.

முருகாசுவின் கால் வீக்கம் ஓரளவு குறைந்திருந்தது. காலை ஊன்றி நடந்தான். முழுக் கனத்தையும் அந்தக் காலில் வைத்தால் வலித்தது. மாலையில் ஒருமுறை கட்டுக்காரர் வரச் சொல்லி யிருந்தார். இருள் சூழ்ந்த பிறகு போவது சரியா, ஏதாவது சொல்வாரா என்று தயக்கமாக இருந்தது. போய்த்தான் ஆக வேண்டும் என்று பிடிவாத மாக வண்டியை எடுத்தான் மேகாசு. வைத்தியம் பார்ப்பவர்களுக்கு இரவென்ன, பகலென்ன? பைகளைத் தூக்கிக்கொண்டு அவர்கள் போனபோது ஆடுமாடுகளைக் கட்டுத்தறியில் கட்டுகையில் அதட்டும் 'த்தா', 'ஏய்', 'ஹோஹோ' எனப் பலவிதச் சத்தம் கேட்டது. பகலில் அமைதியாக இருந்த வீடுகள் இப்போது விழித்துக் கொண்டன போலத் தோன்றின. வண்டியைப் பார்த்துச் சில நாய்கள் குரைத்து அடங்கின. பின்னாலேயே சில ஓடி வந்தன.

முருகாசு காலைத் தூக்கிக்கொண்டு பயந்து கத்தினான். அவையும் சிறிது தூரம் ஓடி வந்து நின்றன. எல்லாம் பகலில் எங்கிருந்தன என்று தெரியவில்லை.

கட்டுத்தறிக்குள் இருந்து வந்த கட்டுக்காரர் காலைப் பார்த்துத் திருப்தி தெரிவித்தார். காலைக் கழுவிக் கொண்டு வரச்சொல்லிக் குழைத்த பச்சிலையைத் தடவிவிட்டார். இன்னொரு பொட்டலத்தைக் கொடுத்து இருநாட்களுக்குக் காலையும் மாலையும் அதே போலக் குழைத்துத் தடவச் சொன்னார். 'போதும். நாளைக்கே சுப்புனு வத்திப் போயிரும். பயப்படாத ஊனி நடங்க. வலிக்கற அளவுக்கு அழுத்தமா ஊன வேண்டாம். சிரமமில்லாத ஊனுங்க, போதும்' என்று நம்பிக்கை கொடுத்தார். இரவிலும் கோயில் மண்டபத்தில் தங்கிக் கொள்வது பற்றிக் கேட்டார்கள். 'யாராச்சும் விசாரிச்சாக் கட்டுக்காரர் வீட்டுக்கு வந்தமுன்னு சொல்லுங்க. ஒண்ணும் சொல்ல மாட்டாங்க' என்றார்.

திரும்பி மண்டபத்திற்கு வரும்போது 'டாய்லெட் போறதுன்னா எப்படிடா?' என்று கேட்டான் முருகாசு. 'டவுசர அவுத்துட்டுப் போக வேண்டியதுதான்' என்று சிரித்த மேகாசு 'சொல்லு, ஏரிப்பக்கம் போயர்லாம்' என்றான். அது முருகாசுக்குப் பிரச்சினைதான். புதிய இடம், பழக்கமில்லாத கழிப்பறை என்றாலே அவனுக்கு அடைத்துக் கொள்ளும். இப்போது வெட்டவெளியில் போவதென்றால் எப்படியோ. 'போற எடத்துல என்ன இருக்குதோ, அதப் பயன்படுத்தப் பழகிக்கணும்டா' என்றான் மேகாசு. சரிதான். அதற்கு மனதைப் பழக்கப்படுத்த வேண்டும். பிறகு உடல் பழக்கமாகும்.

மண்டபத்தில் விளக்குகள் எரிந்தன. முதியவர்கள் சிலர் இருந்தனர். அவர்களிடம் அனுமதி கேட்பது போலக் 'கட்டுக்காரர் வீட்டுக்கு வந்தம். ராத்திரி இங்க தங்கிக்கச் சொன்னாரு' என்று மேகாசு சொன்னான். 'வண்டியோட்டி உழுந்த பசங்க நீங்கதானா?' என்றார் ஒருவர். ஊர் முழுக்கச் செய்தி பரவியிருந்தது. 'பசவளப் பாத்தா நம்ம கொலம் மாதிரிதான் இருக்குது. படுத்துக்குங்க. அதுக்குத்தான் வெயில விரிச்சாப்பல மண்டபத்த விரிச்சு வெச்சிருக்கறாங்க. ஊருல பல பேருக்கு இங்கதான் படுக்க' என்றார் முதியவர் ஒருவர். புதியவர்கள் வந்திருப்பதால் பேச்சுக்கு ஆள் கிடைத்த உற்சாகம் அவர் பேச்சில் தெரிந்தது.

கட்டுக்காரர் எப்பேர்ப்பட்ட முறிவை எல்லாம் குணப்படுத்தி இருக்கிறார் என்பது பற்றி அவர்கள் பேசினார்கள். இடையில் ஒருவர் 'ராத்திரிச் சோத்துக்கு என்னப்பா பண்ணுவீங்க?' என்றார். சோற்றுக்காரர் வீட்டில் ஏற்கனவே சொல்லியிருப்பதைத்

தெரிவித்தான் மேகாசு. 'ஆடுமாடெல்லாம் கட்டி முடிச்சுச் சோறு தின்னுட்டா எல்லாரும் படுக்க விரிச்சுருவாங்க. பொழுது சாஞ்சா கண்ண மூடற ஊரு இது. இப்பவே போயி வாங்கியாந்திருங்க' என்றார் அவர். முருகாசுவை விட்டுவிட்டு மேகாசு போனான்.

'இந்த ஊர்லயும் நெறையப் பேரு வண்டி வச்சிருக்கறாங்க. இத்தாப் பெரிய வண்டி இல்லையப்பா. அதான் பசங்க இதப் பாக்கக் கூடிக்கிட்டு வர்றானுங்க' என்றார் இன்னொருவர். 'எவ்வளவு தம்பி இந்த வண்டி' என்று அவரே கேட்கவும் முருகாசு விலையைச் சொன்னான். 'அடேங்கப்பா, இந்த வண்டி வாங்கற காசிருந்தா எங்காலத்தயே ஓட்டிரலாம் போல' என்றார் ஒருவர். மேகாசு வந்து சேர்வதற்குள் மண்டபத்திற்கு இன்னும் சிலர் வந்திருந்தனர்.

வயதானவர்கள், இளவட்டப் பையன்கள் சிலர் மண்டபத்திற்குப் படுத்துக்கொள்ள வருவது வழக்கம் என்று தெரிந்தது. சிலர் பாயோடு வந்தனர். சிலரிடம் போர்வை இருந்தது. சிலர் ஏதுமில்லாமல் வந்து காரைத் தரையில் நீட்டிப் படுத்து 'அப்பாடா' என்று மூச்சு விட்டனர். வருவோர் எல்லாம் முருகாசுவையும் மேகாசுவையும் விசாரிப்பதும் 'அந்தப் பசங்களா' என்பதும் தொடர்ந்தது. மண்டபம் ஊருக்கே படுக்கையறையாக இருப்பதை ஆச்சரியமாகப் பார்த்துக் கொண்டிருந்தான் முருகாசு.

உணவைச் சாப்பிட்டு முடித்துக் கை கழுவிக்கொண்டு மண்டபத்திற்கு முன்னால் இருந்த கல்திண்ணைகள் ஒன்றில் இருவரும் உட்கார்ந்தார்கள். செல்பேசியை எடுத்து வந்தால் பொழுது போய்விடும். பகலில் இருமுறை நன்றாகத் தூங்கி யிருந்ததால் இப்போது தூக்கம் வராது. அதுவும் இந்த முன்னிரவில் தூங்கிப் பழக்கமேயில்லை. ஏதாவது படம் பார்க்கலாமா என்று முருகாசு நினைத்தான். அதற்குள் திண்ணையில் இருந்த பெரியவர் ஒருவரைப் பார்த்து 'இந்த ஊர்ல என்ன விசேஷங்க?' என்று மேகாசு கேட்டான். ஒவ்வொருவரும் ஒவ்வொரு விதமாகப் பதில் சொன்னார்கள்.

'நீங்க வந்திருக்கறதுதான் விசேஷம்.'

'இத்தாப் பெரிய வண்டிதான் விசேஷம்.'

'பருவத்துல மழ பெஞ்சு விவசாயம் தொடங்கியிருக்கறம். நாலஞ்சு வருசத்துல இதுதான் எங்களுக்கு விசேஷம்.'

'மண்டாசுரி கோயிலுக்குத் திருநாப் போட்டாப் பெரிய விசேஷந்தான். நூறு எருமக் கெடாயாச்சும் வெட்டு உழும்.'

'இந்தூர்ல என்னண்ணா விசேஷம் இருக்குது? நாள் முழுக்க வயக்காட்டுல வேல. நாள் முடிஞ்சாச் சோத்தத் தின்னுபுட்டு

மண்டபத்துல படுக்க. இதுதான் இந்தூர் நெலமம' என்று இளவட்டப் பையன் ஒருவன் சலிப்போடு சொன்னான். உடனே பெரியவர் ஒருவர் 'இந்தக் கோயில் மண்டபமே நம்மூர்ல விசேஷந்தான். பகாசுரன் வாயத் தொறந்தாப்பல இத்தாப் பெரிய மண்டபம் எந்தூர்ல இருக்குது சொல்லு. வந்து பொச்சத் தொறந்துக்கிட்டு வாயில ஈ போறது தெரியாத தூங்கறீங்களே. இருக்கறது தெரியாது, பறக்கறதுதான் தெரியும்னு சொல்றாப்பல இருக்குதே. ஒண்ணுமில்ல ஒண்ணுமில்லன்னு நெனச்சா என்ன இருக்கும்?' என்றார் ஒருவர் கோபமாக.

'ஆமா, ஒலகமே செல்போனு இண்டர்நெட்டுன்னு ஓடிக்கிட்டு இருக்குது. இங்க வெந்த சோத்தத் தின்னுட்டு மண்டபத்துல வந்து படுத்துக் கத பேசிக்கிட்டு நாங்கதான் விசேஷம், எங்க வயக்காட்டுல வெளையற நெல்லரிசிச் சோத்தத் தின்னா உடற குசுவுகூட மணக்குமுன்னு பெருமபேசிக்கிட்டு எங்குசுவ உம்மூஞ்சிலயும் உங்குசுவ எம்மூஞ்சிலயும் உட்டுக்கிட்டுத் திரிய வேண்டியதுதான்' என்றான் இன்னொரு இளைஞன்.

'இங்கருந்து நெறையப் பேரு ஓடிப் போயி டவுனுல குடியிருக்கறானுங்க. அதுமாதிரி நீயும் ஓடிப் போவ வேண்டியதுதானடா. ஊரப் பத்திப் பெருமயில்லன்னா இந்தூர்ல எதுக்கு இருக்குற? போவத் தெறமயில்ல. பேச்சு மட்டும் கிழியுது' என்றார் புதிதாக வந்து சேர்ந்த ஒருவர். அவருக்கு நாற்பது வயதுக்குள் தானிருக்கும். அவரைப் பார்த்து 'என்ன இன்னைக்கு மண்டபத்துப் பக்கம்? பொண்டாட்டி சோறு போட மாட்டீன்னுட்டாளா?' என்று ஒருவர் கேட்க மற்றவர்கள் சிரித்தார்கள்.

'ஆமா, மூனு பெத்ததுக்கு அப்பறம் இன்னம் வயனமாச் சோறு கேக்குதா? எதோ மிஞ்சுனது நஞ்சது கெடச்சாப் பத்தாதா?' என்றார் ஒருவர். 'அதுக்கும் வழியில்லாத தான மண்டபத்துக்கு வந்திருக்கறான்' என்று இன்னொருவர் பதில் பேசினார். இளைஞன் ஒருவன் 'சோறுன்னா என்ன தாத்தா?' என்று ஆவலாகக் கேட்டான். 'நீயெல்லாம் பால்குடி மறக்காத பையன். இப்பச் சோத்துக்கு என்ன அவசரம்?' என்று பதில் வந்தது. 'ஆமாமா. அவன் பால்குடிக்குத்தான் அலையறான். ஒரு எருமையும் மடி காட்ட மாட்டீங்குது' என்றான் அவனருகே இருந்த நண்பன் ஒருவன். பேச்சு இப்படிப் போகவும் செல்பேசியை நோண்டிக் கொண்டிருந்த இளைஞர்கள் எல்லோரும் கவனிக்க ஆரம்பித்துவிட்டனர்.

மண்டபத்திற்குள் இருபது முப்பது பேர் இருந்தனர். இத்தனை பேர் இப்படிக் கூடிப் படுத்துக் கொண்டும் உட்கார்ந்துகொண்டும்

ஆனந்தமாகப் பேசிக் கொண்டிருப்பது அதிசயமாகத் தெரிந்தது. மேகாசுவின் ஒற்றைக் கேள்விக்குக் கிளைத்துச் செல்லும் பதில்கள், உரையாடல்கள் எல்லாம் இருவரும் இதுவரை அனுபவிக்காத சுகத்தைக் கொடுத்தன. பகலெல்லாம் வயலில் பாடுபட்டுக் கிடந்தாலும் இந்த இரவு இத்தனை இனிமையாக அவர்களுக்குக் கழிகிறதே என்று ஆச்சரியமாக இருவரும் பார்த்துக் கொண்டிருந்தார்கள். ஒவ்வொருவர் வாழ்விலும் ஏதேனும் இனிமை இருக்கத்தான் செய்கிறது. அது எல்லாக் கஷ்டங்களுக்கும் வடிகாலாகிறது. ஒரு கேள்விக்கு வந்த பதில்களில் எதை எடுத்துக்கொள்வது என்று முருகாசுக்குத் தெரியவில்லை. ஒவ்வொன்றும் ஏதேனும் ஒருவிதத்தில் விசேஷம் போலவே தோன்றியது.

'வெரல் புடிச்சு மல்லத் தெரியாத பசவ பேச்செல்லாம் ஒரு பேச்சா? ஊருக்கு வந்திருக்கறவங்க கேட்டதுக்கு யாராச்சும் உருப்படியாப் பதில் சொல்லுங்கப்பா' என்ற குரல் கூட்டத்திலிருந்து வந்ததும் ஒரு நிமிடம் அமைதியாக இருந்தது. பின் இளைஞர்கள் மத்தியிலிருந்து ஒருகுரல் 'அதெப்படி? மல்லத் தெரியாத பசவன்னு சொல்லலாம்?' என்று ஆக்ரோசமாக எழுந்தது. 'அட அப்பா, உங்களுக்கு எல்லாம் தெரியும். ஒத்துக்கறம். இப்ப ஊர்ல என்ன விசேஷம்னு சொல்லுங்கப்பா' என்று சமாதானக் குரல் வந்தது.

பேச்சைத் திசை திருப்ப ஒருவர் சொன்னார், 'நம்ம தாங்கல் தாம்பா நம்ம ஊரு விசேஷம். ஊருக்கே சோறு போடற தாங்கல் நெனப்புக்கு வர்ல பாரேன்.'

'தாங்கல்னு சொன்னதுக்கு அப்பறந்தான் நெனப்பு வருதப்பா. இதுவரைக்கும் சொன்னதெல்லாம் எப்பவும் இருக்கற விசேஷம். இப்பப் புதுசா ஊருக்கு ஒரு விசேஷம் இருக்குதப்பா. அதச் சொல்றன் கேளுங்க' என்று கிழவர் ஒருவர் எல்லோரையும் அடக்கிப் பேச ஆரம்பித்தார்.

'ஆறு மாசத்துக்கு முன்னால இந்தூருக்கு ஒரு அம்மா வந்தாங்க. ஒரு அம்பத்தஞ்சு அறுபது வயசிருக்கும். நல்லாச் செழுமையா வாழ்ந்தவங்க மாதிரிதான் இருந்தாங்க. மூஞ்சியில மட்டும் ஒரு சோகம் தெரிஞ்சுது. பட்டிக்காட்டு மூஞ்சிக்குக் கொஞ்சம் பளபளப்பு ஏறுனாப்பல இருந்தாங்க. ஊர்க்காரங்க ஆருக்கும் சொந்தமில்ல. எதுக்கு வந்தாங்கன்னு ஆருக்கும் தெரியல. இந்த மண்டபத்துல வந்து படுத்துக்குவாங்க. ஊருக்காரனுவள நம்ப முடியாது. கெழவின்னாலும் சீலயத் தூக்கிப் பாக்கற கழிசடைங்க இருக்குதுங்களே. அதனால மண்டாசுரிக்கு முன்னால போயிப் படுத்துக்கங்கன்னு சொன்னம். ஒருவாரம்

நெடுநேரம் 213

இருக்கும். இந்தூர்ல வீடு வாடகைக்குக் கெடைக்குமான்னு கேட்டாங்க. இருக்கற எடத்துல கட்டிக்கிட்டுப் பொழைக்கறவங்க நாங்க. வாடகைக்குன்னு இதுவரைக்கும் ஆரும் உட்டதில்ல. வடக்காலத் தெருவுல மெத்த கட்டிருக்கற ஒருத்தரு பசவெல்லாம் படிக்கப் போயிட்டாங்க, சும்மாதான இருக்குதுன்னு உட்டாரு.'

அவர் சொல்லச் சொல்ல அது தன் அம்மாவாக இருக்குமோ என்று முருகாசுக்குச் சந்தேகம் வந்தது. எல்லா விவரமும் பொருந்து கிறது. அது அம்மாதான். எங்கும் தேடிப் போக வேண்டியதில்லை. அம்மாவேதான். எதற்கு அம்மா இந்த ஊருக்கு வந்தார்? அவருக்கு இங்கே என்ன வேலை? முருகாசுவுக்குப் பரபரப்புத் தொற்றிக் கொண்டது.

36

ஊருக்குப் புதிதாக வந்த அந்தம்மாவின் தோற்றம் பற்றிக் கேட்கலாம் என்று முருகாசு தொடங்குவதற்குள் மேகாசு முந்திக் கொண்டான்.

'எந்தூரு என்ன ஏதுன்னு விசாரிக்காத வாடகைக்கு உட்ருவீங்களா?' என்றான் மேகாசு. அந்தக் கேள்வி முருகாசுவுக்கு எரிச்சலைக் கொடுத்தது. 'இந்தூருக்காரனுகளுக்கு எளகுன மனசு. அதும் பொம்பளைன்னா ரொம்ப ரொம்ப எளகுன மனசு' என்று இளைஞர் கூட்டத்திலிருந்து எகத்தாளமாகக் குரல் வந்தது. பின்பாட்டாக இன்னொரு குரல் 'ரொம்ப . . . ரொம்ப . . .' என்று இழுத்தது. குரலை மாற்றிப் பேசுவது போலவும் தெரிந்தது. அங்கிருந்து ஒரே சிரிப்புச் சத்தம். பறவைகளின் காலைக் குரல் போல அத்தனை உற்சாகம். 'எவண்டா அவன்? தங்கொரல்ல தங்கருத்தப் பேசத் தைரியம் வேணும். தைரியமில்லாத தறுதலைங்க' என்று செல்லக் கோபத்தோடு பதில் குரல் கொடுத்த கிழவர் மேற்கொண்டு சொல்லலானார்.

'ஏதோ விசாரிச்சாங்கப்பா. அதும் மூஞ்சியப் பாத்தாத் தப்பாத் தோனுல. என்னமோ கஷ்டத்துல ஊரு விட்டு ஊரு வந்திருக்குதுன்னு தெரிஞ்சுச்சு. இந்தூருல வந்து தங்கலாமுன்னு நெனச்சுச்சே, அதே எங்கூருக்குப் பெருமதான். இல்லெடத்துப் பெரும தெரியாத நல்லெடம் தேடிப் போற சில்லுண்டிப் பசங்க இருக்கற ஊரு இது. இங்க தனியா ஒரு பொம்பள வந்து இருக்கறது எங்களுக்குப் பெரும இல்லையா?'

கிழவரின் பேச்சை ஆமோதிக்கும் கேலியாக 'ஆமாமா . . . பெரும பெருமதான், ஒரேஎ பெரும பெருமதான்' என்று ஆரவாரக் குரல்கள் ஒருசேர எழுந்தன. 'ச்சீ . . . கம்முனு இருங்கப்பா. இந்த எளவட்டப் பசங்கெல்லாம் மண்டபத்துக்கு

வரக் கூடாதுன்னு ஊருக் கட்டுப்பாடு பண்ணீரணும்' என்று பெரியவர்கள் கூட்டத்திலிருந்து ஆக்ரோசமாக ஒருகுரல் எழுந்தது. 'ஆமாமா . . . மண்டபம் முழுக்கக் கெழவனுங்க துள்ளித் துள்ளி வெளையாடட்டும்' என்று எதிர்வினை வந்தது. 'ஊருக்கு வந்திருக்கற விருந்தாளிக என்ன நெனப்பாங்க? உங்களக் கட்டுப்படுத்த எங்களுக்குச் சமுத்து இருக்குதா? நீங்களே துள்ளி வெளையாடுங்க, அள்ளி வெளையாடுங்க, சொல்லி வெளையாடுங்க. இப்ப என்னயச் சொல்றதுக்கு உடுங்கப்பா' என்று அவர்களை அடக்கிய கிழவர் தொடரலானார்.

'ஒரு வயசான பொம்பள வந்து என்ன பண்ணீரப் போவுதுன்னு தெம்புதான். சும்மா சொல்லக் கூடாது. அதுவும் நல்ல பொம்பளதான். அந்தூட்டுக்குக் குடி போனாங்க. சோறாக்கித் திம்பாங்க. காத்தாலயும் சாயந்திரமும் தாங்கல் கர மேல போயி நடப்பாங்க. அங்க இருக்கற காக்கா குருவியெல்லாம் பாத்துட்டு வருவாங்க. இதுதான் தெனமும் வேல. அவுங்களுக்குப் பணமெல்லாம் கைவசம் நெறைய இருக்குது. மாசத்துல ஒருநாளைக்கு டவுனுக்குப் பஸ்ஸுல போவாங்க. வரும்போது கார்ல வந்து எறங்குவாங்க. பொருளெல்லாம் கொள்ள கொள்ளயா வந்தெறங்கும். மாசத் தேவைக்கும் வாங்கியாந்திருவாங்க.'

'அப்பறம் டவுனுலயே இருக்கலாமுல்ல. இங்க எதுக்கு வந்தாங்க?' முருகாசு கேட்டான்.

'என்னமோ எடம் மாறனும்னு ஜோசியகாரன் சொல்லிருக்கலாம். குடும்பத்துல மன வருத்தம் இருக்கலாம். பிள்ளகுட்டியெல்லாம் ஏமாத்திட்டுப் போயிருக்கலாம். தனியா இருந்தா மனசுக்கு எதமா இருக்கும்னு நெனச்சிருக்கலாம். தெரிஞ்ச ஆளுங்களே வேண்டாம்னு வெறுப்பு வந்திருக்கலாம். எடம் மாறக் காரணமா இல்ல?'

கிழவருக்கு இடையே புகுந்த மேகாசு 'தெரிஞ்ச ஆளுங்களே இல்லாத எப்படி இருக்க முடியும்?' என்று கேட்டான்.

'சும்மா இருடா . . . வந்து நாலுநாள் இருந்தா ஆளுங்க தெரிஞ்சவங்களா ஆயிருவாங்க' என்றான் முருகாசு.

'தம்பி நல்ல வெவரக்காரரு. தெரிஞ்சவங்கள்லயே சும்மா தெரிஞ்சவங்க, சுமாராத் தெரிஞ்சவங்க, நல்லாத் தெரிஞ்சவங்க, நம்மத் தெரிஞ்சவங்க அப்படி இப்படின்னு எத்தனையோ இருக்குது பாரு. செரி, மேல சொல்றன் கேளு. இந்தக் கோடையில தாங்கல் தண்ணி முழுக்க வத்திப்போச்சு. குருவிங்கெல்லாம் மண்ண உறிஞ்சு உறிஞ்சு குடிக்குதுவ. வவுத்துக்கு ஒண்ணுமில்ல. தண்ணி வந்தா நாலு புழுவுப் பூச்சி வளரும். குருவீங்க கொத்தித் திங்கும்.

வறண்டு கெடந்தா என்ன பண்ணும்? ஒடம்புல தெம்பும் மனசும் இருந்த நெறையாக் குருவீங்க பஞ்சம் பொழைக்க வெளியூருக்குக் கெளம்பீருச்சுங்க. என்ன பஞ்சம் வந்தாலும் இங்கயே தான் கெடப்பமுன்னு எங்களாட்டம் கெழட்டுக் குருவீங்க மண்ணக் கௌறிக்கிட்டு இருந்ததுங்க. போகப் போக அதுங்களுக்கு ஒண்ணுங் கெடைக்காத செத்துப் போயிருமாட்டம் தெரிஞ்சது. செத்தாலும் இங்கதான் சாவம்னு இருக்குதுங்களேன்னு எங்களுக்கே கஷ்டமாப் போச்சு. எச்சம் போட்டுத் தாங்கல் தண்ணிய வளமாக்கற பறவைங்கெல்லாம் மடிஞ்சிருமாட்டம் இருக்குதேன்னு மருவிக்கிட்டுக் கெடந்தம்.'

கிழவரின் குரல் இரங்கித் தவித்தது. கிட்டத்தட்ட அழுதுவிடும் நெகிழ்வோடு அதைச் சொன்னார்.

'அதுக்கும் இந்தம்மா வந்ததுக்கும் என்ன சம்பந்தங்க ஐயா' என்று பொறுமை இல்லாமல் மேகாசு கேட்டான். ஆறு மாசம், குடும்பத்தில் பிரச்சினை என்றெல்லாம் சொன்னதும் முருகாசுக்குத் தன் அம்மாவின் நினைவேறி மேலும் கேட்க ஆவலானான். இளைஞர்கள் கூட்டத்திலிருந்து 'அவுரு சொல்லி முடிக்கறதுக்குள்ள விடிஞ்சு போயிரும். நாலு வார்த்தையில நச்சுனு சொல்ற பழக்கம் இந்த ஊர்லயே இல்ல' என்று குரல் வந்தது.

'வந்தவங்களுக்குப் புள்ளிய மட்டுமா காட்டுவாங்க. கோலம் போட்டுக் காட்டுனாத்தான் விவரம் புரியும். இறுக்கக் கட்டிக்கிட்டுப் பேசாத கெடங்கடா' என்று முதுக்குரல் ஒன்று அடக்கிற்று. மீண்டும் விசேஷ விளக்கம் தொடர்ந்தது.

'எப்படி எண்ணம் வந்துச்சோ தெரீல. இந்த மண்டாசுரிக்கே வெளிச்சம். அந்தச் சமயத்துல இந்தம்மா டவுனுல இருந்து கொறஞ்ச வெலைக்கி விக்கற கம்பு மூட்ட ரண்டு வாங்கியாந்தாங்க. தெனமும் காத்தால காத்தால ஒரு பையில பத்துப்படி கம்பப் போட்டுக்கிட்டுத் தாங்கல் கரைக்குப் போவாங்க. வறண்டு மைதானமாக் கெடந்த தாங்கலுக்குள்ள போயி ஒரெடத்துல கம்ப எரைப்பாங்க. மொதல்ல தயங்கித் தயங்கி வந்த குருவீங்க எல்லாம் அப்பறம் பயமில்லாத வந்து பொறுக்க ஆரம்பிச்சுட்டுதுங்க. குருவீங்க பெருகிக்கிட்டே போவுது. இந்தம்மாவும் சளைக்கல. பத்துப்படி இருபது படியாச்சு. காத்தால பத்துப்படி, சாயங்காலம் பத்துப்படி. அந்தம்மாள மொச்சுக்கிட்டுக் குருவீங்க அப்பிடித் தீனி எடுக்குதுங்க. தாய்கிட்ட வாயத் தொறந்து எர வாங்கிக்கற மாதிரியே இந்தம்மா கிட்ட வருதுங்க. ஏராளம் குருவீங்களக் காப்பாத்தி இங்கயே தங்க வெச்சிட்டாங்க. எங்காளுங்களும் பாளகீளன்னு வீட்டுல வீணாக் கெடந்த தானியத்த எல்லாம் குடுத்தாங்க. ஐயா, யாராச்சும் ஒரு காரியத்தச் செய்யத் தொடங்கோணும்.

தொடங்கிட்டாப் பின்னால போறதுக்குப் பல பேரு இருப்பாங்க. எப்பவுமே தொடக்கந்தான் பிரச்சின.'

பக்கத்தில் வைத்திருந்த போசியிலிருந்து நீர் பருகினார் கிழவர். அப்போது 'வயசானாலும் ஸ்டார்ட்டிங் ட்ரபிள் இருக்குமா?' என்று இளங்குரல் கேட்க ஓவென்று சிரிப்பு வந்தது. கிழவருக்கு அவர்கள் சொன்னது புரியவில்லை. 'காலுக்குள்ள வந்து வந்து உழுவற பூன மாதிரி கொரலு வந்து வந்து உழுவுது. போனாப் போவுதுன்னு பாக்கறன். இல்லீனா வெதக்கொட்ட பிதுங்கறாப்பல ஏறி மிதிச்சிருவன். செத்த சும்மா இருங்கடா. இப்பச் சொல்லி முடிச்சிர்றன்' என்றவர் தொடர்ந்தார். அங்கே குசுகுசுவென்று பேச்சு தணிந்தது.

'இப்பத் தாங்கல்ல தண்ணி வந்தப்பறம் தீனியக் கொறச்சுட்டாங்க. ரண்டு நேரமும் ரவ்வண்டு படியாச்சும் கொண்டோயிப் போடறாங்க. அதத் திங்கவும் சில குருவீங்க வருது. இந்த வருசம் மொதல்லயே வெலைக்கி வாங்கி மூட்ட அடுக்கி வெச்சுக்கப் போறாங்களாம். கம்பு, நெல்லு, ராகின்னு எல்லாத் தானியமும் வேணுமாம். எங்கெங்க கெடைக்குமுன்னு கேக்கறாங்க. வெய்யக் காலத்துல மறுபடியும் தாங்கல் வத்திக் குருவீங்களுக்குப் பஞ்சம் வரும். அப்பப் போடப் போறாங்களாம். அந்தம்மாவோட வரவும் குருவீங்களுக்கு அவுங்க தீனி போடறதுந்தான் இப்ப இந்தூர்ல புதுவிசேஷமப்பா. குருவிக்காரம்மான்னு பேரே எடுத்திருச்சு. போதுமாடா போக்கத்தவனுங்களே. சீக்கிரமா முடிச்சுட்டேன்.'

கிழவர் மண்டபத்துக்குள் பார்த்துக் குரல் கொடுத்தார். 'அப்படியே அந்த மின்னமரத்துக் கதயக் கொஞ்சம் எடுத்து உடுங்க. வெளியூர் ஆளுங்க அந்த விசேஷத்தயும் தெரிஞ்சுக்கிட்டுப் போவட்டும்' என்று யாரோ சொன்னார்கள். அவர் சொல்லச் சொல்லவே முருகாசுக்குத் தன் அம்மா தினமும் மாடிக்குப் போய்க் காக்கைக்குச் சோறு வைக்கும் காட்சி நினைவுக்கு வந்தது. அதைத்தான் அம்மா இப்போது விரிவாக்கி இருப்பாரோ? அப்படி இங்கே வந்து தனியாக இருக்கும் அளவுக்கு என்ன பிரச்சினை?

'அந்தம்மா எப்படி இருப்பாங்க?' என்று முருகாசு கேட்டான். 'இந்த நாய்வ மத்தியில ஒரு பொம்பள இப்படி இருப்பாங்க அப்படி இருப்பாங்கன்னு நான் சொல்லக் கூடாதுப்பா. இந்த மண்டாசுரித் தாயே குருவிக்காரம்மாளா வந்திருக்கறான்னு நாங்கெல்லாம் கும்புட்டுக்கிட்டு இருக்கறம். அசுர எனத்துக்குப் பொதுவாக் கருநெறம். குருவிக்காரம்மா கருஞ்சார நெறத்துல அப்படியே தகதகன்னு இருப்பாங்க. காத்தாலக்கி நீயே தாங்கல் கரைக்குப் போய்ப் பாத்துக்க' என்று கிழவர் முடித்துவிட்டார்.

‘எந்நேரம் போனா அந்தம்மா தீனி போடறதப் பாக்கலாம்?’ என்று கேட்டான் அவன். ‘இப்பெல்லாம் வெளிச்சம் ஆறு மணிக்கே வந்திருதே. அப்பவே போயரோனும். இங்க இருக்கற வலுசப்பசங்களே வெயில் வந்து தொட்டு எழுப்பற வரைக்கும் பொச்ச அடச்சுக்கிட்டுத் தூங்கறானுங்க. அந்தம்மா எந்நேரம் எந்திருக்குமோ தெரீல. சாம்பல் பூக்கற நேரத்துலயே அங்கிருப்பாங்க’ என்றார் அவர். அவனுக்குக் கால் வலியெல்லாம் மறந்து போயிருந்தது. மேகாசுவிடம் ‘டேய் காலைல நேரமே போய்ப் பாக்கலாண்டா’ என்றான். ‘இன்னொருக்காத் தாங்கலுக்குப் போவணுமாடா?’ என்று அவன் தயங்கினான். ‘போலாண்டா’ என்று முருகாசு ஆவலாகக் கேட்பதைப் பார்த்துச் ‘சரிடா’ என்றான்.

அம்மாவைச் சந்திக்கத்தான் இந்த ஊருக்கு இயற்கையே அழைத்து வந்திருக்கிறது என்று முருகாசு நினைத்தான். புறப்பட்ட போதிருந்து நடந்த விஷயங்கள் எல்லாம் அவனுக்குள் ஓடின. மண்டபத்தின் ஒருபுறம் படுத்துக்கொண்டான். பை ஒன்றைத் தலைக்கு வைத்திருந்தான். மண்டபம் மெல்ல மெல்ல அடங்கத் தொடங்கியது. இன்னும் ஊருக்குப் போகவில்லை என்றும் வழியில் நண்பன் ஒருவன் ஊருக்கு வந்து அவன் வீட்டில் தங்கியிருப்பதாகவும் அப்பாவுக்குச் செய்தி கொடுத்தான். விடிகாலம் ஐந்து மணிக்கு அலாரம் வைத்துக்கொண்டான். மேகாசை அடித்தாவது எழுப்பிக் கூட்டிப் போக வேண்டும். அம்மாவாக இருந்துவிட்டால் போதும். தான் ஊருக்குச் செல்வதை, அம்மாவைத் தேடுவதை அப்பா விரும்பவில்லை என்பதாகவே தோன்றியது. அதை வெளிப்படையாகச் சொல்லவில்லை. என்னதான் இருந்தாலும் அப்படி விட்டுவிட முடியுமா?

அவன் பார்வை மண்டபத்திற்குள் ஓடியது. இருளும் ஒளியுமான கலவை. ஒவ்வொரு தூணிலும் ஒவ்வொரு குழு. ஒருவருக்கும் கட்டில் இல்லை, மெத்தை இல்லை. மின்விசிறிகள் சில இடங்களில் சோம்பலாகச் சுற்றின. விளக்குகளையும் பெரும்பாலும் அணைத்துவிட்டார்கள். இளைஞர்கள் அங்கங்கே செல்பேசியில் படம் பார்க்கக் குழுக்களாகப் பிரிந்திருந்தார்கள். கிழவரிடம் ‘மின்ன மரத்துக் கதை’ கேட்கும் ஆவலில் மேகாசு அவருடனேயே இருந்தான். இன்னும் சிலரும் அவரைச் சுற்றிக் கூடியிருந்தனர். அவர் போக்குக் காட்டிக் கொண்டிருந்தார். பொதுவிடம் ஒன்றில் ஊரே குதூகலமாக இருக்கிறது. ஒருவரை ஒருவர் செல்லச் சீண்டல் செய்கிறார்கள். அதை அப்போதே துடைத்தெறிந்து அடுத்துப் போய்விடுகிறார்கள்.

அம்மா இந்த ஊரில் இருந்தால் அம்மாவுடனேயே தானும் தங்கிக்கொள்ளலாம் என்று தோன்றியது. தினமும் மண்டபத்திற்கு

வந்து கதை கேட்கலாம். உற்சாகமாக உரையாடலாம். தாங்கல் கரையில் நடை விடலாம். பறவைகள் குரல் கேட்கலாம். கள் குடித்துக் குடல் குழம்புடன் இட்லி தின்னலாம். சுகமான வாழ்க்கைதான். ஆனால் இந்த ஊர் இளைஞர்கள் ஏன் வெளியே போய்விட வேண்டும் என்று துடிக்கிறார்கள்? அவர்களுக்குள் நகரத்து ஏக்கம் நிரம்பியிருக்கிறது. இங்கும் கொஞ்சநாள் இருந்தால் வெறுத்துப் போகுமோ? பழக்கம் கூடினால் சலிப்பும் வெறுப்பும் மண்டும். ஆறிருக்கும் ஊரில் நீர் சலித்துப் போகும். பூவிருக்கும் ஊரில் மணம் சலித்துப் போகும். கோயில் ஊரில் குடியிருப்போருக்குக் கடவுளும் சலித்துப் போகும். எங்கும் மிஞ்சுவது சலிப்பும் வெறுப்பும்தான்.

இந்த ஊர் வேண்டாம். அம்மாவின் ஆசைக்காகச் சிலநாள் இருக்கலாம். பிறகு எப்படியாவது சமாதானப்படுத்தி அம்மாவை வீட்டுக்கு அழைத்துப் போய்விடலாம். என்ன பிரச்சினை என்பது தெரிந்தால் தானே சமாதானம் செய்ய முடியும்? அப்பா சொன்னது போதவில்லை. அம்மாவும் அப்படித்தான் சொல்லக்கூடும். அவர்கள் வயதிற்குத் தன்னால் சமாதானம் செய்ய முடியுமா? சிறுபிள்ளை என்று ஒதுக்கி விடலாம். காலையில் பார்க்கப் போகும் குருவிக்காரம்மா தன் தாயாகவே இருந்துவிட்டால் போதும். இந்தப் பயணத்தை இத்துடன் முடித்துக்கொண்டு வீட்டுக்குக் கிளம்பிவிடலாம். வீடு எதற்கு இப்படி இழுக்கிறது? எங்கே இருந்தாலும் கடைசியில் போய்ச் சேர வேண்டிய இடமாக வீடுதான் நினைவில் வருகிறது. வெளியில் நிறைந்திருக்கும் பயத்திலிருந்து பாதுகாப்பது வீடுதான் போலும்.

முருகாசுவுக்கு எல்லாக் குரல்களும் கீழ் அழுந்தி அவன் மனக்குரல் மட்டும் மேலெழுந்தது.

❖

37

அலாரம் அடிக்கும் முன்னரே எழுந்த சத்தத்தில் முருகாசு விழித்துக் கொண்டான். ஒருசில இளைஞர்களைத் தவிர மண்டபமே விழித்துக் கிளம்பிக் கொண்டிருந்தது. காரைத்தரையில் விரிப்போ போர்வையோ இல்லாமல் வெறுமனே படுத்திருந்த பலரும் ஆழ்ந்து தூங்கித்தான் எழுந்தார்கள். பாய் போட்டிருந்தவர்கள் அதைச் சுருட்டித் தோளில் வைத்துக்கொண்டு போனார்கள். சில இளைஞர்கள் துண்டால் முகத்தை மூடியிருந்தனர். தூக்கத்திற்குத் தொந்தரவு தருவதைச் சகித்துக்கொள்ள முடியாத உச்சுக் கொட்டல்கள். சிலரைச் சிலர் எழுப்பும் சிறுசச்சரவுகள்.

இரவுத் தூக்கத்தில் அவன் எழுபவன் அல்ல. புதுஇடம் என்பதால் ஆழ்ந்த தூக்கம் இல்லாமல் புரண்டு கிடந்து ஒருமுறை எழுந்தான். சிறுநீர் அவசரம். எந்தப்பக்கம் போவதென்று தெரியவில்லை. மேகாசை எழுப்பலாமா என்று யோசித்தான். எல்லா வற்றுக்கும் துணை தேவையில்லை. துணையை நம்பி நம்பியே காரியத்திற்குள் இறங்கக் கூடாது. வைராக்கியத்தோடு அப்படியே கீழிறங்கிப் போனான். காலை ஊன்றி நடக்க முடிந்தது. மின்னல் வலி அவ்வப்போது தோன்றியது. அவ்வலி இதமாக இருந்தது.

அது ஊர் எல்லை. கோயிலைக் கடந்தால் சாலையும் இருபுற வயல்களும் தெரிந்தன. தெருவிளக்குகள் எரிந்தன. படுத்திருந்த நாய்கள் அவனைக் கண்டு தலையைத் தூக்கிவிட்டு மீண்டும் சாய்த்துக் கொண்டன. வயலோரம் போய்ச் சுற்றும் முற்றும் பார்த்து உட்கார அஞ்சி நின்றபடியே கழித்து விட்டுத் திரும்பினான். மண்டபத்திற்குள் நுழைந்த போது வெளிவிளக்கு வெளிச்சத்தில் மண்டப

உடல்கள் தாறுமாறாகக் கிடப்பதைப் பார்த்து ஒருகணம் பயந்து போனான். போர்க்களத்தில் பட்ட உடல்கள் சிதறிக் கிடக்கும் கோரக்காட்சி. குறட்டை ஒலிகளும் தூக்கப் பினாத்தல்களும் உயிர்விடத் தவிக்கும் உடல்களிலிருந்து வெளியாகும் ஓலமாய்க் கேட்டன. இந்த உடல்களை எல்லாம் ஏதோ ஒரு மாயக்கை அள்ளி வந்து இங்கே இரைத்துவிட்டுப் போயிருக்கிறது. இருளின் சுவடுகளில் குருதிப் படிவுகள்.

அவனும் மேகாசும் மண்டபத்தின் முன்பகுதியிலேயே சால்வை ஒன்றை விரித்துப் படுத்தார்கள். இப்போது மேகாசு கால்களை விரித்து மல்லாந்து தூங்கிக் கொண்டிருந்தான். அவனைப் பார்க்க விறைத்துப் போன உடல் அசைவற்றுக் கிடப்பதாய்த் தோன்றியது. அங்கே போகலாமா இப்படியே வெளியே ஓடிவிடலாமா என்றிருந்தது. வயல் வெளியிலிருந்து காற்று தவழ்ந்து வந்து அவனைத் தழுவி மண்டபத்திற்குள் புகுந்தது. உடல்கள் அசைந்தன. ஆசுவாசப் பெருமூச்சுகள் கேட்டன. இல்லை, இது போர்க்களமல்ல, மண்டபம். சிறுகாற்றில் காட்சி மாறிவிட்டது. மேகாசை ஒட்டிப் படுத்து அவன் உடலுக்குள் குறுகிக் கொண்டான். வெகுநேரம் தூக்கம் வரவில்லை. பயமா, காலையில் அம்மாவைப் பார்க்கப் போகிறோம் என்னும் பரவசமா, தெரியவில்லை.

சத்தம் கேட்டு விழித்தால் அடரிருள் அசையாமல் இருக்கிறது. இந்த நேரத்திலேயே எதற்கு எல்லோரும் இப்படி எழுந்து கொள்கிறார்கள் என்றிருந்தது. மேகாசை எழுப்புவது கஷ்டமாக இல்லை. சத்தத்தில் அவனும் பாதி விழித்திருந்தான். சட்டெனச் சூழல் உணர்ந்து எழுந்து கொண்டான். தாங்கலை நோக்கி வண்டியை விட்டபோது மேகாசு சொன்னான், ‘அவுங்கெல்லாம் கம்ப்யூட்டர்லயா வேல செய்யறாங்க? வயக்காட்டு வேலக்கி இந்நேரத்துல எந்திரிச்சாத்தான் செரியா இருக்கும்.’ ஊருக்குள் போகும்போது பல வீடுகளிலும் எருமைகளில் பால் பீய்ச்சும் சத்தம் கேட்டது. அவற்றை அதட்டும் ஒலியும் அவை கன்றை அழைக்கும் சத்தமும் எல்லாப்புறம் இருந்தும் கேட்டன.

தாங்கலை நோக்கிச் செல்லச் செல்ல இருள் பிரிய ஆரம்பித்தது. அங்கிருந்து அழைப்போசை போலப் பறவைகள் சத்தம். ஊருக்குள் எருமைக் குரல்களும் அசுரக் குரல்களும். இங்கே பறவைகள். இந்த நேரத்தில் விழித்துக் கொள்வதுதான் உயிரியற்கை போலும். வயக்காட்டுக் காற்றுக் குளிர்ச்சி பரவி பாதை முழுவதற்கும் குளிர்சாதன வசதி செய்திருந்தது. தங்களுக்கு இணையாகக் காற்றும் ஓடி வருவதை உணர்ந்தான். உடல்

சிலிர்த்துக்கொள்ள எழுந்து கத்த நினைத்தான். பறவைகளுக்கும் அதிகாலையில் இப்படித்தான் தோன்றுமோ?

தாங்கல் கரையைத் தாண்டி உள்பகுதித் திட்டில் வண்டியை நிறுத்தினான் மேகாசு. முருகாசுவுக்குக் காலை நன்றாகவே ஊன்றி நடக்க முடிந்தது. லேசான வலியும் மெல்லிய வீக்கமும் மட்டும் இருந்தன. கட்டுக்காரர் வீட்டுக்குப் போய் இன்னொரு முறை காட்டிவிட்டு அந்தப் பையனிடமாவது கொஞ்சம் பணத்தைக் கொடுத்துவிட்டுப் போக வேண்டும். பணம் கொடுப்பதைத் தவிர அவர்களுக்கு என்ன செய்ய முடியும் என்று தெரியவில்லை. அந்தப் பையனின் படிப்புச் செலவை ஏற்றுக்கொள்வதாகச் சொல்லலாமா? நகரத்திற்கு அனுப்பிப் படிக்க வைப்பார்களா?

எதற்குப் படிக்க வேண்டும் என்னும் கேள்வி திடுமெனத் தோன்றியது. இங்கே இல்லாத படிப்பு வேறெங்கும் இருக்கப் போவதில்லை. அப்பா சொன்னாரே, அந்த ஊர் வேறு மாதிரி இருக்குமோ? இது நெல் விளையும் ஊர். ஓலையாசுரம்பட்டி பாலைவனம் போலிருக்கலாம். அங்கே இருப்பவர்களுக்குப் படிப்புத்தான் முன்னேற்றமாகத் தோன்றலாம். இந்த ஊர் இளைஞர்களும் அப்படித்தான் யோசிக்கிறார்கள். இத்தனை அற்புதத்தை விட்டுவிட்டு நகரத்திற்கு இடம்பெயர விரும்பக் காரணம் என்னவாக இருக்கும் என்பதை அனுமானிக்க முடியவில்லை.

இரவில் வெகுநேரம் செல்பேசிகள் மண்டபத்தில் இயங்கிக் கொண்டிருந்தன. அது வழங்கும் வேறொரு உலகம்தான் ஈர்க்கிறதோ? நகரத்தில் முகக்கவசம் இல்லாமல் ஓரடி எடுத்து வைக்கவே அச்சம். இங்கே ஒருவருக்கும் அந்த எண்ணமே இல்லை. வெளியூரிலிருந்து வந்திருக்கும் இவர்களைப் பார்த்தும்கூடப் பயமில்லை. இப்படி ஒரு பாதுகாப்பான இடத்தை விட்டு ஏன் நகர வேண்டும்? அவனால் ஒரு முடிவுக்கும் வர இயல்வில்லை. அந்த எண்ணங்களை விட்டுவிட்டுத் தாங்கல் காட்சிகளில் கவனம் செலுத்தினான்.

இப்போது தாங்கல் கரையோரம் காலைக்கடன்களை முடிப்பதில் அவனுக்குத் தயக்கமில்லை. உடல் இறுக்கம் தளர்ந்து வயிறு இளகிற்று. மேகாசு வேறொரு இடத்திற்குப் போய்விட்டான். ஒரே நீரில் காலும் கழுவி முகமும் கழுவ வேண்டுமா என்னும் குழப்பம் வந்தது. சுற்றும் முற்றும் பார்த்துக் கொண்டான். பறவைகள்தான் பார்க்கும். பார்க்கட்டுமே. தனிக்குழி ஒன்றில் தேங்கியிருந்த நீரில் கால் கழுவினான். பிறகு முகம் கழுவத் தாங்கலின் அலையடிக்கும் பெருநீரில் கை வைத்து

அள்ளினான். அதன் தூக்கத்தைக் கலைக்கிற மாதிரி இருந்தது. நீரை அள்ளி அள்ளி முகத்தில் அடித்துக்கொண்டான். அந்தக் குளிர்ச்சியை நெடுநேரம் அனுபவிக்க வேண்டும் போலிருந்தது. அவன் உடல் மெல்ல நடனமாடிற்று. 'பாத்துடா. துள்ளிக் குதிச்சுக் கால வெனயம் பண்ணிக்காத. சேறு வழுக்கும். அப்பறம் இந்த ஊர்லயே கெடக்க வேண்டியதுதான்' என்று எச்சரித்தபடி வந்தான் மேகாசு. இருள் அடுக்குப் பிரிந்து பிரிந்து சல்லடை போலாகிக் கொண்டு வந்தது.

இருவரும் கரைமேல் ஒருபுறம் உட்கார்ந்து குருவிக்காரம்மாள் வரும் வழியையே பார்த்துக் கொண்டிருந்தனர். மேகாசும் பேச்சைக் குறைத்துக் காட்சிகளில் ஈடுபட்டிருந்தான். நீரில் ஏற்படும் சலனத்தையும் பறவைகள் மரத்திலிருந்து புறப்படும் விதத்தையும் மாறி மாறிப் பார்த்தான் முருகாசு. எழுந்து பறந்து மீண்டும் மரத்திலேயே அவை அமர்ந்தன. மரத்தை விட்டு வெளியேற அவற்றுக்கு விருப்பமில்லை போல. குருவிக்காரம்மா வரவுக்காகக் காத்திருக்கின்றனவோ? விதவிதமான இறக்கை நிழல்களை அந்தரத்தில் கண்டான். எந்தப் பறவைக்கும் அவனுக்குப் பெயர் தெரியவில்லை. தெரிந்துகொள்ள வேண்டும் என்று எண்ணினான். அவற்றுக்குப் பெயரிட்டது நாம்தானே. தம்முடைய பெயர் இதுவென்று அவற்றுக்குத் தெரியாது. அப்புறம் எதற்குப் பெயர்? பந்து போல் எழும்பி எழும்பித் தாழும் அந்தச் செயலுக்கு என்ன பெயர்?

தாங்கல் கரை முழுவதையும் சுற்றி வந்து பார்க்கத் தோன்றியது. கட்டுப்படுத்தி அந்தம்மாவைப் பார்ப்பதுதான் முக்கியம் என்று வழி பார்த்தான். அது அந்தம்மாவாக இருக்கக் கூடாது, என் அம்மாவாக இருக்க வேண்டும் என்று சொல்லிக் கொண்டான். 'அது என் அம்மா, அது என் அம்மா' என்று பலமுறை உச்சரித்தான். சாம்பல் இருள் முழுவதும் விலகி நிழல் வெளிச்சம் படர்ந்த பொழுதில் பறவைகள் கூச்சலிடத் தொடங்கின. இதுவரை இல்லாத பதற்றமும் பரவசமும் அவற்றின் குரலில் தெரிந்தன. என்னவாயிற்று என்று புரியவில்லை. தாங்கல் முழுவதும் நடுங்குவது போலிருந்தது. இருவரும் எழுந்து நின்றார்கள்.

தூரத் தடத்தில் கீற்றென ஒருருவம் நடந்து வரும் காட்சி தோன்றியது. கூச்சலிட்டுக் கொண்டே அவரை நோக்கிப் பறவைகள் பறந்தோடின. அவரது தலைக்கு மேல் அவை சுழலும் காட்சி தெரிந்தது. அவர் நடையிலிருந்தே தன் அம்மா அல்ல என்பதை முருகாசு உணர்ந்தான். அம்மாவின் நடையைச் 'சிடுக்கு நடை' என்பார் அப்பா. மெதுவாக அடி எடுத்து வைக்கிற

மாதிரி இருக்கும்; நடக்கும் தூரம் மிகுந்திருக்கும். 'உங்கம்மா சிடுக்சிடுக்குன்னு நடப்பா. அவகூட என்னாலயே நடக்க முடியாது. ஓடித்தான் அவளப் புடிக்கணும்' என்பார். இந்த உருவத்தின் நடை நிதானமானது. ஒவ்வொரு அடியையும் யோசித்து யோசித்து எடுத்து வைக்கிற கால்கள். அம்மா அல்ல. அத்தனை எளிதாக அம்மாவைக் கண்டுபிடிக்க முடியாதோ? காலைக் காட்சிகள் கொடுத்திருந்த உற்சாகம் வடிந்து சோர்வானான்.

'என்னடா பயந்தோடாத எல்லாம் இப்பிடி மொய்க்குது' என்று அந்தப்புறமே பார்த்து வியப்போடு மேகாசு சொல்லவும் தன் சோர்வை ஒதுக்கிவிட்டுக் கவனிக்கத் தொடங்கினான். ஓரளவு பருத்த உடல் கொண்டிருந்த அந்தம்மா மெதுவாக நடந்து வந்தார். அதற்கேற்ற வகையில் உயரமாகவும் தெரிந்தார். தன் அம்மா இன்னும் கொஞ்சம் குள்ளம் என்பதும் மனதில் வந்தது. சுடிதார் போன்ற ஆடை ஒன்றை அவர் அணிந்திருந்தார். மேலே போட்டிருப்பது சட்டையாக இருக்கலாம். அவர் கையில் அரிசிப்பை கனத்துத் தொங்கியது. நடக்கும்போது கால் மட்டும் அசைந்தது. ஒருவேளை கண்ணை இமைக்கக்கூடும். அவர் முகத்திலிருந்து ஒளி பிறந்து தாங்கல் முழுவதையும் நிறைத்துக் கொண்டிருந்தது. இருவரும் தங்களை அறியாமல் மெல்ல நகர்ந்து முன்னால் வந்தார்கள்.

வட்டமிட்டுக் கொண்டிருந்தவற்றுள் ஒரு பறவை தாழ இறங்கி அவர் தலை மேல் தைரியமாக உட்கார்ந்தது. அவர் முகத்தை நோக்கிக் குனிந்து கத்தியது. பறவையை அவர் விரட்ட வில்லை. அதைக் கொத்தி விரட்டிவிட்டுத் தானமர இன்னொரு பறவை முயன்றது. இந்தப் போட்டியைத் தவிர்த்து இன்னும் சில அவர் தோளின் மேல் உட்காரப் போட்டியிட்டன. அவரைச் சுற்றும் பறவைகள் எண்ணிக்கை மிகுந்தது. சூறைக்காற்று போலப் பறவைகள் சுழன்றன. அவற்றுக்கிடையே அவர் மறைந்து போனார். பறவைச் சூறை ஒரே இடத்தில் சுழன்றபடி மெல்ல நகர்ந்து வந்தது. தாங்கலின் உள்பகுதிப் பாறை ஒன்றில் சில நிமிடம் நிலைகொண்ட பிறகு சூறை கலையத் தொடங்கியது.

குருவிக்காரம்மா தனியாக நிற்பதும் அரிசியை அள்ளி அள்ளி அவர் கை இரைப்பதும் தெரிந்தன. கை வலுவைத் திரட்டி எத்தனை தூரம் முடியுமோ அதுவரைக்கும் அவர் வீசினார். தரையில் பறவைகள் குவிந்து இருள் திரட்சியை அள்ளி வைத்தது போலத் தெரிந்தன. தாங்கல் மரங்களிலிருந்த பறவைகளும் இறங்கி வந்து சேர்ந்தன. அந்தம்மா நகர்ந்து அரிசியை விசிறிக் கொண்டிருந்தார். பெரும்பரப்பு ஒன்றில் பறவைகள் சீராக அமர்ந்து பந்தியில் உண்பதைப் போல இரை பொறுக்கின.

எல்லாவற்றையும் இரைத்துவிட்டு அகண்ட பாறைக்கல் ஒன்றின் மேல் அவர் ஏறி நின்றுகொண்டார். அவர் மீது வந்து உட்கார்வதும் இறங்கிப் போய் இரை பொறுக்குவதுமாய்ப் பறவைகள் இருந்தன.

இரை குறையக் குறைய அவர் மேல் வந்தமரும் பறவைகள் அதிகரித்தன. தம் கைகள் இரண்டையும் அவர் அகல விரித்தார். அவற்றில் பறவைகள் அமர்ந்தன. தலைமேல் பறவைகள். தோள்களில் பறவைகள். கைகளில் பறவைகள். பாதத்திலும் பறவைகள். அவரைச் சுற்றிலும் பறவைகள். இலைகளை உதிர்த்துவிட்டுப் பறவைகள் முளைத்த மரம் அங்கே உதித்தது. தலைக்கு மேல் பறக்கும் பறவைக் காட்சியும் சேர்ந்து மரம் வானை நோக்கி உயர்ந்து உயர்ந்து சென்றது. அதிசயப் பறவை மரத்தைப் பார்த்தபடியே அவர்கள் உறைந்தார்கள்.

✦

38

தேனாசுரத்தாங்கல் ஊரிலிருந்து கிளம்பி முதன்மைச் சாலையில் வெகுதூரம் வந்த பிறகும் பறவைமரம் அவர்கள் மனதை விட்டு நீங்கவில்லை. இருவரும் பேச்சற்று இருந்தார்கள். மேகாசு நிதானமாக வண்டியை ஓட்டினான். முருகாசுவுக்கு அந்த ஊரிலேயே இருந்து விடலாம் போல அத்தனை ஆசையாக இருந்தது. சில நாட்களாவது தங்கினால் நன்றாக இருக்கும். படுத்துக்கொள்ள மண்டபம் இருக்கிறது. குளிக்கவும் கழிக்கவும் தாங்கல். உணவு செய்து தர ஒரு வீடு. பத்துப் பதினைந்து நாட்கள் தங்கி இருந்து பார்க்கலாம். தொடர்ந்து ஒரே காட்சியைப் பார்ப்பது சலிக்கக்கூடும். சலிக்கும் போது கிளம்பலாம். பிறகு மீண்டும் வரலாம். மீண்டும் மீண்டும் காணத் தூண்டும் ஊர்.

தங்கள் ஊரின் விசேஷம் என்று அவர்கள் சொன்னவற்றில் முன்னால் நிற்பது தாங்கல்தான். ஒரே ஒரு நீர்நிலை ஊருக்கு எல்லாவற்றையும் வழங்குகிறது. தம் ஊரிலேயே இருந்து வாழும் தைரியத்தை மக்களுக்குத் தருவது நீர்நிலைதான். வயல்களில் மட்டுமல்ல, எல்லார் உடல்களிலும் பசுமை ஏறியிருக்கிறது. தாங்கலுக்குப் பறவைகள் வருகின்றன. பறவைகளைத் தேடிக் குருவிக்காரம்மா வருகிறார். கட்டுக்காரர் காசு வாங்க மறுக்கிறார். வாழ்வுக்கு ஆதாரத்தைத் தருவதோடு பண்புகளையும் நீர்நிலை தருகிறது. நல்ல நீர்நிலை இருக்கும் ஊரில் வாழ்பவர்கள் நல்லவர்களாக இருப்பார்கள்.

கட்டுக்காரர் மகனுக்குப் பணம் கொடுக்க முயன்ற போது நழுவி ஓடிப் போனான். வாங்கக் கூடாது என்று சொல்லி வளர்த்திருக்கிறார்கள். அவன் படிப்புக்கு உதவுகிறோம் என்று சொல்ல வாய் வரவில்லை. பேருதவி செய்யும் வித்தை கைவசம் இருக்கும் அவருக்கு 'உதவுகிறேன்' என்று சொல்ல முடியுமா? பணம் கொடுக்கவில்லை

என்று உறுதி கொடுத்து அருகழைத்து ‘நல்லாப் படிக்கணும். எதும் தேவைன்னாக் கேளு’ என்று காதில் சொல்லி செல்பேசி எண்ணையும் கொடுத்தான் முருகாசு. பின் பையனைக் கட்டியணைத்து நெற்றியில் முத்தமிட்டான். அந்தச் சமயத்தில் முத்தமிடத் தோன்றியது. முத்தத்தைத்தான் பதிலாக வழங்க முடிந்தது. தன் உள்ளுணர்விலிருந்து உதித்த முத்தம் என்பதால் நிறைவாக இருந்தது.

புறவழிச்சாலையில் குறுக்கிட்ட பாலத்தின் அணுகுசாலை யில் மேகாசு வண்டியை விட்டான். மதிய உணவு நேரம். உணவகத்தைத் தேடித்தான் வண்டி போகிறது என்பது தெரிந்தது. இனிமேல் மேகாசு எங்கே போனாலும் ஏன் என்று கேட்கக் கூடாது, அவன் பின்னாலேயே நாய்க்குட்டியைப் போலப் போக வேண்டியதுதான். அவன் அழைத்துச் செல்லும் இடத்தில் என்ன அதிசயம் என்று அவனுக்கே தெரியாது. அணுகுசாலையிலிருந்து கிராமச்சாலை பிரியும் இடத்தில் இருந்த ஓலைக்கொட்டகை ஒன்றில் நிறுத்தினான். வீடு போலவும் கடை போலவும் ஒருசேரத் தெரிந்த அதன் வாசற்கதவு மட்டும் திறந்திருந்தது. உள்ளே பார்த்து ‘அண்ணா அண்ணா’ என்று அழைத்தான் மேகாசு. வெற்றுடம்போடு வெளியே வந்தவர் ‘என்னப்பா’ என்று விசாரித்தார். சாப்பிட இங்கே கடை ஏதாவது இருக்குமா என்று அவரிடம் விசாரித்தான் மேகாசு. வண்டியைக் கொண்டு போய் அதே சாலையில் இருந்த புளியமரத்தடியில் நிறுத்திவிட்டு வரச் சொன்னார்.

சிறுகதவுக்குள் நுழைந்தால் உள்ளே பத்துப் பதினைந்து பேர் உட்கார்ந்து சாப்பிடும் இடம் விரிந்தது. சிறுசிறு முட்டான் களும் மேசைகளும் போடப்பட்டிருந்தன. குழம்பு, பொரியல், ரசம், மோரோடு சாப்பாடு. அம்மா செய்யும் சமையலின் ருசி பொரியலுக்கு இருந்தது. அம்மாவை நினைவுபடுத்த ஏதாவது ஒன்று எங்கும் இருக்கிறது. கடைக்காரரோடு பேச்சுக் கொடுத்தான் மேகாசு. பொதுமுடக்கத்திற்கு முந்தைய காலத்தில் தினமும் ஐம்பது சாப்பாடு ஓடுமாம். இப்போது கடையைத் திறந்து வைக்க முடியவில்லை. போக்குவரத்தும் இல்லை. ஓரிருவர் தேடி வருவார்கள். ஊர்க்காரர்கள் சிலர் வந்து சாப்பிடுவார்கள். ‘பத்துப் பேருக்குப் பண்றோம். எங்களுக்கு ஒண்ணும் லாபமில்ல. நாங்களும் சேந்து சாப்பிட்டுக்கறம். இந்தக் காலத்துக்குச் சோறு கெடைச்சாப் போதாதா?’ என்றார் அவர். வீட்டுக்குள் பெண்கள் நடமாட்டமும் குழந்தைகள் குரலும் கேட்டன.

சாப்பிட்டு முடித்துப் பணம் கொடுக்கும்போது ‘இது எந்த ஊரு?’ என்று கேட்டான் மேகாசு. ‘பூதனூரு’ என்றார் அவர். அந்த மாவட்டத்தின் பெயரைச் சொல்லி ‘அந்தப் பூதனூரா?’

என்று மீண்டும் கேட்டான் மேகாசு. அவர் 'ஆமாம்' என்றதும் 'நம்ம மிராசு ஊருடா இது' என்று ஆவலாக முருகாசுவைப் பார்த்துச் சொன்னான். 'எந்த மிராசுடா' என்றான் முருகாசு. அந்தப் பெயரை மனதில் தேடினான். 'அதாண்டா கரியாசுரேசுவரப் பெருமான்னு நீளப் பேர் வச்சுக்கிட்டு நம்மளோட வந்து படிச்சானே. எப்பவும் நெலம், ஆடுமாடு, விவசாயம்னு பேசிக்கிட்டே இருப்பான். அதனால எல்லாரும் அவன மிராசுன்னுதான் கூப்பிடுவோம்' என்று மேகாசு விளக்க விளக்கவே முருகாசுக்கு நினைவு வந்துவிட்டது. 'இன்னைக்கு இங்கதான் தங்கலு' என்று உற்சாகத்தோடு சொல்லிக்கொண்டு புளியமரத்தடிக்குப் போனவன் செல்பேசியை எடுத்து யார் யாருக்கோ பேசி மிராசுவின் எண்ணைப் பிடித்துவிட்டான்.

அடுத்த கால் மணி நேரத்தில் மிராசு வந்து சேர்ந்தான். ஆள் பருத்துத் தெரிந்தான். வீங்கிய முகத்தில் பதற்றம் தெரிந்தது. அருகில் வரத் தயங்கியவனை மேகாசு இழுத்து அணைத்துக் கொண்டான். 'என்னோட காத்துப் பட்டு ஒண்ணும் சாக மாட்ட' என்றதோடு 'இன்னக்கி உங்க வீட்லதாண்டா தங்கல்' என்று மேகாசு சொல்லவும் அவன் வருத்தம் கொண்டான். 'எங்க ஊருக்குள்ள அசலூருக்காரங்க யாரும் வர முடியாதுடா. ஊர்க்கட்டுப்பாடு அப்படி. மொதல்லயே எளங்கொலத்துக்காரங்க யாரும் உள்ளயே நொழையக் கூடாதுன்னு ரூல்சு. இப்பத் தொற்று வந்திரும்னு வெளியாளுங்க ஆரும் வரக்கூடாதுன்னு கட்டுப்பாடு போட்டுட்டாங்க. நாங்க யாராச்சும் வெளியில போயிட்டு வந்தா ஊருக்கு வெளியில இருக்கற கொட்டாயிலயோ இல்ல அவுங்கவுங்க காட்டுக் கொட்டாயிலயோ பதினஞ்சு நாளு இருந்துட்டு அப்பறந்தான் ஊருக்குள்ள வரோனும். இந்தச் சமயத்துல வந்திருக்கறீங்களே, இப்ப என்னடா பண்றது?' அவன் படபடப்பாகப் பேசினான்.

'நீதான் மிராசு ஆச்சே. காட்டுல கொட்டாயி வெச்சிருப்பயே, அங்க தங்கிக்கலாம்' எனச் சட்டென்று மேகாசு சொன்னான். கொஞ்சம் யோசித்த மிராசு 'செரிடா. எதுக்கும் நான் ஊர்ல சொல்லி அனுமதி வாங்கிக்கறன்' என்று செல்பேசியை எடுத்துக்கொண்டு தள்ளிப் போனான். 'இவனும் இந்த ஊரும் நம்ம வகுப்புல அப்பிடி பேமஸா இருந்தாங்கடா' என்று முருகாசுவைப் பார்த்தான் மேகாசு. 'நீதான் அவனோட க்ளோஸா இருந்த. எனக்கு அவ்வளவு தெரிலடா' என்றான். 'பிள்ளைங்ககிட்டத்தான் நீ பேசுவ. எங்கள மாதிரி பசங்களோட பேச உனக்கு வாய் வராதே' என்று கிண்டல் செய்தவன் மிராசுவைப் பற்றிச் சொல்லச் சொல்ல முருகாசுவுக்கும் சில நினைவுகள் வந்தன. ஒவ்வொரு விஷயமும் வெகுவிரைவில்

நினைவுகளாகி விடுகின்றன. நினைவுகளிலும் பல தங்குவதில்லை. தங்குபவையும் மேலெழுந்து வர சில சூழல் தேவைப்படுகிறது. மிராசு என்றொருவன் தன்னுடன் படித்ததையே மறக்கிற அளவுக்கு பலவீனமானதா நினைவு?

மிராசுவின் பூதனூரை எல்லோரும் கேலி செய்வார்கள். 'உங்க ஊர்ல எல்லாரும் கொம்போட பூதமாட்டம் இருப்பாங்களாடா' என்றால் அவன் அசர மாட்டான். 'எங்க ஊருக்கு ஆதிப்பேரு போதனூருடா. போதம்னா ஞானம்னு அர்த்தம். ஞானமுள்ள அசுரகுலம் வாழ்ற ஊரு எங்களுது. எல்லாரும் போதம்னு சொல்லத் தெரியாத பூதம்னு சொல்லிச் சொல்லி அப்படியே பேராயிருச்சு' என்பான். 'ஆமாமா. உங்க ஊருக்காரங்க எல்லாரும் ஞானமுள்ளவங்கன்னு உன்னயப் பாத்தாலே தெரீதுடா' என்று சிரிப்பார்கள். இந்த ஊரிலிருந்து முதன்முதலாகக் கல்லூரிக்கு வந்து சேர்ந்தவன் அவன். பள்ளியில் முதல் மதிப்பெண் வாங்கியதால் மாவட்ட ஆட்சியர் அந்தக் கல்லூரியில் பேசிக் கட்டணம் இல்லாமல் படிக்க ஏற்பாடு செய்தார். படித்து முடித்ததும் அவன் என்னவானான் என்று யாருக்கும் தெரியவில்லை.

கல்லூரியில் பெண்கள் யாரிடமும் அவன் பேச மாட்டான். தாங்கள் 'முதுகுலம்' என்னும் பிரிவைச் சேர்ந்தவர்கள் என்றும் மற்றவர்கள் எல்லாருமே எங்களுக்கு 'இளங்குலம்'தான் என்பான். முதுகுலத்தைச் சேர்ந்த அசுரர்கள் இங்கே ஐந்தாறு ஊர்களில் மட்டுமே வசித்தார்கள். இந்த ஊர்களிலேயே பெண் எடுத்தலும் கொடுத்தலும் நடக்கும். வேறுகுலத்துப் பெண்களைத் திருமணம் செய்துகொண்டால் ஊரை விட்டு விரட்டிவிடுவார்கள். அந்த அபவாதம் ஏதும் நேர்ந்துவிடக் கூடாது என்பதற்காகப் பெண்கள் யாரிடமும் சகவாசம் வைத்துக்கொள்வதில்லை. அவனையும் யாராவது ஒரு பெண்ணையும் சேர்த்து இணைத்துப் பேசுவது வகுப்பில் பொழுதுபோக்கு. அப்படிப் பேசினால் கோபித்துக் கொண்டு ஒதுங்கி ஓடுவான். அவன் நிலையைத் தெரிந்து சில பெண்களும் வேண்டுமென்றே அவனைச் சீண்டுவார்கள். 'இவுங்க கொலத்துல இவன மாதிரி மன்மதனுங்களும் ரதிகளும் நெறஞ்சி இருப்பாங்கடி' என்பார்கள். என்ன கேலி பேசினாலும் அவனை அசைக்க முடியாது. கொண்ட கொள்கையில் தீவிரமாக இருந்து படித்து முடித்துவிட்டு ஊர் வந்து சேர்ந்தவன் அவன்.

மிராசு பேசி முடித்துத் திரும்பி வந்தான். இப்போது அவன் முகத்தில் தெளிச்சி இருந்தது. 'ஒத்துக்கிட்டாங்கடா. காட்டுக் கொட்டாயில இன்னக்கித் தங்கிக்கலாம். அப்பறம் பதினஞ்சு நாளுக்கு நான் ஊருக்குள்ள போவ முடியாது. கொட்டாயிலயே இருந்துக்கனும்' என்றான். தங்களுக்காகப் பதினைந்து நாட்களை அவன் தனியாகக் கழிக்க வேண்டுமா எனத் தயங்கினான்

முருகாசு. 'வேண்டாண்டா, நீ எங்களுக்காகக் கஷ்டப்பட வேண்டாம். ஒரு ராத்திரி தங்கீட்டு நாங்க போயிருவம். நீ பதினஞ்சு நாளுக்குக் கஷ்டப்படணும்' என்றான். 'நமக்காக இதக்கூடச் செய்ய மாட்டானாடா?' என்றான் மேகாசு. அங்கே தங்குவதில் அவனுக்கு அத்தனை விருப்பம் இருந்தது. 'அதெல்லாம் ஒண்ணும் இல்லடா. எனக்கு வீட்டுல இருக்கறதவிடக் காட்டுல இருக்கறதுதான் புடிக்கும். பகல் முழுக்கத் தெனமும் காட்டுலதான் இருப்பன். இப்ப ஒரு மாடு கன்னுப் போடற மாதிரி இருக்குது. அதனால ரண்டு மூனு நாளா காட்டுலதான் படுத்திருக்கறன். ஒண்ணும் பிரச்சின இல்லடா. வாங்க போலாம்' என்றவன் உற்சாகமாகக் கிளம்பினான்.

மேகாசுவின் வண்டியைப் பார்த்து 'டேய் இத ஓட்டிப் பாக்கக் குடுப்பியாடா?' என்றான் அவன்.

'ஒருத்தன் ஓட்டிக் கால் ஒடியத் தெரிஞ்சான். நீயும் ஓட்டறதுன்னா ஓட்டிப் பாரு. அப்பறம் என்னயச் சொல்லக் கூடாது' என்று சிரித்தான்.

'லேசாச் சறுக்கிடுச்சிடா. சேத்தப் பாக்காத ஓட்டிட்டன். கால்ல லேசா ரத்தக்கட்டுத்தான். செரியாயிருச்சு' என்றான் முருகாசு.

'விபத்து நடந்தா எவனாச்சும் அதுக்கு நாந்தான் காரணம்னு ஒருத்தனும் ஒத்துக்க மாட்டான். எதிர்ல இருக்கற ஆளு மேல போடுவான். இல்லீனா கல்லு, நாயி, மண்ணு, மசுருன்னு எது மேலயாச்சும் போடுவான். இவனும் அப்படித்தான். ஒரு பொண்ணு ஆடு மேச்சுக்கிட்டு இருந்துச்சு. அதயே பாத்துக்கிட்டு வண்டிய ஓட்டுனான், இழுத்து உட்டுருச்சு.' சொல்லிவிட்டு மேகாசு சிரித்தான்.

'பொண்ணா ஆடு மேச்சுது. ஒரு கெழவீடா.'

'கெழவியா கொமரியான்னு பாத்தவனுக்குத்தான் சரியாத் தெரியும். நான் பாக்காதவன். எனக்குத் தெரிய ஞாயமில்லயே.'

'செரி, வாங்கடா போயிப் பேசிக்கலாம்.'

அவன் முன்னால் போகப் பின்தொடர்ந்தார்கள். தார்ச்சாலையில் போய்ப் பிரிந்து மண்பாதையில் போனான். பாதையின் இருபுறமும் நிலக்கடலைக் கொடி படர்ந்த காடுகள் விரிந்திருந்தன. அவர்கள் போன பாதை மேட்டிலிருந்தது. அங்கிருந்து வெகுதூரம் வரை சரிவான காடுகள் தெரிந்தன. முழுவதும் கடலைக்கொடிகள். எல்லாம் ஒரே தரத்தில் தெரிந்தன. தாங்கலில் பார்த்ததற்கும் இதற்கும் முழுக்க வேறுபாடு. வேறொரு

தேசத்திற்கு வந்தது போலிருந்தது. மதிய நேரம் என்பதால் எங்கும் ஆட்களின் தலைகளே தென்படவில்லை. ஊர் எங்கே இருக்கிறது என்றும் தெரியவில்லை. நிலக்கடலைக் காடுகளின் நடுவில் அங்கங்கே மாடுகள் கட்டியிருந்த ஓலைக் கொட்டகைகள் தெரிந்தன.

எங்கிருந்தோ மாயக்கை ஒன்று வந்து கடலைக்கொடிகளை விதைத்துவிட்டுப் போயிருக்குமோ? கரும்பச்சையாக அவை வானம் வரைக்கும் நீண்டு செல்வதாகத் தோன்றியது. இடம் விட்டு நகராத இந்த 'முதுகுல' அசுரர்களுக்கு ஒரே இடத்தில் குந்திக் காய்க்கும் கடலை பொருத்தமான பயிர் போல. காற்றுக்குக்கூட அசையாத அளவு நிலத்தோடு அவை ஒட்டிக் கிடந்தன. வெயில் இருந்தாலும் உறைக்கவில்லை. சில நாட்களுக்குள் மழை பெய்திருக்கும் தடங்கள் தெரிந்தன. நீர் குடித்த உற்சாகம் கடலைக்கொடிகளிடம் காணப்பட்டது. எல்லாவற்றையும் ஆழ்ந்து பார்த்துச் சென்ற முருகாசுவுக்கு இந்த ஊரில் தனக்கு என்ன கிடைக்கப் போகிறதோ என்னும் எதிர்பார்ப்பு உண்டாயிற்று.

39

மிராசுவின் காட்டுக்கொட்டகை மேட்டுப் பகுதி ஒன்றில் இருந்தது. சிறிய மலை மேல் ஏறிப் போவது போலத் தோன்றியது. ஆனால் மேல்நிலம் சமதளம். அங்கிருந்து வெகுதூரம் வரை தெரிந்தது. ஒரே ஒரு ஓலைக் கொட்டகை. அதையொட்டி இறக்கப்பட்ட சார்ப்புச் சாளை. அடி பெருத்த மூத்த வேம்புகள் சில நின்றிருந்தன. அவற்றின் நிழலில் தலையில் இருபிறை நிலாப் போல் வளைந்த கொம்புகளுடன் எருமைகள். மிராசுவைப் பார்த்ததும் எருமைகள் கத்தி அழைத்தன. சங்கிலியில் கட்டியிருந்த நாய் உடலை வளைத்து முறுகிய குரலில் வரவேற்பு கொடுத்தது. ஒருபுறம் சிறுபட்டியில் அடைக்கப்பட்டிருந்த செம்மறிகள் தலை தூக்கிக் கத்தின.

'அடேங்கப்பா . . . பெரிய வரவேற்பா இருக்குது' என்று குதூகலத்துடன் சொன்னான் மேகாசு. ஒரே இடத்தில் இத்தனை மிருகங்களை வைத்திருக்கிறார்களே என்று நினைத்தபடி பார்த்தான் முருகாசு. 'இதுங்ககிட்ட இருக்கற பிரியம் நம்ம ஆளுங்ககிட்ட இருக்காது' என்று சொல்லிக் கொண்டு வண்டியை நிழலில் நிறுத்தினான் மிராசு. வண்டியை நிறுத்தியதும் அங்கிருந்து நாற்புறமும் சுற்றிச் சுற்றிப் பார்த்தார்கள். குன்றின் மீதேறி நிற்பது போலிருந்தது. நிலம் மடிப்பு போலக் கீழிறங்கியும் மேலேறியும் போய்க் கொண்டேயிருந்தது. எல்லாம் நிலக்கடலைக் கொடிகள். கண் மயங்கும் தொலைவிலும் அவையே என ஊகித்தார்கள். அங்கங்கே சிறுசிறு கொட்டகைகள் தெரிந்தன. அசுரத் தலைகளே அற்ற அனாதிப் பிரதேசம் ஒன்றுக்குள் வந்துவிட்டதை அறிந்து மனம் உற்சாகமாயிற்று. சக அசுரர்களிடமிருந்து தப்பித்து வந்த மாதிரி விடுதலை உணர்வு உண்டானது. ஏன் இப்படி மனம் துள்ளுகிறது?

வெயில் மட்டும் இப்போது உறைத்தது. விடிகாலை விழிப்பு. நீண்ட தூரப் பயணம். நல்ல சாப்பாடு. தூக்கம் கண்களை அழுத்தியது. அதை உணர்ந்தது போல மிராசு 'கொஞ்ச நேரம் படுங்கடா. அப்பறம் பாக்கலாம். ராத்திரி இங்கதான இருக்கப் போறீங்க, பேசிக்கலாம்' என்று கொட்டகையைத் திறந்து உள்ளே அழைத்துப் போனான். பனை ஓலைக் கூரை. உள்ளே குளிர்ச்சியாக இருந்தது. கயிற்றுக் கட்டில்கள் இருந்தன. அவற்றைப் போட்டுப் போர்வை விரித்துப் படுக்க ஏற்பாடு செய்தான். மேஜை மின்விசிறி ஒன்றும் இருந்தது. அதையும் ஓட விட்டான்.

'நெஜமே நீங்கதான் வாழ்றீங்கடா' என்று மேகாசு சொன்னான். அவன் சிரித்தான். 'இப்பத்தான் வந்திருக்கற. அப்படித்தான் இருக்கும். பாத்தாத் தெரியறதுக்கும் இருந்தாத் தெரியறதுக்கும் வித்தியாசம் இருக்குதுடா' என்றான் மிராசு. 'ராத்திரிக்கி இங்க பயமா இருக்காதாடா?' என்றான் முருகாசு. 'ஒரெடத்துக்குப் பழகிட்டாப் பயம் போயிரும்டா.' சாதாரணமாகச் சொல்லிவிட்டு அவன் வெளியே போனான். வாசல் கதவு திறந்திருந்தது. சிறிய கதவுதான். வடக்குப் பார்த்து இருந்ததாலும் வாசலில் கொஞ்ச தூரம் கூரையை நீட்டி விட்டிருந்ததாலும் மெல்லிய வெளிச்சம்தான் உள்ளே வந்தது. கண்களை அழுத்தினாலும் மனதின் துள்ளலால் தூக்கம் சீக்கிரம் வரவில்லை.

சக ஆட்களை விட்டு ஒதுங்கித் தனிமைப்பட்டால் மனம் குதிப்பது ஏன் என்று புரியவில்லை. உடனிருக்கும் அசுரர்கள் அத்தனை அழுத்தம் தருகிறவர்களாக இருக்கிறார்களோ? எத்தனையோ கண்கள் கண்காணித்துக் கொண்டே இருக்கின்றன. அவை கண்காணிக்கின்றன என்னும் உணர்வோடே ஒவ்வொன்றையும் செய்ய வேண்டியிருக்கிறது. அதனால் விருப்பப்படி எதையும் செய்ய முடிவதில்லை. அசுர இனம் ஏராளமான விதிகளை உருவாக்கி வைத்திருக்கிறது. அவற்றுக்கு உட்பட்டுத்தான் செயல்பட வேண்டும். கொஞ்சம் பிசகினாலும் ஏதோ ஒரு கை தலை மயிரில் கை வைத்து 'என்ன செய்ற?' என்று இழுக்கிறது. எங்கே போனாலும் விதிகள், விதிகள். ஒவ்வொரு அசுர உருவமும் விதிகளால் சமைக்கப்பட்டது. அதைக் கண்டுதான் அச்சம். மாநகரத்துப் போக்குவரத்து நெரிசல் போல விதிகள் கூடி நெரிக்கின்றன. தப்பித்து விலகி வரும்போது மனம் தன் இயல்பான துள்ளலைத் தொடங்கிவிடுகிறது.

ஏதேதோ யோசித்துப் புரண்டபடி இருந்த முருகாசுவுக்கு எப்போது தூங்கினோம் என்றே தெரியவில்லை. பேச்சுக் குரல்கள் முணுமுணுப்புப் போல எழுந்து அவன் தூக்கத்தைக் கலைத்தன. மெல்ல விழித்துப் பார்த்த போது இடம் புரியாமல்

மயங்கினான். அருகில் மேகாசு படுத்திருந்த கட்டில் காலியாக இருந்தது. மின்விசிறி சுழலும் ஓசை மிகுந்தது. எழுந்து வெளியே வந்தான். வெயில் தாழ்ந்திருந்தது. மேற்றிசைச் சூரியனுக்கு நேரே உட்கார்ந்து கொண்டு மேகாசும் மிராசும் ஏதோ செய்து கொண்டிருந்தார்கள். எதையோ தான் இழந்துவிட்ட மாதிரி ஏமாற்றம் தோன்ற வேகமாக அவர்களை நோக்கிப் போனான். ‘ஏண்டா என்னய எழுப்பல?’ என்று குற்றம் சுமத்தும் குரலில் கேட்டான். ‘ஆமா, உன்னய எழுப்பாத ஒருத்தியக் கூட்டிக்கிட்டு வந்து ஜல்சா பண்ணிக்கிட்டு இருக்கறமா?’ என்று சிரித்தான் மேகாசு.

‘நல்லாத் தூங்குன. சரி, எந்திரிச்சுத்தான் இப்ப என்ன செய்யப் போறன்னு எழுப்பலடா’ என்று மிராசு சமாதானம் சொன்னான். அவன் கையில் கோழிச் சேவல் ஒன்றிருந்தது. அதைத் துரத்திப் பிடித்த சத்தம்தான் தனக்கு முனகல் போலக் கேட்டதை அறிந்தான். ‘ராத்திரிச் சாப்பாட்டுக்கு இது போதுமாடா?’ என்று கேட்டான். உயிரோடு கோழியை எடை போடும் வித்தை முருகாசுக்குத் தெரியாது. மிராசு சிரித்துக் கொண்டே சேவலின் கால்கள் இரண்டையும் பற்றித் தலை கீழாக்கி நீட்டிய தன் இடக்கையில் அதன் கழுத்தை ஓங்கி அடித்தான். முதல் அடியிலேயே தலை தொங்கிவிட்டது. மேலும் இரண்டு முறை அடித்தான். சேவல் உடல் லேசாகத் துடித்து அடங்கியது. உயிரைக் கொல்வதற்குக் கையே கருவியானதையும் சில நொடிகளில் எல்லாம் முடிந்ததையும் அவனால் நம்ப முடியவில்லை.

எழுந்து வந்ததும் ஒரு கொலையைப் பார்க்க நேர்ந்தது வருத்தம் தந்தது. மிராசு அதன் இறகுகளைப் பிய்க்கத் தொடங்கினான். முருகாசு சற்றே விலகி வந்து பார்க்க ஆரம்பித்தான். அவனை நோக்கி வந்த நாய் வாலாட்டிக் குலாவியது. மாலையில் அவிழ்த்து விட்டால் இரவு முழுவதும் காவல் காக்கும் போல. உடல் முழுக்கத் தூவெள்ளையாய் இருந்த நாயின் முகத்தில் வழிந்த அன்பைக் கொஞ்சம் பயத்தோடே ஏற்று அதன் தலையைத் தடவினான். உடனே அவன் மேல் தொத்துக்கால் போட்டு ஏறியது. அவன் முகத்தை நக்கப் பார்த்தது.

‘ஒரு குச்சியக் கையில எடுத்துக்க. அப்பத்தான் அவன் சொன்ன பேச்சுக் கேப்பான்’ என்று மிராசு சத்தமிட்டான். கைக்குக் கிடைத்த தட்டுக்குச்சியைக் கையில் எடுத்ததும் விலகி வாலை மட்டும் ஆட்டியது நாய். ‘இவன் பேரு என்னடா?’ என்றான் முருகாசு. ‘லொள்ளுன்னு கூப்பிடுவம்’ என்றதும் ‘இப்படியும் பேரா? டேய் லொள்ளு லொள்ளு’ என்று முருகாசு கூப்பிடவும் ‘லொள்ளு’ அருகில் வந்து தாவினான். குச்சியை ஆட்டியதும்

பின்வாங்கினான். 'தூக்கத்துல இருந்து இப்பத்தான் எந்திரிச்சு வந்திருக்கற. தூக்கிக்கிட்டு நிக்கற உந்தடி மேல லொள்ளு பாஞ்சறப் போறான்' என்று மேகாசு சொல்லவும் சட்டென்று குனிந்து பார்த்துச் 'ச்சீ. இவனொருத்தன்' என்று சலித்தான்.

எருமைகள் தீனி தின்று கொண்டிருந்தன. செம்மறிகள் பத்துக்குள் இருக்கும். அங்கே இருந்த கடலைக்கொடிப் போரில் உருவி உருவித் தின்றன. வானம் சற்றே இறங்கி வந்து குடை போல மாறிவிட்ட மாதிரி இருந்தது. குடைக்குள் மஞ்சள் வெயில் பரவி எங்கும் பொன்னிறம் ஆக்கியிருந்தது. படம் எடுக்கக் கை பரபரத்தது. இந்த இரண்டு நாட்களாகச் செல்பேசி இருக்குமிடமே தெரியவில்லை. மேகாசு 'போட்டா எடுத்தயின்னா எதயும் பாக்க முடியாது. மனசுல எடு, போதும்' என்று சொல்லியிருந்தான். அதை நினைத்துப் படம் எடுக்கும் ஆசையைக் கைவிட்டான். இருந்த அடையாளத்துக்கு அவன் மட்டும் சில படங்களை எடுத்து வைத்திருந்தான். கையை விரித்துத் தூக்கினால் வானம் எட்டிவிடும் போலிருந்தது. கொட்டகையின் கொஞ்ச தூரத்திலிருந்த கடலைக்காட்டுக்கு அருகே போய் நின்று கையைத் தூக்கிக் கொண்டு 'ஓஒ . . .' வென்று கத்தினான். பின்னாலிருந்து இருகுரல்கள் அனுசரனையாகக் கேட்டன.

அந்த இரவு நறுமணத்தோடு முருகாசுவின் மனதில் புகுந்து கொண்டது. விறகு அடுப்பில் சமைத்த சோறும் கோழிக்கறியும் சாப்பிட்டார்கள். மிராசு வீட்டில் அவர்களே தயாரித்த நாட்டுச் சாராயத்தை நாக்கு ருசித்தது. 'நாங்கெல்லாம் கடைக்குப் போறதேயில்ல. ஒவ்வொரு வீட்டுக்கும் காச்சத் தெரியும். மத்ததெல்லாம் எரும மல்லு மாதிரி இருக்கும். எங்களுது ருசியே தனி. கொஞ்சம் போனாலே போத தூக்கும். அளவாக் குடிச்சுக்க' என்றான் மிராசு. கொட்டகையின் முன்கூரை மேல் எரிந்த மின்விளக்கைப் பூச்சிகள் மொய்த்தன. அதை அணைத்துவிட்டு நிலவொளி படர்ந்த வாசலில் கட்டிலைப் போட்டு உட்கார்ந்திருந்தார்கள். மக்கிரிக் கூடை ஒன்றை மேஜையாக்கிக் கொண்டார்கள். கோழி வறுவலுக்கு நாக்கு அடிமையாயிற்று. லொள்ளுவைக் கட்டிப் போட்டுவிட்டான்.

'ஊருக்குள்ள எதுக்குடா போவணும்? இதுதான் நமக்கான எடம்' என்றான் மேகாசு.

'புதுசா வந்திருக்கறீங்க. இந்த மாதிரியான எடத்தப் பாத்து என்ன நெனைப்பீங்களோன்னு சொன்னண்டா. உங்களுக்குப் புடிச்சிருந்தாச் செரி' என்று மகிழ்ந்தான் மிராசு. கொஞ்ச மாகக் குடிக்கும்படி சொன்ன மிராசு அவனை அறியாமலோ

நண்பர்களைப் பார்த்த பரவசத்திலோ நிறையவே குடித்தான். பிறகு பேசிக் கொண்டேயிருந்தான்.

'உங்களுக்கெல்லாம் சொல்லலடா, எனக்குக் கலியாணம் ஆயிருச்சு. ஒருவயசுல பையன் இருக்கறான். இன்னைக்கி என்னயக் காணானுன்னு தேடிக்கிட்டு அழுவான். இன்னம் பாஞ்சு நாள எப்படிச் சமாளிக்கப் போறனோ தெரீல.'

'டேய், பெரிய ஆளுடா நீ. எல்லாத்தயும் காலாகாலத்துல பாத்துட்ட. இதுக்கு மேல என்னடா வேணும்?'

பொறாமைக் குரலில் மேகாசு சொன்னான். 'ப்ச்' என்று வாயைச் சப்பிய மிராசு 'நெனச்சா அதிலெல்லாம் ஒண்ணும் இல்லடா. நிமிசக் கணக்குல முடிஞ்சு போற விஷயம். நான் நேத்துப் பாத்தன். நீ நாளைக்குப் பாப்ப. இவன் நாளன்னிக்குப் பாப்பான். நாள்தான் வித்தியாசம். அவ்வளவுதான். ஆனா நீங்கெல்லாம் படிச்சதுக்கு ஏத்தாப்பல வாழ்றீங்க. நான் ஒண்ணும் இல்லாத போயிட்டண்டா. எருமச்சாணி அள்ளிக்கிட்டு மேட்டாங்காட்டு மண்ணுல பொரண்டுக்கிட்டு செம்மறி ஆட்டுக் கூட்டத்தோட கெடக்கறண்டா. தலைய நட்டுக்கிட்டு ஆரோட காலயோ பாத்துக் குருடாட்டம் போறண்டா. இதுக்குத்தான் நான் படிச்சனாடா?'

கோபத்தோடு அவன் கத்துவது போலப் பேசினான். 'என்னடா ஆச்சு உனக்கு? இந்த மாதிரி ஏகாந்தமான எடத்துல ஆனந்தமா இருக்கறீன்னு நாங்க பொறமப்படறம். நீ என்னடான்னா இப்பிடிப் பேசற?' என்றான் முருகாசு.

'ஆமாண்டா. நீ இங்க நாலு நாளைக்கு இருந்து பாரு தெரியும். படிச்சிட்டு எங்காச்சும் வேலக்கிப் போலாமுன்னு பாத்தாக் கலியாணம் பண்ணியே ஆவோணுமுன்னு கட்டாயப்படுத்திக் கட்டி வெச்சிட்டாங்க. பொண்டாட்டி அத்த பொண்ணு. ஊருக்குள்ள அஞ்சாவது வரைக்கும் இருக்கற ஸ்கூல்ல படிச்சா. எழுதப் படிக்கக்கூட ஒழுங்காத் தெரியாது. வெளியூருக்குக் கூட்டிக்கிட்டுப் போகக் கூடாதுன்னு கட்டுப்பாடு. என்ன மயிருக்குப் படிச்சன்? இதுல நாங்கெல்லாம் முதுகுலமாம். மத்தவங்கெல்லாம் எளங்கொலமாம். ஆரோடவும் பொழங்கக் கூடாதாம். முட்டா அசுரனுங்க, மொரட்டுக்கூவங்கடா.'

'என்னடா அத்தன கஷ்டமாவா இருக்குது? உலகமே தொற்றுல பதறிக்கிட்டுக் கெடக்குது. உசுரு போயிருமுன்னு கதறிக்கிட்டு ஒடுங்குது. உங்க ஊர்ல வாழ்றது ஒரே கொலம். ஆரையும் உள்ள விடக் கூடாதுன்னு கட்டுப்பாடு. இப்பிடி

இருக்கறதுனாலதானடா எந்தப் பயமும் இல்லாத இருக்க முடியுது. உங்க ஊரப் பாத்துத்தான் ஒருவகையில கொலமாப் பிரிச்சு வெச்சிருக்கறது நல்லதோன்னு யோசிச்சுக்கிட்டு இருக்கறன். இப்பிடிப் பிரிஞ்சு பிரிஞ்சு இருந்தா எந்தத் தொற்றும் ஒண்ணும் பண்ணாது பாரு.'

மேகாசு பேசப் பேசவே 'போதும் நிறுத்துடா. தேங்கி நாறிக் கெடக்கற குட்டைடா இது. சின்னக் காத்தடிச்சாப் போதும். மூக்கப் புடிச்சிக்கிட்டு ஓடுவ. சும்மா காட்டையும் வானத்தையும் பாத்துட்டுப் பெனாத்தாத. நான் இந்த மயிரு, நீ அந்த மயிரு, எம் பக்கத்துல வராதன்னு சொல்றதப் போயி நல்லதுங்கற. எதாச்சும் சின்ன ஓட்ட கெடச்சாப் போதும், இங்கிருந்து ஓடியாந்திரலாமுன்னு பாத்துக்கிட்டு இருக்கறன். மூச்சு முட்டுதுடா. என்னால முடியலடா. இப்பிடியே இருந்தன்னா எதாச்சும் செஞ்சு செத்துப் போயிருவண்டா. என்னயக் காப்பாத்துங்கடா … காப்பாத்துங்கடா.'

கைகளை விரித்துக்கொண்டு அவன் கதறி அழுவதைப் பார்க்க முருகாசுவுக்கும் கண்ணீர் வந்தது. 'உனக்குப் பூவாசுரத்துல வேலக்கி ஏற்பாடு பண்றண்டா. வந்திரு. குடும்பத்தோட வந்திரு. பழகிக்கலாம். இந்த ஊரே உன்னயத் தூக்கி எறிஞ்சாலும் நான் பாத்துக்கறன். எல்லாம் பாத்துக்கறன். ஒலகம் பெரிசுடா பெரிசு' என்று அவனைக் கட்டியணைத்துக் கொண்டான். இருவரும் பொங்கி அழுவதைப் பார்த்து மேகாசு தலையை உதறித் தன்னைக் கட்டுப்படுத்திக் கொண்டான். எழுந்து இருவர் கண்களையும் துடைத்துவிட்டுப் 'போதும் போதும். அடங்குங்கடா' என்றவன் 'வேல கெடச்சா நீ இந்த ஊர விட்டு நெசமாலுமே வந்திருவியாடா?' என்றான்.

'நாளைக்கிக் கெளம்பும் போதே உங்ககூட வர்றண்டா. என்னால இங்க இருக்க முடியலடா' என்று பரிதாபமாகச் சொன்னான் மிராசு. அவன் போதையில் உளறுவது மாதிரி தெரியவில்லை. 'செரி, உனக்கு ஏற்பாடு பண்ணிட்டுக் கூப்பிடறம். வந்திரு. பாத்துக்கலாம்' என்று அவனுக்குச் சொன்ன மேகாசு 'செரி, அவனுக்குக் கஷ்டம். அழுதான். உனக்கு என்ன கஷ்டம்டா. நீ எதுக்கு அழுவறடா' என்று முருகாசுவைப் பார்த்துக் கேட்டான்.

'எங்கஷ்டம் பெருசுடா' என்ற முருகாசு தம்ளரில் இருந்த மிச்சத்தை எடுத்து முழுதுமாகக் குடித்துவிட்டு மீண்டும் அழுகையோடு பேச்சைத் தொடங்கினான்.

40

முருகாசு இப்படித் தொடங்கினான், 'நிமிச நேர விஷயம்னு சாதாரணமா நீ சொல்லிட்ட. அப்படி இல்லடா. அது பெரிய விஷயம். எம் பொழப்பே அதனாலதான் இப்படி அந்தரத்துல தொங்கிக்கிட்டு இருக்குது. வேலைய விட்டுட்டு வந்துட்டன், உனக்குத் தெரியுமா?'

'ஏண்டா வேலய உட்ட?' மிராசு பதற்றமாகக் கேட்டான்.

'இன்னொரு வேல அவனுக்குச் சாதாரணமாக் கெடச்சிரும்டா. அந்தத் தைரியத்துல உட்டுட்டு வந்திருக்கறான். என்னதான் பிரச்சினையா இருக்கட்டும். இன்னொரு வேல கெடைக்கறது கஷ்டம்னு இருந்தா உட்டுட்டு வருவியா, சொல்லுடா மயிரு.'

மேகாசு கிடுக்கிப்பிடி போட்டதும் முருகாசுவுக்கு தெளிவு வந்தது.

'செரிதான். ஒன்னயே திரும்பத் திரும்பச் செய்யறதுல அலுப்பு வந்திருச்சு. வேற எடம், வேற வேலன்னு போகலாம்னு தோனிருச்சு. நான் இல்லைன்னு சொல்லல. ஆனா அது மட்டும் காரணமில்ல. பூவாசுரத்துல இருக்க வெறுப்பாப் போயிருச்சுடா. அதுக்குக் காரணம் ஒருத்தி.'

'அதான கேட்டன். என்னடா பையன் சுருட்டிச் சுருட்டி உள்ள வெச்சுக்கறானேன்னு பாத்தன். எங்கயோ காட்ட முயற்சி பண்ணிச் செமயா அடி வாங்கிட்டு வந்திருப்பானாட்டம் இருக்குது.'

'போடா, உனக்கு எல்லாமே சாதாரணந்தான். நான் பேசுல போடா.'

தம்ளரை எடுத்து ஊற்றி நீட்டி 'ஒருவாய், ஒரே ஒருவாய் குடிச்சிட்டுப் பேசுடா கண்ணு. இன்னமே நான் வாயே தெறக்க மாட்டன்' என்று கெஞ்சும் குரலில்

மேகாசு சொன்னான். சினம் ஆறி முருகாசு தன் பிரச்சினையைச் சொல்லலானான்.

முருகாசு பூவாசுரத்திற்குப் போனபோது சில நண்பர்களோடு அறைகளில் தங்கிப் பார்த்தான். விடுதிகளில் தனியாக அறை எடுத்தும் இருந்தான். எதுவும் ஒத்து வரவில்லை. அவனுக்குச் சமைக்கத் தெரியாது. உணவகங்களில் தொடர்ந்து சாப்பிடுவதும் பிடிக்கவில்லை. வேலை செய்த நிறுவனத்து உணவகத்தில் காலையும் மதியமும் சாப்பிடுவான். ஒரே வகை, ஒரே சுவை. இரவில் வெவ்வேறு கடைகளைத் தேடிப் போவான். கையேந்தி பவன்கள், ஐந்து நட்சத்திர விடுதிகள் என எல்லாவற்றிலும் சாப்பிட்டுப் பார்த்தான். உணவையாவது சமாளித்துக் கொள்ளலாம். உடனிருப்பவர்களோடு இயைந்து போவது பெரும்பாலும் அவனால் முடியவில்லை.

ஒருநாளும் அறை சுத்தமாக இருக்காது. எப்போதும் ஆட்களின் வருகையும் இரைச்சலுமாக இருக்கும். ஏதேதோ காரணங்களுக்காக விருந்துகள் நடக்கும். விருந்து முடிந்த மறுநாள் அலுவலகத்திற்குப் போனால் பெரும்பாடு. அவன் திட்டமிட்டுக் கொண்டிருந்தவற்றைச் செய்வதும் படிப்பதும் முடியவில்லை. இணைய வழிப் பயிற்சி வகுப்புகள் சிலவற்றில் சேர்ந்திருந்தான். ஒருகட்டத்தில் எதையுமே தன்னால் ஒழுங்காகச் செய்ய முடியவில்லை என்னும் கழிவிரக்கத்திற்கு ஆளானான். வீட்டுக்கு வந்திருந்த போது அம்மாவிடம் மேலோட்டமாக இதைச் சொன்னான்.

'நான் வந்திரட்டுமா? ஒரு வீடு பாத்து இருந்துக்கலாம்' என்றார் அம்மா.

'அப்பா என்னம்மா செய்வாரு?' என்றான் அவன்.

'அவரப் பத்தி உனக்குத் தெரியாதா? தானே பொங்கித் தானே திங்கற கூட்டத்தச் சேந்தவரு. சமாளிச்சுக்குவாரு.'

அம்மா அப்படிச் சொன்னாலும் தனக்காக அவர்களைப் பிரிப்பதை அவன் விரும்பவில்லை. வீடு பார்த்து அம்மாவை அழைத்துப் போனால் நேரத்திற்கு வீட்டில் இருக்க வேண்டும். இப்படி இரு, அப்படி இரு என்று அம்மா போடும் விதிகளுக்கு எல்லாம் கட்டுப்பட வேண்டும். வீராசுரத்து வாழ்வையே பூவாசுரத்திலும் வாழ நேரும். அதற்கு வீராசுரத்திலேயே இருந்திருக்கலாம். ஒரே வாழ்வையே எல்லா இடத்திலும் வாழ்வது என்றால் இடப்பெயர்வினால் பயனில்லை.

நண்பர்களிடம் எல்லாம் 'இரண்டு பேர் மட்டும் தங்கும்படி ஒரு வீடு கிடைத்தால் பரவாயில்லை' என்று சொல்லிக்

கொண்டிருந்தான். 'அதுக்கு நீ கலியாணம் பண்ணிக்கோ', 'ஆண்களா ரண்டு பேரு தங்கி என்னடா பிரயோசனம்?' என்றெல்லாம் கேலி செய்தார்கள். 'சிங்கிளா இருக்க வேண்டியதுதான? அது எதுக்கு இன்னொருத்தரு' என்று கேட்ட கேள்விக்கு மட்டும் பதில் சொன்னான். 'வாடகையைப் பகிர்ந்துக்க ஒரு ஆள் வேணும். அப்பப்பப் போரடிச்சாப் பேச ஒருவாய் வேணும். அவ்வளவுதான்.' அவன் சொல்வதை எல்லோரும் ஏளனமாகவே கேட்டார்கள்; பதில் சொன்னார்கள். அவன் எதிர்பார்ப்புப்படி திடுமென ஒரு வாய்ப்பு வந்தது.

அலுவலகத்தில் அடுத்தமர்ந்து வேலை செய்யும் தனாசுரி 'இரண்டு பேர் தங்கற வீட்டுல இன்னொருத்தரு பெண்ணா இருந்தாப் பரவாயில்லயா?' என்று கேட்டாள். அவள் ஏதோ கேலியாகக் கேட்கிறாள் என்று நினைத்து 'எனக்கென்ன ஆட்சேபண? ஆணோ பொண்ணோ ஒரு பேச்சுத்தொண' என்றான். இன்னொரு நிறுவனத்தில் வேலை செய்யும் அவளுடைய தோழி ஒருத்தி வீடு பார்த்திருக்கிறாள் என்றும் இரண்டு படுக்கையறைகள் கொண்ட அடுக்கக வீடு என்றும் அதில் தங்குவதற்கு இன்னொரு ஆள் தேவை என்றும் சொன்னாள். 'அவுங்களுக்குப் பிரச்சின இல்லீனா நான் வர்றன்' என்றான். 'உன்னயப் பத்தி நல்ல சர்ட்டிபிகேட் குடுத்திருக்கறன். ஒழுங்கா நடந்துக்க' என்று சொன்னவள் அன்று மாலையே அழைத்துச் சென்றாள். அவள் தோழி தேவாசுரியையும் அந்த வீட்டையும் அவனுக்கு ரொம்பவே பிடித்திருந்தது. அவள் சில நிபந்தனைகளை விதித்தாள்.

1. வீட்டுக்காரரர் வங்கிக்கணக்கில் ஆளுக்கொரு மாதத்திற்கு வாடகை செலுத்த வேண்டும்.
2. வீட்டுக்கு வேறு யாரையும் அழைத்துவரக் கூடாது. அப்படியே வந்தாலும் சில நிமிடங்களில் கிளம்பிவிட வேண்டும்.
3. அவரவர் அறையை அவரவர் சுத்தப்படுத்திக் கொள்ள வேண்டும். வரவேற்பறையையும் சமையலறையையும் வாரம் ஒருவர் சுத்தப்படுத்த வேண்டும்.
4. சமையலறை பொது. அவரவர் உணவை அவரவர் தயாரித்துக் கொள்ளலாம். தேவையான பொருட்களை மாதம் ஒருமுறை ஆர்டர் கொடுத்து வாங்கலாம்.
5. வீட்டுக்குள் மது அருந்தக் கூடாது. மது அருந்தினால் வீட்டுக்கு வரக் கூடாது.
6. வீட்டுக்கான ஆடை அணியலாம். உடலைக் காட்டும்படி இருக்கக் கூடாது.

7. இது மிக முக்கியமான நிபந்தனை: தேவையில்லாமல் வந்து பேசக் கூடாது. அதாவது வழியக் கூடாது. அவரவர் நேரம்; அவரவர் வேலை.

எல்லா நிபந்தனைகளுக்கும் ‘சரி சரி’ என்று தலையாட்டிக் கொண்டேயிருந்தான். ‘உனக்கேதாவது நிபந்தனை இருந்தால் சொல்லலாம்’ என்றாள். ‘உன் காலடிச் சத்தம் மட்டும் கேட்டுக் கொண்டிருந்தால் போதும்’ என்று சொல்ல நினைத்தான். ஆனால் ‘எதுவுமில்லை’ என்றான். அப்படித்தான் அவளோடு வீட்டைப் பகிர்ந்து கொண்டான். அவனுக்கு அவ்வீடும் நிபந்தனைகளும் பெரிதும் பொருந்தின. அவளுடைய வேலை நேரம் கொஞ்சம் வேறுபட்டது. முன்னிரவு முடியும் நேரத்திற்குத்தான் வீட்டுக்குத் திரும்புவாள். காலையில் அவன் கிளம்பும் வரைக்கும் அறையை விட்டு வெளியே வருவதில்லை. தூங்குவாளாக இருக்கும் என நினைத்துக் கொள்வான். பிற்பகலில் அலுவலகத்திற்குக் கிளம்புவாள். வார நாட்களில் இருவரும் சந்தித்துக் கொள்ளவே வாய்க்காது.

இரவில் அவள் வீட்டுக்குள் நுழையும் போது வரவேற்பறையில் உட்கார்ந்து ஏதாவது செய்து கொண்டிருப்பான். சமையலறையிலும் இருப்பான். பார்த்ததும் ‘ஹாய்’ என்பாள். மதியம் செய்து வைத்திருக்கும் உணவை எடுத்துச் சூடாக்கிக் கொண்டு அறைக்குள் நுழைந்து தாழிட்டுக் கொள்வாள். ‘ஹாய்’ என்னும் ஒற்றை வார்த்தைக்காகவே காத்திருப்பான். அவளுக்காக இருக்கிறோம் என்று தெரியக் கூடாது என்பதற்காகச் சில நாட்கள் அறைக்குள் இருந்து அவள் கதவு திறக்கும் சத்தம் கேட்டு வெளியே வருவது போல வந்து ‘ஹாய்’ என்பான். அந்த ஏற்பாடு அவனுக்குப் பிடித்திருந்தது. என்ன, இன்னும் சில வார்த்தைகள் பேசினால் நன்றாக இருக்கும் என எதிர்பார்த்தான்.

வார விடுமுறை நாளில் இருவரும் கொஞ்சம் பேசிக் கொள்வார்கள். அன்றைக்கு லேசான விதி மீறல் இருக்கும். மதிய உணவை இருவரும் சேர்ந்து சமைப்பார்கள். அடுப்பு வேலையை அவள் பார்ப்பாள். தேவையானவற்றைத் தயாரித்துத் தருவான். இருவரும் சேர்ந்து சாப்பிடுவார்கள். சோறு, குழம்பு, பொரியல் என்று முழுச்சாப்பாடு. அவளுக்கு ருசியான சமையல் தெரிந்திருந்தது. அவன் பெரிதாகச் சமைக்க மாட்டான். வழக்கம் போல அலுவலக உணவகத்தில் காலையும் மதியமும். இரவுக்கு மட்டும் தோசை ஊற்றுவான். ஒரு சட்னி செய்வான். அம்மாவிடம் சிலவற்றைக் கேட்டுக் குறித்து வைத்திருந்தான். யூடியுப் தளத்தில் ‘ஐந்து நிமிடத்தில் சட்னி’ என்னும் தலைப்புடைய காணொளிகளைப் பார்த்து எளிய சட்னிகளைச் செய்வான்.

சில பொடிவகைகளையும் வாங்கி வைத்திருந்தான். ஒன்றிரண்டு பழம் சாப்பிடுவான். ஒரு வீட்டுக்கு வந்தும் உணவகத்தில் அதே ருசியைச் சாப்பிட வேண்டியிருக்கிறதே என்பதுதான் குறையாக இருந்தது.

அவன் சமைப்பதில்லை என்பதைக் கவனித்தவள் விடுமுறை நாள் ஒன்றில் கேட்டாள், 'உனக்குச் சமைக்கத் தெரியாதா?' தெரியாது என்று சொல்லக் கூச்சமாக இருந்தது. 'கொஞ்சமாத் தெரியும்' என்றான். காலையில் சாப்பிடுகிற மாதிரி வாரம் ஒரு வகையைச் சொல்லித் தருகிறேன் என்றாள். அவளிடம் மாணவனாக இருக்க ரொம்பவும் பிரியத்தோடு ஒத்துக் கொண்டான். உப்புமா, நூடுல்ஸ், சேமியா என்று அவள் செய்து காட்டியவை அறைகளில் அவன் ஏற்கனவே செய்தவைதான். என்றாலும் புதிதாகத் தெரிந்து கொள்கிற மாதிரி காட்டிக் கொண்டான். அவள் சொல்லித் தந்தவற்றைக் காலையில் நேரம் கொடுத்துச் செய்தான். சமையல் இத்தனை ஆர்வமான விஷயமாக இருக்கும் என்று அவன் நினைத்ததே இல்லை.

தான் செய்ததைச் சின்னக் கோப்பையில் அவளுக்குக் கொஞ்சமாகப் போட்டு ஒரு சீட்டில் 'ருசி பார்க்கவும்' என்று எழுதி வைத்தான். சாயங்காலம் வந்ததும் அவள் சாப்பிட்டிருக்கிறாளா என்று ஆவலாகப் பார்த்தான். அவளும் சீட்டு வைத்திருப்பாள். 'சூப்பர்' என்றோ 'அருமை' என்றோ எழுதியிருப்பாள். தொடக்கத்தில் பாராட்டாக இருந்தது போகப் போகச் சிறுகுறிப்பாக மாறிற்று. 'உப்பு தூக்கல்', 'காரம் இவ்வளவு வேண்டாம்', 'வெங்காயத்தை இன்னும் கொஞ்சம் வதக்கியிருக்கலாம்' என்றெல்லாம் எழுதி வைப்பாள். அவள் செய்பவற்றையும் அவனோடு பகிர்ந்து கொண்டாள். இரவு உணவை வரவேற்பறையில் உட்கார்ந்து அவனோடு பேசிக்கொண்டே உண்டாள். ஒவ்வொரு நாள் சட்னியை அதிகமாக வைத்து 'இன்னைக்கிச் சட்னி அதிகமாயிருச்சு. தோச சாப்பிடறீங்களா?' என்று கேட்டுத் தோசை ஊற்றிக் கொடுத்தான். சோர்வோடு வரும் அவளுக்கு அப்படி ஒருவர் கவனிப்பது சந்தோசம் தருவதாக இருந்தது.

'நீங்கள்' என்று விளிப்பது மாறி 'நீ' என்றாயிற்று. தினமும் இரவில் பேசிக் கொள்ளும் சொற்களும் கூடின. நட்பு கூடிய போதும் நிபந்தனைகளை அவன் மீறவேயில்லை. அவள் பணியில் திருப்தியுற்ற நிர்வாகம் ஊதியத்தைக் கூட்டியிருந்த சந்தோசத் தகவலை அவனோடு பகிர்ந்து கொண்டாள். அத்துடன் 'இந்த வார இறுதியில் உனக்கு விருந்து என் செலவு' என்றாள். வழக்கம் போலச் சாப்பாடு செய்து தருவாள், கூடுதலாகப்

நெடுநேரம்

பாயாசம் வைக்கக்கூடும் என நினைத்தான். விடுமுறை நாளில் இருவருக்குமே காலைச் சாப்பாடு கிடையாது. பத்து மணிக்கு மேல் எழுந்தால் மதிய உணவுதான் தயார் செய்ய முடியும். அன்றைக்கு அவன் எழுந்த போது அவளைக் காணவில்லை. இன்னும் தூங்குகிறாளோ என்று நினைத்தான். கொஞ்ச நேரத்தில் வெளியிலிருந்து பையோடு வந்தாள். கோழிக்கறி.

சமையல் செய்துகொண்டே கேட்டாள், 'நீ குடிப்பியா?' இதற்கு என்ன பதில் சொல்வதென்று தெரியவில்லை. குடிப்பேன் என்றால் குடிகாரனாகக் கருதிவிடலாம். இல்லை என்றால் நம்பிக்கையற்றுப் போகும். இரண்டுக்கும் இடம் கொடுக்காமல் 'எப்பவாச்சும் பீர் கொஞ்சமாக் குடிப்பன்' என்று பற்களைக் கடித்துக்கொண்டு சொன்னான்.

'நல்ல பையன்னு தனா மொதல்ல சொன்னப்ப எல்லாரும் பாக்கறதுக்கு அப்படித்தான் இருப்பாங்கன்னு நெனச்சன். நெசமாவே நீ ரொம்ப நல்ல பையனாத்தான் இருக்கற. இதுவரைக்கும் ஒருநாளும் குடிச்சிட்டு வரவே இல்ல. வெளியிலயும் தங்கல. கவனிச்சுக்கிட்டுத்தான் இருக்கறன்' என்றாள்.

'நான் குடிச்சிட்டு வரவே இல்லைன்னு உனக்கு உறுதியாத் தெரியுமா?' என்றான்.

'எங்க குடும்பத்துல எல்லாரும் பெரிய குடிகாரங்க. குடிச்ச மூஞ்சியப் பாத்தாலே தெரிஞ்சிரும்' என்று சிரித்தாள்.

அவள் நம்பியது உண்மை. அந்த ஆறு மாதத்தில் அவன் குடித்திருக்கவே இல்லை. நண்பர்களிடமிருந்து நல்ல அழைப்புகள் பல வந்த போதும் அவன் மறுத்திருந்தான். அவள் சொல்வதைச் 'சரிதான்' என்று சிரித்தபடி சொல்லி ஆமோதித்தான். அப்போது அவள் சொன்னாள், 'இன்னக்கி வேண்ணா பீர் குடிச்சுக்கோ. என்னோட செலவு.'

✤

41

'பீர் குடிச்சுக்கோ' என்று அனுமதி தருவதைப் போலத் தேவாசுரி சொன்னதை முருகாசு நம்பவில்லை. அவள் தன்னைச் சோதிப்பதற்காக நூல் விட்டுப் பார்க்கிறாள் என்று நினைத்தான். 'இல்ல இல்ல. இந்த வீட்டுக்கு வந்ததிலருந்து சுத்தமா விட்டுட்டன். இனிமே அப்படியே இருக்கட்டுமே' என்றான். 'கம்பெனி இல்லைன்னு பாக்கறயா? நான் வேண்ணா ஒரே ஒரு மிடறு குடிச்சு உனக்குக் கம்பெனி தர்றன்' என்று அவள் சொன்ன போதுதான் அவனுக்கு நம்பிக்கை வந்தது. அவளுக்கு வேறு ஏதோ திட்டம் இருக்கிறது என்றும் புரிந்தது. 'சரி. உனக்காக' என்று ஒப்புதல் தந்தான். உடனே அவள் நிறையப் பணத்தை எடுத்துக் கொடுத்தாள். 'எதுக்கு இவ்வளவு. நான் சும்மா கொஞ்சந்தான் குடிப்பன்' என்று மறுத்தான். 'நல்ல உயர்தரமானதா வாங்கு. காசப் பத்திக் கவலப்படாத' என்றாள்.

அவள் சமையல் செய்யும் நேரத்தில் அவன் வாங்கி வரப் போனான். அந்த நாளுக்கு டின் பீர் பொருத்தமாக இருக்கும் என்று முதலில் இரண்டு வாங்கினான். பணம்தான் இருக்கிறதே, குடித்து ரொம்ப நாள் ஆகிவிட்டது, ஒன்று கூடுதலாகக் குடிக்கலாம் என்று தோன்றக் கூடும் என்றெல்லாம் பலவிதமாக யோசித்து ஐந்து வாங்கினான். எதற்கும் இருக்கட்டும் என்று பாட்டிலில் ஒன்று. பீர் குடிப்பதற்கான அழகிய வேலைப்பாடு கொண்ட இரண்டு தம்ளர்களைத் தேர்ந்தெடுத்தான். அப்படியும் அவள் கொடுத்த பணம் கணிசமாக மீதமிருந்தது. நிறையப் பணம் செலவு வைக்க வேண்டும் என்று நினைக்கும் விருந்து நுகரும் சல்லி மனத்தைக் கட்டுப்படுத்திக் கொண்டான்.

வீட்டுக்குள் அவன் நுழைந்ததும் கோழிக்கறி மணந்தது. இப்போதுதான் வீட்டுக்குரிய முகம்

கிடைத்திருப்பதாகத் தோன்றியது. இன்னொரு சந்தர்ப்பத்தில் எருமைக்கறி செய்யலாம். அவளுக்குத் தெரியுமோ என்னவோ. தெரியவில்லை என்றால் அம்மாவிடம் கேட்டுச் செய்து தரலாம். பீர்களைக் குளிர்பதனப் பெட்டியில் வைத்துவிட்டுத் தம்ளர்களை அவளிடம் காட்டினான். அவற்றை வாங்கித் திருப்பித் திருப்பிப் பார்த்து அழகை ரசித்தவள் 'ரசனக்காரந்தான் நீ' என்று பாராட்டினாள். உடனே 'எனக்கு ஒரே ஒரு மிடறுதான்' என்று நினைவூட்டினாள். 'உன் விருப்பம். நான் வற்புறுத்த மாட்டன். நானே உன் விருப்பத்துக்காகத்தான் ஒத்துக்கிட்டன்' என்றான். 'அப்ப நான் வேண்டாண்டா குடிக்க மாட்டயா?' என்றாள். 'ஆமா. மாட்டன்' என்றான். அவள் முகத்தில் ஆனந்தத்தைக் கண்டான்.

அன்றைக்கு வீடே அழகாயிற்று. வரவேற்பறையில் நாற்காலிகளை ஒதுக்கிவிட்டு விரிப்புகளைப் போட்டார்கள். விரிப்பின் மீது உணவு. ஓரடி உயர மேஜை ஒன்றில் டின் பீர் இரண்டைக் கொண்டு வந்து வைத்தான். முதலில் அதைக் குளிர்பானம் என்று நினைத்துவிட்டாள். 'இது எதுக்கு?' என்றவள் பிறகு ஆச்சரியப்பட்டாள். ஆனால் குளிர்பானம் போலக் குடிப்பதில் அவளுக்கு விருப்பமில்லை. தம்ளர்களில் ஊற்றிப் பருகுவதே அழகு என்றாள். அவன் தம்ளர் நிறைந்தது. அவளுக்கு விரற்கடை அளவு ஊற்றினான். இருவரும் தம்ளர்களைக் கையில் எடுத்து முட்டியதும் அவன் 'குதூஉகலம்' என்றான். முகம் முழுக்க மலர்ந்த சிரிப்போடு 'குதூஉகலம்' என்று உச்சரித்தாள். 'ஊஉ' என அவள் உதடு குவிந்து விரிவதை அப்படியே மனதில் பதித்துக் கொண்டான்.

ஒரு மிடறு குடித்ததும் 'நல்லாத்தான் இருக்குது' என்றாள். குளிர்ச்சியின் அளவு பீரின் ருசியைக் கூட்டியிருந்தது. அவளுக்காகப் பொறுமையாகக் குடித்தான். 'என்ன, இந்தப் பொண்ணு குடிக்குதுன்னு தோணுதா?' என்று கேட்டாள். 'இல்லயே. அசுர இனத்துல ஆணும் பெண்ணும் குடிக்கறது பழைய காலப் பழக்கந்தான' என்றான். 'இருந்தாலும் இப்பப் பொண்ணுங்க குடிக்கறதத் தப்பாத்தான பாக்கறாங்க' என்றாள். 'பாக்கறவங்க பாக்கட்டும். நீ ரசிச்சுக் குடிக்கறத நான் ரசிச்சுப் பாக்கறன்' என்றான். சிரித்தவள் 'எங்க குடும்பத்துல நெறையக் குடிப்பாங்க. எங்க அப்பாவே குடிச்சுக் குடிச்சுக் குடல் வெந்து செத்துப் போனாரு. என்னதான் அப்படி அதுல இருக்குதுன்னு பாக்க எனக்கு ஆச. இன்னக்கி உன்னாலதான் அது நடந்திருக்குது' என்றாள்.

'குடிங்கறது அசுர இனம் உருவான காலத்துல இருந்து வர்றது. இந்த இனம் இருக்கற வரைக்கும் அழியாது. எத்தன வகையான மது தயாரிக்கறாங்க தெரியுமா? தயாரிக்கறது ஒரு கல. அதே

மாதிரி அதக் குடிக்கறதுங்கறதும் ஒரு கல. நம்ம ஆளுங்க அது தெரியாத அடிமையாகிச் செத்துப் போறாங்க. பொம்பளைங்க குடிக்கக் கூடாதுன்னு அந்த இன்பத்த வெலக்கி வெக்கறாங்க' என்று பெரிய விரிவுரை நிகழ்த்தத் தொடங்கினான். அங்கே இங்கே படித்ததோடு தன் சரக்கையும் சேர்த்துச் சொன்னான். இடையிட்ட அவள் 'இதுல தேடல் நெறைய இருக்கும் போல. ஆனா பீர் மட்டுந்தான்னு சொன்ன?' என்றாள். உடனே சுதாரித்துக் கொண்டான். 'எல்லாம் பசங்க பேசிக்கறது, நெட்ல பாக்கறது அதுதான். பழக்கம்னா பீர் மட்டுந்தான். அதுக்கு மேல ஆச இருக்குது. தைரியந்தான் இல்ல' என்று சிரித்தான். 'ஆமா ஆமா. இதோட நிறுத்திக்க. அப்பறம் வாந்தி அதுஇதுன்னா கிளீன் பண்ணி ஆகாது' என்று வேகமாகச் சொன்னாள்.

விரற்கடை அளவை அவள் முடித்ததும் 'இன்னும் கொஞ்சம்' என்று சொல்லி அரை தம்ளரை நிறைத்தான். ஒன்றும் சொல்லாமல் சிரித்தாள். அதையே நிறைய நேரம் குடித்தாள். அவனைக் குடிக்கும்படி அடிக்கடி சொன்னாள். பாட்டிலை முடித்து டின் பீரை எடுத்துக் கொண்டான். இருவரும் அப்படியே சாப்பிட்டார்கள். சாப்பிட்டு முடித்ததும் 'தல கொஞ்சம் கிறுகிறுங்குது. நான் போயிப் படுத்துக்கறன்' என்று சொல்லிவிட்டுப் போய் அறையைத் தாழிட்டுக் கொண்டாள். தாழிட்ட வேகத்தில் அவள் பயம் தெரிந்தது. 'அப்படி ஒன்றும் பேசவில்லையே' என்று நினைத்தான். ஒருவேளை பார்வையில் ஏதும் வித்தியாசம் தெரிந்திருக்குமோ?

எல்லாவற்றையும் எடுத்து வைத்து இடத்தைச் சுத்தமாக்கினான். இன்னும் கொஞ்ச நேரம் அவள் இருந்திருக்கலாம். அமுதத்துளியை நாக்கில் தடவிவிட்டுச் சட்டென விரலை இழுத்துக்கொண்ட மாதிரி இருந்தது. திடுமென அவள் கிளம்பியதற்குக் காரணம் புரியவில்லை. பெண்களுக்கே இருக்கும் எச்சரிக்கை உணர்வாக இருக்கலாம். குடித்திருக்கும் நிலையில் அவனை முன் பார்க்காத பயமாக இருக்கலாம். என்னவாக இருந்தாலும் சரி. அதைப் பற்றிப் பேசக் கூடாது என்று நினைத்துக் கொண்டான். மறுநாள் அவளிடம் எந்த வித்தியாசமும் இல்லை. எப்போதும் போலவே இருந்தாள்.

இருவாரங்களுக்குப் பிறகு 'டின் பீரு அப்படியே இருக்குது' என்று நினைவூட்டினாள். 'அன்னைக்கு அதிகமா வாங்கிக்கிட்டு வந்துட்டன் போலருக்குது. நீதான் ஒண்ணும் சொல்லலியே, அதான் அப்படியே இருக்குது' என்று சொன்னவனுக்குத் தான் வழிவது நன்றாகத் தெரிந்தது. 'வழியக் கூடாது' என்னும் நிபந்தனையை ஞாபகப்படுத்துவாளோ? முடிந்த வரைக்கும் தன்னைக் கட்டுப்படுத்திக் கொண்டான். குளிர்பதனப்

பெட்டியைத் திறக்கும் போதெல்லாம் டின்னில் கை பட்டுப் பட்டு விலகியதை அவளிடம் சொல்ல முடியவில்லை. 'செரி. இன்னக்கிக் குடி' என்றாள். 'நீயும் கம்பெனி தருவியா?' என்று கேட்டான். 'அன்னக்கி மாதிரி ஒரே ஒரு மிடறுதான்' என்று சிரித்தாள். போனமுறை போலவே அரைத்தம்ளர் குடித்தாள்.

மாதத்திற்கு ஒருமுறையாவது பீர் விருந்து நடந்தது. அரைத்தம்ளரில் கணக்காக இருந்தாள். அவனும் தன் எல்லையை மீறவில்லை. ஆனால் திடுமென எழுந்து செல்வதில்லை. எல்லாவற்றையும் எடுத்து வைத்துவிட்டு வரவேற்பறையில் சகஜமாக உட்கார்ந்து பேசினாள். நிதானமாகத் தன்னறைக்குப் போனாள். அவளிடம் என்னவெல்லாம் பேசினோம் என்று நினைவிருப்பதில்லை. அவளுடன் இருக்கும் போதெல்லாம் வார்த்தைகள் மயங்கி உதிர்வதாகத் தோன்றியது. அலுவலகம் பற்றிப் பேசியிருக்கலாம். குடும்பம் பற்றிப் பேசியிருக்கலாம். அரசியல், இசை, சமூகம்? என்னதான் பேசினோம்? பேசிக் கொண்டே இருக்க வேண்டும் என்று எழும் ஆவலை அடக்க முடியவில்லை. அவளிடம் பேச வேண்டும் என்பதற்காகவே சிலநாள் விடுப்பும் எடுத்தான். அலுவலகத்திலிருந்து இரவில் அவளை அழைத்து வந்தான். இருவரும் சேர்ந்து உண்ணக் காத்திருந்தான். விடுமுறை நாட்களில் சீக்கிரமே இருவரும் விழித்துக் காலை உணவையே சமைத்து உண்டார்கள்.

அவன் பிறந்த நாள் முதலில் வந்தது. அதுவும் விடுமுறை நாளாக அமைந்தது. அதற்கு அவன் விருந்து கொடுத்தான். அன்றைக்குக் காலையில்தான் அவன் சொன்னதால் கோபித்துக் கொண்டாள். 'மொதல்லயே சொலலியிருந்தா பரிசு வாங்கியிருப்பனே' என்றாள். 'அதனால என்ன? இன்னொரு நாள் வாங்கிக் குடு' என்றான். விருந்தின் போது அவளே 'என்ன பரிசு வேணும்?' என்று கேட்டாள். 'கேக்கட்டுமா? கேக்கறது கெடைக்குமா?' என்றான். 'ம். கேளு' என்றாள். விரற்கடை அளவு பீரை அவள் பருகிவிட்டுத் தம்ளரைக் கீழே வைத்தாள். அடுத்து அரைத் தம்ளர் அளவு நிறைக்கும் போது மனம் குதூகலித்தது. இன்றைக்கு முழுதாக நிறைத்துவிடக் கை பரபரத்தது.

நாடகத்தனமாக இருந்தாலும் பரவாயில்லை என்று முழுதாக நிரம்பிய தம்ளரைக் கையில் எடுத்து அவள் முன்னால் மண்டியிட்டு 'எனக்குக் காதல் வேணும். குடுப்பியா? ஐ லவ் யூ' என்று நீட்டினான். வெட்கத்தை மீறி அவளுக்குச் சிரிப்பு வந்தது. அவன் நின்ற நிலையா, கேட்ட முறையா என்று தெரியவில்லை. அப்படிச் சிரித்தாள். அவன் ஏந்தியபடியே இருந்தான். மெல்ல அவள் கை நீண்டு வாங்கிக் கொண்டது. அவள் வாயிலிருந்து வார்த்தை வரும் என்று அப்படியே இருந்தான். வெறுங்கை

ஏந்தி இருந்தது. தலையைக் குனிந்து சிரித்தவள் தம்ளரைக் கீழே வைக்கப் போனாள். 'சொல்லீட்டுத்தான் வைக்கணும்' என்று செல்லமாக நிபந்தனை போட்டான்.

தம்ளரைக் கையில் வைத்துக்கொண்டே 'செரி. நீ கேட்டதக் குடுக்கறன்' என்றாள். 'எதக் குடுக்கறன்னு சொல்லு' என்று வற்புறுத்தினான். அவனைப் போலவே அவளும் செய்ய வேண்டுமென்று விரும்பினாள் போலும். எழுந்து நின்று தம்ளரை அவனை நோக்கி நீட்டி 'அதான், நீ கேட்ட காதலக் குடுக்கறன். ஐ லவ் யூ' என்றாள். சொன்னவள் அவன் முகத்தைப் பார்க்க வெட்கப்பட்டுச் சட்டென்று அறைக்குள் ஓடிவிட்டாள். அவளைத் தொந்தரவு செய்யவில்லை. அவளே கொஞ்ச நேரம் கழித்து வெளியே வந்தாள். முகம் கழுவித் தெளிவாக வந்தமர்ந்தாள்.

எதுவும் நடக்காதது போல இருக்க முயன்றாள். அன்றைக்கும் அரைத்தம்ளரே குடித்தாள். மீதத்தைக் காட்டி 'என்ன செய்யறது?' என்றாள். தம்ளரை எடுத்து ஒரு மிடறு குடித்தவன் 'அமுதம்' என்று சிலிர்த்தான். அவள் சிரித்தாள். அந்த அரைத் தம்ளரை மிடறு மிடறாக வெகுநேரம் குடித்தான். தீரவே கூடாது என்று முயன்றான். அன்றைக்கு ஏதேதோ பேசினாலும் அவன் மனம் நோகும்படி ஏதும் சொல்லவில்லை. அதன் பிறகு நிறையச் சொன்னாள். எல்லாம் நிபந்தனைகள்.

காதலுக்கு ஒத்துக் கொண்டதால் அவன் எந்தச் சலுகையும் எடுத்துக் கொள்ளக் கூடாது. அவளுக்கு நிறையக் குடும்பக் கடமைகள் இருக்கின்றன. எல்லாம் முடிய இன்னும் இரண்டு ஆண்டுகள் ஆகும். அதுவரை அவன் பொறுத்திருக்க வேண்டும். எப்போதும் போல் அவரவர் அறை. அவரவர் வேலை. வழக்கம் போலவே எல்லாவற்றுக்கும் அவன் தலையாட்டினான். அவளைப் பார்ப்பதும் பேசுவதுமே போதுமானதாக இருந்தது. தொடக்கத்தில் இருந்த தயக்கம் கடந்து இருவரும் வெளியில் போனார்கள். திரைப்படம் பார்த்தார்கள். அவள் எப்போதும் எச்சரிக்கையுடன் இருப்பதாகத் தோன்றியது. பற்றிக் கொண்டால் விரல்கள் நடுங்கும் அளவு எச்சரிக்கை. அவளாகச் சிலசமயம் விரல் பிடிப்பாள். அவ்வளவுதான்.

எப்போதாவது ஊருக்குப் போவாள். ஓரிரு நாட்களில் திரும்பிவிடுவாள். என்றாலும் அவனுக்குத் தனியாக வீட்டில் இருக்க என்னவோ போலிருக்கும். அவளை விட்டு ஒருபோதும் இருக்க முடியாது என்று தோன்றும். திருமணத்திற்குப் பிறகு அவள் வீட்டுக்கு மாதந்தோறும் ஒருதொகை கொடுக்க வேண்டும் என்பாள். தன் அம்மாவை உடன் அழைத்து வைத்துக்கொள்வேன் என்பாள். அவள் சொல்கிற எதற்காவது அவன் மறுப்பு சொல்வான்

என்று நினைத்தாள். அவன் எதையுமே மறுக்கவில்லை. அவள் சொல்கிற எல்லாம் சரியாகத்தான் பட்டது. 'இது வேண்டாமுன்னு உனக்குத் தோணலயா?' என்று சிலசமயம் கேட்பாள். 'ம்கூம். நீ சரியாத்தான் சொல்ற. சரியாத்தான் செய்வ' என்பான். அப்படி அவன் சொல்வது அவளுக்கு ரொம்பப் பிடித்திருந்தது.

    எல்லாம் நன்றாகத்தான் போய்க் கொண்டிருந்தது. தொற்றும் பொதுமுடக்கமும் வந்து இருவரும் வீட்டிலிருந்தே வேலை செய்ய நேர்ந்த போது அவன் கொஞ்சம் எல்லை மீறுகிற மாதிரி ஆயிற்று.

❖

42

முதற்கட்டத் தொற்றுக் காலத்தில் எங்கும் குழப்பம் நிலவியது. என்ன செய்வதென்று யாருக்கும் தெரியவில்லை. எத்தனை நாள் நீடிக்கும் என்பதைப் பற்றியும் தெளிவில்லை. எங்கும் உயிர் பயம். மெதுவாக மீண்டு வலைவழி வேலைகளுக்கு எல்லோரும் தயாராக வேண்டியிருந்தது. அப்போது அச்சத்தில் இருவரும் ஊருக்குப் போகத் திட்டமிட்டார்கள். போக்குவரத்து சீர்படவில்லை. அவள் தோழிகளுடனும் அவள் அம்மா அறிவுறுத்தல்படி உறவினர் வீடு ஒன்றிலும் நாட்களைக் கழித்தாள்.

முருகாசு எங்கும் செல்லவில்லை. நிறுவனம் எப்போது வேண்டுமானாலும் அழைக்கும் என்னும் நிலை இருந்ததால் வீட்டிலேயே இருந்தான். அவன் நிறுவனம் விரைவில் வலைவழி வேலைகளையும் தொடங்கிவிட்டது. அவளையும் வீட்டிலிருக்கும்படி சொன்னான். அவள் அம்மாவிடமிருந்து வரும் கட்டளைகளை மீற முடியவில்லை. ஒரு பையனோடு வீட்டைப் பகிர்ந்து தங்கியிருக்கும் விவரம் குடும்பத் திற்குத் தெரியாது. முருகாசுவும் சொல்லவில்லை. இரண்டாம் தொற்றுக் காலத்தில் பொதுமுடக்கம் அறிவிக்கப்பட்டதும் வீட்டிலிருந்தே வேலை என்பதை நிறுவனங்கள் தெளிவாக முன்கூட்டியே அறிவித்துவிட்டன. இருவரும் எங்கும் போகாமல் தம் வீட்டிலிருந்தே வேலைகளைப் பார்த்தனர்.

வாரத்தில் ஒருநாள் தேவையான பொருட்களை வெளியே போய் அவன் வாங்கி வருவான். இருவரும் காலையில் எழுந்து சமையலை முடித்துவிட்டு வேலைகளைத் தொடங்கிவிடுவார்கள். அவரவர் அறையில் வேலை. மதிய உணவுக்குத்தான் பார்த்துக் கொள்வார்கள். அலுவலகத்தில் என்றால் குறிப்பிட்ட நேரத்தில் கிளம்பிவிடலாம். வலைவழியில் இரவு

எட்டு மணி, ஒன்பது மணி வரைக்கும்கூட வேலை பார்க்க வேண்டியிருந்தது. நாள் முழுதும் அவள் வீட்டிலிருக்கிறாள் என்பதே சந்தோசம். வேலைக்கு இடையிடையே அவள் முகத்தைப் பார்ப்பது உற்சாகத்தைக் கூட்டுவதாக இருந்தது. மனதுக்கு அது மட்டும் போதவில்லை. அவள் அருகிருப்பு உடலை உசுப்பி விட்டது. இரவில் தன் படுக்கையில் அவளையும் கிடத்திப் பார்க்க விழைந்தது. உடலின் அனத்தல் தாங்க முடியவில்லை. அடிக்கடி சுய இன்பத்தில் ஈடுபட்டான். அது இன்னும் பெரிய பயத்தைத் தந்தது. எதற்கும் லாயக்கில்லாமல் போய்விடுவோமோ என்று தனக்குள் குமைந்தான்.

அவளோடு தங்கியிருப்பதையும் இருவருக்கும் காதல் கூடி விட்டதையும் அறிந்த அவன் நண்பர்கள் வெகுசிலர். பொதுவாக 'உறவினர் வீட்டில் தங்கியிருக்கிறேன்' என்று சொல்லி வைத்திருந்தான். விவரம் தெரிந்த நண்பன் ஒருவன் அவ்வப்போது பேசியில் 'என்னடா, ஒரே வீட்டுல நாள் முழுசும் இருக்கறீங்க. ஒண்ணுமே நடக்கலீன்னு சொல்ற? பொண்ணுங்க எப்படித் தானா வருவாங்களாடா? நீ முயற்சி பண்ணு' என்றும் 'எப்படித்தான் பாத்துக்கிட்டே இருக்கறயோ? இந்தத் தொற்று வந்துச்சுன்னா இருப்பமோ போவமோ தெரியல. அதுக்குள்ள இதயாச்சும் அனுபவிச்சுப் பாருடா' என்றும் 'சும்மா ஒரு முத்தம் குடுத்துப் பாரு. அப்பறம் படிப்படியா எல்லாம் கூடிரும்' என்றும் பலவிதமாகத் தூண்டிக் கொண்டிருந்தான்.

அவன் சொற்கள் மூளை முழுதும் குழுமிக் கும்மியடித்தன. அவளைப் பார்க்கும் நேரமெல்லாம் அவன் குரல் மனதுக்குள் ஒலித்தது. அவனிடம் பேசுவதற்கே அச்சமாக இருந்தது. தன் மனதில் ஒன்றும் இல்லாத போது நண்பன் குரல் என்ன செய்து விடும்? தனக்குள் அப்படி முயலும் எண்ணம் வலுவாக இருப்பதால் நண்பனைத் தூண்டுகோலாகப் பயன்படுத்திக் கொள்கிறோம் என்று தெளிந்தான். எப்படிச் சொன்னாலும் மனம் கேட்கவில்லை. தூண்டிலை வீசு, வீசு என்று இடைவிடாமல் புறத்திருந்து தள்ளிற்று. 'கூடவே இருந்தும் எதும் செய்யலீன்னா, உன்மேல சந்தேகம் வரும்டா அவளுக்கு' என்று நண்பன் சொன்னது வலுவான காரணமாயிற்று. தயக்கத்தை உதறிச் சந்தர்ப்பத்தை உருவாக்கிக் கொள்வதென்று முடிவெடுத்தான்.

அன்றைக்கு முன்னிரவில் வேலை முடித்ததும் இருவரும் வரவேற்பறையில் உட்கார்ந்து பேசிக் கொண்டிருந்தார்கள். பேரழகுக்கு முன்னால் தானிருப்பதாகக் கர்வம் தோன்றிற்று. தட்டில் இருந்த தீனியை எடுக்கும்போது அறியாமல் கை படுவது போல அறிந்து தொட்டான். சமையலறையில் அவள் மீது உரசவும்

தோளில் கை வைத்து இழுக்கவும் எனச் சேட்டைகள் செய்தான். அவளிடம் எதிர்ப்பு வரவில்லை. எல்லாம் இயல்பு போலவே அவள் இருந்தாள். கொஞ்சம் உற்சாகமாக இருந்தது. சாப்பிடும் போது அவளை என்னென்னவோ சொல்லிப் புகழ்ந்தான். சொற்களை உற்பத்தி செய்யும் வேலையை மனதிடமிருந்து உடல் பறித்துக் கொண்டது. சிவந்த தோசையின் ஒரு விள்ளலைக் கையில் எடுத்து 'உன்னோட ஒதடு மாதிரி இருக்குதே, இத எப்படித் திங்கறது?' என்று உளறிக் கொட்டினான்.

அவள் சிரிப்பில் ஆனந்தம் தெரிந்தது. மேலே போகலாம் என்று துணிச்சல் வந்தது. சாப்பாட்டுக்குப் பிறகும் பேசிக் கொண்டிருந்தார்கள். அவன் உளறல்களை ரசிக்கிற மாதிரியே இருந்தது. எதற்கோ அவள் எழுந்தபோது சட்டென்று எழுந்து கையைப் பற்றினான். அவள் எதிர்பார்க்காத விதத்தில் கட்டியணைத்து முத்தம் கொடுத்தான். அவனைத் தள்ளிவிட முயன்றாள். அவன் கைகள் இறுக்கியிருந்தன. அவள் வலு முழுவதையும் திரட்டித் தள்ளினாள். கீழே போய் விழும் வரைக்கும் அவள் பிகு பண்ணித்தான் தள்ளுகிறாள் என்றே நம்பியிருந்தான். 'ச்சீ . . . உம்புத்தியக் காட்டிட்ட இல்ல' என்று சொல்லி அறைக்குள் ஓடித் தாழிட்டுக் கொண்டாள்.

அவளுக்குச் சம்மதம் இல்லாத காரியத்தைச் செய்து விட்டோம் என்று உணர்வு தோன்றிற்று. எப்படிச் சமாதானப் படுத்துவது என்று தெரியவில்லை. பின்னாலேயே ஓடி அவள் அறைக்கதவைத் தட்டித் 'தேவா . . . ஸாரி . . . ஸாரி' என்று கத்தினான். கதவை ஓங்கித் தட்டிக் கொண்டேயிருந்தான். உள்ளிருந்த அவள் மேலும் பயந்து போனாள். கதவைத் திறக்க வேண்டும் என்பதற்காகத்தான் தட்டுகிறான் என்று நினைத்துக் கொண்டாள். எதுவும் பேசவும் இல்லை; கதவைத் திறக்கவும் இல்லை. கதவு முன்னால் அப்படியே உட்கார்ந்து அழுதான். 'தப்பு தப்பு. மன்னிச்சிரு. இன்னமே தொந்தரவு செய்ய மாட்டேன்' என்று என்னென்னவோ சொல்லிப் பார்த்தான். பதிலேயில்லை.

தூக்கமின்றி வரவேற்பறையிலேயே கிடந்தவன் காலையில் வெகுநேரம் கழித்தே விழித்தான். அவன் அரவம் கேட்டதும் வெளியே வந்தவள் 'இங்க பாரு. நீயும் எல்லாரும் மாதிரிதான்னு தெரிஞ்சுக்கிட்டேன். இத்தன நாளு நீ நடிச்சுக்கிட்டு இருந்திருக்கற. ஏமாளி நாந்தான். இன்னமே உன்னோட இருக்க முடியாது. ஒண்ணு நீ கௌம்பு, இல்லீனா நான் கௌம்பறன்' என்று ஆவேசமாகச் சொன்னாள். 'தப்பு தப்பு . . . ஸாரி ஸாரிடா தேவா' என்றெல்லாம் தன் அஸ்திரங்களை எய்து பார்த்தான். அவள் மசியவே இல்லை. அன்றைக்கு மாலையில் எதுவும் சொல்லாமல் எங்கோ கிளம்பிப் போய்விட்டாள்.

இரவில் திரும்பவில்லை. நள்ளிரவில் செய்தி மட்டும் வந்தது. 'நீ அங்கிருக்கும் வரை நான் வர மாட்டேன்' என்று காட்டமாக இருந்தது. அப்போது அவனுக்கு இதுவரை காத்த பொறுமை அனைத்தும் போய்விட்டது. 'என்ன செய்துவிட்டேன்? ஒரே ஒரு முத்தம். அதற்குக்கூட எனக்கு உரிமையில்லையா?' என்று பதில் கொடுத்தான்.

'என் அனுமதி இல்லாமல் எப்படிக் கொடுக்கலாம்?'

'கொடுத்த பிறகுதானே அனுமதி இல்லை என்பது தெரிந்தது.'

'அதைக்கூடப் புரிந்து கொள்ளாதவனோடு எனக்கு இனி எதுவும் இல்லை.'

'புரிந்துகொள்ளக் கிடைத்த சந்தர்ப்பம் இது.'

'இன்னும் பெரிய சந்தர்ப்பம் கிடைக்கும் என்று பார்ப்பாய்.'

'இல்லை. இதுவே போதும். இனி எதுவும் நடக்காது.'

'உன்னை நம்ப முடியாது. நடிகன் நீ.'

'நடிக்கவில்லை. இயல்பாகத் தோன்றிய உணர்வு.'

'ஆமாம். உன் இயல்பைத் தெரிந்துகொண்டேன். விடு.'

'விட முடியாது.'

'நான் விட்டு விட்டேன்.'

'அத்தனை எளிதா?'

'ஆம்.'

'சரி.'

அதன் பிறகு அவன் அங்கிருந்து கிளம்பி வீராசுரத்துக்கு வந்துவிட்டான்.

மேகாசு அந்த மேட்டாங்காடு முழுதும் கேட்கும்படி ஓங்கிச் சிரித்தான்.

'நாயி அதான் ஊருக்கு ஓடி வந்திருக்குது. முழுத் தேங்காய முன்னால வச்சுக்கிட்டு உருட்டி உருட்டிப் பாத்திருக்குது. மோந்து மோந்து பாத்திருக்குது. ஒடைக்கத் தெரீல. ஓடி வந்திருச்சு' என்று எகத்தாளம் பேசினான்.

'போடா . . . தேவாவப் பத்தி உனக்கு என்னடா தெரியும்? அவளுக்காக எவ்வளவு நாள்னாலும் காத்திருக்கலாம். நாந்தான் அவசரப்பட்டுட்டன்' என்றான் முருகாசு.

‘கெழடாயி எல்லாம் தொங்கிப் போற வரைக்கும் காத்திருப்பியா? அதெல்லாம் முடியற காரியமாடா? ஒரு வருசம் ஒன்றர வருசம் ஒண்ணா ஒரே வீட்ல இருந்திருக்கீங்க. ஒண்ணுமே பண்ணாத தொட நடுங்கிப் பயடா நீ. இப்ப வந்து பொங்கிப் பொங்கி அழுவறான்’ என்று மேகாசு சீண்டினான்.

‘அவனே பிரிஞ்சிட்டமுன்னு கஷ்டப்பட்டுக்கிட்டு இருக்கறான். உடுடா. பக்கத்துல இருக்கும் போது யாருக்கும் அந்த எண்ணம் வரத்தான் செய்யும். நீ செஞ்சது தப்பில்லடா. அவ தப்பாப் புரிஞ்சுக்கிட்டா. இப்ப எனக்கு விருப்பமில்லன்னு சொல்லீருக்கலாம். அத உட்டுட்டு ரொம்பப் பயந்து போயிட்டா போல’ என்றான் மிராசு.

‘ஊட்ட உட்டுட்டுத் தனியா வந்து வேல செய்யறா. ஒரு பையங்கூட ஒரே வீட்டுல சேந்து தங்கறா. அவனோட ஒண்ணாப் பீரு குடிக்கறா. காதலிக்கறன்னு சொல்றா. ஆனா ஒரே ஒரு முத்தத்துக்கு மட்டும் ஒத்துக்காத ஓடுடான்னு வெரட்டிட்டாளாம். நல்லா இருக்குதுடா ஞாயம்.’ மேகாசு பெரிய ஏப்பத்தோடு முடித்தான். அதோடு விடவில்லை. ‘அவளுக்குப் போன் போடு. நாங் கேக்கறன். என்ன, எங்க பையனக் கேவலப்படுத்தறயான்னு கேக்கறன். எவ்வளவோ நாகரிகமா நடந்திருக்கற. இதவிட ஒருத்தன் பொறுமையா இருக்க முடியாதுடா. போன் போடு, நறுக்குனு நாலு வார்த்த கேக்கறன்.’

கிட்டத்தட்ட மேகாசு கத்தினான். மேட்டாங்காட்டு அநாதி வெளியில் அவன் குரல் வெகுதூரம் பரவிக் கரைந்தது. தன் மேல் அவனுக்குப் பொறாமை வந்திருக்கக் கூடும் என்று முருகாசு நினைத்தான். அதீதமாக எதிர்வினை புரிகிறான் போலத் தெரிந்தது. ஏற்கனவே அவன் வேலையைப் பற்றிய தாழ்வுணர்ச்சி உண்டு. இப்போது இதுவும் சேர்ந்து கொண்டது போலும்.

‘கத்தாதடா. ஊருக்குக் கேட்டு ஓடி வந்திரப் போறாங்க. நீ ஒண்ணும் பேச வேண்டாம். எல்லாம் நானே பேசுவன். அவளே எனக்குப் பேசுவா பாரு. என்னயப் பிரிஞ்சு அவளால ரொம்ப நாளைக்கு இருக்க முடியாது.’

முருகாசுவின் குரலில் நம்பிக்கை இருந்தது. நண்பர்களிடம் பேசிய பிறகு தெம்பு கூடியிருந்தது. தினமும் இரவில் அவளுக்குப் புலனத்தில் காதல்குறி ஒன்றை அனுப்பிக் கொண்டேதான் இருக்கிறான். அவளிடமிருந்து எப்போதேனும் பதில் வரும் என்று பலமுறை எடுத்துப் பார்க்கிறான். தன் எண்ணை அவள் நீக்கவில்லை, தடுப்பிலும் போடவில்லை என்பதே பெருநம்பிக்கையாக இருந்தது. தன்னை விட்டு அவளால் எங்கும் போக முடியாது. கோபம் தணியும். பதில் தருவாள், அழைப்பாள்.

மீண்டும் இருவரும் ஒன்றாக உட்கார்ந்து பீர் குடிக்கலாம். சமைக்கலாம். இதே மாதிரி தனிக்காட்டில் அவளும் தானும் மட்டும் இருந்தால் எப்படி இருக்கும் என்று அவன் நினைவு ஓடியது.

'உனக்கொன்னும் இப்படிக் கத இல்லயாடா?'

உற்சாக மனநிலைக்கு வந்திருந்தான் மிராசு. 'இந்த நாய்க்கு எந்தக் கத இருக்குது? மத்தவன் கதயக் கேட்டுப் பொறாமப்பட்டுக்கிட்டுக் கெடக்க வேண்டியதுதான் விதி' என்றான் முருகாசு. அவர்களை அறியாமல் இப்போது கூடுதலாகக் குடிக்கவும் கறியைத் தின்னவும் ஆரம்பித்திருந்தார்கள்.

'என்னயப் பொறாமக்காரன்னு சொல்றயாடா? நெசமே நான் பொறாமக்காரனாடா? சின்ன வயசுல இருந்து பழகறயே உன் மனசத் தொட்டுச் சொல்லு' என்று மேகாசு எழுந்து கை நீட்டிப் பேசினான். 'செரி. பெரிசாப் பொறாம இல்லடா. லைட்டான்னு வெச்சுக்கலாம்' என்று முருகாசு சிரித்தான். 'பொறாம பொதுவான குணந்தானடா. என்னால மனசுல வெச்சுக்க முடியாது. அப்பவே சொல்லீருவன். அதோட முடிஞ்சு போயிரும்' என்றான் மேகாசு. அதை இருவரும் ஆமோதித்தார்கள்.

'நேத்து அருமையான ஒரெடம். இன்னக்கி அதவிட அற்புதமான எடம். நாளைக்கு எப்படியோ?' என்று முருகாசு பெருமூச்சு விட்டான். 'நாளைக்கி ஒரு ஏற்பாடு பண்ணீட்டாப் போகுது' என்று சிரித்தான் மேகாசு. நாளைக்கேனும் ஊருக்குப் போய்விட வேண்டும். அம்மாவைப் பற்றி ஏதாவது தெரிந்தாக வேண்டும். எழுந்து ஒன்றுக்கிருக்க நடந்தான். கால்கள் தள்ளாடின. ரொம்ப தூரம் போகாமல் அருகிலேயே நின்று போனான்.

'நேத்தெல்லாம் வெளிய எடுக்கவே பயந்தான். இன்னக்கிச் சரக்கு உள்ள போனதும் முன்னாலயே புடிச்சு மல்லறான் பாரு. எல்லாம் இப்படித்தான். பழகிட்டாச் சரியாப் போயிரும்.'

'கதையில்லாத நாயி தத்துவம் பேசுது' என்று மேகாசுக்குப் பதில் சொல்லிக்கொண்டே திரும்பி வந்தான் முருகாசு.

'நெசமே உனக்குக் கத இல்லயாடா?' என்று பரிதாபத்துடன் கேட்டான் மிராசு.

❖

43

தனக்குக் கதை இல்லை என்றால் இருவரும் கேவலப்படுத்துவார்கள் என்பது மேகாசுக்குப் புரிந்தது. அவன் சொல்ல முயல்வதற்குள் முருகாசு முந்திக் கொண்டான்.

'கத இருந்தாச் சொல்லப் போறான். அதான் ஒண்ணுமே இல்லையே, அப்பறம் என்ன பண்ணு வான்?' முருகாசு ஏளனம் செய்தபடி 'சாராயத்துல பழவாசன தூக்குதுடா. பழம் போடுவாங்களா?' என்று பேச்சை மாற்றினான். அதைப் பொருட்படுத்தாமல் மிராசு சொன்னான்.

'கத இல்லாதவந்தாண்டா உலகத்துலயே பாவப்பட்ட ஜென்மம்.'

'டேய் . . . மூட்றா. கத இல்லாத ஒருத்தன் இருப்பானாடா? சில பேரு கதயச் சொல்ல மாட்டான். சில பேருக்குச் சொல்லச் சந்தர்ப்பம் வராது. சில பேரு நம்ம கத என்ன பெருசான்னு நெனப்பான். அப்பறம் கத இல்லீங்கறதே ஒரு கததானடா.'

மேகாசு அசராமல் சொன்னான்.

'கத இல்லாதவன் பெனாத்தலப் பாத்தயாடா?' என்று முருகாசு சொல்லவும் மிராசும் சேர்ந்து சிரித்தான். 'புழுப் பூச்சிக்குக்கூட கத இருக்குமேடா. உனக்கு எப்படி இல்லாத போச்சு? அதையாச்சும் சொல்லு' என்றான் மிராசு.

'எனக்குப் பல கத இருக்குது. அது சேத்துல கெடந்துக்கிட்டு மேலெழுந்து வர முடியாத தவளக் கதை கெடையாது. வாய்க்கும் பழத்துக்கும் ஓரடி ஒசரம் இருந்தும் எட்டாத நரிக்கத இல்ல. எங்கதயில ஒண்ணே ஒண்ணுதான் நீங்க எதிர்பார்க்கற காதல் கத. அதுல கொஞ்சம் உங்களுக்குத் தெரிஞ்சிருக்கும்' என்றான் மேகாசு.

‘அதென்னடா கொஞ்சம்?’

‘வால் மட்டும் வெளீல தெரியற பாம்புக் கத அது. நாம மொத வருசம் படிக்கறப்ப எனக்கு யாரெல்லாம் நண்பர்கள்னு உங்களுக்கு நெனப்பிருக்குதா?’

‘பசங்கள உடு. ஒரு பொக நடந்து வர்ற மாதிரி ஒருத்தி நம்ம வகுப்புல இருந்தா. அவகூட வழிஞ்சுக்கிட்டுத் திரிஞ்ச. அது நெனப்பு இருக்குது.’

‘செரி. அப்பறம் அவ என்ன ஆனா?’

‘வேற எதோ கோர்ஸ் கெடச்சிருன்னு அவ டிசி வாங்கிட்டுப் போயிட்டா. அவ்வளவுதானே?’

‘நீங்க நெனைக்கற மாதிரி அவளுக்கு வேற கோர்ஸ் ஒண்ணும் கெடைக்கல. அது வெளீல சொன்னது. காலேஜ விட்டே அவள நிறுத்திட்டாங்க. அதுக்கு நாந்தான் காரணமாயிட்டன்.’

மேகாசு மிகுந்த வருத்தத்துடன் இதைச் சொன்னான். ‘டேய் . . . எதோ ஒரு கதயக் கட்டறாண்டா’ என்றான் முருகாசு. ‘செரி. கதைன்னாலும் கொஞ்சம் பொய் இருக்குமுல்ல. இரு, அவனச் சொல்ல உடு.’ இருவரும் சேர்ந்து தாக்குகிறோமோ என்ற சந்தேகத்தில் மேகாசின் சார்பாகப் பேசினான் மிராசு. ‘கதைல கொஞ்சம் பொய் இருக்கலாம். பொய்யே கதயா இருந்தா எப்படிடா?’ என்று மேலும் சீண்டினான் முருகாசு. ‘இருடா, அவன் என்னதான் சொல்றான்னு பாப்பம்’ என்ற மிராசு எழுந்தான்.

அவர்கள் சப்பிப் போட்ட எலும்புகளைத் தட்டோடு கொண்டு போய் முறுகிக் கொண்டிருந்த நாய்க்குப் போட்டான் மிராசு. எருமைகள் அவனையே பார்த்துத் தலை தூக்கி நின்றன. அவற்றுக்குத் தீனி அள்ளிப் போட்டான். அருகில் கிடந்த சாணத்தை அள்ளிக் குப்பையில் போட்டுவிட்டுக் கை கழுவிக் கொண்டு வந்தான். ‘எங்களோட இருந்தாலும் காரியத்துல கண்ணா இருக்கறீடா’ என்ற முருகாசுக்கு ‘அதெல்லாம் வாயில்லாச் சீவண்டா. நம்மள மாதிரி கேக்கத் தெரியாது. ஆனா ஒடம்பு அசைவுல காட்டும். சத்தம் குடுத்துக் கேக்கும். கூட இருந்தா நமக்குப் புரியும்டா’ என்று சொன்ன மிராசு ‘செரி, அந்தப் பொகக் கத என்னன்னு சொல்ல அவன உடுடா’ என்றான்.

‘இங்க பாருடா பன்னாட . . .’ மேகாசு தொடங்கவும் ‘பன்னாடயா? இவனுக்கு மாக்கான்னுதான பேரு வச்சிருந்தம்?’ என்றான் மிராசு. கல்லூரியில் படிக்கும் காலத்தில் பொதுவிஷயங் களில் அத்தனை விவரம் இல்லாதவன் என்னும் பொருளில்

‘மாக்கான்’ என முருகாசுக்கு வைத்திருந்த பெயரை இப்போது நினைவுபடுத்தினான். முருகாசு முகம் சுழிப்பது நிலவொளியில் தெரிந்தது.

‘அப்பெல்லாம் அம்மா முந்தானையப் புடிச்சிக்கிட்டு மாக்கானா இருந்தான். இப்பெல்லாம் ஊட்டுக்குத் தெரியாத ஒருத்தியோட குடும்பம் நடத்தற அளவுக்குத் தேறிட்டான். பன்னாட்டுக் கம்பெனி வேலைடா. அதுல வேல செய்யறவன்லாம் பன்னாடப் பசங்கதான’ விளக்கினான் மேகாசு.

‘நான் சொல்றதக் கேட்டிருந்தா நீயும் பன்னாட ஆகியிருக்க லாம். அதுக்கு வளையலியே உனக்கு. மிராசு . . . நாஞ் சொல்றத நீயாச்சும் கேளு. உன்னயப் பன்னாட ஆக்கிர்றன். நான் ஊருக்குப் போனதும் வந்திரு. ரண்டு மூனு மாசம் நாஞ் சொல்றபடி கேட்டுச் செய்யி. எதுலயாச்சும் சேந்திரலாம்’ என்றான் முருகாசு.

‘எனக்கு எதோ ஒரு மாற்றத்தக் கொடுக்கறதுக்குத்தான் எங்க கொலசாமி தாடகையாசுரேஸ்வரித் தாயி உங்கள இங்க அனுப்பியிருக்கறா. எங்கைய மோந்து பாரு. எப்பவும் எருமச்சாணி நாத்தந்தான். எங்கையில ஒட்டியிருக்கற எருமச்சாணிய ஒரேயடியாக் கழுவீரணும்டா.’

மிராசு மீண்டும் தன் கதைக்குப் போய்விடுவானோ என்றிருந்தது. இன்னொரு அழுகையை இந்த இரவு தாங்காது. ‘கத கதன்னீங்க. எப்பவும் அவனவன் கதயச் சொல்றதுல இருக்கற ஆர்வம் மத்தவன் கதயக் கேக்கறதுல இருக்கறதில்லீடா’ என்றான் மேகாசு. பேச்சு திசை மாறிப் போனதும் தன் விஷயத்திற்கு முக்கியத்துவம் இல்லை என்பதும் அவனுக்கு வருத்தம் தந்தன.

‘உன்னோட முட்டாய்க் கதையச் சொல்லுடா அப்பா . . . காதத் தொறந்து வெச்சிருக்கறம்’ என்ற கேலியைப் பொருட் படுத்தாமல் மேகாசு தன் சின்னக் கதையைச் சொன்னான். அவர்கள் சொன்னது போலத் திடாசுரி புகை போலத்தான் இருப்பாள். நடந்து வருகிறாளா மிதந்து வருகிறாளா என்றே தெரியாது. நிறமும் புகை போல. ‘உனக்கு யாரு திடாசுரின்னு பேரு வெச்சா? பூனைக்குப் புலின்னு பேரு வெச்சாப்பல’ என்பான் மேகாசு. முதல்நாள் வகுப்பிலேயே திடாசுரி மேல் அவனுடைய தனிக்கவனம் விழுந்தது. எதனால் என்று சொல்ல முடியவில்லை. தன் மனதுக்கு ஏற்ற ஏதோ ஒரு வசீகரம் அவளிடம் இருந்திருக்க வேண்டும். அது என்ன என்பது இன்றுவரை அவனுக்குத் தெரியவில்லை. மெல்ல அவளிடம் நட்பாகிப் பேசிப் பழகினான்.

வீராசுரத்திலிருந்து வெகுதொலைவில் இருந்த சிறுகிராமம் அவள் ஊர். ஒரு முகவர் மூலமாக அந்தக் கல்லூரிக்கு வந்து

சேர்ந்திருந்தாள். கட்டணத்தில் கழிவு கொடுப்பதாகவும் விடுதியில் இலவசமாகத் தங்கிக் கொள்ளலாம் என்றும் ஆசை காட்டி அவளைச் சேர்த்திருந்தார்கள். அப்படிச் சொல்வதெல்லாம் ஏமாற்று என்பதை அவளுக்குப் புரிய வைக்க முயன்றதில்தான் நட்பு தொடங்கியது. அவன் சொல்லும் ஒவ்வொன்றும் அவளுக்குப் புதிதாக இருந்தன. வெகுகாலம் மையிட்ட தடம் கொண்ட கண்களை அகல விரித்து 'அப்படியா?' என்று கேட்டாள். அவன் சொல்லும் ஒவ்வொன்றுக்கும் 'அப்படியா?' என்று வியந்தாள்.

உணவகத்திற்கு அழைத்துப் போய் அவளுக்கு அறிமுகம் இல்லாத உணவு வகைகளை ஒவ்வொரு நாளும் வாங்கிக் கொடுத்தான். 'என்னால இத்தன செலவு பண்ணிச் சாப்பிட முடியாது' என்று குற்றவுணர்ச்சியோடு ஒருமுறை சொன்னாள். 'அதெல்லாம் ஒண்ணுமில்ல. நான் பாத்துக்கறன்' என்றான் அவன். இருவருக்கும் மனப் பொருத்தம் கூடி வந்தது. தன் காதலையும் சொன்னான். 'நீ என்ன கொலம்?' என்று கேட்டாள். சொன்னான். அவள் குலத்தின் பெயருக்கும் அவன் குலத்தின் பெயருக்கும் ஒரே ஒரு எழுத்து வித்தியாசம் இருந்தது. இருந்தாலும் இரண்டும் ஒரே குலம்தான் என்று முடிவுக்கு வந்தார்கள். அதனால் திருமணத்தில் பிரச்சினை வராது என்று நம்பினார்கள். எல்லாம் முதல் பருவத்திற்குள் நடந்தன.

முதல் பருவத் தேர்வு முடிந்து ஊருக்குப் போனவள் திரும்பக் கல்லூரிக்கு வரவில்லை. விசாரித்துப் பார்த்ததில் அவன் கவனம் கொள்ளாத பல விஷயங்கள் சுற்றிலும் நடந்திருப்பதை அறிந்தான். இருவரும் பழகுவதை அவள் ஊரைச் சேர்ந்த சீனியர் ஒருவன் போய்ச் சொல்லிவிட்டான் என்பதும் முதல் பருவ விடுமுறையிலேயே அவளைச் சொந்தக்கார மாப்பிள்ளை ஒருவனுக்குத் திருமணம் செய்து கொடுத்துவிட்டார்கள் என்பதும் தெரிய வந்தன. திருமணம் ஆன பிறகு என்ன செய்ய முடியும்? விடுதியில் சில நாட்கள் தங்கிச் சரக்குப் போட்டுச் சோகம் ஆற்றினான். அவன் அப்பா விடுதிக்கே வந்து கன்னத்தில் நான்கு அறை விட்டு 'ஒருவாய் சோறு எப்படி வருதுன்னு தெரியாது, அதுக்குள்ள நின்னுக்கிட்டு ஆடுதா?' என்று கேவலமாகப் பேசி வீட்டுக்கு அழைத்துப் போனார். அதன் பிறகு அப்பாவின் கண்காணிப்பில் பாதுகாப்பாக இருக்க வேண்டியானது. மேகாசு தன் கதையை இப்படி முடித்தான்.

'இவனோட நான் வந்ததுக்குக் காரணமே அவளப் பாக்கணும்னுதான். நேத்தும் இன்னைக்கும் நடந்ததெல்லாம் எந்தத் திட்டமும் இல்லாத நடந்தது. நாளைக்குப் போற வழியில அவளப் பாத்துட்டுப் போறதுதான் திட்டம்.'

நாளை போகும் வழியில் இருந்த சிறுநகரம் ஒன்றில் குடும்பத்தோடு அவள் வசித்தாள். ஒரு குழந்தை இருக்கிறது என்று கேள்விப்பட்டிருந்தான். கல்லூரிக் காலக் காதலை அறிந்து அவள் கணவன் பல கொடுமைகள் செய்வதாகவும் பரிதாபமாக இருக்கிறாள் என்றும் அவனுக்குத் தகவல் கிடைத்திருந்தது.

‘எங்கூட வந்திருன்னு நாளைக்குக் கூப்பிடப் போறன். கொழந்தயோட வந்தாலும் சரி. அத எங்கொழந்தயா நெனச்சு வளத்துக்கறன்’ என்றான் மேகாசு.

முருகாசும் மிராசும் அவன் வசனத்தைக் கேட்டுச் சிரித்தார்கள். ‘கல்யாணத்துக்கு அப்பறம் குடும்பமா ஆவாங்க. நீ குடும்பம் ஆனதுக்கு அப்பறம் கல்யாணம் பண்ணிக்கப் போற. நீ போய்க் கூப்பிட்டதும் ஒரு பையையும் கொழந்தையையும் எடுத்துக்கிட்டு உங்கூட வந்திரப் போறா அவ’ என்றான் முருகாசு.

எழுந்து தன் வண்டியை நோக்கிப் போனவன் ‘இந்த வண்டியே அவளுக்குத்தான் வாங்கினன். அவளுக்கு இது ரொம்பப் புடிக்கும்’ என்று அதன் சீட்டைத் தட்டினான். ‘வண்டியக் காட்டி ஒரு குடும்பத்தப் பிரிக்கப் போற. கலியாணம் ஆன ஒரு பொண்ணப் போயிப் பாக்கறதே தப்பு. அவளக் கூட வந்திருன்னு கூப்பிடறது பெருந்தப்பு’ என்றான் மிராசு. ‘தப்பக் கண்டுட்டான் பெருந்தப்ப . . .போடா . . . காதலப் பிரிச்சுக் கலியாணம் பண்ணி வெச்சது மட்டும் தப்பில்லயா?’ நியாயம் கேட்டான் மேகாசு.

இத்தனை வருசம் கடந்தும் அவள் மேல் தீராக் காதல் அவன் மனதில் இருந்தது. ‘அவளுக்கு அப்பறம் எவளும் கெடைக்கல. அதான் அவளையே நெனச்சுக்கிட்டு மருகறான்’ என்றான் முருகாசு. ‘கெடச்சிருந்தா மாறியிருக்குமா? போடா அதெல்லாம் எப்பவும் மாறாது.’ மேகாசு தீர்க்கமாகச் சொன்னான். நாளை திடாசுரி வீட்டில் ஏதேனும் ரகளை செய்துவிடுவானோ என்று பயமாக இருந்தது. அவள் வீட்டுக்குப் போகாமல் தடுக்க வேண்டும். தடுக்க முடியவில்லை என்றால் தனியாகப் போகும்படி விட்டுவிட வேண்டும். பரவசத்தில் ஏதாவது செய்ய அவள் உறவினர்கள் கூடி அடி போட்டுவிட்டால் அவ்வளவுதான். வேறு வகையில் அவன் மனதை மாற்ற முடியுமா என்று முயன்றான் முருகாசு.

‘இந்நேரம் வீட்டுல கலியாணம் பண்ணி வெச்சிருந்தா இந்த நெனப்பெல்லாம் போயிருக்கும்.’

‘அவ எங்கிருக்கறா, எப்படி இருக்கறான்னு தெரிஞ்சுக்கவே இத்தன நாளாச்சுடா. அவளக் கலியாணம் பண்ணுனவன் வேற மாகாணத்துல வேல செஞ்சதுனால அங்க கூட்டிக்கிட்டுப் போயிட்டான். அதனால ஒரு விவரமுமே தெரியல. இப்ப இங்க

வந்து ஒருவருசம் ஆகுதாம். அவளோட முகவரிய வாங்கறதுக்கு என்னென்னெ பாடுபட்டன்னு உனக்குத் தெரியாதுடா. ஒருத்தனுக்கு ஒருமாசம் தெனமும் சரக்கு வாங்கிக் குடுத்துத் தாஜா பண்ணி முகவரிய வாங்கியிருக்கறன். நாளைக்குப் போறம், கூப்படறம். வந்தான்னா அவள ஏத்திக்கிட்டு வண்டியில அப்படியே நான் கௌம்பீர்றன். நீ பஸ்ஸுப் புடிச்சுப் போயிக்க... அந்த ஓலம்பட்டிக்கு' என்றான் மேகாசு.

சொல்லும் வேகம் பார்த்தால் போய் அழைத்ததும் ஓடி வந்து வண்டியில் அவள் ஏறிக் கொள்வாள் என்பது தீர்மானமாக அவனுக்கு இருந்தது. 'டேய் மிராசு, நாளைக்கு நீயும் கூட வாடா. எனக்குப் பயமா இருக்குது. இவன் பாதியில என்னய உட்டுட்டுப் போனாலும் போயிருவான்' என்று முருகாசு கேட்டான். 'செரிடா. தப்புனாலும் நண்பனுக்காக நானும் வர்றன். அஞ்சாறு பசங்கள வேண்ணாலும் ஊர்லருந்து கூட்டிக்கிட்டுப் போலாம். போறம், கொழந்தையோட அவளத் தூக்கறம்' என்றான் மிராசு. மேகாசு முகத்தில் அப்படி ஒரு மகிழ்ச்சி தெரிந்தது.

❖

44

மூவரும் உறங்க இரவு வெகுநேரம் ஆயிற்று. காற்றுக்கு அசையாமல் மிதந்து கொண்டிருந்த நிலா வெளிச்சம் பரவிய வாசல் வெளியில் கட்டிலைப் போட்டு மிராசு படுத்துக்கொண்டான். இருவருக்கும் கொட்டகைக்குள் கட்டில். மின்விசிறியும். மூவரும் வெளியிலேயே படுத்துக் கொள்ளலாம் என்று மேகாசு சொன்னதற்கு ‘வெட்டவெளியில் படுத்தால் தூக்கம் வராது’ என்றும் ‘பயமாக இருக்கும்’ என்றும் முருகாசு சொல்லிவிட்டான். கொட்டகைக்குள்ளும் தனியாகப் படுக்க அவனால் முடியாது. அது நல்லதாக அமைந்தது. ரொம்ப நேரம் பேசியதிலும் போதையிலும் சோர்ந்திருந்த உடலைக் கூண்டு போலக் கொட்டகை பிடித்துக் கொண்டது. விடிந்தது தெரியாமல் இருவரும் தூங்கினார்கள். எழுந்து வெளியே வரும்போது பதினொரு மணிக்கு மேலாயிற்று. மிராசு நேரத்தில் எழுந்து கட்டுத்தறி வேலைகள் எல்லாவற்றையும் செய்து முடித்து அவர்களுக்குச் சாப்பாடும் ஏற்பாடு செய்து கிளம்பக் காத்திருந்தான்.

‘இவம் பேச்ச நம்பி நீயும் வர்றயாடா? கலியாணம் பண்ணிக் கொழந்த பெத்து வாழ்ந்துக்கிட்டிருக்கற ஒரு பொண்ணு, இவம் போயி வான்னு கூப்பிட்டதும் வந்திருவாளா? நீ பேசாத வேலையப் பாருடா. நாங்க கௌம்பறம்’ என்றான் முருகாசு.

‘நீதாண்டா ராத்திரி என்னயும் வான்னு கூப்பிட்ட. இப்ப வேண்டாங்கற.’ ஏமாற்றத்துடன் மிராசு சொன்னான்.

‘நானா சொன்னன்? அப்ப எதோ போதையில சொல்லியிருப்பன். இப்ப எனக்கு நம்பிக்க இல்லடா. இவன் போவானாம், கூப்பிடுவானாம், இவன் வண்டியப் பாத்தொடன வந்து ஏறி உக்காந்துக்குவாளாம், அப்படியே சுரலோகத்து

ஐராவதம் பாரு, இவன் டுர்ருனு கௌம்பிப் போயி வீட்டுல நிப்பானாம், இவங்க அம்மா வந்து ஆரத்தி எடுத்து வாடி மருமகளேன்னு கூப்பிட்டுக்குமாம். நம்பறதுன்னாலும் ஒரு அளவு வேண்டாம். இவன மொத நெனப்பு வெச்சிருக்கறாளோ என்னமோ. பாத்து எத்தனையோ வருசமாச்சு. இவனப் பிராக்டிகலான ஆளுன்னு நெனச்சன். இப்படி ஒரு மாங்கா மடையனா இருக்கறானேடா?'

முருகாசு அப்படிச் சொன்ன பிறகுதான் மிராசுவுக்கும் தயக்கம் தோன்றியது. 'அதுதாண்டா காதல்' என்று அவன் சுரத்தில்லாமல் சொன்னான். 'காதலாம் காதல். அதெல்லாம் அந்த வயசுல வர்ற ஈர்ப்பு. அதுக்கு மேல ஒண்ணும் இல்ல. இப்ப இவனுக்குத் தேவ ஒரு கல்யாணம். இவுங்க அப்பாகிட்டச் சொல்லி ஏற்பாடு பண்ணுனாப் போதும்' என்றான் முருகாசு.

'அவ புருசன் ரொம்பக் கொடுமக்காரன்டா. அவ கட்டாயம் என்னோட வருவா' என்று பரிதாபத்துடன் சொன்னான் மேகாசு. 'செரிடா. அவ வீட்டுக்குப் போயிப் பாப்பம். நெலமையத் தெரிஞ்சுக்கிட்டு வேண்ணா உன்னக் கூப்பிடறம்டா' என்று முருகாசு சொன்னது சரியென்று இருவருக்கும் பட்டது. மிராசு செய்திருந்த உணவை இருவேளைக்கும் சேர்த்து உண்டுவிட்டுக் கிளம்பும்போது பொழுது உச்சியிலிருந்து முகில் மறைந்தும் தோன்றியும் போக்குக் காட்டியது.

'இப்படியேதான் ஒரு வாரமா இருக்குது. மழ வரும் வரும்னு பாக்கறம். வந்தபாட்டக் காணாம்' என்ற மிராசு 'டேய் எப்படியாச்சும் எனக்கு ஒரு வேலக்கி ஏற்பாடு பண்ணுடா' என மீண்டும் நினைவுபடுத்தினான். 'உனக்கு வேல உறுதி. நான் கூப்படறப்ப வா' என்று முருகாசு சொன்னான். இருவரும் கிளம்பித்தூரம் சென்று முருகாசு திரும்பிப் பார்க்கையில் மேட்டின் மேல் நின்றபடி தங்களையே மிராசு பார்த்துக் கொண்டிருப்பது நிழல் ஓவியமாய்த் தெரிந்தது. ஏனோ அது மனசுக்குக் கஷ்டமாக இருந்தது. 'பார்த்து ரசிப்பதற்கும் இருந்து வாழ்வதற்குமான வேறுபாடு' என்று அவன் சொன்னதை நினைத்துக்கொண்டு கை காட்டினான். அவனுக்குத் தெரிந்திருக்குமோ என்னவோ.

வழியில் இருவரும் பேசிக்கொள்ளவில்லை. விரைவில் திடாசுரியைப் பார்த்துவிடும் வேகம் மேகாசுக்கு இருந்தது. முருகாசு சொன்னதைப் பொய்யாக்கிவிட வேண்டும் என்று நினைத்தான். ஒருமணி நேரப் பயணத்திற்குப் பிறகு புறவழிச் சாலையிலிருந்து பிரிந்து திடாசுரி வசிக்கும் ஊராகிய கள்ளாசுரம்பட்டி நோக்கிய பாதையில் சென்றார்கள். வழியெங்கும் இருபுறமும் புளியமரங்கள் அடர்ந்து நின்றன. ஒருவழிப்

பாதை என்றாலும் புதிதாக இருந்தது. ஆட்களும் வண்டிகளும் அதிசயமாய்த் தோன்றிய அப்பாதையின் கூடாரமிட்ட நிழலுக்கிடையில் போவதைச் சுபசகுனமாய் மேகாசு உணர்ந்தான்.

இது சொர்க்கத்தை நோக்கிச் செல்லும் பாதை. திடாசுரியைச் சிறை மீட்கக் குதிரை மீதேறிப் போவதாய் நினைத்தான். அரச கதைப் படங்களில் கதாநாயகன் பாடிக் கொண்டே இவ்விதம் செல்லும் காட்சி மனதில் தோன்றிக் குஷியோடு ஏதாவது பாட வேண்டும் போலிருந்தது. முருகாசுவை நினைத்துக் கட்டுப்படுத்திக்கொண்டு ஓட்டினான். சிறுநீர் கழிப்பதைச் சாக்காக வைத்து ஓரிடத்தில் நிறுத்தினான். மழை பெய்து நிலங்கள் எல்லாம் குளிர்ந்திருந்தன. பாதையின் இருபுறமும் நிலங்கள் பயிர்களால் நிறைந்திருந்தன. பெரும்பாலும் நிலக்கடலைதான். இந்த உலகத்தையே கடலைச்செடிகள் மூடிக் கொண்டதைப் போலிருந்தது.

'ரொம்ப நல்லா இருக்குதுல்ல' என்றான் மேகாசு. மர மறைவைத் தேடிப் போன முருகாசு 'போய்ப் பாத்தப்பறம்தான் தெரியும் நல்லா இருக்கறதும் இல்லாததும்' என்றான். 'ஏண்டா இப்படிப் பேசற? நான் உன்னோட வந்ததே இதுக்காகத்தான். நாந்தான் மொதல்லயே சொன்னனே' என்று மேகாசு சுரத்தில்லாமல் சொன்னான்.

'காதலிச்ச பொண்ணு கஷ்டப்படுதுன்னு தெரிஞ்சதும் கொழந்தையோட இருந்தாலும் கூட்டிக்கிட்டுப் போயிக் கலியாணம் பண்ணிக்கறன், வாழறன்னு சொல்ற உம்மனசு யாருக்கும் வராதுடா. ஆனா அப்படியெல்லாம் பொண்ணுங்க வந்தர மாட்டாங்க. கஷ்டமாவே இருந்தாலும் குடும்பத்துக்குள்ளயே கெடக்கறதத்தான் விரும்புவாங்க. அதுக்குப் பல காரணம் இருக்குது' என்று முருகாசு வந்து கொண்டே சொன்னான்.

'போடா' என்று முகத்தைத் திருப்பிக் கொண்டான் மேகாசு. 'செரி. நான் ஒண்ணுஞ் சொல்லல. போயிப் பாத்துட்டு முடிவு பண்ணலாம்' என்றான் முருகாசு. உற்சாகம் குறைந்து வண்டியை எடுத்தான். ஆளற்ற இந்த நேர்ப்பாதையில் வண்டி ஓட்டிப் பார்க்கலாமா என்று முருகாசுவுக்கு ஆசை வந்தது. காலில் இன்னும் லேசான வலி இருந்தது. அவசரப்பட வேண்டாம் என்று அடக்கிக் கொண்டான்.

கள்ளாசுரம்பட்டி தேர்வுநிலைப் பேரூராட்சி. வீராசுரத்தின் புறநகர் ஒன்றைப் போலிருந்தது. சுற்றிலும் வேளாண் கிராமங்கள் இருந்ததால் அவற்றுக்கு மையமாக இவ்வூர் பெரிய கிராமம். நகரத்தின் வசதிகள் பலவும் இருந்தன. நகரத்திற்கும் கிராமத் திற்கும் இடைப்பட்ட ஊர். அடுக்குமாடிக் கட்டிடங்களும் பல

இருந்தன. திடாசுரியின் வீட்டு முகவரி மேகாசிடம் இருந்தது. கண்டுபிடிப்பது கஷ்டமாக இல்லை. புழுதி பறக்கும் இரண்டு மூன்று தெருக்களுக்குள் சென்று ஏரிக்கரை ஒன்றை ஒட்டியிருந்த அடுக்குமாடிக் குடியிருப்பின் முன் நின்றார்கள். கட்டி ஓரிரு வருசங்களே ஆனதால் புதுமெருகு கலையாமல் இருந்தது. நான்கு மாடி. ஒவ்வொரு மாடியிலும் நந்நான்கு வீடுகள். காவலுக்கு ஆளும் இருந்தது. 'என்னடா வீராசுரத்தயே மிஞ்சிரும் போலருக்குது' என்று வியந்தான் முருகாசு. இவ்வளவு பெரிய அடுக்கு மாடியில் குடியிருக்கும் திடாசுரிக்குக் கஷ்டம் இருக்குமா? மேகாசு யோசித்துக்கொண்டே லிப்டில் ஏறினான்.

திடாசுரிதான் கதவைத் திறந்தாள். ஆனால் அவளை மேகாசுக்கு அடையாளம் தெரியவில்லை. புகை போலிருந்தவள் அல்ல. அவளின் ஈருருவம் சேர்ந்திருந்தாள். மினுக்கம் கூடியிருந்தது. அவளுடைய உறவினர் யாரோ என்று நினைத்துத் 'திடாசுரி வீடு . . .' என்று இழுத்தான். அவனை அவள் அடையாளம் கண்டுகொண்டாள். 'டே மேகாசு . . . நீயா' என்று அவள் கிட்டத்தட்டக் கத்தினாள். முருகாசுவை அவளுக்கு அடையாளம் தெரியவில்லை. இருவரையும் உள்ளே அழைத்தாள். இரு படுக்கையறைகள் கொண்ட பெரிய வீடு. ஐந்தாறு வயதிருக்கும் பெண் குழந்தை வரவேற்பறையில் உட்கார்ந்து தொலைக்காட்சிப் பெட்டியில் பாடம் கவனித்துக் குறிப்பெழுதிக் கொண்டிருந்தது. வலைவகுப்புப் போல. 'மாமனெல்லாம் வந்திருக்கறாங்கல்ல, ரூம்குள்ள போயிரு' என்று குழந்தையை அனுப்பினாள். அதுவும் சாதுவாக எடுத்துக்கொண்டு உள்ளே போயிற்று. மாமா என்று சொன்னதை மேகாசு ரசிக்கவில்லை.

'நான் முருகாசு. தெரியுதா?' என்று கேட்டான். 'உங்களப் பாத்த மாதிரி இருக்குது. பேர் தெரீல. கொஞ்ச நாள்தான் காலேஜ் வந்தன். இப்ப வருசக் கணக்காயிருச்சு. நம்ம கிளாஸா நீங்க . . . ஸாரி . . .' என்றாள். நண்பர்களைப் பார்த்த உற்சாகம் அவள் முகத்தில் இருந்தது. 'மேகாசு நீ அப்படியேதான் இருக்கற. அப்பல்லாம் நெறையப் பேசுவ, இப்ப என்ன இப்படி அமைதியா இருக்கற?' என்று அவனைப் பார்த்து ஆனந்தமாகச் சிரித்தாள். 'இல்ல . . . நீதானான்னு பாத்துக்கிட்டு இருக்கறன்' என்று மெல்ல வாயைத் திறந்தான். 'அப்பக் கருவாடாட்டம் இருந்தன். இப்ப வயசாவுதுல்ல. ஒடம்பு கொஞ்சம் சத போட்டுருச்சு. அவ்வளவுதான். நீங்கெல்லாம் வந்திருக்கறீங்கன்னு சொல்லி அவரக் கூப்பிடட்டுமா? பக்கத்துலதான் இருப்பாரு, சொன்னாக் கொஞ்ச நேரத்துல வந்திருவாரு' என்று மீண்டும் சிரித்தாள். பேசியை எடுக்கவும் செய்தாள். 'இல்ல இல்ல . . . அவரத் தொந்தரவு பண்ண வேண்டாம்' என்று தடுத்தான் முருகாசு. அவள் முகமும்

சிரிப்பும் கணவனைக் கொடுமைக்காரனாகக் காட்டவில்லை. பொதுவாகத் தான் காதலித்த பெண்ணுக்கு அமையும் கணவன் கொடுமைக்காரனாக இருப்பான் என்னும் கற்பிதம் மேகாசுக்கும் வந்திருக்கும் என முருகாசு நினைத்தான்.

வரவேற்பறையிலிருந்து நேராகப் பார்த்தால் தெரிகிற மாதிரி சமையலறை இருந்தது. 'என்ன வேணும்?' என்று கேட்டுக் கொண்டே அங்கே போய்ப் பாலை எடுத்து அடுப்பில் வைத்தாள். 'மேகாசுக்கு டீதான் புடிக்கும். ஒருநாளைக்குப் பத்து டீக்கூடக் குடிப்பான். பேசிக்கிட்டு இருந்தா எத்தன டீ குடிக்கறமுன்னே தெரியாது. உனக்கு?' என்றாள். 'எனக்கும் டீத்தான்.' முருகாசு சற்றே உரக்கச் சொன்னான். சில இனிப்புகளையும் முறுக்குகளையும் ஒரு தட்டில் கொண்டு வந்து அவர்களுக்கு முன் வைத்தாள். 'ஆமா ... சாப்பிட்டீங்களா? நாம்பாட்டுக்கு முறுக்குக் குடுக்கறனே' என்றாள். அவள் செயல்களில் பரபரப்பும் உற்சாகமும் தெரிந்தன. 'சாப்பிட்டுத்தான் வர்றோம்' என்றான் மேகாசு. குறுஞ்சிரிப்போடு மேகாசைப் பார்த்துக்கொண்டே இனிப்பை எடுத்துக் கடித்தான் முருகாசு. அவனைப் பார்ப்பதைத் தவிர்த்து லேசாகத் தலை குனிந்திருந்தான் மேகாசு.

தேநீர்க் கோப்பைகளைக் கொண்டு வந்து வைத்தவளை நேராகப் பார்த்து 'நல்லாருக்கறயா?' என்று கேட்டான் மேகாசு. மீண்டும் சிரித்தாள். 'எனக்கென்ன, ரொம்ப நல்லா இருக்கறன். அவரு சிவில் என்ஜினியரு. கொஞ்ச வருசம் வெளிமாகாணத்துல இருந்தம். இப்பச் சொந்தமா வேல எடுத்துப் பண்றாரு. இங்கதான் பத்து மைல்ல அவரு சொந்த ஊரு. அதனால இங்க வந்து செட்டில் ஆயிட்டம். ஒரு பொண்ணு. பாத்தீல்ல' என்று வேகமாகச் சொன்னாள் அவள். 'என்னால படிப்பத்தான் உட்டுட்ட' என்றான் அவன் சோகமாக. அவள் இன்னும் குரல் மேலெடுத்துச் சிரித்தாள்.

'எனக்குப் படிப்பில அவ்வளவு ஆர்வமில்ல. படிச்ச மாப்பிள்ள கெடைக்கும்னு காலேஜ் போகச் சொன்னாங்க. அதுக்காகத்தான் வந்தன். தடித்தடியாப் புத்தகங்களப் பாத்தாலே எனக்குத் தூக்கமா வரும். எப்படித்தான் நீங்கெல்லாம் படிக்கறீங்களோன்னு இருக்கும். அங்க வந்ததுல ஒரு நல்ல விஷயம் உன்னயப் பாத்ததுதான். ஆனாப் பாரு, உன்னயக் கலியாணம் பண்ணிருந்தா அதப் படி, இதப் படின்னு ரொம்ப டார்ச்சர் பண்ணிருப்ப. அப்பறம் வேலைக்கிப் போக வேண்டி யிருந்திருக்கும். இப்பப் பாரு நான் நிம்மதியா இருக்கறன். வேலைக்கிப் போனா இந்த நிம்மதி கெடைக்குமா?' என்றாள்.

முருகாசுவுக்குச் சிரிப்பை அடக்க முடியவில்லை. 'நீ எதோ ரொம்பக் கஷ்டப்படறீன்னு உன்னயவே நெனச்சுக்கிட்டுப்

பொலம்பறான். நீ இப்படிச் சந்தோசமாச் சொல்ற?' என்று முருகாசு மேலும் தூண்டினான். 'அப்படியா?' என்றாள். அவனுக்கு அறிவுரை சொல்ல ஆரம்பித்தாள். 'அதெல்லாம் ஒருகாலம்னு நெனச்சு உட்ரணும்' என்றாள். 'நான் வேண்ணா பொண்ணுப் பாக்கட்டுமா? எங்க கொலந்தான நீ. சொந்தத்துல நெறையப் பொண்ணு இருக்குது. உன்ன மாதிரி நல்ல பையனுக்குப் பொண்ணுக் கெடைக்காதயா போயிரும். என்ன, இந்தப் பக்கமெல்லாம் கொஞ்சம் படிப்பு கம்மியா இருக்கும்' என்றாள்.

மேகாசும் பெருமளவு மயக்கத்திலிருந்து விடுபட்ட மாதிரி தெரிந்தது. அவளுடன் இயல்பாகப் பேசிக் கொண்டிருந்தான். அவன் வேலைகள் பற்றிச் சொன்னான். அவளுடைய முகவரியைக் கண்டுபிடித்த விதத்தைப் பற்றிச் சொன்னான். அப்போது இடைமறித்த முருகாசு 'நீ ரொம்பக் கஷ்டப்பட்டீன்னா . . . வான்னு சொல்லிக் கூட்டிக்கிட்டுப் போயிரலாமுன்னு வந்தான்' என்று சொல்லிச் சிரித்தான். அவளும் சிரித்தாள். 'எனக்கு ஒரு கஷ்டமும் இல்ல. எல்லாம் நல்லாப் போயிக்கிட்டு இருக்குது. உன்னயக் கட்டியிருந்தாக் கஷ்டப்பட்டிருப்பனோ என்னமோ' என்றாள். அதற்கு மேகாசும் 'ஆமாமா' என்று ஆமோதித்துச் சிரித்தான்.

இருவரும் கிளம்பும் போது குழந்தையைக் கூப்பிட்டு 'மாமாவெல்லாம் கெளம்பறாங்க. அவுங்களுக்கு பை சொல்லு வா' என்று அழைத்தாள். 'மாமான்னு சொல்லாத' என்றான் மேகாசு. அதற்கும் சிரித்த அவள் 'செரி. சித்தப்பா. எங்கூட்டுக்காரரு உன்னவிட மூத்தவரு' என்றாள். குழந்தை வந்ததும் 'உம் பேரு என்ன?' என்று கேட்டான். 'மேகாசுரி' என்றது குழந்தை. திடாசுரி வெட்கத்தோடு 'அப்ப வெச்சன்' என்றாள். சட்டென்று கண் கலங்கிய மேகாசு தன் கழுத்தில் அணிந்திருந்த சங்கிலியைக் கழற்றிக் குழந்தையின் கழுத்தில் போட்டு ஒரு முத்தம் கொடுத்தான். 'வர்றோம்' என்று சொன்னவன் சட்டென்று படியில் இறங்க ஆரம்பித்தான். திடாசுரியும் முருகாசும் சிரிப்படங்கி அவனையே பார்த்து நின்றார்கள்.

45

லிப்டில் இறங்கியதால் முதலில் கீழே வந்து விட்ட முருகாசு காத்திருந்தான். படிகளில் மெல்ல இறங்கி நிதானமாக வந்த மேகாசுவின் நடை பழைய திரைப்படங்களில் காதல் தோல்வியில் துவண்டு பாடும் கதாநாயகனின் நடையை ஒத்திருந்தது. தன் சிரிப்பைக் கட்டுப்படுத்திக் கொண்டு ‘வண்டிய நான் ஓட்டட்டுமா?’ என்றான். கேலி செய்கிறானோ என்று திரும்பிப் பார்த்தவனுக்கு முருகாசுவின் தீவிர முகமே தென்பட்டது.

ஒன்றும் சொல்லாமல் அவன் வண்டியை எடுத்தான். அவனாகப் பேச்சைத் தொடங்கட்டும் என்று விட்டுவிட்டான். இப்போதைக்கு அவன் மனம் வலிக்கிற மாதிரி ஏதும் பேசிவிடக் கூடாது என்பதில் கவனம் கொண்டான். வழியில் தேநீர் குடிக்கலாம் என்று உள்ளடங்கிய ஓரிடத்தில் நிறுத்தினான். வெளிச்சம் இருக்கும்போதே ஊருக்குப் போய்விட்டால் பரவாயில்லை. ஊருக்குப் போய்ப் பாட்டியைப் பார்த்துவிட வேண்டும்.

தேநீர் சொல்லிவிட்டு முருகாசுவைப் பார்த்தும் பாராதது போலப் ‘பேரு வெச்சிருக்கறா. காலத்துக்கும் என்னய மறக்க மாட்டா’ என்றான். முருகாசு எந்தச் சலனமும் இல்லாமல் ‘நீயும் நாளைக்குப் பையன் பொறந்தா திடாசுரன்னும் பொண்ணுன்னா திடாசுரின்னும் வெச்சிரு. ரண்டு பேரும் மறக்காத இருக்கலாம்’ என்றான். அவன் கேலி புரிந்து கோபத்தில் திரும்பிக் கொண்டான்.

‘காதலிச்ச பொண்ணு நல்லா வாழ்றான்னு சொன்னாச் சந்தோசந்தானடா வரணும். எதுக்குச் சோகம்?’ என்றான் முருகாசு.

‘ம்ம் . . . அது காதலிச்சவனோட வாழ்ந்தாச் சந்தோசம் வரும். எவனோடவோ வாழ்ந்தா சோகம்,

கோபம் எல்லாந்தான் வரும். நீ பூவாசுரம் போறதுக்குள்ள அந்தத் தேவ்வா ... எவனயாச்சும் கலியாணம் பண்ணிக்கிட்டோ வீட்டுக்குக் கூட்டிக்கிட்டோ வந்து இருந்தான்னா அப்பத் தெரியும் உனக்கு' என்று கத்தியை வீசுவது போலச் சொன்னான். 'வெந்து சாகாத. மனச நல்லா வெச்சுக்க' என்று பல்லைக் கடித்தபடி சொன்னான் முருகாசு. அதன் பின் தேநீரைப் பருகும் போதும் கிளம்பும் போதும் இருவரும் பேசவில்லை.

முதன்மைச் சாலையிலிருந்து சூரம்பட்டிக்குப் பிரியும் பாதை பற்றிய குழப்பம் இருந்தது. புறவழிச் சாலைகள் கிராமங்களை விழுங்கி மறைத்துவிட்டன. நேற்றிரவே வழியைப் பற்றி விரிவாகச் செய்தி அனுப்பியதோடு கூகுள் வரைபடத்தையும் அனுப்பி வைத்திருந்தார் குமராசுரர். தினமும் மூன்று முறை அவர் செய்தி அனுப்பினார். பதிலுக்கு இவன் எங்கே இருக்கிறோம், தங்குகிறோம் என்பதை எல்லாம் குரல் செய்தியாகக் கொடுத்துக் கொண்டிருந்தான்.

இன்று மாலை ஊருக்குப் போய்விடுவோம் என்பதைச் சொல்லியிருந்தான். பாட்டிக்கும் அப்புச்சி வீட்டுக்கும் தகவல் கொடுத்துவிட்டதாக அவர் செய்தி அனுப்பினார். வரைபடத்தைப் பார்த்து வண்டியை விட்டார்கள். பச்சை நிறப் பலகை 'ஓலையாசுரம்பட்டி (சூரம்பட்டி)' என எழுதப்பட்டுக் கண்ணுக்குத் தெரிந்தது. அதில் மூன்று கல் தொலைவு குறிப்பிடப்பட்டிருந்தது. அதைக் கண்டதும் முருகாசுக்கு உற்சாகம் தொற்றிக் கொண்டது. தன் பூர்விகம் இங்கே இருக்கிறது, அந்த மண்ணை மிதிக்கிறோம் என்னும் ஆர்வம் இருந்தது. இறுக்கம் தவிர்த்து மேகாசும் பேசத் தொடங்கினான்.

'என்னடா உங்க ஊரும் செழிச்சுக் கெடக்குது' என்றான் மேகாசு. அவன் சொன்ன பிறகே சூழல் உணர்ந்து சுற்றிலும் பார்த்தான். முழங்கால் அளவு வளர்ந்த பயிர்கள். அவை என்ன பயிர்களாக இருக்கும் என்று யோசித்தான். இரண்டு மூன்று வகை இருந்த மாதிரி தெரிந்தது. அப்புச்சி கொண்டு வரும் மூட்டைகளை யோசித்துப் பார்த்தான். கம்பு, சோளம், கேழ்வரகு. அவைதானா? சிலசமயம் தினை கொண்டு வந்திருக்கிறார். தினை மாவில் கருப்பட்டி கலந்து அம்மா செய்யும் உருண்டையை நினைத்தால் நாவூறும். தினைப்பயிரும் இதில் இருக்கலாம்.

நிலக்கடலைக் காட்சி இங்கே இல்லை. ஏன்? அதை இந்த நிலம் ஏற்றுக் கொள்ளாதா? மழை இல்லாப் பிரதேசம் இது. தாத்தாவின் கதையைச் சொன்னபோது அப்பா சொன்னவை எல்லாம் அவன் மனதில் ஓடின. பயிர்கள் முழுவதையும் அழித்து விட்டுக் காய்ந்து கிடக்கும் நிலத்தைக் காட்சிக்குக் கொண்டு

வந்தான். மழை மட்டும் ஒழுங்காகப் பெய்திருந்தால் தாத்தா இருந்திருப்பார். அவரைக் காணக் கொடுத்து வைக்கவில்லை. மேகாசு பேசுவது ஒன்றும் கேட்காத வகையில் மனதில் நிலக்காட்சிகள் ஓடின.

வீடுகளின் கூரைகள் கண்ணுக்குத் தெரிந்தன. அவற்றின் நடுவாய் ஊரின் எல்லையிலேயே கோபுரம் உயர்ந்த கோயில் பட்டது. என்ன கோயிலாக இருக்கும்? குலதெய்வமான அழகாசுரேசுவரன் கோயிலாக இருக்குமோ? ஊரைப் பற்றிய சிறுவயது நினைவு ஏதும் இல்லாமல் போனது குறித்து வருந்தினான். வண்டி செல்லச் செல்லக் கோபுரம் உயர்ந்து கொண்டே வந்தது. அண்ணாந்து பார்த்தாலும் உச்சி தெரியாத உயரம். சோற்றுக்கு வழியில்லாத ஊரில் இத்தனை பெரிய கோபுரமா? அப்பா சொன்ன அந்தக் காலத்து ஊருக்கும் உண்மையில் இருக்கும் இந்தக் கால ஊருக்குமான குழப்பம் இப்படி நினைக்க வைக்கிறது. இப்போது ஊர் வளத்தோடு விளங்குகிறது போலும்.

கோயிலை அடைந்த போது 'நிறுத்துடா' என்றான் முருகாசு. இருவரும் இறங்கினார்கள். பொழுது கீழிறங்கி வீடுகளுக்கு மேல் தெரிந்தது. ஊரின் கிழக்குத் திசையில் கோயில் இருந்தது. அதையடுத்து நூறடி இடைவெளி விட்டு வீடுகள் தொடங்கின. வடவாசலும் தென்வாசலுமாக இரு தெருக்கள். கிட்டத்தட்டத் தேனாசுரத்தாங்கலில் பார்த்த அதே மாதிரியான அமைப்புத்தான். ஆனால் வீடுகள் பராமரிப்புக் குறைந்திருப்பதாகத் தோன்றியது. உள்ளே நுழைந்தால் தெரியும்.

கோயிலை ஒட்டிய தடத்தோரம் எருமைக் கன்றின் கயிற்றைப் பிடித்து மேய்த்துக் கொண்டிருந்த பதின்வயது இளைஞன் ஒருவன் அவர்களைக் கூர்ந்து பார்த்தான். அவர்களும் பார்ப்பது தெரிந்ததும் தான் எருமை மேய்ப்பதற்குக் கூச்சம் கொண்டு வேறுபக்கம் திரும்பிக் கொண்டான். நகரத்து இளைஞர் அணிகிற மாதிரியான அரை பேண்ட்டும் காலர் இல்லாத டீஷர்ட்டும் அணிந்திருந்தான். அப்பாவுக்குப் பிறகு ஊரில் இருந்து வெகுவாகக் கல்விக்கென மக்கள் வெளியேறியிருக்கிறார்கள் என்று மகிழ்ச்சி கொண்டான்.

இந்தப் பையனைப் பார்த்தால் எங்கோ வெளியூரில் படிப்பவன் போலத்தான் தெரிகிறான். தொற்றுக் காலம் என்பதால் ஊரில் வந்து இருக்கிறான் போலும். சும்மா இருப்பவன் கையில் எருமைக்கன்றைக் கொடுத்து மேய்க்கச் சொல்லியிருக்கிறார்கள். அவனுக்கு அது பிடிக்கவில்லை. அவனைக் கூப்பிட்டுப் பாட்டி வீட்டுக்கு வழி கேட்கலாமா என்று நினைத்தான். அதற்குள் கோயிலை நோக்கி மேகாசு போயிருந்தான்.

அப்போது தலையில் புல் கத்தை ஒன்றை வைத்துக்கொண்டு கோவணத்துடன் காட்டுப் பக்கமிருந்து வந்த முதியவர் ஒருவர் அப்படியே கீழே போட்டுவிட்டு 'யாரு?' என்று அவர்களை நோக்கி வந்தார். திடுமென அவர் கேட்டதும் என்ன சொல்வதென்று தெரியாமல் 'ஊருக்கு வந்திருக்கறம்' என்றான் முருகாசு. 'இந்த ஊரா? பாத்ததில்லையே' என்றார் அவர். 'குப்பாசுரிப் பாட்டி வீட்டுக்கு வந்திருக்கறம்' என்றான் முருகாசு. அவர் உடனே நெருங்கி வந்தார்.

'அட கிறுக்கச்சி பேரனா நீ? உங்க தாத்தன் குப்பாசுரன் இருந்தானே, ஆளு நெடிக்கம் பாத்துக்க. நெஞ்சுக்கூடு விரிஞ்சு கம்பு காயப் போடற களமாட்டம் இருக்கும். அவன் பேரன் நீ, இப்படி நூல நிறுத்துனாப்பல இருக்கறயே? ஒழுங்காச் சோறெடுக்கறது இல்லையா? இந்தக் காலத்துப் பசவெல்லாம் எலியாட்டம் கொறிக்கறாங்கப்பா. ரட்ட வெரல்ல சோறெடுத்தாக் கூட எச்சாயிருமின்னு ஒத்த வெரல்ல தொட்டுத் திங்கறாங்கப்பா' என்று நிறுத்தாமல் பேசிக்கொண்டே போனார். கோவணத்தை அவ்வப்போது பற்றி இறுக்கிக் கொண்டார். தளர்ந்த உடலில் கண்கள் பிரகாசித்திருந்தன.

அவர் பேச்சை மாற்றும் பொருட்டு 'இது என்ன கோயிலு?' என்றான் மேகாசு. 'இது யாரு? உங்கண்ணனா? கிறுக்கச்சிக்கு ரண்டு பேரன், ஒரு பேத்தின்னு சொன்னாங்களே' என்று கேட்டார். தன் நண்பன் என்று அவருக்கு விளக்கம் சொன்னான். 'நம்ம கொலந்தானா? வேறயா?' என்று அவர் கேட்டதும் தடுமாறிப் போனான். 'எல்லாம் ஒரே கொலந்தான். டவுனுல நாங்க பக்கத்துப் பக்கத்து வீடு' என்று மேகாசு சொன்னான். 'அதான பாத்தன். எங்கிருந்தாலும் மொகசாட காட்டிக் குடுத்திருமில்ல' என்று திருப்தியானார். பிறகு 'இதுதான் ஓலையாசுரேசுவரன் கோயிலு. இந்த ஊரக் காக்கற சாமி இவருதான்' என்றவர் அந்தக் கதையைச் சொல்லத் தொடங்கிவிடுவார் என்று பயந்து 'தெரியும். எங்கப்பா சொல்லியிருக்கறாரு' என்று முடித்து வைத்தான் முருகாசு.

'உங்கப்பன் இதெல்லாம் சொல்லி வெச்சிருக்கறானா? மங்காளக் கூட்டிக்கிட்டுப் போயிக் கட்டிக்கிட்டவன் அவள இந்தப் பக்கமே உடாத வெச்சிருந்திட்டான். அவனும் திருடனாட்டம் ராத்திரில வந்து கிறுக்கச்சியப் பாத்துட்டுப் போயிருவான். ஆனா ஊர நெனப்புலதான் வச்சிருக்கறான். இல்லீனா உனக்கு இதயெல்லாம் சொல்லி வளப்பானா?'

அவர் பின்னால் போய்க் கோயிலைப் பார்த்தார்கள். ஓலையாசுரன் பத்தடி உயரத்தில் கருங்கல்லாக நின்றான். அகண்ட முகமும் மேலேறி முறுக்கிய மீசையும் அச்சமூட்டின. கையில் பனை

ஒன்றை ஆயுதமாய் ஏந்தியிருந்தான். இடையில் ஓலையாடை முழங்கால் வரைக்கும் நீண்டிருந்தது. ஈர்க்குகளும் மடிப்புகளும் தெளிவாகத் தெரியும்படி சிலை செதுக்கப்பட்டிருந்தது. அவன் தலைக்கு மேல் தொடங்கி கோபுரம் விரிந்து போயிற்று. கையெடுத்துக் கும்பிட்ட முருகாசு அப்படியே நீட்டி விழுந்தான். அவனையே ஆச்சரியமாகப் பார்த்துக்கொண்டு நின்றான் மேகாசு. கிழவர் இடைவிடாமல் பேசிக் கொண்டேயிருந்தார்.

முன்மண்டபம் முழுவதும் பனங்கைகள் பொருத்தி ஓலையால் வேய்ந்த கூரை. ஆண்டுதோறும் புது ஓலை மாற்றுவது வழக்கமாம். கோயிலுக்கு எதிரே பனை ஒன்று உயர்ந்து நின்றது. அண்ணாந்து பார்த்தால் உச்சி மங்கலாகத் தெரிந்தது. அதன் அருகிலேயே நான்கைந்து அடி உயரத்தில் பனங்கருக்கு ஒன்று இருந்தது. பல்லாண்டு ஆன பனை எப்போது வேண்டுமானாலும் சாய்ந்துவிடலாம் என்பதால் புதிதாக ஒன்று வைத்து வளர்க்கிறார்கள். ஊரில் எங்கும் பனைகள் இருக்கும். பனையை யாரும் வெட்டுவது கிடையாது. காற்று மிகுந்தடிக்கும் காலத்தில் சில பனைகள் சாயும். இடி தாக்கியும் சில கருகும். அவற்றை வெட்டித்தான் வீடுகளுக்குப் பயன்படுத்த வேண்டும். ஊரில் இருக்கும் எல்லா வீடுகளுக்கும் ஓலைக்கூரைதான்.

கிழவர் சொன்னார், ‘உங்க பாட்டன் குப்பாசுரன் ரொம்பத் தைரியக்காரன். ஊர்ல மொத மொதக் கூரைக்கு வில்லையோடு போட்டு மேஞ்சான். இது நம்மூரு வழக்கமில்லன்னு நாங்கெல்லாம் சொல்லியும் கேக்கல. ஓலையாசுரங்கிட்டப் பூப் போட்டுக் கேட்டுச் சம்மதம் வாங்கிட்டமுன்னு சொல்லி எங்க வாயெல்லாம் அடைச்சான். வில்லையூட்டுக்காரன்னு நாங்கெல்லாம் சொன்னம். பெருமயாத் தலைய நிமித்திக்கிட்டுத் திரிஞ்சான். இன்னமே ஊர்ல நெறையா வில்லையூடு வந்திருமுன்னு நெனச்சம். என்ன ஆச்சு? காலகாலமா இருந்த வழக்கத்த மாத்துனது பொறுக்காத ஓலையாசுரன் கோபந்தான் உங்க பாட்டன் உசுரப் போக்கிருச்சு. வாழ வேண்டிய வயசுல வங்கொலையா மடிஞ்சு போனான். அப்பறந்தான் உங்க மாமன் ஓட்டப் பிரிச்சுத் தூக்கி வீசிட்டு ஓலையவே மேஞ்சான். இல்லீனா உங்கப்பன் படிச்சு இந்த நெலைக்கி வந்திருக்க முடியுமா? அதுக்கப்பறம் ஒவ்வொருத்தன் வில்லையோடு போடறன், தளம் போட்டுக் கட்டறன்னு தொடங்குனாங்க. ஒருத்தனும் வெளங்குல. பாதியிலயே உட்டுட்டு ஓலைய மேஞ்சுட்டாங்க. இன்னைக்கு வரைக்கும் ஊருக்குள்ள ஓலைய மாத்த ஓலையாசுரன் சம்மதிக்கல பாத்துக்க.’

இப்போது ஊரைப் பார்த்த போது புதிதாகத் தோன்றியது. வீடுகள் பராமரிப்பு இல்லை என நினைத்ததற்குக் காரணம்

எல்லா வீட்டுக் கூரைகளும் ஓலையாக இருப்பதுதான். பெரும்பாலான வீடுகளின் கூரைகளில் ஓலைக்கு மேல் கம்மந்தட்டுக்களைப் போட்டு வேய்ந்திருந்ததால் கறுத்துத் தெரிந்தன. அதன் நுட்பம் எதுவும் முருகாசுவுக்குப் புரியவில்லை. கிழவர் சொன்ன பிறகு ஓரளவு உணர்ந்தான்.

ஊரின் நாற்புறமும் பனைகள் நிற்பதைக் கண்டான். வேளாண் நிலங்களுக்கு நடுவிலும் அங்கங்கே பனைகள். ஊரின் பெருமை, வழக்கம் பற்றி அப்பா சொன்னது கொஞ்சம்தான். இன்னும் எவ்வளவோ இருக்கும் போல. ஊரே ஓலையாசுரன் பிடியில் கட்டுண்டு கிடக்கிறது. பல தலைமுறைகளை அப்படியே வைத்திருக்கும் சக்தி அவன் கையில் பிடித்திருக்கும் பனைக்கு இருக்கிறது. அவனுக்குக் கொஞ்சம் பயமாகவும் இருந்தது.

வறண்ட உதடுகளை நாவால் நனைத்துக்கொண்டே 'பாட்டி வீட்டுக்கு எப்படிப் போவணும்?' என்றான் முருகாசு.

❖

46

கிறுக்கச்சி என்று ஊரே அழைக்கும் முருகாசு வின் பாட்டி குப்பாசுரியின் வீடு ஊருக்குப் புறத்தே வடதெருவிற்குச் சற்று விலகி இருந்தது. தெரு நடுவே பிரியும் தளம் போட்ட குறுக்குச் சந்து அப்படியே நீண்டு நிலங்களுக்குள் செல்லும் மண்தடமாயிற்று. அதில் கொஞ்ச தூரம் போனதும் சுற்றிலும் உயிர்வேலி தழைத்த வீடு. மலங்கிளுவை மரங்கள் செறிந்து வேலியாக நின்றன. பொழுது இறங்கி மஞ்சள் வெயில் மட்டும் பரவியிருந்தது. வேலியை ஒட்டித் தடம் தெரிவது போலப் போட்டிருந்த திண்ணையில் உட்கார்ந்து தடத்தையே பார்த்துக் கொண்டிருந்த பாட்டி வண்டிச் சத்தம் கேட்டதும் வேகமாக எழுந்து படல் கதவைத் திறந்தார்.

புகைப்படங்களில் பார்த்திருந்ததும் ஓரிரு முறை நேரில் கண்டதுமான பாட்டியின் முகம் முருகாசுவுக்குப் பிடிபட்டது. தன் தந்தை இந்த முகச்சாயல் கொண்டவர் என்பதும் தெரிந்தது. விரல் தண்டி கொடியில் பெரும்பெரும் இலைகள் இருப்பதைப் போல உடலில் தலையும் கைகளும். இந்த உடல்வாகுதான் தனக்கு வாய்த்திருக்கிறதோ? ரவிக்கையற்ற மேனியில் ஒற்றை வெள்ளைச் சேலையை மட்டும் சுற்றியிருந்தார். அசுர குலத்திற்கே உரிய நீண்டு நுனி வளைந்த மூக்கும் கருநிறமும் பொலிவைக் கொடுத்தன. பாட்டிக்கு எப்படியும் எண்பது வயதிருக்கும். ஒல்லியாக இருந்ததால் பார்க்க அப்படித் தெரியவில்லை.

தலைமயிர் இன்னும் முழுதாக நரைக்கவில்லை. கால் பங்குக்கும் மேல் கறுத்திருந்த தோல் சுருக்கங்கள் ஓரளவு காட்டிக் கொடுத்தன. பாட்டியின் தோற்றத்தைப் பார்த்ததும் வெகுகாலம்

பின்னோக்கிப் போய்விட்ட மாதிரி பட்டது. இங்கிருந்துதான் உதித்து வந்திருக்கிறோம், இப்போது போட்டிருப்பதெல்லாம் வேஷம். மூதாதையின் கையணைப்புக்குள் பாதுகாப்பாக வந்து சேர்ந்துவிட்டோம். ஏதும் அண்டாத அந்த ஒற்றை வளையத்துக்குள் சந்தோசமாகச் சுற்றிச் சுற்றி ஓடலாம். ஒரே ஒரு கணத்தில் அவன் மனதில் ஏதேதோ ஓடின.

திறந்த படலுக்குள் மெதுவாக நுழைந்து சென்றான் மேகாசு. வாசலில் அண்ணாந்து தலை விரித்து வானேறியிருந்த வேம்பின் அடியில் வண்டியை நிறுத்தினான். வீடும் அதன் பின் மரங்கள் அடர்ந்திருந்த நிலத்தையும் கண்டு முருகாசுவின் மனம் களி கொண்டது. எல்லாவற்றையும் ஒழித்துவிட்டு ஏதோ தீவுக்குள் வந்து சேர்ந்துவிட்ட மாதிரி தோன்றியது. படலைச் சாத்திவிட்டு வந்தார் பாட்டி. வண்டியின் பின்னிருந்து இறங்கி நடந்து வந்த முருகாசுவின் நடையில் தெரிந்த சிறுமாற்றத்தைக் கண்டு பதறிய பாட்டி 'என்னாச்சு கண்ணு' என்றோடி வந்து கை பற்றிக் கன்னம் வருடினார். 'ஒண்ணுமில்ல பாட்டி. சும்மா சறுக்கி உட்ருச்சி' என்றான்.

'பாத்து வரக்கூடாதா கண்ணு? இத்தாப் பெரிய வண்டியிலயா வருவீங்க? இதப் புடிச்சு நிறுத்தவே நாலாளு வேணுமே. பதவிசாச் சின்ன வண்டியாப் பாத்து வரக்கூடாதா? ஒண்ணுமில்லீன்னு சண்டுனாப்பல நடக்கறயே கண்ணு? வைத்தியம் எதுனாப் பாத்தியா? குளுவ எதுனா குடுத்தாங்களா? வலிக்குதாயா? என்ன சொன்னாங்க?'

பாட்டியின் கேள்விகள் முடிவற்றுப் பெருகுவது கண்டு சிரித்த முருகாசு 'ஒண்ணுமில்ல பாட்டி' என்று அவர் தோள் மேல் கை வைத்து அணைத்தபடி மீண்டும் மீண்டும் சொன்னான். தான் தோளில் கை போட்டுக் கொள்ளும் அளவில்தான் பாட்டியின் உயரம் என்று தெரிந்து சிரித்தான். 'நாந்தான் உங்க பேரன். பாத்தாத் தெரீலியா? என்னய உட்டுட்டு அந்தத் தெல்லவேரியப் போயிக் கொஞ்சறீங்க பாட்டி' என்றான் மேகாசு.

'பாத்து வருசமானாலும் எம் பேத்து சாட மறக்குமா? இவன் அப்படியே பாட்டன உரிச்சு வெச்சாப்பல இருக்கறானே. பொறந்ததும் போயிப் பாத்துட்டு அப்படிச் சந்தோசப்பட்டன். என்ன அனாதயா உட்டுட்டுப் போன இவுங்க பாட்டந்தான் பல வருசங் கழிச்சு என்னப் பாக்க வந்து பொறந்திருக்கறான்னு ஊரெல்லாம் சொன்னன். இவன் பாட்டன் அந்தரமா உட்டுட்டுப் போனான். இவன் இருந்தும் பாக்க வர்ல. செரி, எங்கயோ சந்தோசமா இருக்கறான்னு நெனச்சுக்குவன். இவனுக்கு ஒடம்புதான் சிறுத்துப் போச்சு. மூஞ்சியெல்லாம்

பாட்டனாட்டம் அப்பபடியேதான். பட்டணத்து நரகலத் தின்னா ஒடம்பு பெலக்குமா? இங்க ஒரு மாசத்திக்கி இருந்து எஞ்சோத்தத் தின்னு கண்ணு. உங்க பாட்டனாட்டம் ஒடம்பு தேறிக்கும்.'

பேரனைப் பார்த்த பரவசத்தில் பாட்டிக்கு வார்த்தைகள் கொட்டிக் கொண்டேயிருந்தன. அடிக்கடி அவன் முகத்தை அண்ணாந்து பார்த்துக் கன்னத்தைத் தடவினார். விரல்களில் படிந்திருந்த காப்புத் தடிப்புகள் சொரசொரத்தன. 'நானும் உங்க பேரந்தான் பாட்டி' என்று பரிதாபமாகச் சொன்னான் மேகாசு. 'அட ராசா . . . நீயும் எனக்குப் பேரந்தானய்யா. கூத்துவன் வருவான்னு பாத்துக்கிட்டுக் கெடக்கற கெழடுக்கு ஊரெல்லாம் பேரன் பேத்திகதான்' என்று சொல்லி அவன் கன்னங்களையும் தடவி நெட்டி முறித்தார்.

'ஊரெல்லாம் பேரன் பேத்தியாம். உங்கப்பா பெரிய வேல பாத்திருக்கறாரு போல. உன்னால ஒரு வேல பாக்க முடியல' என்று முருகாசுவின் காதில் மேகாசு குனிந்து சொன்னான். 'வெகுதூரம் வந்திருக்கறீங்க. எப்பச் சாப்பிட்டீங்களோ? ஆளுக்கு நவ்வாலு தோச ஊத்துட்டுமா கண்ணு?' பாட்டி வீட்டை நோக்கிப் போய்க் கொண்டே கேட்டார். 'இல்ல பாட்டி. இப்ப வேண்டாம்' என்றான் முருகாசு. 'செரி. காப்பித்தண்ணி வெக்கறன்' என்றார்.

தாத்தா வில்லை ஓடு வேய்ந்த வீடு இதுதான் என்று அதை மேலும் கீழும் பார்த்தான். குதிரை ஒன்று படுத்திருப்பது போல நீள்வாக்கு வீடு. முன்பகுதித் தலையுயர்த்தல் இருபக்கத் திண்ணைகளுடன் காரை வாசலாக விரிந்திருந்தது. ஒற்றைக் கதவுக்குள் எத்தனை அறைகள் இருக்கக் கூடும் எனத் தெரியவில்லை. ஓலைக்கு மேல் தீவனத்தட்டை போட்டு வேய்ந்த கூரை. கிட்டத்தட்ட ஒன்றரை அடி அகலத்தில் மொத்தமாகத் தெரிந்தது. வீட்டின் பக்கவாட்டிலிருந்து சில கொடிகள் மேலேறி வானைப் பார்த்து இலைகளை ஏந்தியிருந்தன. இன்னும் சில நாட்களில் கூரை முழுதும் கொடி படர்ந்து ஆக்கிரமித்துவிடும்.

'பொறப்பட்டு ரண்டு நாளாச்சு, மூனு நாளாச்சுன்னு உங்கப்பன் சொன்னான். பசவ எங்கெல்லாம் போயி எப்படி யெல்லாம் அலையுதுவளோன்னு ஏங்கிக்கிட்டுக் கெடந்தன். பொழுதோட வண்டியேறுனா வெடியக் காத்தால கொண்டாந்து எறக்கி உட்ருவானே. இதுக்குப் போயி மூனு நாளான்னு மாஞ்சு போயிட்டன். ராத்தங்கலுக்கு ஒரெடம் வேணும். வவுத்துக்குச் சோறு வேணும். இந்த நோக்காட்டுக் காலத்துல பசவ எங்க கெடந்து தடுமாறுதுவளோன்னு நெஞ்சு கெடந்து தவிச்சுப் போச்சு.'

பாட்டியின் குரல் பதில் எதிர்பார்க்காமல் காற்றுப் போல ஓடிக் கொண்டேயிருந்தது. வீட்டின் இடப்புறம் தனித்திருந்த

சிறுசாளைக்குள் பாட்டி நுழைந்தார். அதுதான் சமையலறை போல. தடத்திலிருந்து இறங்கியதும் இருபதடி தூரத்தில் தொடங்கிய வீட்டைச் சுற்றிலும் வீட்டுக்குப் பின்னும் மரங்கள். தடத்தை நோக்கி வாசல். அதில் யார் போனாலும் கண்ணுக்குத் தெரிகிறபடி இடைவெளி விட்டு மரங்கள் இருந்தன. வீட்டுக்குப் பின்னிருந்த மரங்களை நோக்கி மேகாசு போயிருந்தான். அவன் பின்னால் போன முருகாசுக்கு எத்தனை தூரம் வரை மரங்கள் என்று பார்க்க ஆசையாயிருந்தது. தனித்து வந்த பாட்டியின் குரல் இப்போது அழைப்பாயிற்று.

'கன்னையா . . . இங்க வந்து இப்படித் திண்ண மேல கோருங்கய்யா. பொழுது எறங்கிப் போச்சு. நெழல் கட்டி இருட்டு வருது பாருங்க. இந்நேரத்துக்கு அங்க போக வேண்டாமய்யா. காத்தாலக்கிக் கூட்டிக்கிட்டுப் போயிக் காட்டறன். உங்க பாட்டன் வெட்டுன கெணத்துத் தண்ணி அப்படியே எளநியாட்டம் இனிச்சுக் கெடக்கும். எல்லாம் பாக்கலாம். இப்ப இங்க வந்திருங்க. பூச்சி பொட்டு எதுனா இருக்கும். நெதானம் வேணும். காத்தாலக்கிப் பாக்கலாம் வாங்கய்யா, காப்பித்தண்ணி குடிக்கலாம். உங்கப்பன் எனக்குக் காத்தடுப்பு வாங்கிக் குடுத்திருக்கறான். அர நிமிசத்துல வெச்சிருவன் வாங்கய்யா.'

பாட்டியின் குரலுக்குக் கட்டுப்பட்டு இருவரும் திரும்பி வந்தார்கள். 'இங்க பாருடா திண்ணைக்குத் தலையண' என்று ஆச்சரியத்தோடு ஒருபக்கத் திண்ணையில் ஏறிச் சாய்ந்து செல்பேசியை எடுத்துக்கொண்டான் மேகாசு. 'அது சாய்திண்ண கன்னு. இது படுத்துக்கற மாதிரி வெச்சிருக்குது. சிலதுல தலகானி ஒசரமா இருக்கும். அதுல சாஞ்சு கோந்துக்கிட்டா இடுப்புக்குத் தாங்கலா இருக்கும்' என்று பாட்டி உள்ளிருந்து குரலெடுத்துப் பேசினார். குரல் அழுத்தமாக இருந்தது. கோழிகள் மரத்தில் ஏறும் இறகடிப்பு ஓசையும் கொக்கரிப்பும் கேட்டன. வெள்ளாடு குட்டியை அழைக்கும் குரல் வந்தது. இன்னும் இந்த வேலித் தீவுக்குள் என்னவெல்லாம் இருக்கின்றனவோ என்று நினைத்தபடியே முருகாசு கைச்சாளைக்குள் போனான். சிறுகுகை போலிருந்த அதற்குள் எரிவாயு அடுப்பு, பாத்திர அடுக்கு, பாத்திரத் தொட்டி என எல்லாம் இருந்தன.

காப்பியைப் பார்த்துக்கொண்டே பாட்டி 'எல்லாம் உங்கப்பன் காசுல கட்டுனது. ஒவ்வொருக்கா வர்றப்பவும் காசக் காசுன்னு பாக்காத எடுத்து நீட்டிருவான். உங்க மாமன் எல்லா வேலையும் செஞ்சு குடுத்திருவான். வீடு கட்டுனது உங்க பாட்டன். வசதி செஞ்சது உங்கப்பன். காடு வெச்சிருந்தது உங்க பாட்டன். காட்டுக்கு வேலி போட்டது உங்கப்பன். கெணறு வெட்டுனது

உங்க பாட்டன். மோட்டாரு போட்டது உங்கப்பன். மண்ணு உங்க பாட்டனுது. மரமெல்லாம் உங்கப்பனுது. ஒன்னையும் அனுபவிக்காத போயிச் சேந்துட்டான் உங்க பாட்டன். செஞ்சு குடுத்ததப் பாக்கக்கூட வர முடியாதவன இருக்கறான் உங்கப்பன். எல்லாத்தையும் அனுபவிச்சுக்கிட்டுச் சந்தோசமா இருக்கறது நாந்தான். எனக்கென்ன கொறையய்யா? நீங்கெல்லாம் பக்கத்துல இல்லீங்கற ஒண்ணுதாங் கொற' என்று பேசிக்கொண்டே இருந்தார்.

முருகாசுவிடம் அவன் அப்பாவைப் பற்றிப் பலவிதமாகக் கேட்டார். நேரத்திற்குச் சாப்பிடுகிறாரா, உடலுக்கு ஏதும் தொந்தரவு இருக்கிறதா, ஓய்வு பெற்ற பிறகும் ஏன் வரவில்லை என்ற கேள்விகளுக்கு எல்லாம் உகந்த பதில்களைச் சொன்னான். அண்ணனையும் அக்காவையும் பற்றிக் கேட்டார். அவர்களைப் பேசியில் பார்த்துப் பேசுவதற்கு ஏற்பாடு செய்வதாகச் சொன்னான். அம்மாவைப் பற்றிப் பாட்டி ஒரு வார்த்தையும் கேட்கவில்லை என்பதை முருகாசு கவனித்தான். திண்ணையில் உட்கார்ந்து பேசிக்கொண்டே காப்பியைக் குடித்தார்கள். காப்பியின் சுவை வேறுமாதிரி இருந்தது. 'இது கருப்பட்டிக் காப்பி. ஊரெல்லாம் பன நிக்குது, கருப்பட்டிக்கு ஏது பஞ்சம்? இங்கயெல்லாம் வெள்ளச் சக்கரயும் இல்ல, கரும்புச் சக்கரயும் இல்ல' என்ற பாட்டி எழுந்து விளக்கைப் போட்டார். வாசலில் மட்டுமல்லாது வீட்டைச் சுற்றிலும் வெளிச்சம் சூழ்ந்தது.

'இருட்டுலதான் ரொம்ப நாளுக் கெடந்தன். மண்வெளக்குக்கூடப் பெருத்த மாட்டன். என்னமோ இருட்டே எனக்குப் பழக்கமாயிருச்சு. இருட்டோட எனக்கு அப்படி ஒரு கூட்டு. இருட்டுலதான் உங்க பாட்டன் வண்டிய ஓட்டிக்கிட்டு வந்து சேருவாரு அந்தக் காலத்துல. அதனால இருட்டு வந்தா அவரு வந்துட்ட மாதிரி தோணும். இருட்டுக்குள்ள இருக்கறது அப்படிப் புடிக்கும். இந்தக் கிறுக்கச்சி பேய்க்காரின்னு ஊரு சொல்லும். கட்டாயப்படுத்தித்தான் உங்கப்பன் இந்தக் கரண்டு வெளக்குப் போட்டான். எதுக்குடா ஒருத்திக்கு வெளக்குன்னு கேட்டன். நாங்கெல்லாம் வருவம், ஒருவாரம் பத்து நாளுத் தங்குவம், எங்களுக்கு வெளிச்சம் வேண்டாமான்னு கேட்டான். செரின்னு சொன்னன். ஆனா நீங்கெல்லாம் வரவும் இல்ல, இருக்கவும் இல்ல. என்னமோ என்னோட வித்து எங்கயோ மொளச்சு வளந்து நிக்குதுன்னு நெனச்சுக்கிட்டு இந்த மரஞ்செடியோட கெடக்கறன். எப்பத்தான் வந்து கூத்துவன் கூட்டிக்கிட்டுப் போவானோ? நான் போயிச் சேந்துட்டா இதையெல்லாம் பாத்துக்க ஆரு வருவாங்களோ?'

‘அங்க வேலயெல்லாம் முடிஞ்சதும் அப்பா இங்க வந்திர்றமுன்னு சொன்னாரு பாட்டி. அப்பறம் இன்னமே நானும் அடிக்கடி வர்றன்’ என்றான் முருகாசு. ‘ஆமா ... சொல்லுக்கென்ன பஞ்சம். உங்கப்பனும் வாரப்பெல்லாம் இப்ப வந்தர்றன், அப்ப வந்தர்றன், அவுங்களக் கூட்டிக்கிட்டு வர்றன், இவுங்களக் கூட்டிக்கிட்டு வர்றன் அப்படீன்னு சொல்லாத சொல்லில்ல. எல்லாம் அழுவற கொழந்தக்கி முட்டாயக் காட்டறாப்பலதான். ஒண்டியாக் கெடக்கத்தான் இந்தக் கிறுக்கச்சிக்குத் தலையெழுத்து போ’ என்ற பாட்டிக்கு என்ன பதில் சொல்வது என்று முருகாசுக்குத் தெரியவில்லை.

47

செல்பேசியைப் பார்த்துக்கொண்டே 'காப்பி சூப்பர்' என்று தம்ளரைக் கீழே வைத்தான் மேகாசு. அப்போதைக்கு அவன் குரல் பேச்சை மாற்றக் காரணமாயிற்று. அது முருகாசுக்கு நிம்மதியாக இருந்தது. 'இந்தப் பையன் நெறையப் பேசுவான்னு உங்கப்பன் சொன்னான். பாத்தா அப்படித் தெரியலியே' என்றார் பாட்டி. 'அப்படியா சொன்னாரு பாட்டி? எனக்கு அருமையா அறிமுகம் கொடுத்து வெச்சிருக்கறாரு பாருடா உங்கப்பா' என்றான் மேகாசு. 'வாயத் தொறந்தான்னா நிறுத்த மாட்டான் பாட்டி. ரண்டு நாளு இருந்தான்னாப் போதும். சீக்கிரம் கெளம்புப்பான்னு நீங்களே தொரத்தி உட்ருவீங்க' என்று சிரித்தான் முருகாசு. 'உங்க பாட்டிய மிஞ்ச என்னால முடியாதுடா' என்று மெல்லச் சொன்னான் மேகாசு.

அவர்கள் வந்ததும் அப்பாவுக்குத் தகவல் சொல்ல வேண்டும் என்பதை நினைவுபடுத்தினார் பாட்டி. அவருக்குச் செய்தி கொடுத்து வ[illegible]தைச் சொன்னான் அவன். இரவுக்கு என்ன [illegible]பாடு வேண்டும் என்று பாட்டி கேட்டுக் கொ[illegible]டருந்த போது 'என்னாயா பேரன் வந்தாச்சா? இ[illegible]னமே நாங்கெல்லாம் உங்களுக்குக் கண்ணுக்குத் தெரியமாட்டம். இந்தாங்க பேரனுக்குப் பால் குடுத்து உட்டாங்க உங்கண்ணமூடு' என்று பெண்குரல் ஒன்று தடத்திலிருந்து வீட்டை நோக்கி வந்தது.

'எத்தனையோ காலங் கடந்து எம் பேரன் ஒருத்தன் என்னயப் பாக்க வந்திருக்கறான். அது உனக்குப் பொறுக்கலயா? எப்பவும் உந்தொணை யோடதான் இருக்கணும்னு எந்தலையில எழுதி யிருக்குதுன்னு நெனச்சிக்கிட்டயா? ஒருநாளோ வாரமோ மாசமோ எம் பேரன் எங்கூடத்தான் இருப்பான். நீ உன் வேலயப் பாத்துக்கிட்டுப் போ'

என்று பாட்டி குரல் கொடுத்தார். ‘அடேயப்பா . . . கோவத்தப் பாரு கோபுரம் ஏறிக்கிட்டு வருது, வேகத்தப் பாரு வேதாளம் தூக்கிக்கிட்டு வருதுன்னு செலவாந்தரம் சும்மாவா சொல்லுச்சு’ என்னும் பதிலோடு மஞ்சியம்மா வாசலுக்கு வந்தார்.

பாட்டிக்கு இரவுத்துணையாக வந்து தினமும் படுத்துத் தூங்கிவிட்டுக் காலையில் எழுந்து செல்பவர் மஞ்சியம்மா. பூங்குலப் பிரிவைச் சேர்ந்தவர். தேங்குலப் பிரிவைச் சேர்ந்தவர்களின் குடியிருப்புக்குப் பின்னால் வெகுதூரம் தள்ளி ஓடை வாணியின் ஓரத்தில் பூங்குலப் பிரிவினர் குடியிருப்பு இருந்தது. வயதான காலத்தில் தனியாக இருக்க வேண்டாம் என்பதற்காகக் குமராசுரர் ஏற்பாடு அது. மஞ்சிக்கு மாதச் சம்பளம். அவருக்கும் ஐம்பது வயதுக்கு மேலிருக்கும். பகல் நேரத்தில் ஏதாவது வேலைகள் என்றாலும் மஞ்சி செய்வார். அதற்குத் தனிக்கூலி. இந்த விவரத்தை எல்லாம் சொன்ன பாட்டி ‘எனக்குச் சம்பளம் கொடுத்து உங்கப்பன் தொண வெச்சிருக்கறான் இந்தத் தட்டுவாணிய’ என்று சிரித்தார்.

‘அட சாமி . . . பாட்டியாளையே உரிச்சு வெச்சுப் பொறந்திருக்கற. கொழந்தையில பாத்தது, இப்பக் கலியாண வயசு வந்திருச்சாட்டம் இருக்குது. இதாரு . . . உங்கண்ணனா?’ என்று மஞ்சி மேகாசைப் பார்த்துக் கேட்டார். ‘நாந்தான் பாட்டிக்குப் பேரன். அவன் எங்கூடத் தொணைக்கு வந்திருக்கற நாயி’ என்று மேகாசு கோபமாகச் சொன்னான். ‘எங்க பையன எங்களுக்குத் தெரியாதா? நீதான் நாயா இருக்கும்’ என்று மஞ்சி சொன்னார். இந்த வாதம் மேலும் வளரக் கூடாது என்று ‘சின்ன வயசுல இருந்து எம் பிரண்டு. பக்கத்துத் தெருதான்’ என்று அறிமுகப்படுத்தினான்.

வாசலில் உட்கார்ந்து வெங்காயம் உரித்துப் பாட்டி சமையலுக்கு மஞ்சி உதவத் தொடங்கினார். ‘உங்கப்பாரு சின்ன வயசுல இருந்தே படிப்பு படிப்புன்னு வெளியூர்லயே இருந்திட்டாரு. அதனால எங்களுக்கு அவ்வளவாத் தெரிஞ்சுக்கல. உங்கம்மா இங்கருந்து வளந்தவ. நானும் அவளும் ஒண்ணாத்தான் பள்ளிக்கூடம் போனம். எங்கண்ணுலயே இருக்கறா. கலியாணம்னு போனவ போனவதான். இந்தப் பக்கம் எட்டிக்கூடப் பாக்கல’ என்று மஞ்சி எதார்த்தமாகப் பேச ஆரம்பித்தார். ‘எதுக்குப் பையங்கிட்ட ஆகாவழிப் பழம பேசற. அவ இருந்தாளாம், இப்பக் கண்ணுக்குள்ள நிக்கறாளாம். வேற பழம இல்லையா உனக்கு’ என்று கோபத்தோடு பாட்டி கைச்சாளைக்கு உள்ளிருந்து வெளியே வந்தார். ‘நீங்க ஊட்டுக்குள்ள போயித் துணிகிணி மாத்திக்கிட்டு வாங்கய்யா’ என்று முருகாசுவைப் பார்த்துச் சொன்னார்.

ஒன்றும் சொல்லாமல் முருகாசு உள்ளே போனான். மேகாசு பின் தொடர்ந்தான். 'என்னடா உங்க பாட்டி இருந்திருந்தாப்பல பேயாட்டம் போடுது. வாய் சிரிக்குதுன்னு நம்ப முடியாது. எந்த நேரத்திலயும் பல்லுக் கடிக்குமுன்னு எச்சரிக்கையாத்தான் இருக்கணும்' என்று காதுக்குள் சொல்லிக்கொண்டே வந்தான். உள்ளே இரு அறைகள். ஒன்றுக்குள் போய் அடுத்ததற்குள் நுழைய வேண்டும். இரண்டிலும் கட்டில்கள் கிடந்தன. உள்ளறைக்குப் போய்த் துணி மாற்றினார்கள். அம்மாவைப் பற்றி மஞ்சிக்குத் தெரிந்திருக்கிறது. ஏதாவது தன்னிடம் சொல்லி விடுவார் என்றுதான் பாட்டி கோபப்படுகிறார் என்பது முருகாசுக்குப் புரிந்தது.

தான் தனியாகச் சந்தித்துப் பேச வேண்டிய முதல் ஆள் மஞ்சிதான். அவரை எப்படிச் சந்திப்பது, எங்கே சந்திப்பது? எப்படியும் சந்தர்ப்பம் அமையும் அல்லது அமைத்துக் கொள்ள வேண்டும். யோசித்தபடியே உடை மாற்றினான். வெளியே கொஞ்ச தூரத்தில் தனித்திருந்த குளியலறைக்குப் போனான். அவன் போவதைக் கண்ட பாட்டி விளக்கைப் போட்டார். அவன் முகம் கழுவிக்கொண்டு வந்தான். நீர் மெல்லிய கசப்பைக் கொண்டிருந்தது. வேம்பு வாசம் வீசுவதாகப் பட்டது. பாட்டியிடம் கேட்டுப் பேச்சை மாற்றலாமா? பின்னாலேயே வந்த மேகாசு 'ஒரே சலசலன்னு கேட்ட சத்தத்த இப்பக் காத்தடிச்சுக்கிட்டுப் போயிடுச்சு. பேச்சும் கசப்பு, தண்ணியும் கசப்பு' என்றான். காதுக்குள் முணுமுணுப்பு எறும்பு போல ஏறிற்று. பாட்டியும் மஞ்சியும் எதுவும் பேசாமல் அவரவர் வேலையைப் பார்த்துக் கொண்டிருந்தனர்.

மௌனத்தை எப்படி உடைப்பது என்று யோசித்துக் கொண்டே திண்ணைக்கு வந்தபோது தடத்திலிருந்து கலாமுலா வென்று பெருஞ்சத்தம் கேட்டது. ஐந்தாறு பேர் வருகிறார்கள் என்பது தெரிந்தது. இருவரும் எழுந்து தடத்தைப் பார்த்தார்கள். 'உங்க மாமவூட்டுக் கூட்டம். சிறுசுவ வந்தாலே சத்தந்தான்' என்றார் மஞ்சி. வந்தவர்கள் முருகாசுவின் மாமன் கும்பாசுவின் குடும்பம். மாமனையும் மாமன் மனைவி வளராசுரியையும் முருகாசுவுக்கு அடையாளம் தெரிந்திருந்தது. ஒருகாலத்தில் வீராசுரத்திற்குத் திரைப்படம் பார்ப்பதற்காக வந்தவர் மாமன் என்பது நினைவு வர முருகாசு அவரைப் பார்த்துப் பெரிதாகப் புன்னகைத்தான். அவன் அருகில் வந்து 'என்ன மாப்பள . . . எங்களயெல்லாம் நெனப்பு இருக்குதா?' என்று கேட்டு அணைத்துக் கொண்டார். முதுகில் தட்டிக் கொடுத்து அவர் விலகிய போது நெகிழ்ச்சியாக இருந்தது.

மாமனுக்கு இரண்டு மகள்கள். அவர்களுக்குப் பின் ஒரு மகன். மகள்கள் இருவருக்கும் உள்ளூரிலேயே திருமணம் முடிந்து குழந்தைகளோடு இருந்தார்கள். அவர்கள் குழந்தைகளோடு வந்திருந்தார்கள். குழந்தைகள் வாசலில் அங்கும் இங்கும் ஓடித் திரிந்து விளையாடிக் கொண்டிருந்தனர். மாமன் மகன் மடலாசுரனுக்கு இன்னும் திருமணம் ஆகவில்லை. ஒவ்வொரு வரையும் மாமன் அறிமுகப்படுத்தினார். மகள்கள் இருவரையும் என்ன படித்திருக்கிறார்கள் என்று முருகாசு விசாரித்தான். ‘இப்ப வெசாரிச்சு என்ன பண்றது? ஒண்ணுக்கு ரண்டா மாமன் மகள்கள வெச்சுக்கிட்டு எவ பின்னாடியோ நாக்கத் தொங்கப் போட்டுக்கிட்டு அலஞ்சிருக்கற. என்ன பிரயோசனம்?’ என்று முருகாசுக்கு மட்டும் கேட்கிற மாதிரி மேகாசு முணுமுணுத்தான்.

இருவரும் முருகாசுவைவிட மிகவும் மூத்தவர்களாகத் தெரிந்தார்கள். ‘எங்க படிக்க வெச்சாங்க? ஊர்ல அஞ்சாவது வரைக்கும் இருந்துச்சு. அதனால எதோ எழுதப் படிக்கத் தெரீது. இல்லீனா அதும் இல்லாத போயிருக்கும்’ என்றார் மூத்தவர். ‘பெரியவளான ஒடனே புடிச்சுக் கலியாணம் பண்ணி வெச்சுட்டாங்க. இப்ப எங்கருந்தோ நீ வந்து கேக்கற. எங்க அத்த மவன்னு எப்பவோ வந்து படிக்க வெய்யின்னு சொல்லீருக்கலாமுல்ல? கொழந்தைகளப் பெத்துக்கிட்டுச் சோறாக்கிக்கிட்டுக் கெடக்கறம். இப்ப வந்து என்ன படிச்சிருக்கற யின்னு கேக்கற’ என்று கசப்போடு சிரித்தார் இளையவர். அவனுக்கு என்ன பதில் சொல்வதென்று தெரியவில்லை.

முருகாசுவைவிடச் சில வயது கூடியவனாக மடலாசுரன் தெரிந்தான். ஊரிலிருநது பத்துக் கல் தொலைவில் இருந்த தனியார் பொறியியல் கல்லூரி ஒன்றில் படித்திருந்தான். இப்போது இருசக்கர வாகனம் பழுது நீக்கும் நிலையம் ஒன்றில் மேற்பார்வைப் பணியில் இருந்தான். ஊரிலிருந்தே தினமும் போய் வருகிறான். அவனுக்குச் சில ஆண்டுகளாகப் பெண் பார்த்துக் கொண்டிருக்கிறார்கள். இன்னும் அமையவில்லை. ‘இன்னைக்கி மஞ்சப் பொன்னுக் கெடச்சிரும். உசுருப் பொண்ணுக் கெடைக்காது’ என்று பெருமூச்சோடு சொன்னார் அத்தை. மடலாசுரன் நட்போடு புன்னகை பூத்தபடி அவர்களுக்கு அருகே வந்து உட்கார்ந்து கொண்டான். மேகாசு ஏதோ அவனுடன் கிசுகிசுவென்று பேசத் தொடங்கியிருந்தான்.

அப்பா பெரிதும் மதிப்பு வைத்திருக்கும் அப்புச்சியும் வரவில்லை; அம்மாயியும் வரவில்லை என்பது உறைக்க மாமனைப் பார்த்து முருகாசு கேட்டான். அப்புச்சிக்குக் கொஞ்சநாளாக உடல்நிலை சரியில்லை. கிட்டத்தட்டப் படுத்த படுக்கை.

இடப்புறக் கையும் காலும் வரவில்லை. பேச்சு குழறலாகத்தான் வருகிறது. அவருக்குப் பிரச்சினை ஏற்பட்டு வீராசுரம் வந்து மருத்துவமனையில் பார்த்தார்கள். குமராசுரர்தான் எல்லா ஏற்பாடுகளும் செய்தார். வயதான காலத்தில் இனி படுக்கையில் வைத்துத்தான் பார்த்துக் கொள்ள வேண்டும், வேறு வழியில்லை என்று மருத்துவர்கள் சொல்லிவிட்டனர். அவரைப் பார்த்துக் கொள்வதுதான் அம்மாயிக்கு வேலை.

'காத்தால அங்க வந்திரு. அவரப் பாத்துட்டு அங்கயே சாப்பிட்ரலாம். எப்ப வருவ வருவன்னு ரண்டு பேரும் கேட்டுக்கிட்டேதான் இருக்கறாங்க' என்று மாமன் சொன்னார். அப்புச்சியின் உடம்புப் பிரச்சினை பற்றி அப்பா பெரிதாகச் சொல்லவில்லை என்பது நினைவு வந்தது. அவர் செய்த எவ்வளவோ விசயங்களைப் பற்றிச் சொன்னவர் இப்போதைய நிலையைப் பேசவே இல்லையே. மறந்துவிட்டாரா, பேச்சு அந்தப் பக்கம் போகவில்லையா?

அப்பாவின் ஓய்வூதியப் பிரச்சினை மாமனுக்குத் தெரிந்திருந்தது. அது எப்போது முடியும், அவர் எப்போது இங்கே வருவார் என்று விசாரித்தார். அண்ணனையும் அக்காவையும் விசாரித்தார்கள். 'பிள்ளைவளப் பெத்து என்ன பிரயோசனம்? கிட்டருந்து பாக்கறதுக்குக் குடுத்து வெக்கல. நீயாச்சும் இங்கயே இருந்து உங்கப்பனப் பாத்துக்க. பாவம், பெருங்கஷ்டப்பட்ட மனுசன்' என்றார் அத்தை. 'நீயாச்சும் இங்க ஊருப்பக்கம் பொண்ணுப் பாத்துக் கட்டு. அப்பவாச்சும் இங்க வரப் போவ இருப்ப' என்று அத்தை மகள் ஒருவர் சொன்னார்.

'உட்டா நீயே கட்டிக்குவயாட்டம் இருக்குதே?' என்று பாட்டி சிரித்தார். 'அதான் ஒரு தாலியக் கழுத்துல போட்டு வெச்சிட்டீங்களே. நாய்க்கு வாக்கப்பட்டு வாலப் புடிச்சிக்கிட்டுத் திரியறனே' என்றார் அவர். 'என்னடி பேச்சு? புருசன நாயின்னு சொல்றயா?' என்று அத்தை திட்டினார். 'உம் மருமவனச் சொல்லிப்புட்டாங்களா? அப்படியே சீமையிலருந்து அதிசயமாக் கொண்டாந்து கட்டி வெச்சிட்ட பாரு' என்று அவர் கோபித்துக் கொள்வது போல முகத்தை வெட்டினார்.

தனக்கு முன்னால் நடப்பவை எல்லாம் ஏதோ ஒரு திரைப்படக் காட்சி போல முருகாசுக்குத் தோன்றியது. எல்லோரும் எத்தனை இயல்பாகப் பேசிக் கொள்கிறார்கள் என்று நினைத்தான். குழந்தைகள் என்றாலும் எல்லாம் ஒரே தரத்தில் இல்லை. பத்து வயதுக்கும் மேற்பட்ட பையன் ஒருவன். அவனைவிட ஒரு வயதோ இரு வயதோ குறைந்த பெண் ஒருத்தி. அப்படியே ஒன்று குறை, ஒன்று குறை என ஐந்தாறு பேர். இருவரின்

குழந்தைகள் மட்டுமா, பக்கத்து வீட்டுக் குழந்தைகளுமா என்பது தெரியவில்லை. அவர்களுக்கெல்லாம் தின்னக் கடலை போல ஏதேதோ போட்டுப் பாட்டி கொடுத்தார். ஒருபுறம் பேச்சும் இன்னொரு புறம் சமையலும் நடந்து கொண்டிருந்தது.

ஒரு குழந்தை தூக்கம் மீறி அம்மாவின் மடிக்கு வந்தது. சோர்ந்த முகத்தைப் பார்த்துப் 'போலாமா?' என்று அம்மா கேட்கவும் எல்லோருக்கும் கிளம்பும் மனம் வந்துவிட்டது. 'அட இரு. கொழந்தைகளாச்சும் ரண்டு வாய் சாப்பிட்டுப் போவட்டும்' என்றார் பாட்டி. 'அதுங்கெல்லாம் தின்னுபுட்டுத்தான் வந்துச்சுங்க' என்று சொல்லிக் கிளம்பினார்கள். மடலாசுரனோடு நெருக்கமாகியிருந்த மேகாசும் அவர்களோடு கிளம்பினான். முருகாசுவிடம் மெல்ல 'உம் மாமன் மகன் கள்ளு இருக்குதுன்னு கூப்பிடறான். அவங்கூடப் போறண்டா. நீயே உங்க பாட்டிகூடக் கும்மாளம் போடு' என்றான். கொஞ்ச நேரத்தில் இத்தனை எளிதாக நட்பைப் பிடித்துவிட்டானே என்னும் ஆச்சரியத்தில் இருந்தான் முருகாசு. 'அட கன்னுத்தம்பி . . . ஒரு வாய் சாப்பிட்டுட்டுப் போ' என்று பாட்டி கூப்பிட்டதற்கும் சிரித்து விட்டுக் கிளம்பினான்.

'பேரன் தொணையிருக்கறப்ப ஆயாளுக்கு எந்தொண எதுக்கு? நானும் அப்படியே வீட்டுல போயி மொடக்கிக்கறன்' என்று மஞ்சியம்மாவும் புறப்பட்டார். 'போ போ. ராத்திரில ஊட்டுல இருந்து நாளாகியிருக்கும். இன்னைக்காச்சும் மறையானோட மொடக்கிக்க போ போ' என்று பாட்டி சொன்னார். மஞ்சியின் புருசன் பெயர் மறையான் எனப் புரிந்து கொண்டான் முருகாசு. 'ஆமா. காலம் போன கடசீல அவன் பொச்சுக்குள்ள போயி மொடக்கறனா நானு?' என்று வெட்கத்தோடு சொல்லிவிட்டு எல்லோருக்கும் பின்னால் மஞ்சியும் நடந்தார்.

படல் கதவைப் போட்டுவிட்டுத் திரும்பியதும் 'சோறுங்கலாமா கன்னு' என்று முருகாசுவைப் பார்த்துப் பாட்டி கேட்டார். இத்தனை நேரம் இருந்த இரைச்சலும் பேச்சும் இல்லாமல் வெறிச்சோடிய வாசலை அவன் பார்த்தான். மரங்களும்கூட அசையாமல் நின்றன.

48

வழக்கமாக இரவில் கேழ்வரகு தோசை இரண்டு சாப்பிடுவார் பாட்டி. படுக்கும் போது ஒரு தம்ளர் பால். இன்றைக்குப் பேரனுக்கென நெல்லஞ்சோறு ஆக்கியிருந்தார். மொத்தப் பருப்புக் கடைசல். பருப்புத் தண்ணீர் கலந்த ரசம். எருமைப் பாலில் கெட்டித் தயிர். இரவில் இப்படி முழுச்சாப்பாட்டுப் பழக்கம் முருகாசுக்கு இல்லை என்றாலும் இப்போது அது பிடித்திருந்தது. பாட்டியின் வற்புறுத்தலால் கூடுதலாகவே உண்டிருந்தான். தொடர் பயண அலுப்பு, நிறைந்த சோறு எல்லாம் சேரத் தூக்கம் கண்களை அழுத்தியது.

மேகாசுக்கு அதிர்ஷ்டம். கள் கிடைக்கிறது. பனை அடர்ந்த ஊரில் கள்ளுக்கென்ன பஞ்சம்? அனுபவிக்கட்டும். புதிய இடத்திலும் சட்டென்று ஒட்டிக் கொள்வதும் அவ்விடத்து ஆளாகவே மாறுவதும் அவனால் முடிகிறது. மனதை இழுத்துக் கட்டி வைக்காமல் விரித்து விட்டிருக்கிறான். விரிந்திருக்கும் மனம் எங்கு வேண்டுமானாலும் சஞ்சரிக்கிறது. யாருடனும் கூடிக் கொள்கிறது. சிரமமே இல்லாமல் ஒன்றை உதறிவிட்டு இன்னொன்றில் லயிக்கிறது. புதிய இடம், புதியவர்கள் என்றால் அவனுக்குள் பெருஞ்சக்தி கூடுகிறது. அலுப்பு, சோர்வு, தூக்கம் எதுவும் பொருட்டில்லை. நாளைக்கேனும் இங்கே வருவானோ என்னவோ?

எங்கே படுப்பது எனப் பாட்டியிடம் கேட்க லாம் என நினைப்பதற்குள் உள்ளறையில் கயிற்றுக் கட்டில் போட்டுப் போர்வை விரித்துப் பாட்டி தயாராக்கிவிட்டார். 'உம் மூஞ்சியில தூக்கம் கொப்பளிக்குது கன்னு. போயிப் படுத்துக்க. நான் வந்து படுக்க இன்னம் கொஞ்சம் நேரமாவும்' என்று பாட்டி சொன்னார். மறுபேச்சு இல்லாமல் முருகாசு

போய்ப் படுத்தான். பாட்டிக்கும் மாமன் வீட்டுக்குமென அப்பா கொடுத்துவிட்ட துணிகள் நினைவு வந்தது. மாமன் வீட்டில் இத்தனை பேர் இருக்கிறார்களே எல்லோரையும் கணக்கில் வைத்து இன்னும் கொஞ்சம் துணி எடுத்து வந்திருக்கலாம்.

உடனே எழுந்து தன் பையைத் திறந்து அப்பா கொடுத்ததை உருவி எடுத்தான். 'பாட்டி... அப்பா குடுத்து உட்டாரு. மறந்து போயிட்டன்' என்று நீட்டினான். 'உங்கொப்பன் என்ன குடுத்திருப்பான்? பட்டணத்துத் துணி எடுத்துப் பகுமானமாக் குடுத்து அனுப்பீருப்பான். அவன் வேலைக்கிப் போன நாள்லருந்து எனக்கும் எங்கண்ணனுக்கும் அவன் எடுத்துக் குடுக்கற துணிதான். எனக்கென்ன ஒரே ஒரு வெள்ளச்சீல. அது கெடக்குது மூட்ட மூட்டயா. நாளைக்குச் செத்துப் போனனா எல்லாத்தயும் என்னோட குழியில போட்டு மூட வேண்டியதுதான். எடுக்க வேண்டான்னு சொன்னா எங்க கேக்கறான்? அவன் துணி எடுத்த காசுல ரண்டு வீடு கட்டியிருக்கலாம்' என்று சொல்லிக் கொண்டே பாட்டி பையைக் கொண்டு போய் அலமாரி ஒன்றில் வைத்தார். பிரித்துப் பார்க்கவில்லை.

முருகாசு திரும்பவும் படுத்துக் கொண்டான். மாமன் வீட்டுக்கும் மாமன் மகள்களின் குழந்தைகளுக்கும் நிறையத் தின்பண்டங்கள் வாங்கி நாளைக்குக் கொடுக்க வேண்டும் என்று நினைத்தான். இந்த ஊரில் என்ன மாதிரி கடைகள் இருக்கும்? பக்கத்து ஊருக்குப் போயேனும் புதுப்புதுத் தின்பண்டங்களை வாங்கி வர வேண்டும். குழந்தைகளுக்குச் சில துணிமணிகள் எடுத்துத் தர வேண்டும். அப்பாவின் செயல்களைத் தொடர வேண்டும். நினைவு அதற்கு மேல் ஓடாமல் அமிழ ஆழ்ந்து தூங்கிப் போனான்.

முருகாசுவுக்குத் திடுமென விழிப்பு வந்தது. விடிவிளக்கு வெளிச்சமும் ஓலைக் கூரையும் குழப்பின. பாட்டி வீட்டில் இருக்கும் நினைவு மெல்ல மெல்ல வரத் தூக்கம் நன்றாகத் தெளிந்தது. சிறுநீர் சேர்ந்து அடிவயிறு பாரமாயிருந்தது. அவன் கட்டிலுக்குச் சற்றுத் தள்ளிப் பாட்டி படுத்திருந்தார். உள்ளறையின் கதவு திறந்தே இருந்தது. முன்னறையிலும் விடிவிளக்கு எரிந்தது. பாட்டியைத் தொந்தரவு செய்யாமல் வெளியே போய் வரலாம் என உடலை ஒருக்களித்து உட்கார்ந்து எழுந்தான்.

கயிற்றுக் கட்டில் இக்கட்டில் சிக்கிக் கொண்ட பறவை போலக் கிரீச்சிட்டது. உட்கார்ந்து எழும்போது மீண்டும் ஒரு சத்தம். இது 'அப்பாடா' என்று சொல்வது போலிருந்தது. 'வெளிய போறயா கன்னு' என்று பாட்டியின் குரல் வந்தது. கட்டில் சத்தம் அவரை எழுப்பிவிட்டதோ? இதுவரை கயிற்றுக் கட்டிலில்

படுத்ததில்லை. எப்படி இருக்குமோ என்று பயந்தது போலில்லை. அது நெகிழ்ந்து கொடுத்துத் தொட்டில் போலத் தாலாட்டித் தூங்க வைத்திருக்கிறது. இப்படிச் சத்தம் போடுவதை என்ன செய்வதென்று தெரியவில்லை. இதற்குப் பழக்கமானவர்கள் சத்தம் வராமல் கையாளும் வித்தை தெரிந்திருப்பார்கள்.

பாட்டியும் எழுந்து அவனுடன் வந்தார். 'எழுப்பீட்டனா பாட்டி?' என்றான். 'எங்கண்ணு அசந்து தூங்கி அம்பது வருசமாயிருச்சு. கோழித் தூக்கமாட்டம் அப்பப்பக் கொஞ்சம் வரும். அவ்வளவுதான். கொஞ்சம் அசந்து போயிட்டாலும் உங்க தாத்தன் விட்டத்துல வந்து உக்காந்துக்கிட்டு 'தூங்கறயா குப்பு'ன்னு கூப்புடுவாரு. உங்க தாத்தன் எங்கயும் போகல. இங்க இருந்து என்னயப் பாத்துக்கிட்டேதான் இருக்கறாரு' என்று சொல்லிக் கொண்டே வந்து முன்கதவைத் திறந்து கழிப்பறை விளக்கைப் போட்டார்.

குளியலறை தனியாகவும் கழிப்பறை தனியாகவும் கொண்ட அமைப்பு. ஊர் சொல்வது போலப் பாட்டி 'கிறுக்கச்சி'தான். ஒருவேளை தாத்தனின் ஆவி இங்கே உலவுகிறதோ? காட்டுப் பக்கமிருந்து ஏதேதோ கூக்குரல்கள் வருவது போலிருந்தது. சிறுநீர் நின்று ஒரு நொடியில் அவன் உடல் சிலிர்த்தது. பெருநகரத்தில் இருக்கும் போது ஆவி பற்றிய எண்ணங்கள் தோன்றியதில்லை. பேய்ப் படம் பார்க்கும் நாட்களில் சற்றே உறக்கச் சிதைவு உருவாகும். மற்றபடி அச்சம் இருந்ததில்லை. இப்போது இந்தச் சூழலும் பாட்டி சொல்லும் பயமூட்டின. கிறுக்கச்சியோடு தனித்துத் தங்கியது தவறோ?

ஓடுவது போல வீட்டுக்குள் போனான். உள்ளே தானே தாத்தா இருப்பதாகப் பாட்டி சொன்னார் என்பது நினைவு வரவும் கூரையை அண்ணாந்து பார்த்தான். இரும்புச் சட்டங்கள் வரிசை வரிசையாய்த் தெரிந்தன. அவற்றில் எங்கே தாத்தா இருப்பார்? பாட்டியின் கண்களுக்கு மட்டும்தான் தெரிவாரோ? இத்தனை காலம் இங்கே குடியிருக்கும் தாத்தாவால் பாட்டிக்கு எந்தப் பிரச்சினையும் இல்லை என்றால் அவர் 'நல்ல ஆவி'யாகவே இருக்க வேண்டும். இப்போது நல்ல பேய்களைப் பற்றி வரும் படங்களை நினைவூட்டிக் கொண்டான். கட்டிலில் உட்கார்ந்ததும் மீண்டும் அது கத்திற்று. அந்த நேரத்திற்குப் பொருத்தமில்லாமல் வீரிடல் போலிருந்தது. அவன் படுப்பதற்குள் பாட்டி கையில் பால் தம்ளருடன் உள்ளே வந்தார்.

'படுத்தொடன தூங்கிட்ட. பாலெடுத்துக்கிட்டு வந்து எழுப்பிப் பாத்தன். எந்திரிக்கல. சரி, தூங்கட்டும்னு உட்டுட்டன். வெதுவெதுன்னு வெச்சுக் கொஞ்சம் மஞ்சத்தூள் போட்டுக்

கொண்டாந்திருக்கறன். இந்தா குடி' என்று பாலை நீட்டினார். வாங்கி நிதானமாகக் குடித்தான். பால் குடித்ததும் வாய் கொப்பளிக்க வேண்டும் அல்லது வாய் முழுவதையும் அலசும்படி தண்ணீர் குடிக்க வேண்டும் என்று அம்மா சொல்வது நினைவில் வந்தது. அம்மாவைப் பற்றிப் பாட்டியிடம் கேட்கலாமா எனச் சட்டென்று எண்ணம் உதித்தது. அங்கே இங்கே என்று அலைவதைவிடப் பாட்டியிடமே கேட்டால் என்ன? எதுவும் சொல்ல மாட்டாரா? என்னதான் சொல்வார் என்று பார்க்கலாம்.

'பாட்டி ... எங்கம்மாவப் பத்தி ஒருத்தரும் ஒரு வார்த்தையும் விசாரிக்கலயே. நீங்களும் எங்கம்மா பேச்ச எடுத்தாலே எரிஞ்சு எரிஞ்சு விழுந்தீங்க. ஏம் பாட்டி? எங்கம்மா உங்க எல்லாருத்துக்கும் அப்படி ஆவாதவங்களாப் போயிட்டாங்களா? எனக்கு அம்மாவ ரொம்பப் புடிக்கும் பாட்டி' என்றான் முருகாசு. இன்னும் தம்ளரில் பால் இருந்தது. பாட்டி மௌனமாக இருந்தார். பிறகு 'அவ பேச்சு என்னத்துக்கு கன்னு? விடிய இன்னம் நேரமிருக்குது. படுத்து இன்னொரு தூக்கம் போடு' என்றார் பாட்டி. 'இல்ல பாட்டி. இப்பத் தூக்கம் தெளிஞ்சு போச்சு. இனிமே தூக்கம் வராது' என்றான். அம்மாவைப் பற்றி நீங்கள் சொல்லுங்கள், கேட்கிறேன் என்னும் தொனி அதில் இருந்தது.

அவனருகே சொம்புத் தண்ணீரைக் கொண்டு வந்து வைத்த பாட்டி தன் கட்டிலுக்குப் போய்ப் பெருமூச்சுடன் உட்கார்ந்தார். பிறகு தொடங்கினார், 'அவளப் பேச என்னருக்குது? குடும்பத்துக்கு அவ வாங்கிக் குடுத்த பேரு காலத்துக்கும் நெலச்சுப் போச்சு. எங்காச்சும் போனா வந்தா யாராச்சும் அவ பேச்ச எடுத்திருவாங்களோன்னு தவிச்சுக் கெடக்கறம். அப்படிப் பேரு போட்டுட்டா. அப்பறம் அவளப் பேசி என்ன, பேசாட்டி என்ன? அவள விசாரிச்சு என்ன, விசாரிக்காட்டி என்ன? எங்க எல்லாரு நெஞ்சுலயும் இடியத் தூக்கிப் போட்டவ அவ.'

முருகாசு இடையிடவில்லை. பாட்டி நிறுத்தம் கொடுத்து விட்டுத் தொடர்ந்தார். 'உங்கம்மா, உன்னயப் பெத்தவ, உன்னயச் சீராட்டி வளத்திருக்கறா, உனக்குப் புடிக்கும். இல்லீங்கல. ஆனா எங்களுக்கெல்லாம் அவ புடிச்சமானவ இல்ல. எனக்கு இருபது வயசா இருக்கறப்ப உங்க பாட்டன் செத்துப் போனாரு. அன்னைக்கு இருந்து இன்னைக்கி வரைக்கும் எம்மேல ஒரு சொல்லு உண்டா? புருசனில்லாதவன்னு ஒருத்தன் கண்ணு எம்மேல பட்டிருக்குமா? என்னயக் கண்டாலே தீயக் கண்டாப்பல ஒதுங்கிப் போற ஊரு இது. ஆன உங்கம்மா என்ன செஞ்சா தெரீமா? உங்கிட்டச் சொல்ல எனக்கு நாக் கூசுது. ஒதடு நடுங்குது. தொண்ட வறண்டு எச்சய முழுங்கக்கூட முடியல.'

எங்கே நிறுத்திவிடுவாரோ என்று 'நான் சின்னப்பையனில்ல பாட்டி. எனக்கு எல்லாம் புரியும். நீங்க சொல்லுங்க' எனத் தூண்டினான். 'ஆமா நீ சின்னப் பையனில்லதான். உனக்கும் எல்லாம் தெரியோணும். தெரியற வயசாயிருச்சு. சொல்றனப்பா சொல்றன். பையங்கிட்ட எதையும் சொல்ல வேண்டாமுன்னு உங்கப்பன் சொல்லி வெச்சிருக்கறான். இருக்கட்டும். இன்னமேலும் உனக்கெல்லாம் உங்கம்மா யோக்கியத தெரியாம இருக்கக் கூடாது. சொல்றனப்பா சொல்றன். மங்கா கதைய, மங்காத நெஞ்சுல எரியற கதையச் சொல்றனப்பா சொல்றன். தெரிஞ்சுக்கணும்னு நீயும் கேக்கற. எல்லாரும் ஆளாயி நான் அண்ணாந்து பாக்கற மாதிரி தல நிமிந்து நிக்கறீங்க. இன்னமே மறச்சு வெச்சு என்னத்துக்கு ஆவுது. சொல்றனப்பா சொல்றன். உங்கம்மா கதையச் சொல்றனப்பா சொல்றன் . . .'

பாட்டியின் பீடிகை ரொம்பவும் பலமாக இருந்தது. பாட்டி சொல்லும் கதையைக் கேட்டு அம்மாவை ஒருபோதும் மோசமாக நினைத்துவிடக் கூடாது. இது கதை. பாட்டி சொல்லும் கதை. அவ்வளவுதான். 'சும்மா கேட்டுக்கடா முருகாசு' என்று மனதுக்குச் சொல்லிக் கொண்டான். பாட்டி தொடர்ந்தார்.

'உங்கம்மா அப்பப் பத்தாவது முடிச்சிட்டுப் பதினொான்னாவது சேந்திருந்தா. ஊர்ல பள்ளிக்கூடம் இல்ல. இங்கருந்து ஆறு மைல் தூரத்துல இருக்கற பள்ளிக்கூடத்துக்குப் போவோணும். உங்கப்பனுக்குத்தான் அவளக் கட்டிக் குடுக்கறதுன்னு சின்ன வயசுலயே பேசியிருந்தம். நாந்தான் எம் புருசன் செத்துப் போனதுல கிறுக்கச்சியாத் திரிஞ்சன். சின்னப் பையனா இருந்த உங்கப்பன அங்கயும் இங்கயும் கூட்டிக்கிட்டுப் போயி உருப்படியாக்குனது எங்கண்ணந்தான். அவன் பொண்ணக் கட்டாத போனா தின்ன சோத்துக்கு நன்னியில்லாத சீவனாயிருவோம். சரி, உங்கப்பன் படிச்சவனா இருக்கறான், அவனுக்குக் கட்டப் போற பொண்ணும் கொஞ்சம் படிச்சிருந்தா ஆவுமேன்னு இவள எங்கண்ணன் அந்தூருப் பள்ளிக்கூடத்துல சேத்துனான். படிக்கப் போனாளும் போனா அந்தப் பாதகத்தி செஞ்ச பகுமானம் இன்ன வரைக்கும் என்னூட்டுக்குத் தீம்பாத்தான் இருக்குது.'

பாட்டி ஒப்பாரி வைக்கும் குரலில் தொடர்ந்தார். முருகாசுக்குத் தூக்கம் முழுதாகப் போய்விட்டது. இடையீடு எதுவும் இல்லாமலே பாட்டி சொல்லிக் கொண்டிருந்தார்.

'இவ செஞ்ச வேலதான் இன்னைக்கும் நம்மூரு பொண்ணுங்கள உள்ளூரத் தாண்டிப் படிக்க அனுப்பறதில்ல. உங்க மாமன் மகளுக ரண்டு பேரும் என்ன படிச்சிருக்கறாங்கன்னு கேட்டியே, அவுங்க ஏன் படிக்கல? உங்கம்மா பண்ணுன

காரியத்துக்கு அப்பறம் நம்மூருப் பொண்ணு ஒன்னயும் யாரும் படிக்க அனுப்பறதில்ல. பெரியவ ஆனாளா ... கலியாணம் பண்ணி வெச்சமான்னு வேலைய முடிச்சிருதுங்க நம்ம சனங்க. அப்பேர்ப்பட்ட காரியம் பண்ணீட்டா உங்கொம்மா. கொலத்துக்கு மானக்கேடு, குடும்பத்துக்கு மானக்கேடு, ஊர் சனத்துக்கு மானக்கேடு ... மானக்கேடப்பா மானக்கேடு ...'

பாட்டி ஒப்பாரி வைக்கும் அளவுக்கு மானக்கேடு செய்தவரா அம்மா?

❖

49

மங்காசுரிக்கு என்று எருமைக்கன்று ஒன்று இருந்தது. ஈன்ற போதே இது கொஞ்சம் வித்தியாசமான கன்று என்பது எல்லோருக்கும் தெரிந்தது. மைக்கருப்பு நிறத்தில் அதன் மேனி மினுங்கிற்று. மேலில் அடர்ந்திருந்த மயிர்கள் உடலின் நிறத்திற்கு ஏற்ற மாதிரி அமைந்திருந்தன. தாயிடம் பாலருந்திவிட்டு அது துள்ளிக் குதித்து விளையாடும் போது ஒரு ஜீவன் இவ்வுலகத்தில் இத்தனை சந்தோசமாக இருக்க முடிகிறதே என்னும் வியப்பு பார்ப்போருக்கு எல்லாம் தோன்றும். மங்காசுரி 'இது என்னோடது' என்று முதலிலேயே உரிமைகொண்டாடிவிட்டாள்.'எங்கன்னு எங்கன்னு' என்று கொஞ்சிக் கொண்டிருந்தாள்.

அந்தச் சமயத்தில் பால் எருமைகள் வேறெதுவும் வீட்டில் இல்லை. அதனால் கன்றுக்குக் கூடுதலாகப் பால் விட முடியவில்லை. சீம்பால் மாறியதும் அதற்கு விடும் பாலைப் படிப்படியாகக் குறைத்துவிட்டார்கள். போகப் போகக் கன்றுக்குப் பாலென்று ஏதுமில்லை. கிடாரிக்குக் கன்றுக்கும் பால் விடவில்லை என்றால் எப்படி? காம்பில் கன்று வாய் வைத்துச் சுரக்கத் தொடங்கியதும் இழுத்துக் கட்டிவிடுவார்கள். பால் முழுதையும் பீய்ச்சி முடிந்ததும் வெறும் காம்புகளைச் சப்ப அவிழ்த்துவிடுவார்கள். இடித்து இடித்துக் கன்று ஊட்டும் போது வலி பொறுக்க முடியாமல் எருமை காலைத் தூக்கி உதைத்துக் கொண்டு நகர்ந்துவிடும்.

கன்று பாலுக்கு ஏங்கி மேனி வதங்கியது. துள்ளிக் குதிக்க உடம்பில் வலு இல்லை. கயிறு போட்டுக் கட்டியதும் வயிறு ஒடுக்கு விழுந்து முகம் சூம்பிப் போயிற்று. அதற்குக் கொஞ்சமாவது பால் விடும்படி மங்கா கெஞ்சுவாள். சண்டை

போடுவாள். விடிகாலையில் அவள் எழுவதற்கு முன்னரே பால் பீய்ச்சி விடுவார்கள். மாலையில் பள்ளியிலிருந்து அவள் வருவதற்குள் பீய்ச்சியிருப்பார்கள். 'பால் விட்டயாம்மா?' என்பதுதான் எழுந்ததும் அவள் கேள்வி. 'எல்லாம் விட்டாச்சு விட்டாச்சு' என்று அம்மா சொல்வார். வயிறு பத்திப் போய்விடும் என்று அம்மாவை நம்பாமல் மங்காதான் புண்ணாக்குத் தண்ணீரை வடிகட்டிக் கொடுத்து அதன் உயிரைக் காப்பாற்றினாள்.

கன்று புற்களை மேயத் தொடங்கியதும் 'எளங்கன்னுக்கு நல்ல புல்லாக் கொடுத்தாத் திங்கும். பள்ளிக்கொடம் உட்டு வந்ததியும் புடிச்சுக்கிட்டுப் போயி மேச்சுக்கிட்டு வா, உன்னோட அருமக் கன்னுக்குட்டிய' என்று அம்மா சொன்னார். இனிப் பாலுக்குக் கேட்டுப் பிரயோசனம் இல்லை, மேய்த்துக் காப்பாற்றுவோம் என்று மாலையில் கன்றைப் பிடித்துக்கொண்டு காட்டுக்குப் போனாள் மங்கா. இளங்கன்றுக்குப் புல் கொடுத்துத் தின்னப் பழக்கினாள். வயிறு காய்ந்து கிடந்த கன்று கொஞ்சம் கொஞ்சமாகப் புல் தின்பதில் ஆவலாயிற்று. புல்லைக் கையில் வைத்துக் கிட்டத்தட்ட ஊட்டுவது போல அதற்குக் கொடுத்தாள். வெளியே கொண்டு போய் மேய்த்தால் இன்னும் வயிறு நிறையும்.

ஊருக்கு மேற்கே மேய்ச்சல் பெருவெளி இருக்கிறது. அதையொட்டி மங்கா குடும்பத்திற்கான சிறுகாடு ஒன்றும் உண்டு. அதில் கம்பு விதைத்திருந்தார்கள். கம்மங்காட்டில் ஒரு பயிருக்கும் இன்னொரு பயிருக்கும் நல்ல இடைவெளி இருக்கும். இளங்கன்றின் பல்லுக்குப் பதமான வெண்ணம் புற்களும் குட்டிக்கொடிகளும் வளர்ந்திருக்கும். ஆவலாகக் கன்று மேய்வதைப் பார்த்த மங்காவுக்கு அதை மேய்ப்பதில் ஆர்வம் கூடிற்று. பள்ளியிலிருந்து வந்ததும் கன்றைப் பிடித்துக்கொண்டு மேய்ச்சலுக்குப் போவது தினசரி வேலையாயிற்று.

கம்மங்காட்டுக்குக் கொண்டு போய் வரப்பின் மேல் கன்றைக் கட்டி மேயவிட்டுக் காட்டுக்குள் இறங்கி நல்ல புற்களாகப் பார்த்துப் பிடுங்குவாள் மங்கா. புல்லைக் கத்தை கட்டி வைத்துவிட்டுக் கன்றைப் பிடித்துக் கொஞ்ச நேரம் மேய்ப்பாள். அது கொஞ்சம் கொஞ்சமாகத் தேறி வந்தது. ஒடுங்கிய வயிறு சற்றே பெருத்தது. பால் விடாத கன்று மேய்ச்சலுக்குப் போகும் போது முதலில் வயிறுதான் பெருக்கும். 'இந்தா கன்னு, இந்தா கன்னு' என்று நல்ல புற்களைக் கையில் எடுத்து அதன் வாயில் வைத்து ஊட்டுவாள். பிறந்த போது கருத்திருந்த மயிர்கள் செம்பட்டை பூத்திருந்தன. இப்போது மங்காவின் கவனிப்பால் மீண்டும் அவை கருக்கத் தொடங்கின.

அன்றைக்கும் அப்படித்தான் கன்றைக் கட்டிவிட்டுக் காட்டுக்குள் போய்ப் புல் பிடுங்கிக் கொண்டிருந்தாள். திடுமென 'ஏங்க ஏங்க' என்று அழைக்கும் சத்தம் கேட்டது. நிமிர்ந்து பார்த்தாள். தோளுயரம் வளர்ந்த கம்மம் பயிர்களின் இடையில் வரப்போர உருவம் நெடுக்கமாகத் தெரிந்தது. 'யாரு?' என்று குரல் கொடுத்துக் கொண்டே வெளியே வந்தாள். பள்ளிக்கூடச் சீருடையான காக்கிப் பேண்ட், வெள்ளைச் சட்டையுடன் அவன் நின்றிருந்தான். கையில் எருமைக் கன்று ஒன்று. விலுவிலுவென்று உயரமாக ஆமணக்குக் கோல் போலிருந்தான்.

யாருமற்ற அநாதி வெளியில் பையன் ஒருவனுடன் பேசுவதற்கு அவளுக்கு வெட்கமாக இருந்தது. கம்மந்தோகைகளின் இடையே முகத்தை மறைத்துக்கொண்டு 'என்ன?' என்றாள். நா உள்ளிழுத்துக் கொண்டது. 'கன்னுக்குக் கொஞ்சம் பில்லுப் பிடிங்கிக்கட்டுங்களா?' என்று கேட்டான் அவன். கம்மங்காட்டில் ஏராளம் புற்கள் வளர்ந்திருந்தன. பிடுங்கத்தான் ஆளில்லை. எல்லாப்புறமும் மேய்ச்சல் பெருத்திருந்த காலத்தில் காடு தேடி வந்து பிடுங்குவோர் குறைவு. அவள் உடனே 'சரி' என்றாள்.

தன் கன்றை ஒருபுறம் கட்டிவிட்டுக் காட்டின் வேறொரு புறத்தில் புல் பிடுங்கினான் அவன். அசைவுகளும் அவன் தோற்றமும் அவ்வவ்போது தெரிந்தன. ஊரின் மேற்கே குடியிருக்கும் பூங்குலத்தைச் சேர்ந்தவன் அவன் என்பது புரிந்தது. யார் பையன் என்று நினைவு வரவில்லை. ஊரில் நிலம் உள்ளவர்கள் தேங்குலம். இல்லாதவர்கள் பூங்குலம். தேங்குலத்துக்காரர்களை அண்டித்தான் பூங்குலத்தார் வாழ வேண்டும். இரு குலத்துக்கும் உழைப்பு, பணம் தவிரக் கொடுக்கல் வாங்கல் இல்லை. தேங்குலத்தாரைக் கண்டால் பூங்குலத்தார் ஒதுங்கி நிற்பார்கள். வீட்டுக்கு ஒன்றிரண்டு வெள்ளாடு வைத்திருப்பார்கள். எருமைக் கன்று வளர்ப்பார்கள். அது சினையாகிக் கன்று ஈனும் பருவத்தில் விற்று விடுவார்கள். பால் எருமைக்குத் தீனி போட்டுக் கட்டாது. கன்று என்றால் மேய்ச்சல் வெளியில் மேய்க்கலாம். இப்படி யார் நிலத்திலாவது அனுமதி கேட்டுப் புல் பிடுங்கிக் கொள்ளலாம். எந்தச் சுவடும் இல்லாமல் புல் பிடுங்கிக் கொண்டு அன்றைக்குப் போய்விட்டான்.

அதற்குப் பின் அடிக்கடி அவன் புல் பிடுங்கக் கேட்டு வந்தான். அவளுக்கு எதிர்ப்புறத்தில் கண்ணுக்குப் படாமல் புல் பிடுங்குவான். அவள் வெளியே வருவதற்கு முன் கிளம்பிவிடுவான். அவன் வருவதை முன்கூட்டியே எருமைக் கன்றுகள் காட்டிக் கொடுத்துவிடும். அவை ஒன்றை ஒன்று பார்த்து ரொம்ப நாள் பழகியவை போல உறவு கொண்டாடிக் கத்தின. கன்றுச் சத்தம்

கேட்டதும் அவன் வந்துவிட்டான் என்று தெரிந்து வெளியே வருவாள். அவன் 'பில்லுங்க' என்பான். முகம் எங்கோ பார்த்துக் கொண்டிருக்கும். அவள் 'சரி' என்பாள். சில நாட்கள் வரை இப்படியே போய்க் கொண்டிருந்தது. என்றைக்காவது அவன் வரவில்லை என்றால் என்னவாயிற்று என்று யோசிப்பாள். வரும் வழியை எட்டி எட்டிப் பார்ப்பாள். கன்றுச் சத்தம் கேட்கிறதா என்று காதைத் தீட்டுவாள். மறுநாள் அவன் வந்தால் எதுவும் கேட்க மாட்டாள்.

ஒருமுறை கன்றை அவிழ்த்துக் கொண்டு அவள் புறப்படுகையில் அவனும் வந்து தன் கன்றை அவிழ்த்தான். இரண்டும் பிரியப் போகிறோம் என்பதை உணர்ந்து முகத்தோடு முகம் உரசிக் குரல் கொடுத்து விடைபெற்றன. அதைப் பார்த்து இருவருக்கும் சிரிப்பு வந்தது. அவன் 'உங்க கன்னு அழகா இருக்குதுங்க' என்றான். அவன் சொன்னதில் தடுமாறி 'என்ன என்ன' என்றாள். 'உங்க கன்னுக்குட்டி கருப்பா நல்ல அழகா இருக்குதுன்னு சொன்னங்க' என்றான். அவன் கன்று அத்தனை கருப்பில்லை. வெளுத்த ரகம். அப்படித்தான் பெரும்பாலும் இருக்கும். அதனால் தன் கன்றைப் பார்க்கும் எல்லோருக்கும் உடன் பிடித்துவிடும்.

அவன் சொன்னதைக் கேட்டுத் தன் கண்களைத் தான் சொல்கிறான் என்று மனம் தடுமாறியதை எண்ணிச் சிரித்துக் கொண்டாள். 'கண்ணு' 'கன்னு' என்று மாறி மாறி உச்சரித்துப் பார்த்தாள். அவன் உண்மையாகவே கன்றைத்தான் சொன்னானா என்று சந்தேகம் வந்தது. கண்ணாடியில் தன் கண்களைப் பார்த்தாள். மை தீட்டி இமைகளும் கருவிழியும் பளிச்சிடும் வகையில் இருந்தன. கண்களைத்தான் அவன் சொல்லியிருக்கிறான் என்று எண்ணிக் கொள்வது சந்தோசமாக இருந்தது.

அதன் பிறகு ஒவ்வொரு வார்த்தை பேசிக் கொள்ளும்படி ஆயிற்று. அவன் தாமதமாக வரும் நாட்களில் அவனுக்கும் சேர்ந்து புல் பிடுங்கி வைத்தாள். வேகமாகப் பிடுங்கி அவளுக்கும் சேர்த்துக் கத்தை கட்டினான் அவன். கம்மங்காட்டுக்குள் படர்ந்திருந்த தட்டைக்கொடிகளில் காய்களைப் பறித்துத் தின்றார்கள். இருவரும் ஒரே புறத்தில் பேசிக்கொண்டே புல் பிடுங்கினார்கள். பல புற்களின் பெயர்களை அவன்தான் சொன்னான். நிலமில்லை என்றாலும் இத்தனை தெரிந்து வைத்திருக்கிறானே என்று நினைத்தாள். பள்ளிக்குப் போகும் வழியில் பார்த்துக் கொண்டார்கள். பிறருக்குத் தெரியாமல் லேசாகச் சிரித்தார்கள்.

அவ்வூரில் ஆண்களுக்குத் தனிப் பள்ளியும் பெண்களுக்குத் தனிப் பள்ளியும் இருந்தன. ஊரிலிருந்து கூட்டமாகச் சேர்ந்து

நடந்து போவார்கள். புளிய மரங்கள் அடர்ந்த சாலை வழியில் அவள் தன் ஊர்ப் பெண்களோடு செல்வாள். அவனும் நண்பர்களும் முன்னாலோ பின்னாலோ நடப்பார்கள். தோளில் புத்தகப் பையும் கையில் சாப்பாட்டுப் போசியுமாக நடக்கும் வழி தித்திப்பாக இருந்தது. இருவர் கண்களும் அவ்வவ்போது சந்தித்துப் பேசிக் கொள்ளும். மிதிவண்டியில் செல்லும் பையன்கள் சிலர் நடக்கும் யாரையாவது ஏற்றிச் செல்வார்கள். அவளுக்கு அண்ணன் அல்லது தம்பி முறையாகும் பையன்கள் வண்டியில் அடிக்கடி ஏறிச் செல்வாள். இப்போது அதைத் தவிர்த்தாள்.

ஊருக்குள் நுழைந்து பள்ளிகளுக்குப் பிரியும் கூடுசாலையில் ஒருகணம் தயங்கி நின்றாள். இரு பள்ளிப் பையன்களும் பெண்களும் வந்து சேர்ந்து பிரியும் இடமாதலால் கூட்டம் மிகுந்திருந்தது. அவள் எதற்கோ அழைக்கிறாள் என்று புரிந்து அருகில் வந்தான். சட்டென்று அவன் பித்தளைப் போசியைப் பிடுங்கிக் கொண்டு தன் போசியை அவன் கையில் திணித்து விட்டாள். அவள் வீட்டில் அன்றைக்குக் கறிக்குழம்பு. அவன் அதை எதிர்பார்க்கவில்லை. கறிக்குழம்பும் அரிசிச் சோறும் நன்றாக இருந்தன. ஆனால் ருசித்துச் சாப்பிட முடியவில்லை. தன் போசிச் சோற்றைப் பற்றி யோசித்துக் குழம்பினான்.

இரண்டு நாட்களுக்கு முன் செய்த களி உருண்டை இரண்டைப் போசியில் போட்டுக் கொண்டு வந்திருந்தான். லேசாக நைந்த மாதிரி அது தெரிந்தது. வெறும் நீத்தண்ணிதான். தயிர் இருந்தாலாவது கரைத்துக் குடிக்க ருசி கூடும். அதை அவள் எப்படிச் சாப்பிடுவாள் என்பதே யோசனையாக இருந்தது. பள்ளியில் பதற்றமாகவே இருந்தான். அவளுக்கு எந்தச் சங்கடமும் இல்லை. களியை நன்றாகக் கரைத்துக் குடித்தாள். அதில் சில வெங்காயங்கள் இருந்தன. அவற்றைக் கடித்துக் கொண்டு குடிக்கப் பிடித்திருந்தது. அவள் வீட்டில் கம்மஞ்சோறுதான் அதிகமாகச் செய்வார்கள். கேழ்வரகுக் களிக்குத் தனிருசி இருப்பதாகப் பட்டது.

அன்றைக்கு மாலை புல் பிடுங்கும் போது உணவைப் பற்றித்தான் பேச்சு ஓடியது. அதன் பின் அடிக்கடி உணவுப் பரிமாற்றம் நடந்தது. இருவரும் ஒரே பாடப்பிரிவை எடுத்திருந்த தால் அதைப் பற்றிப் பேசினார்கள். தன் பள்ளி ஆசிரியர்களைப் பற்றி அவன் சுவாரசியமாக விவரித்தான். தங்கள் டீச்சர்களைப் பற்றி அவள் சொன்னாள். அவனுக்குச் செடிகொடிகள் மீது ஆர்வம் அதிகமிருந்தது. காட்டில் இருந்த பலவற்றுக்கும் பெயர் தெரிந்திருந்தது. அவற்றுக்குப் பயிரியல் குடும்பப் பெயர்களைக்கூடச் சொன்னான்.

எவையெவை ஒரே குடும்பத்தைச் சேர்ந்தவை என்று கண்டுபிடித்தான். செடிகொடிகளின் மகரந்தச் சேர்க்கை பற்றிச் சொன்னான். அவளுக்குக் கணக்கில் ஈடுபாடிருந்தது. எளிமையாகக் கணக்குப் பாடத்தில் தேரும் வித்தையை அவனுக்குச் சொன்னாள். அவன் பெயர் மதுரன். ஆனால் அதைச் சொல்லி அவள் அழைப்பதில்லை. அவனை அவள் தன் பெயரால் 'டேய் மங்கான்' என்று கூப்பிட்டாள். அவளை அவன் 'ஏய் மதுரா' என்று அழைத்தான். அவன் மங்கானாகவும் அவள் மதுராவாகவும் உருமாறினார்கள்.

✥

50

மங்கானும் மதுராவும் ஒருவரை ஒருவர் பார்க்காமல் ஒருநாள்கூட இருக்க முடியவில்லை. கம்மம் பூட்டை பொறுக்கிய பின்னும் சில நாட்கள் வெறும்பயிர்கள் நின்றன. அப்போதும் புல் பிடுங்கினார்கள். கம்மம் பயிர்கள் அறுவடை முடிந்த பிறகு வேறு வழியில்லாமல் மேய்ச்சல் வெளிக்குக் கன்றுகளைக் கொண்டு சென்றார்கள். அங்கே பலரும் ஆடுமாடுகள் மேய்ப்பார்கள். ஆட்டுக் கூட்டம் போலவே அசுரக் கூட்டமும் இருக்கும். முன் போலப் பேசிக்கொள்ள முடியவில்லை. எல்லோரும் ஓட்டிச் சென்ற பிறகு தாமதித்துப் பின்தங்கி ஓரிரு வார்த்தைகள் பேசிக் கொள்ள முடிந்தது.

பள்ளியிலிருந்து திரும்பும் வழியில் பின்தங்கிக் கடைசியாக வந்து பேச முடிந்தது. அதிகம் நடமாட்டம் இல்லாத சாலை என்றாலும் யாரேனும் வரக் கூடும் என்னும் பயம் மிகுந்திருந்தது. எப்படியோ பார்த்துக்கொள்ள முடிகிறதே என்று சந்தோசப்பட்டார்கள். மேற்படிப்புக்கு அவன் வேளாண்மை அறிவியல் எடுத்துப் படிப்பதாகத் திட்டம் வைத்திருந்தான். அது கிடைக்கவில்லை என்றால் பயிரியல் படிப்பில் சேர வேண்டும் என்றான். அவளுக்குத் திட்டம் எதுவும் தெளிவாக இல்லை. தன் அத்தை மகனுக்குத் திருமணம் செய்து கொடுத்துவிடுவார்கள் என்று பயந்தாள். 'நீ மேல படிக்கறன்னு சொல்லு. கணக்கு சேந்துக்க. கொஞ்ச நாள் கழிச்சுப் பாத்துக்கலாம்' என்று யோசனை சொன்னான்.

அந்த வருஷம் மழைப் பொழிவு தள்ளிப் போயிற்று. இருவரும் ரொம்பவும் கவலைப் பட்டார்கள். விதைப்பே இல்லாமல் போய்விடுமோ என்று பதற்றமாக இருந்தது. காலம் தப்பிப் பெய்த மழையால் கம்புக்குப் பட்டமில்லை என்று கொள்ளு விதைப்பு அதிகமாக நடந்தது. அடைக்கோழிகள் போலச் செடிகள் படுத்திருக்கும் கொள்ளுக்காட்டில்

சந்திப்பது சாத்தியமில்லை. மேய்ச்சல் வெளியும் பள்ளிச் சாலையுமே அவர்கள் சந்திப்புக்குச் சற்றே இடம் கொடுத்தன. பூங்குலத்தானோடு அவள் பேசிப் பழகும் விஷயம் எப்படியோ வெளியே தெரிந்தது. சந்தித்துப் பேசும் ஆவலில் சில சமயம் சூழலையும் மறந்தார்கள்.

தன் ஊர்த் தோழிகள் கேட்டபோது அவனிடம் பாடக் குறிப்புகள் வாங்கியதாகச் சொல்லிச் சமாளித்தாள். அவன் ரொம்பவும் விவரமானவன், உதவி செய்வான் என்று சொன்னாள். பன்னிரண்டாம் வகுப்பில் நிறைய மதிப்பெண் வாங்குவதற்காக அவனிடம் பேசிப் பழகுவதாகக் காரணம் கற்பித்தாள். அவன் அம்மாவும் அப்பாவும் தங்கள் நிலத்திற்கு வேலைக்கு வருவதால் அவர்கள் மூலமாகச் சொல்லித்தான் அவன் உதவி செய்கிறான் என்றாள். மேய்ச்சலின் போது தன் கன்றையும் சேர்த்து அவன் மேய்ப்பதால் பழக்கம் என்றாள். என்னென்னவோ சொன்னாள். ஒருமுறை சொன்னதை இன்னொரு முறை மாற்றிச் சொன்னாள்.

தேங்குலத்துப் பையன்கள் மங்கானை ஒருமாதிரி பார்த்தார்கள். தங்கள் குலத்துப் பெண்ணோடு அவன் பேசுவதைத் தடுக்க என்னவெல்லாம் செய்யலாம் என்று யோசித்தார்கள். முதலில் இதை வெளிப்படுத்தி விடுவதுதான் சரி என்று அரசல் புரசலாகத் தகவலைக் கசிய விட்டார்கள். பல கண்கள் அவர்களைக் கண்காணிக்கத் தொடங்கின. வாய்கள் குசுகுசுவென்று பேசின. மங்கானுக்கு மதுராவின் முகமும் மதுராவுக்கு மங்கானின் முகமும் மட்டுமே தெரிந்தன. சுற்றிலும் இருந்தவர்கள் எல்லாம் குரலற்ற நிழல்கள் ஆனார்கள்.

செய்முறைத் தேர்வு இருந்த ஒருநாளில் மங்கானும் மதுராவும் தாமதமாகப் பள்ளியிலிருந்து புறப்பட்டுச் சேர்ந்து நடந்து வந்தார்கள். சாலையில் நெடுந்தூரம் வரை காலியாகக் கிடந்தது. இருபுறப் புளிய மரங்களிலும் அசைவு ஏதுமில்லை. உற்சாகம் மீறி அவன் 'மதுரா...' என்று குரலெடுத்துக் கத்தினான். அவனைப் போலச் சத்தமிட்டுக் கத்த அவளுக்கு வாய் வரவில்லை. என்ன இருந்தாலும் அவன் பையன், அதனால் கத்த முடிகிறது என்று நினைத்தாள். அவளையும் கத்தும்படி அவன் தூண்டினான். மெல்ல 'மங்கான் . . .' என்றாள். 'இப்படிச் சொன்னாப் புளிய மரத்துக்குக்கூடக் கேக்காது. அதத் தாண்டி வானத்துக்குக் கேக்கணும். கத்து, கத்து' என்றான். அவன் உற்சாகம் அவளுக்கும் தொற்றக் குரல் நீட்டினாள். பறவைக் குஞ்சின் குரல் போல 'மங்கான்...' என்று மேலெழுந்தது. 'அப்படித்தான் அப்படித்தான்' என்று அவன் அடிக்கடி 'மதுரா' என்று கூவினான்.

குரல் கொடுத்துக்கொண்டே ஒரு சுற்றுச் சுற்றிச் சாலையில் அமர்ந்த போது சாலையில் அதிர்வு ஏற்பட்டது. யாரோ இருவர்

மிதிவண்டியில் தூரத்தில் வருவது தெரிந்தது. என்ன செய்வது என்று தெரியாமல் குழம்பி ஆளுக்கொரு புளியமரத்தின் பின்னால் ஒளிந்து நின்றார்கள். அடிமரத்தில் ஆள் ஒளிந்துகொள்ளப் பல பிளவுகள் இருந்தன. ஒரு பிளவுக்குள் தன் உடலை ஒடுக்கிக் கொண்டு மதுரா நின்றாள். மூச்சுக் காற்றும் வெளியே கேட்கக் கூடாது என்று முயன்றாள். அவள் பாதுகாப்பாக இருக்கிறாளா என்று ஓடக்கானைப் போலத் தலை நீட்டி நீட்டிப் பார்த்துக் கொண்டே மங்கான் ஒளிந்திருந்தான்.

முதல் மிதிவண்டி கடந்து சென்றுவிட்டது. இரண்டாம் மிதிவண்டி அவள் ஒளிந்திருந்த புளியமரத்தின் அருகே வந்து நின்று மென்மையான குரலில் 'மங்கா வாம்மா' என்று அழைத்தது. வேறு வழியில்லாமல் அவள் அப்பாவுக்கு முன்னால் தயங்கித் தயங்கி வந்து நின்றாள். 'ஏறு' என்று சொன்னார். ஏறிக் கொண்டாள். மிதிவண்டி கொஞ்சம் போனதும் பின்னால் பார்த்தாள். புளியமரத்தின் பின்னிருந்து வெளியே வந்த மங்கான் சாலையில் ஓடி வருவது தெரிந்தது. அவன் உருவம் நிழலிட்டுப் புள்ளியாகி மங்கி மறைந்தது.

அதற்குப் பிறகு மதுராவைப் பள்ளிக்கு அனுப்பவில்லை. அவள் எவ்வளவோ அடம் பிடித்தாள். அவனைப் பார்க்க வில்லை, படிப்பை மட்டும் முடித்துவிடுகிறேன் என்று சொன்னாள். என்ன சொல்லியும் அப்பா அனுப்ப மறுத்துவிட்டார். மாமன் குமராசுரனுக்குக் கட்டிக் கொடுப்பது என்று கொடுத்த வாக்கைக் காப்பாற்ற வேண்டும், இல்லையென்றால் செத்துப் போவேன் என்று அப்பா சொன்னார். அப்பா மேலிருந்த பாசத்தில் மதுரா மீண்டும் மங்காவானாள்.

இதைத் தன் பாணியில் சொன்ன பாட்டி இப்படி முடித்தார், 'தேங்குலத்துக்காரங்களப் பாத்தாக் கை கட்டி வாய் பொத்தி ஒதுங்கி நிக்கிற சனம் பூங்குலம். நம்ம நெலத்து வெளச்சல்ல இருந்து வாரிக் குடுக்கறத வாங்கிக்கிட்டுப் போயி ஆக்கித் திங்கற சனம் அது. அந்தக் கொலத்துக்காரனக் கட்டிக்க ஆசப்படலாமா? அசுர எனத்துல தேங்குலம், முதுகுலம், எளங்கொலம்னு எத்தனையோ இருக்குது. ஆனா எங்கயும் பூங்கொலத்த யாரும் சீந்த மாட்டாங்க. இவளப் பள்ளிக்கொடம் அனுப்புனது பூங்கொலத்தோட சம்பந்தம் பண்ணிக்கவா? அந்த ஓலையாசுரஞ் சாமி ஒத்துக்குமா? பூங்கொலத்தானோட ஓடிப் போனவளப் புடிச்சாந்து கட்டி வெச்சிட்டாங்கன்னு ஊரே திடுமுட்டிப் போச்சு. இல்லாத ஆட்டம் பண்ணி எங்களயெல்லாம் தல குனிய வெச்சிட்டாப்பா வெச்சிட்டா.'

கொஞ்சம் மூச்சு வாங்கிக் கொண்டு பாட்டி மேலும் சொன்னார், 'பூங்கொலத்தானுங்க வந்து எதும் பிரச்சின பண்ணக்

கூடாதுன்னுதான் ஆருக்கும் சொல்லாத ராவோட ராவா அவளக் கூட்டிக்கிட்டுப் போயி உங்கொப்பனிருந்த ஊர்லயே கலியாணத்தப் பண்ணிக் காவக் காத்துக்கிட்டுக் கெடந்தமப்பா கெடந்தம். ஒழுக்கமா இருந்திருந்தான்னா ஊர அழச்சு மூனு வேள விருந்து வெச்சு மேளதாளத்தோட சனமெல்லாம் மூக்குல வெரல வெக்க அப்படிக் கலியாணம் பண்ணிப் பாத்திருப்பம். நீங்கெல்லாம் இங்க வரப் போவ இருந்திருப்பீங்க. எம் பேத்துப் பிதுரு இந்தூருல ஓடி வெளையாடறதக் கண்ணால கண்டு, கையெடுத்து அள்ளி அணச்சு நாலு பேரு முன்னால தல நிமிந்து எல்லாராட்டம் பொழச்சிருப்பன். ஒண்ணுக்குமில்லாத பண்ணீட்டா உங்கம்மா சண்டாளி ... எப்படியோ எம் பையனுக்கு முந்தி விரிச்சு உங்களயெல்லாம் பெத்துக் குடுத்தா. வம்சத்துக்குக் கொற வெக்கலியப்பா வெக்கல. அந்த வரைக்கும் மானக்கேடு வராத காப்பாத்திக் குடுத்தா.'

பாட்டியின் பேச்சில் ஆழ்ந்திருந்த முருகாசு எதுவும் பேச வில்லை. சொல்லி முடித்த பாட்டி 'இதையெல்லாம் நாஞ் சொன்னன்னு உங்கப்பங்கிட்டக்கூடச் சொல்லாதப்பா. என்னமோ கேட்டீன்னு வாயிருக்க மாட்டாத சொல்லீட்டன்' என்றார். 'சொல்லல பாட்டி. தூக்கம் வருது. நீங்களும் தூங்குங்க' என்று போர்வையைப் போர்த்திக் கொண்டான். தூக்கம் கண்ணில் இருந்தது. ஆனால் ஆழ்ந்த தூக்கம் வரவில்லை. ஏதேதோ காட்சிகள். கனவுகள்.

அம்மாவின் இளமைக்கால உருவம் வந்து வந்து போயிற்று. அந்த மதுரன் எப்படியிருப்பார் என்று மனம் யோசித்துப் பலவித உருவங்களைக் காட்டிற்று. அம்மா தன்னை மதுரா என்று அழைத்துக் கொண்டதும் அவர் தன்னை மங்கான் என்று சொல்லிக் கொண்டதும் ஆழப் பதிந்திருந்தன. இந்த உத்தியைத் தானும் பயன்படுத்திப் பார்த்தால் என்ன என்று தோன்றியது. உடனே எழுந்து தேவாசுரிக்குப் புலனத்தில் செய்தி கொடுத்தான். பலவிதமாக யோசித்துக் கடைசியில் 'முருகாசுரியைப் பார்க்காமல் தேவாசு வாடுகிறான்' என்று செய்தி அனுப்பினான்.

தன்னைத் 'தேவாசு' என்று சொல்லிக் கொள்ளும்போது ஒருவிதக் கிறக்கம் ஏற்பட்டது. அவள் வந்து தன் நெஞ்சு, உடல் எல்லாவற்றுக்குள்ளும் புகுந்துவிட்ட மாதிரி இருந்தது. அவளுக்கும் இப்படி இருக்குமா? அவள் இதைப் புரிந்து கொள்வாளா? கூர்மூளை கொண்டவள். சட்டென்று பிடித்துக் கொள்வாள். ஆனால் உணர வேண்டும். 'தேவா தேவா' என்று இடைவிடாமல் உச்சரித்துக்கொண்டே தூங்கிப் போனான். விடிந்து வெகுநேரம் வரைக்கும் தூங்கினான்.

'ராத்திரிச் சாப்பிட்டது இன்னமா அந்த வவுத்துல தங்கியிருக்கும்? எந்திரிச்சுச் சாப்பிட்டுட்டுத் தூங்குனாலும் பரவாயில்ல. எந்திரிக்க மாட்டீங்கறானே?' என்று பாட்டி யாரிடமோ பேசும் சத்தம் கேட்டது. மீண்டும் புரண்டு படுத்தான். எழவே மனமில்லை. உடல் அசதியும் சோர்வும் விலகிய மாதிரி தெரியவில்லை. அம்மாவும் மதுரனும் சந்தித்துக் காதல் கொண்ட அந்தக் கம்மங்காட்டைப் பார்த்தால் என்ன என்று சட்டென்று தோன்றியது. அவ்வெண்ணம் உத்வேகம் கொடுக்க உடனே எழுந்தான். 'எந்திரிச்சிட்டயாப்பா. ஒருவாய் சாப்பிட்டுட்டு வேண்ணா மறுபடியும் படுத்துக்கப்பா' என்றார் பாட்டி. தயாராகிப் பாட்டி சமையலைச் சாப்பிட்டான். பீர்க்கங்காய் கடைந்திருந்தார். அம்மாவும் பீர்க்கங்காய் கடைவார். 'நெய் போட்டயாம்மா?' என்று கேட்பான். அம்மா சிரித்துக்கொண்டே 'இந்தக் காய்க்கே அப்படி ஒரு மணம் உண்டுடா' என்பார். பாட்டி ரசமும் தயிரும் வைத்திருந்தார்.

இரவிலும் முழுச் சாப்பாடு. இப்போது குழம்போடு முடித்துக்கொண்டு 'மத்தியானத்துக்குச் சாப்பிடறன் பாட்டி' என்றான். 'உங்க மாமமூடு சாப்பிடக் கூப்பிட்டாங்களே' என்று பாட்டி நினைவூட்டினார். 'இந்த ஊரச் சுத்திப் பாக்கணும் போல இருக்குது பாட்டி. சும்மா வெளிய போயிட்டு வர்றன். மத்தியானம் சாப்பிட்டுட்டு ஒரு தூக்கம் போடணும். அப்பறம் சாயந்திரம் அங்க போறன். மேகாசு வந்தான்னா இங்க இருக்கட்டும் பாட்டி' என்றான். ஊரில் எந்தப்புறம் எது இருக்கிறது என்று அவனுக்குத் தெரியாது. தானும் வருவதாகப் பாட்டி சொன்னார். 'இல்ல பாட்டி. பெரிய பெரிய ஊர்லயெல்லாம் இருந்துட்டு வந்துட்டன். இந்தக் குட்டியூண்டு ஊர்ல என்னால கண்டுபிடிக்காத போயிருதா? தெரியலன்னா யாருகிட்டயாவது கேட்டுக்கறன்' என்றான்.

'செரீப்பா. இந்தூருக்காரங்க கண்ணு கொள்ளி. யாரு கேட்டாலும் கிறுக்கச்சி பேரன்னு சொல்லு' என்றார். 'அப்படிச் சொல்ல மாட்டன் பாட்டி. நீங்க என்ன கிறுக்கா? ஊரு வேண்ணா அப்படிச் சொல்லலாம். நாஞ் சொல்ல மாட்டன்.' முருகாசு கோபமாகச் சொன்னதைக் கேட்கப் பாட்டிக்குப் பிடித்திருந்தது. 'அட எந்தங்கமே . . . உங்க பாட்டனாட்டமே உனக்குக் கோவம் வருது. ஒருகாலத்துல கொஞ்சம் கிறுக்குப் புடிச்சுக் கெடந்தன். ஊரு அப்பருந்து அப்படியே பேரு வெச்சிருச்சு. என்னமோ நாலு சனம் வாயில வழங்குது. அப்படிச் சொன்னாத்தான் எல்லாருத்துக்கும் சட்டுனு தெரியும். குப்பாசுரிங்கற எம்பேரு எனக்கே மறந்து போயிருச்சே' எனப் பெருமகிழ்வோடு சொன்னார் பாட்டி.

51

வீட்டுக்குப் பின்னிருந்த தோட்டத்தைச் சுற்றிக் காட்ட முருகாசுவைப் பாட்டி அழைத்துச் சென்றார். அங்கிருந்த ஒவ்வொரு மரத்தின் பெயரையும் பாட்டி சொல்லிக்கொண்டே முன்னால் போனார். எல்லா மரங்களின் பெயர்களும் அவருக்குத் தெரிந்திருந்தன. விதவிதமான பழ மரங்கள். மரங்களுக்குள் புகுந்து புகுந்து பழகிய விலங்கைப் போலப் பாட்டி போய்க் கொண்டேயிருந்தார். பின்தொடர்வது அவனுக்கு லகுவாயில்லை. ஒவ்வொரு அடியையும் பார்த்து வைக்க வேண்டி யிருந்தது. இந்த நிலம் போதாது என்று வேறோர் ஊருக்குப் போய்க் கொலையுண்ட பாட்டனின் நினைவு வந்தது. தன் நிலம் இப்படி மாறும் என்று அவர் நினைத்துப் பார்த்திருக்க மாட்டார். அவருக்குப் பயிர் செய்வதுதான் தெரிந்திருக்கும்.

அப்பாவுக்கு இந்த யோசனை வந்திருக்கிறது. பாட்டி வளர்த்திருக்கிறார். தன் பங்கு இதில் என்ன என்னும் கேள்வி வந்தது. இவற்றைப் பார்த்து அனுபவிப்பது தானா? அது மட்டும்தானா? அடிக்கடி இங்கே வந்து தங்க வேண்டும். இதில் ஏதேனும் மாற்றங்கள் செய்து வளர்க்க வேண்டும். ஏதாவது செய்யக் கற்றுக்கொள்ள வேண்டும். ஒன்றும் செய்யாவிட்டாலும் பரவாயில்லை. இருந்து பார்த்துப் பெற்று மகிழலாம். அதற்கேனும் காலம் கூடி வருமா? அப்பா நிச்சயம் இங்கே வந்துவிடுவார் என்று உறுதிப்பட்டது. அவர் இறுதிக் காலத்தை நினைத்துத்தான் இத்தனை ஏற்பாடுகள் செய்து வைத்திருக்கிறாரோ என்றும் தோன்றியது.

பெயர் தெரியாத ஏராளமான பறவைகளைக் கண்டான். உள்ளங்கைக்குள் அடங்கும் குறுங்குருவிகள் பல கீச்சிட்டுக் கொண்டு பறந்தன. இவற்றில் சிலவற்றின் பெயராவது பாட்டிக்குத் தெரிந்திருக்கும். தன் பாட்டன் வெட்டி வைத்த

கிணற்றைப் பார்த்தான். ஆழம் அதிகமில்லை. உறைகிணறு போலத்தான் இருந்தது. உறை இறக்கவில்லை. கண்ணுக்குத் தெரியும் அளவில் நீர் இருந்தது. வெள்ளாடு ஒன்றும் குட்டிகள் மூன்றும் மரங்களுக்குள் மேய்ந்தன. கோழிகள் ஓடித் திரிந்தன. பாட்டி இந்த வயதிலும் சும்மா இருக்கவில்லை. அவனிடம் ஏதேதோ சொல்லிக் கொண்டு வந்தார். சில பழங்களைப் பொறுக்கி மடியில் போட்டுக் கொண்டார். அவன் கையில் சிலவற்றைக் கொடுத்தார். அவன் மனம் பாட்டியின் பேச்சில் பதியவில்லை. புறத்தும் உள்ளுமாக மாறிமாறித் தாவிற்று.

எழுந்ததும் புலனத்தைப் பார்வையிட்டிருந்தான். தேவாசுரி யிடம் இருந்து பதில் எதுவும் வந்திருக்கவில்லை. திரும்பவும் ஒரு செய்தி அனுப்பினான். 'தேவாசு இல்லை, முருகாசுரி இல்லாமல்.' அடிக்கடி அனுப்பக் கூடாது. ஒரு நாளுக்கு ஒன்று போதும். இன்றைக்கு இரவில் இன்னொன்று அனுப்பலாம். அதற்கு என்ன வாசகம் உகந்ததாக இருக்கும்? இதைத் தேவாசுரி எப்படி எடுத்துக் கொள்வாள்? மனதிலிருந்து வரும் வார்த்தை என்று நம்புவாளா?

'தேவாசு' என்று பெயர் மாற்றிச் சொல்லிக் கொள்ளும்போது பெருங்கிளர்ச்சி வருகிறது. அவள் உருவம் உள்ளுக்குள் வந்து சேர்ந்து குழப்புவது போலிருக்கிறது. தான் அவளா அவனா என்று அவ்வப்போது சந்தேகம் வருகிறது. ஒரு பெயர் மாற்றம் இத்தனை கலவரத்தை உருவாக்குமா? இதை அவள் நம்புவாளா? என்றாலும் இந்த உத்தி ஏதேனும் பதிலைக் கொண்டு வரும் என்று மனம் நம்பிற்று. திரும்பத் திரும்ப இதையே செய்வது என்று தீர்மானித்தான்.

அம்மாவைப் பற்றிப் பாட்டி சொன்னதில் இன்னும் ஏதோ விடுபட்டிருப்பதான உணர்வு இருந்தது. அதை எப்படி நிரப்புவது எனத் தெரியவில்லை. மஞ்சியம்மாவைப் பார்த்துப் பேச முடிந்தால் விளக்கம் கிடைக்கலாம். அது சாத்தியப்பட வேண்டும். இன்றைக்கே முயன்று பார்க்கலாம். எங்கே இருப்பார் மஞ்சி? அம்மா வாழ்க்கையைத் திசை மாற்றிய கம்மங்காடு, மேய்ச்சல் வெளி, பள்ளிக்கூடம், அதற்குப் போகும் சாலை எல்லாவற்றையும் ஒருமுறை பார்க்க வேண்டும் என்று மனம் தூண்டியது. ஒருவர் மீது இத்தனை காதல் கொண்டிருந்த அம்மா எப்படி அப்பாவுடன் பல வருசமாக வாழ முடிந்தது? எதற்குக் கட்டுப்பட்டு இருந்தார்? எல்லாவற்றையும் போட்டு மூடி வைத்தபடி தன் ஆயுளின் பெரும் பகுதியைக் கழித்திருக்கிறார் என்றால் அது சாதாரணமல்ல. அம்மாவைப் பற்றி யோசனைகள் கூடிக் கொண்டேயிருந்தன.

காடெங்கும் மர நிழல் என்ற போதும் நடக்கச் சோர்வாக இருந்தது. பாட்டியோ ஒவ்வொன்றையும் காட்டிக் காட்டிப்

நெடுநேரம்

பரவசத்துடன் ஏதேதோ சொல்லிக் கொண்டிருந்தார். ஒவ்வொரு மரத்திற்கும் கதை இருந்தது. 'இத உங்கப்பன் ஊர்லருந்து வந்தப்ப வாங்கிக்கிட்டு வந்தான். பஸ்ல வெச்சுக்கிட்டு வந்த சூட்டுல வாடி வதங்கிப் போயிருச்சு. தழையுமோ என்னமோன்னு இருந்தம். எப்படியோ பொழச்சு வந்திருச்சு. இத்துனூண்டு செடியாப் பாத்தது. இன்னைக்கு மரமாயிக் காய்க்குது' என்று அசுரக் கைகளைப் போலக் கிளைகளை மேலுயர்த்திச் சென்றிருந்த அத்தி மரத்தைப் பற்றிச் சொன்னார். அடர்பச்சை நிறத்தில் தடித்த இலைகளுடன் நின்ற அத்தியை அதிசயமாக அவன் பார்த்தான். இது ஊர் விட்டு ஊர் வந்து உயிர் கொண்டிருக்கிறது. புதுமண்ணில் தன் வேர்களை விரித்துப் படர்ந்திருக்கிறது. மனம் ஒன்றும் சமயமாக இருந்தால் ஒவ்வொரு கதையையும் இன்னும் சுவாரசியமாகக் கேட்கலாம்.

'இது பலா மரம். இன்னம் காய்க்கல. நம்மூரு வரட்டு மண்ணுல பலா வருமான்னு எனக்குச் சந்தேகம். விவசாயப் பண்ண ஒண்ணுலருந்து உங்க மாமன் கொண்டுக்கிட்டு வந்தான். மத்த மரமெல்லாம் சுத்தி இருக்கறதால அந்தக் குளிர்ச்சியில பலா தழச்சு வந்திரும்னு சொல்லி வெச்சான். அவன் சொன்ன மாதிரியே வந்திருச்சு. இந்த வருசமோ அடுத்த வருசமோ பிஞ்சு வெச்சிரும்' என்று போயிற்றுப் பலாமரக் கதை. சிறிதாக இருந்த கொய்யா ஒன்றைக் காட்டி 'இந்த மாதிரி பழத்த நீ தின்னுருக்க மாட்ட' என்று சொல்லிக்கொண்டே எட்டி அதிலிருந்து ஒரு பழத்தைப் பறித்தார் பாட்டி. 'இது நாட்டுக் கொய்யா. உள்ள செவப்பா இருக்கும். அங்கெல்லாம் வெள்ளக் கொய்யாவத்தான் பாத்திருப்ப. இதத் தின்னு பாரு. தேனாட்டம் இனிச்சுக் கெடக்கும்' என்று பெருமையாகச் சொன்னார்.

சில மரங்கள் காய்த்திருந்தன. சில காய்ப்புப் பருவத்தில் இருந்தன. சில ஆளுயரம் வளர்ந்து நின்றன. இதை உருவாக்கப் பாட்டி பெரும்பாடு பட்டிருக்க வேண்டும் என்று தோன்றியது. இதில் வரும் பழங்களை எல்லாம் எப்படிப் பாட்டி விற்பனை செய்கிறார் என்று நினைத்தான். அதை உணர்ந்தவர் போலப் பாட்டி 'உங்க மாமன் வீடு வந்தா எதுனாப் பறிச்சுக்கிட்டுப் போவாங்க. நான் போனாலும் கொண்டோயிக் குடுப்பன். அக்கம் பக்கம் சொந்த பந்தம் எல்லாத்துக்கும் குடுத்திருவன். நாலு பழத்த அரிஞ்சு வெச்சுக்கிட்டுத் தின்னா என்னோட ஒருவேளச் சோத்துப்பாடு கழிஞ்சு போயிரும். மஞ்சி கொஞ்சம் கொண்டுக்கிட்டுப் போவா. பூங்கொலத்துத் தெருவுக்குக் கொண்டோயிக் காசுக்கு வித்து எங்கையிலயும் கொஞ்சம் தருவா' என்ற பாட்டி மேலும் தொடர்ந்தார்.

'நம்மூருல எட்டாவது வரைக்கும் பள்ளிக்கூடம் ஒண்ணு இருக்குது. அங்க என்னாட்டம் ஒரு பாட்டி தின்பண்டம் வித்துப் பொழைக்கறா. அவ வந்து அப்பப்பப் பழம் பொறுக்கிக்கிட்டுப் போயி விப்பா. காசு குடுக்கறம்பா. நாந்தான் வேண்டான்னு சொல்லீருவன். அவ குடுக்கற ஒத்த ருவாக் காச வெச்சுத்தான் நான் பொழைக்கறனா? என்னமோ அந்தக் காலத்துல வவுத்துச் சோத்துக்கு வழியில்லாத வாடிக் கெடந்தம். இன்னக்கி சோத்துக்குக் கொறவில்ல. அதுக்கு மேல காச வெச்சுக்கிட்டு நான் என்ன பண்ணப் போறன்? எங்காசா உங்களுக்கெல்லாம் வந்து ஆவப் போவுது? பரம்பரைக்குச் சம்பாதிச்சு வெக்கறதெல்லாம் அந்தக் காலம். அவுங்கவுங்க சம்பாதிச்சுப் பொழைக்கறது இந்தக் காலம். ஆளுங்க மட்டுமா திங்குது? இங்க அணிலு நெறஞ்சு கெடக்குது. குருவீங்க வருது. அதுவெல்லாந் தின்னது போவத்தான் நமக்கு. என்னமோ சும்மா காட்ட வெச்சிருக்கறதுக்கு இது பரவால்ல. நாலு உசுருக்கு ஆவுது' என்று பேசிக் கொண்டே போனார்.

'நாளைக்குக் கொஞ்சம் பாத்துக்கலாம் பாட்டி' என்றான் முருகாசு. 'அட, நீ அறியாப் பையன். இங்க காட்டுக்குள்ள நடந்து திரிஞ்சு பழக்கமில்ல. காலு வேற அடி பட்டிருக்குது. எனக்கு எங்க நெனவு இருக்குது? உன்னப் பாத்ததும் எல்லாம் மறந்து போச்சு. பத்து நாளாச்சும் இரு கன்னு. எல்லாம் பாத்துட்டு எங்கைச் சோத்தத் தின்னு ஒடம்பு தேறிக்கிட்டுப் போவலாம்' என்று சொன்ன பாட்டி திரும்பி வீட்டுக்கு வந்தார். எருமையைப் பின் தொடர்ந்து செல்லும் கன்றைப் போல முருகாசு நடந்தான். இரவில் அம்மாவைப் பற்றிச் சொன்னதற்குப் பிறகு ஒரு வார்த்தையும் பாட்டியிடமிருந்து வரவில்லை. அதைப் பற்றி ஏதேனும் தோண்டித் துருவிக் கேட்கக் கூடும் என்பதால்தான் மரக்கதைகளை எடுத்துச் சொல்கிறாரோ என்று முருகாசு சந்தேகம் கொண்டான்.

சாய்திண்ணையில் வந்து படுத்துக் கொண்டான். 'காப்பித்தண்ணி வெக்கட்டுமா கன்னு? சூடாக் குடிச்சாத் தெம்பாயிரலாம்' என்று பாட்டி கேட்டார். அவன் 'சரி பாட்டி' என்றான். கண்களை மூடிக் கொண்டான். சில நிமிடம் ஆழ்ந்திருந்ததும் உடம்பு உற்சாகம் கொண்டது. எழுந்து உட்கார்ந்தான். பாட்டி வைத்த காப்பித்தண்ணீரும் வந்தது. அதைக் குடித்துவிட்டு உடை மாற்றிக் கொண்டு மேகாசின் வண்டியை எடுக்கப் போனான். காலில் இப்போது வலி தெரியவில்லை. நடக்கும் போது ஏதாவது ஒரு கோணத்தில் கால் திரும்பும் போது மட்டும் பளீரிடுவது போல வலி ஓடி மறைந்தது. வண்டியை ஓட்டிவிடலாம் என்று நம்பிக்கை வந்திருந்தது.

'கௌம்பற பையன வேண்டான்னு சொல்லக் கூடாது. பாத்துப் போயிட்டு வா. வடக்க போனா மேய்ச்ச வெளி.

அண்டையில ஒரு ஓட போவுது. இப்பக் குருவி குடிக்கறாப்பல அங்கங்க தண்ணி கெடக்கும். வேறொன்னுமில்ல. மேக்க போனாப் பூங்கொலத்து வளவு. அங்க வேற ஒண்ணுமில்ல. தெக்க பூராத் தென்னங்காடா இருக்கும். கெழக்கருந்துதான் நீ வந்த. அது தெரியும். எதாச்சும் பொக ஊதற பழக்கம் இருந்தா ஊருக்குள்ள ரண்டு மூனு கட இருக்குது. அங்கதான் போவோணும்' என்று பாட்டி பின்னாலேயே வந்து நின்றார். அவன் சற்றே வெட்கத்துடன் 'பொகப் பழக்கமெல்லாம் இல்ல பாட்டி' என்றான்.

'நல்லதாப் போச்சு. உங்க பாட்டன் சுருட்டுப் பிடிப்பாரு. அந்த நாத்தம் எனக்கு ஆவாது. உங்கப்பனுக்கு அதெல்லாம் எதுவுமில்ல' என்றவர் 'நம்மூருப் பவுசு அவ்வளவுதான். பாத்துப் போயிட்டுப் பதனமா வந்து சேரு. தடம் மாறிருச்சுன்னு எங்கயும் பயந்திராத. எல்லாத் தடமும் ஊருக்குத்தான் வந்து சேரும். ஊர்க்காரங்க ஆரு பாத்தாலும் விசாரிப்பாங்க. பேசு. கேக்கற காதுக்குக் கிறுக்கச்சி பேரன்னு சொல்லக் கஷ்டமா இருந்தா உங்க பாட்டன் பேரச் சொல்லு' என்ற பாட்டி பின்னாலேயே வந்தார். நடந்துகொண்டே 'மத்தியானத்துக்கு உளுந்து வட போடட்டுமா கன்னு?' என்று கேட்டார். 'எதுக்கு பாட்டி? கஷ்டப்பட வேண்டாம்' என்றான் வண்டியைத் திருப்பி நிறுத்தியபடி.

'கஷ்டமென்னப்பா? ஒரம்பரயாட்டம் வந்திருக்கற. பலகாரம் பண்ணிப் போடாத அனுப்புவனா? எம் பேரப் பிள்ளைங்க இப்படி வந்திருந்து எங்கையால ஆக்கிப் போடணுமின்னு எத்தனயோ வருசமாக் காத்துக்கிட்டுக் கெடக்கறன். நாளைக்கி மாமமூடு எருமக்கறி எடுத்து ஆக்கறமுன்னு சொன்னாங்க. நான் கறி காச்சறதில்ல. மாமமூடு ஆக்குனாப் போய் ஒருவாய் தின்னுட்டு வருவன். இல்லீனா இங்க கொண்டாந்து குடுத்திருவாங்க. கடவாப் பல்லெல்லாம் கழண்டு போச்சு. ஈரலு அது இதுன்னு மாவாப் பாத்து ரண்டச் சப்பித் திம்பன். தண்ணியாட்டம் சாறு வெச்சா அதுல கொஞ்சம் பெசஞ்சு தின்னு குடிப்பன். அவ்வளவுதான். வயசாவற காலத்துல சோறு எறங்கறதில்ல. ஆசப்பட்டுத் தின்னாலும் செரிக்காத பாடாப் படுத்தீருது. இருக்கற காலத்த மத்தவங்களுக்குக் கஷ்டங் குடுக்காத கழிச்சிரணும்.' பாட்டி தன் பாட்டை விவரித்துக்கொண்டே வந்தார். நிறுத்த மாட்டாரா என்று எதிர்பார்த்தவன் வண்டியில் ஏறி அமர்ந்து உதைக்கத் தொடங்கினான்.

❖

52

இடைவிடாமல் பேசிக் கொண்டிருந்த பாட்டி பேச்சை நிறுத்தித் தன்னை வழியனுப்ப வேண்டும் என்று கருதி வண்டியை உதைத்து முருகாசு செய்த குறிப்பு பாட்டிக்குப் புரியவில்லை. வண்டியை உதைத்து உதைத்து ஸ்டார்ட் செய்வதும் பின் நிறுத்துவதுமாக இருந்தான். 'மாமவூட்டுல நாளைக்கிக் கறி தின்னுக்கலாமுன்னுதான் இன்னைக்கி உளுந்து வட போடலாமுன்னு நெனச்சன்' என்று பாட்டி ஆவலாகச் சொல்லிக்கொண்டே வண்டிக்கு அருகில் வந்தார். பேரனை அத்தனை சீக்கிரம் பாட்டி விடுவதாக இல்லை.

கணவன் வீட்டுக்கு மகளை மனமில்லாமல் அனுப்பும் தாய் இன்னும் கொஞ்ச நேரம், இன்னும் கொஞ்ச நேரம் என்று தாமதிப்பது போலப் பாட்டி பேசிக் கொண்டிருந்தார். உளுந்து வடையை அவனால் தவிர்க்க முடியவில்லை. 'சரி பாட்டி. கம்மியாப் போடுங்க. எங்கம்மாவும் அப்பப்பச் செய்வாங்க. நான் ரண்டு மூனுதான் திம்பன்' என்று சொல்லிவிட்டு மீண்டும் வண்டியை உதைத்தான். அம்மாவின் பேச்சை எடுத்தால் பாட்டி முகம் எப்படிப் போகிறது என்று பார்க்கவும் நினைத்தான். பாட்டி அதைப் பொருட்படுத்திய மாதிரி தெரியவில்லை. பேச்சு ஊற்றாய்ப் பெருகிற்று.

'உளுந்துக்கென்ன, ஒடலுக்கு வலுவத் தர்ற பண்டம். பத்துப் பாஞ்சு திங்கலாம். எங்கலியாணம் முடிஞ்சப்ப எங்கப்பவூட்டுக் காட்டுல உளுந்து வெதச்சு நல்லாக் காச்சிருந்தது. விடிகாலையில உளுந்து ஊற வெச்சுப் பொழுது கெளம்ப ஆட்டி வட போட்டுத் தட்டத்துல கொண்டாந்து எங்கம்மா வெச்சிருவா. ரண்டு மொளகு தட்டிப் போட்டுச் செஞ்சா அப்பிடி ருசியா இருக்கும். புதுமாப்பிள்ளையா எங்கூட்டுக்கு விருந்துச்

சோத்துக்கு வந்திருந்த உங்க பாட்டன், அதான் என்னூட்டுக்காரரு ஒரு இருபது வடையத் திம்பாரு. ஒரு வட ஒருவாய்க்குத்தான். தின்னு ஒரு சொம்புத் தண்ணி குடிச்சு ஏப்பம் உட்டு மீசைய நீவுவாரு பாரு. இன்னைக்கெல்லாம் பாத்துக்கிட்டே இருக்கலாம்.'

'செரி பாட்டி. நானும் வந்து திங்கறன். சுடுங்க' என்று அவசரம் காட்டினான். வயது முதிர்வில் நிறைந்திருக்கும் அனுபவம் பேச்சாய்த்தான் வெளிப்படுகிறது. பாட்டி தொடர்ந்தார். இதற்கு முடிவே வராது என்று முருகாசு முடிவு செய்தான்.

'இப்பவும் வட சுட்டா அவருக்குப் படைக்காத நான் திங்க மாட்டன். எங்கருந்தாலும் வடைன்னா காக்காயா வந்து எடுத்துக்குவாரு. இன்னம் இன்னமுன்னு வேற கத்தித் தொலைப்பாரு. போதும், மானத்த வாங்காத போங்கன்னு வெரட்டி உடுவன். நாங்கெல்லாம் அள்ளித் திங்கற தலமொற. நீங்கெல்லாம் எலியாட்டம் கொறிக்கற தலமொற. செரி, முடிஞ்சதத் திங்கலாம் புடி. மொளகுக் காரம் போட்டுக் கொஞ்சம் சுடறன். கருப்பட்டி போட்டுக் கொஞ்சம் சுடறன். இதுல நாலு அதுல நாலு தின்னு. மிஞ்சுனா மஞ்சி வருவா அவளுக்கு நாலு குடுத்தர்லாம்' என்று பாட்டி சொல்லச் சொல்லவே 'சரி பாட்டி' என நீட்டிக் குரல் கொடுத்தபடி வண்டி வெளியேறியது.

பனஞ்சாரிகளுக்கு இடையே மண்தடம் நீண்டு போய்க் கொண்டேயிருந்தது. இருபுறமும் இடைவெளியே இல்லாமல் ஒன்றை ஒன்று தொட்டுக்கொண்டு பனைகள் நின்றன. எப்படி இதில் ஏறுவார்கள் என்று யோசித்தான். ஒரு பனையின் தலையிலிருந்து இன்னொரு பனைக்குத் தடத்தில் நடப்பது போலவே செல்லலாம். ஓலைகள் கை விரித்து அடுத்த பனையில் முட்டித் தோய்ந்தன. மேகாசு இரவும் கள் குடித்திருப்பான். காலையிலும் குடித்திருக்கக் கூடும். இங்கே குடித்தால் பாட்டி ஏதாவது நினைத்துக் கொள்வாரா என்று தெரியவில்லை.

இன்றைக்கு இரவு உணவு மாமன் வீட்டில்தான். அப்போது மாமன் மகன் மடலாசு கள் கொடுப்பான். கொடுக்கா விட்டாலும் கேட்கலாம். மேகாசு சொல்லியும் இருப்பான். இந்த ஊர்க் கள்ளைப் பருகும் பாக்கியம் மேகாசுக்குக் கிடைத்திருக்கிறது. இவ்வுலகத்து இன்பங்கள் எல்லாவற்றையும் துய்த்துவிடும் உற்சாக மனம் கொண்டவன். அதற்காகவும் சட்டென்று யாருடனும் ஒட்டிக் கொள்ளும் மேகாசின் இயல்பு மேலும் பொறாமை வந்தது. 'கெழவியும் நீயும் கொஞ்சறதப் பாக்கவா நான் இங்க வந்தன்? இத்தன பனயுள்ள ஊர்ல ஒவ்வொரு மரத்துக் கள்ளயும் ருசி பாக்கத்தான் என்னோட நாக்கப் படைச்சிருக்கறான் கடவுளு. உடு என்னய' என்னும் மேகாசின் பேச்சு அசரீரியாய்க் காதில் ஒலித்தது.

பயிர்கள் முழங்காலுயரம் இருந்த வயல்களுக்குள்ளும் அங்கங்கே பனைகள் தெரிந்தன. வண்டியை ஜாக்கிரதையாக ஓட்டினான். கால்களும் கைகளும் எச்சரிக்கை கொண்டிருந்தன. அன்றைக்கு நேர்ந்த சிறுசறுக்கல் வண்டி ஓட்டுவதைப் பற்றியே அச்சமூட்டி விட்டது. உடன் யாரேனும் இருந்தால் தயக்கமும் பதற்றமும் கூடுகிறது. பிறர் பார்வைக்குப் பயந்து பயந்தே செயல் புரிய வேண்டியிருக்கிறது. காதலும் அப்படித்தான். அச்சமில்லாமல் காதல் புரியும் காலம் இங்கு வராதா? அவனுக்கு ஏக்கமாக இருந்தது. வண்டியின் நுட்பங்கள் எல்லாம் இப்போது எளிதாகவே இருந்தன. வண்டியை இலகுவாகவே கையாள முடிந்தது. பார்க்கத்தான் பெரிது. பூனைக்குட்டியாய்க் கைகளில் அடங்கித் துவண்டது. அந்தப் பக்கம், இந்தப் பக்கம் துள்ளிக் குதிக்க விடாமல் சரியாகப் பற்றிக் கொண்டால் போதும். தடம் சமீபத்தில் சரி செய்யப்பட்டிருந்தது. ஜல்லி போட்டு மண் கொட்டியிருந்தார்கள். மழை நீர் வடிந்து ஓடிய சிறுசிறு உடைப்புகள் தவிரச் சமம்தான். விரல் கொண்டு திருநீறு அள்ளிய சுவடு போல ஆடுமாடுகள் ஓடிய தாரைகள் பாதை நெடுகவும் இருந்தன.

தடம் எத்தனை தூரம் போகும் என்று தெரியவில்லை. இது நேராக மேய்ச்சல் வெளியைப் போயடையும் என்றுதான் பாட்டி சொல்லியிருந்தார். இத்தனை தூரம் ஆடோட்டிக் கொண்டு போய் மேய்த்துவிட்டுத் தினம் திரும்புவார்களா? அம்மாகூட இந்தத் தடத்தில்தான் போயிருப்பாரா? எருமைக்கன்று ஒரு கையிலும் தலைப் புல்சுமையை ஒரு கையிலும் பற்றியபடி நடக்கும் அம்மாவின் இளவயதுத் தோற்றம் மனதில் வந்தது. அம்மாவை இந்தக் கிராமத்தில் வைத்து யோசித்ததே இல்லை. வீராசுரத்திலேயே வளர்ந்தவர் என்றே மனம் நம்பியிருந்தது.

அவன் யோசனையை நிறுத்தும்படி மேய்ச்சல் வெளி சட்டென விரிந்தது. அதன் பரப்பைக் கண்களால் அளவிட முடியவில்லை. எங்கும் உழவோட்டி விதைத்திருந்த பயிர்கள் நிற்கும் காடுகளுக்கு நடுவே வனத் தீவென இந்த வெளி. பனைகள் நிறைந்திருந்தன. வேம்பும் வேல மரங்களும் தெரிந்தன. சிறுசிறு புதர்ச்செடிகள், முட்கள் அடர்ந்து நின்றன. உள்ளே ஆடுகள் கண்ணுக்கு முன்னும் தெரிந்தன. புள்ளிகளாகவும் தெரிந்தன. இந்த வெளி நூறு ஏக்கருக்கும் மேலிருக்கும் போல. எல்லாம் ஊருக்குப் பொதுவா? அந்தக் காலத்தில் இப்படி ஓர் ஏற்பாடா? எதிர்ப்பக்க முடிவு தெரியவே இல்லை.

மண் தடம் முடிந்து மேய்ச்சல் வெளிக்குள் ஒற்றையடித் தடங்கள் பாம்புகளின் பிணையல் போல மாயம் காட்டின. பனைகளும் வேம்புகளும் நிறைந்திருந்த அதனுள்ளே எவ்வளவு தூரம் போவது என்று தெரியவில்லை. ஆடுமாடுகள் மேய்த்துக்

கொண்டிருந்த பலரும் தன்னைக் காண்பதை உணர்ந்தான். ஒரு வேம்பினடியில் நிறுத்தினான். நல்ல நிழல். உட்காரப் பலகைக்கற்கள் கிடந்தன. ஆட்கள் உட்கார்ந்திருந்த சுவடுகள் இருந்தன. தரையில் பதினைந்தாம் கரம் போட்ட சுவடுகள் பூச்சியின் கால் தடங்கள் போலத் தோன்றின. ஒரு கல்லில் உட்கார்ந்து காலை நீட்டிக் கொண்டு மேய்ச்சல் வெளியைக் கண்களால் அளந்தான்.

இங்கேதான் அம்மாவும் எருமைக்கன்று மேய்த்திருப்பார். மதுரனும் அம்மாவும் இந்த இடத்தில் உட்கார்ந்து பேசியிருப்பார்களா? அம்மா மதுரனையே கல்யாணம் செய்திருக்க வேண்டும். அப்படிச் செய்திருந்தால் தான் பிறந்திருக்க முடியாது என்பது நினைவுக்கு வந்தது. இதைத்தான் விதி என்று சொல்கிறார்களோ? விதி என்றும் ஒன்று இருக்கக் கூடுமோ? இல்லாவிட்டால் தன் பிறப்புக்கு வாய்ப்பில்லை. அம்மாவுக்கும் மதுரனுக்கும் பிறந்த குழந்தைகள் வேறு மாதிரி இருந்திருக்கும். மனதைக் கலைத்து வெளியில் மேய விட்டான்.

இத்தனை பெரிய மேய்ச்சல் வெளி இருக்கிறதென்றால் இந்த ஊரில் வளர்க்கும் ஆடுகள், எருமைகளின் எண்ணிக்கை எவ்வளவு இருக்கும் என்று மனம் கணக்குப் போட்டது. எதை எடுத்தாலும் இது மாதிரி கணக்குப் போடுவது எப்படி இந்த மனதிற்குப் பழக்கமாயிற்று? பாட்டி வளர்க்கும் மரங்களைப் பார்த்ததும் இதன் பழங்களைப் பாட்டி எப்படி விற்பனை செய்வார் என்றுதான் மனம் யோசித்தது. பாட்டிக்கு விற்பனை பற்றி எந்த எண்ணமும் இருக்கவில்லை. அணில் கடிப்பவை, பறவைகள் தின்பவை, இலவசமாகக் கொடுப்பவை எல்லாவற்றையும் சரிசெய்தால் மாதத்திற்கு எவ்வளவு வருமானம் வரக் கூடும் என்று அவனுள் அப்போது கணக்கு ஓடிற்று. மரங்களை இன்னும் நன்றாகப் பராமரித்தால் விளைச்சலும் கூடும் என்றும் நினைத்தான். எதற்கு இந்தக் கணக்குகள்? இப்படியான எண்ணத்தை ஒழித்தால்தான் இந்த ஊரை அறிய முடியும்.

அப்போது புலனச் செய்தி வந்திருப்பதற்கான ஒலி கேட்டது. ஆவலாகச் செல்பேசியை எடுத்துப் பார்த்தான். அவள்தான். 'தேவாசுவின் முத்தம் வேண்டி முருகாசுரி அழைக்கிறாள், வா.' செய்தியைப் பார்த்துக் குதூகலித்துக் குதித்த முருகாசுவின் மனம் பூவாசுரப் பயணத்தைத் திட்டமிடத் தொடங்கியது. ஏராளமான முத்தக் குறிகளை அனுப்பி வைத்தான். 'தேவாசு வருகிறான்' என்று பதில் அனுப்பினான். அம்மாவைப் பற்றிய விசயத்தை இப்படிப் பாதியிலேயே விட்டுவிட்டுப் போவதா என்று யோசித்துக் குழம்பிய போது தலையில் மண்டைக்கட்டுடன் யாரோ பெண்ணொருவர் தன்னை நோக்கித் தூரத்தில் வருவதைக் கண்டான்.

அவர் பின்னால் சில சிறுவர் சிறுமிகளும் குதித்துக் கொண்டோடி வந்தனர். தொற்றுக் காலத்தில் பள்ளி இல்லாததால் பிள்ளைகள் எல்லாம் ஆடு மேய்க்க வந்து விட்டார்கள். காலம் இப்படியே போனால் இந்தப் பிள்ளைகள் எல்லாம் ஆடு மேய்த்துக் கொண்டிருக்க வேண்டியதுதானா? தன்னைப் பார்த்துத்தான் அவர்கள் வருகிறார்கள். அருகில் வரவர அது மஞ்சியம்மா எனத் தெரிந்தது.

'என்ன சாமீ . . . இந்த வெயில்ல இவ்வளவு தூரம் வந்திருக்கறீங்க?' என்று பதறிய பேச்சோடு மஞ்சி அருகில் வந்தார். 'பொழுது போவலீங்கம்மா. அதான் இப்படி ஊரச் சுத்திப் பாக்கலாமுன்னு வந்தன்' என்று சிரித்தான். 'அட கன்னு. என்னய அம்மான்னு கூப்பிடற வாய்க்குப் போடச் சக்கர இல்லையே கையில. உங்கம்மாளும் நானும் ஒண்ணாத்தான் படிச்சம். என்னய வாயார அம்மான்னு கூப்பிட ஒரு கொழந்த இல்ல சாமீ. என்ன பாவம் பண்ணுனனோ எவ்வவுறு தொறக்கல. என்னோட மங்கா புள்ள எம்புள்ளதான். வாயார அம்மான்னு கூப்புடு சாமீ . . . காதாரக் கேட்டுக்கறன்' என்று மகிழ்ந்த மஞ்சி சற்றே தள்ளி இன்னொரு கல்லில் உட்கார்ந்தார்.

வண்டியைச் சுற்றிலும் நோட்டம் பார்த்துக் கொண்டிருந்த சிறுசுகளை 'போங்க அந்தண்ட. புதுவண்டி அது. எதாச்சும் பண்ணிப்புடாதீங்க' என்று மஞ்சி விரட்டினார். அவர்கள் போவது போலப் போக்குக் காட்டி வண்டியைச் சுற்றிச் சுற்றி வந்தனர். 'போங்க. அப்பறம் வாங்க. ஏத்திக்கிட்டு ஓட்டிக் காட்டறன். எல்லாருத்துக்கும் இன்னக்கிச் சாக்லேட் வாங்கித் தர்றன்' என்று அவன் சொன்னதும் மனம் இல்லாமல் நகர்ந்து சென்றனர். 'ரண்டு எருமக் கன்னு வெச்சிருக்கறன். அதுவள இப்படிக் கொண்டாந்து கொஞ்ச நேரம் மேய்ச்சு ஓட்டிக்கிட்டுப் போவன்' என்று மஞ்சி சொல்ல ஆரம்பித்தார். இதுதான் நல்ல சந்தர்ப்பம் என்று அவனுக்குப் பட்டது. 'மஞ்சியம்மா . . . அந்த மங்கான் உங்க வளவுல இப்ப இருக்கறாரா, நான் பாக்கலாமா?' என்று கேட்டான்.

அதிர்ந்த முகத்தோடு அவனைப் பார்த்த மஞ்சி 'மங்கானா? எந்த மங்கான்?' என்று கேட்டார். 'எல்லாம் எனக்குத் தெரியும்மா. எங்க பாட்டி சொன்னாங்க. அவன் பேர இவளும் இவ பேர அவனும் வெச்சுக்கிட்டுக் கொஞ்சம் ஆட்டமா பண்ணுனாங்கன்னு சொன்னாங்கம்மா. எனக்குத் தெரியும்மா. அவரு இருக்கறாரான்னு நீங்க சொல்லுங்கம்மா' என்றான். 'அய்யோ . . . சொல்லுக்குச் சொல்லு அம்மான்னு கூப்படறயே தங்கம்' என்று எழுந்து முருகாசுவின் கன்னத்தைத் தடவித் தலையில் நெட்டி முறித்துத் திருஷ்டி கழித்த மஞ்சி சொன்னார்.

'அவரு இப்ப இங்க இல்ல சாமீ . . . எங்கிருக்கறாருன்னு யாருக்குமே தெரியலயே' என்றார். அத்துடன் நிற்காமல் 'நீங்க வீட்டுக்குப் போங்க. எருமக்கன்னு எங்க போச்சுன்னு தெரீல. பாத்துட்டு வர்றன்' என்று எழுந்தவரின் கையைப் பற்றி நிறுத்தினான். 'உங்களுக்கு எங்கம்மா விஷயமெல்லாம் தெரியும்னு எனக்குத் தெரியும். சொல்லுங்கம்மா' என்றான். அவன் குரல் கொஞ்சம் நெகிழ்வாகவும் அழுகையுடனும் ஒலித்தது போலிருந்தது. மஞ்சி பேசாமல் உட்கார்ந்தார். தன் பாட்டி இரவில் சொன்னதைக் கூறி 'அப்புறம் என்ன நடந்ததும்மா?' என்று கேட்டான்.

'சாமீ . . . இவ்வளவு தெரிஞ்ச உங்களுக்கு இதுக்கு மேலயும் தெரியட்டும். சொல்றன். நாந்தான் சொன்னன்னு யாருகிட்டயும் சொல்லீரக் கூடாது. இந்த ஊர்ல இருந்து எம் மிச்சக் காலத்தக் கழிக்கோணுங் கன்னு. பிள்ளயில்லாதவ நானு. அழுது பொலம்ப எடுத்துப் போட நாலு சனம் வேணுங் கன்னு' என்றார் மஞ்சி. முருகாசு 'அதெல்லாம் யாருகிட்டயும் சொல்ல மாட்டன். எனக்குத் தெரிஞ்சாப் போதும்மா. நீங்க சொல்லுங்கம்மா' என்று கையைப் பற்றிக் கொடுத்த உறுதிக்குப் பிறகு மஞ்சி சொல்லத் தொடங்கினார்.

❖

53

புளியமரத்தின் பின்னே ஒளிந்திருந்த மங்காசுரியை வீட்டுக்கு அழைத்து வந்த அப்பா கொண்டாசுரர் அவளை வெளியே அனுப்ப வில்லை. பள்ளிக்குப் போக வேண்டாம் என்று சொல்லிவிட்டார். 'படிச்சுப் படிமானம் வந்தது போதும். அடிச்சு அவமானம் வர வேண்டாம்' என்று மனைவியிடம் சொல்லிவிட்டுச் சென்றார். அவர் மனம் ஆறவில்லை. வீட்டுக்குள் அடைபட்டிருந்த மங்காசுரி 'மங்கான் மங்கான்' என்று மூச்சுக்கு முந்நூறு தரம் மனதுக்குள் சொல்லிக் கொண்டிருந்தாள்.

அவளுக்கு உணவு செல்லவில்லை. உறக்கம் கொள்ளவில்லை. நொடியும் அவன் நினைவு போகவில்லை. மிதிவண்டியின் பின்னால் கைகளை நீட்டிக்கொண்டு அவன் ஓடிவந்த காட்சியே அவளுக்குள் ஓடிக் கொண்டிருந்தது. 'மதுரா மதுரா' என்று அவன் அழைத்த குரல் காதிலிருந்தது. அடேங்கப்பா, அதில் தொனித்த பரிதாபத்தை நினைத்தால் அவளுக்கு அழுகை தானாக வந்தது. இப்போது என்னவானான், எப்படியிருக்கிறான் என்பதே அவள் கவலை. தன்னைப் பற்றிய யோசனைகளே அவளுக்கு வரவில்லை.

அம்மா கட்டாயப்படுத்திக் குளிக்க வைத்தார். 'ஊமக் கோட்டானாட்டம் இருந்துக்கிட்டு என்ன செஞ்சிட்டு வந்திருக்கற' என்று நிமிடத்திற்கு ஒருமுறை சொன்னார். அவ்வப்போது ஏதேனும் குடிக்கக் கொடுத்தார். மறுத்தால் கடைவாயைப் பற்றி ஊற்றினார். குழந்தைக்கு ஊட்டுவது போலச் சோற்றை வாயில் திணித்தார். கன்னத்தில் இடித்தார். சோறு, ருசி எல்லாம் அவளுக்கு மறந்து போயின. அவளை விட்டு எந்தப் பக்கமும் அம்மா நகரவே இல்லை. அம்மா நகர்ந்தால் அண்ணி உடனிருந்தார்.

'இப்பெல்லாம் பிள்ளைங்களுக்குப் பயம் விட்டுப் போச்சு' என்று மட்டும் அண்ணி சொன்னார்.

அவளை எந்தப் பக்கத்திலும் அசைய விடாமல் கண்கள் காவல் காத்தன. அவ்வப்போது கோபத்தில் முதுகிலும் தலையிலும் அம்மா அடிக்கவும் செய்தார். 'அடிச்சுத்தான் அவமானம் வருதா? படிச்சுத்தான் படிமானம் போச்சு' என்று அப்பனின் வார்த்தைக்கு எதிர்வினை புரிந்தார். 'ஊரே வந்து எம்மடியக் கொடையும். பிள்ள வளத்திருக்கறா பாருன்னு கை நீட்டிப் பேசும்' என்று மூக்கைச் சிந்தினார். வீட்டில் பெண்கள் மட்டுமே இருந்த பெரும்பாலான சமயத்தில் அம்மாவின் வாய் மூடவில்லை. கேள்விகள், அறிவுரைகள், எச்சரிக்கை, மிரட்டல்கள்.

'பைத்தியகாரியாடி நீ? பொடக்காலியில நிக்கறவன ஊட்டுக்குள்ள கொண்டாரலாமுன்னு பாக்கறியா? எங்கருந்து வந்துச்சு இந்தத் தெகிரியம்? படிக்கத் தானடி உன்ன அனுப்பி வெச்சன். படிச்சமா வந்தமான்னு இல்லாத என்னடி இந்தத் தொண்டுப் பழக்கம்? பிள்ள வளத்திருக்கறா பாருன்னு ஊரு பேச வெச்சிட்டியேடி. என்னடி வயசு உனக்கு? உனக்கு எல்லாந் தெரியுமா? அவ்வளவு பெரிய அசுரியாயிட்டயா? அவன் அத்தன பெரிய அழகனா? பாத்ததியும் மயங்கிப் போயிட்டயா? அவன் பொறத்தாண்ட போனயின்னா சோத்துக்கு வழியில்ல. வவுறு பத்தித்தான் கெடக்கோணும்.'

'பூங்குலத்தான் பொச்சப் புடிச்சிக்கிட்டுப் போனயின்னா நாங்கெல்லாம் எட்டிக்கூடப் பாக்க மாட்டம். பொண்ணே பொறக்கலீன்னு நெலைச்சுத் தல முழுவீருவோம். சம்பந்தம் கலக்க அங்க ஊடேறி வருவமுன்னு நெனச்சிக்கிட்டயா? என்னமோ நல்லது கெட்டது தெரியாத வயசுன்னு பாக்கறன். வயசுப் புத்தி அப்படிப் போயிருச்சின்னு வழிச்செறிஞ்சுட்டு மாமனக் கட்டிக்கிட்டு ஒழுங்கு மொறையாக் குடும்பம் நடத்தோணும் பாத்துக்க. திருகல் எதும் பண்ணுனீனா பிள்ள போனாப் போறான்னுக் கழுத்தத் திருகி எறிஞ்சிருவன். புத்தியா நடந்து பொழச்சுக்க.'

அம்மாவின் பேச்சு எதற்கும் மங்காசுரி வாய் திறந்து பதில் சொல்லவில்லை. உதடுகள் அசையாமல் 'மங்கான் மங்கான்' என்று நா அரற்றிக் கொண்டேயிருந்தது. என்ன செய்வதென்றும் அவளுக்குத் தெரியவில்லை. மங்கானைப் பார்க்க வேண்டும் என்னும் எண்ணம் வலுப்படுவதை மட்டும் தவிர்க்க முடியவில்லை. எப்படியாவது வெளியேறிப் போய் அவனைப் பார்க்க முடியுமா? அவன் தன்னைத் தேடி எவ்வழியிலாவது வருவானா? எப்படி வர முடியும்? தேங்குலத்துத் தெருவில் வர அவனை விட

மாட்டார்கள். அவனுக்கு இப்படியெல்லாம் நடக்கும் என்று முன்கூட்டியே யோசிக்காமல் போய்விட்டோமே என்று தன் மேல் கோபம் கொண்டாள்.

ஒன்றை நூறு முறை, ஆயிரம் முறை சொல்லிக் கொண்டே யிருந்தால் அதற்கு மந்திரத்தன்மை கிடைத்துவிடும். மந்திரம் பலிக்கும். இதை அவள் ஆறாம் வகுப்புப் படிக்கும்போது ஆசிரியர் ஒருவர் சொல்லியிருந்தார். அதன் பின் அது அவளுக்கு வழக்கமாயிற்று. இப்போது 'மங்கான்' என்பதை மந்திரமாக்கிப் பலிக்கச் செய்ய முயன்றாள். மந்திரத்திற்குக் கட்டுப்பட்டு அவன் திடுமெனத் தோன்றுவான் என நம்பினாள். தாய் சற்றே ஏமாந்த சமயம் பார்த்து வெளியே ஓடிவிடலாம் என்றும் தருணம் பார்த்தாள். அம்மா கண்கொத்திப் பாம்பாய் இருந்தார்.

அவளை வீட்டுக்குள் அடைத்துவிட்டுக் கொண்டாசுரர் சும்மாயிருக்கவில்லை. மகன் கும்பாசுரனிடம் விவரத்தைச் சொன்னார். அவன் ஆவேசம் கொண்டு தன் வயதுப் பையன்கள் சிலரோடு பூங்குல வளவுக்குப் போய் மதுரனைத் தேடினான். நாலு பேரோடு போன செய்தி நாற்பது பேருக்குப் பரவி ஊரெல்லாம் பேச்சாயிற்று. 'தேங்குலத்துப் பெண் மீது பூங்குலத்தான் கை வைத்துவிட்டான்' என்பதே பேச்சாயிற்று.

எங்கும் மதுரன் தென்படவில்லை. ஒவ்வொரு வீட்டுக்குள்ளும் நுழைந்து இண்டு இடுக்குகளிலும் தேடினார்கள். அவன் பெற்றோரை அழைத்து விசாரித்தார்கள். பூங்குலத்துப் பையன் ஒருவன் தேங்குலத்துப் பெண்ணை இதுவரைக்கும் கண்ணெடுத்துப் பார்த்ததில்லை. கை தொட்டுப் பேசியதில்லை. இப்போது நடந்து விட்டது. அத்தனை தைரியம் எங்கிருந்து வந்தது? பையனை வெளியூருக்கு அனுப்பினால் பிழைக்கலாம். இங்கே இருந்தால் பிணத்தைப் புதைக்கலாம் என்று எச்சரிக்கை செய்தார்கள்.

தேங்குலத்து ஆண்கள் எல்லோரும் திரண்டு பூங்குல வளவுப் பக்கமே சுற்றிக் கொண்டிருந்தார்கள். மேட்டாங்காடுகள், மேய்ச்சல் வெளி, பாறை இடுக்குகள் என எல்லாப்புறமும் தேடினார்கள். அவன் இருக்கும் தடயமே கிடைக்கவில்லை. அவன் வந்தால் கொண்டு வந்து ஒப்படைக்கிறோம் என்றும் அவனை வெளியூருக்கு அனுப்பி விடுகிறோம் என்றும் பூங்குலத்தார் சத்தியம் செய்தார்கள். மதுரனின் வயதுப் பையன்கள் சிலரை அடித்து உதைத்துப் பார்த்தும் தகவல் தெரியவில்லை.

மதுரனின் வீட்டுப் பொருட்களை எல்லாம் போட்டுடைத்துப் புரட்டினார்கள். ஏதேனும் சொல்ல வந்தவர் வீட்டுக்கும் சென்று 'நீதான் ஒளிச்சு வெச்சிருக்கறயா?' என்று கேட்டு அடித்து

நொறுக்கினார்கள். பல வீடுகளில் சட்டி பானைகள் உடைந்து கிடந்தன. வண்டி வாகனங்களைத் தள்ளிக் கண்ணாடியை உடைத்தார்கள். கூரையை இழுத்து எறிந்தார்கள். என்ன செய்தும் மதுரனைக் கண்டுபிடிக்க முடியவில்லை. ஊரை விட்டு அவன் ஓடியிருக்கக் கூடும் என்றே நினைக்கும்படி ஆயிற்று. எங்கு தேடியும் தென்படவில்லை. வெளியூர் என்றால் எங்கெல்லாம் போயிருக்கக் கூடும் என்று அவன் சொந்த பந்தங்கள் இருக்கும் ஊர்களை விசாரித்தார்கள்.

அவனைத் தேடுவதைக் குறைத்துக் கொண்டு மங்காசுரியின் மனதை மாற்றிக் குமராசுரனுக்குத் திருமணம் செய்துவிடலாம் என்று ஒருபுறம் ஏற்பாடு நடந்தது. குமராசுரனை இங்கே வரவைக்கலாமா, இவளை அவனிருக்கும் ஊருக்கு அழைத்துச் செல்லலாமா எனப் பேசிக் குழம்பினார்கள். தன் பேச்சைக் குமராசுரன் தட்ட மாட்டான் என்னும் நம்பிக்கை இருந்த போதும் இந்தத் தகவல் தெரிந்தால் அவன் என்ன நினைப்பான், என்ன சொல்வான், இப்படியான பெண்ணைத் தன் தலையில் கட்டப் பார்க்கிறார் எனக் கோபம் கொள்வானா, வேண்டாம் என்று சொல்லிவிடுவானா என்றெல்லாம் கொண்டாசுரர் குழம்பினார்.

மகள் மீது மாசு படிந்துவிட்டது. இனி அதை அவள் வாழ்நாள் முழுதும் துடைக்கவே முடியாது. குடும்பத்தின் பேரிலும் அது ஒரு களங்கமாய்ப் படிந்திருக்கும். மேற்கொண்டு களங்கம் பெரிதாகாமல் பார்த்துக்கொள்ள வேண்டும். குமராசுரனுக்கு அவளைக் கட்டி வைத்துவிடுவதுதான் அதற்கு வழி. அவனைக் கெஞ்சியேனும் ஒத்துக்கொள்ளச் செய்ய வேண்டும். தன் மகனைக்கூடப் படிக்க வைக்கவில்லை. அப்பனில்லாத பையன் என்று எல்லாம் செய்து கொடுத்ததற்குக் கைம்மாறு செய்ய மாட்டானா? சொன்னால் கேட்பான், தட்ட மாட்டான். இப்படி ஒரு நிலை தனக்கு வரும் என்று அவர் எதிர்பார்க்கவில்லை.

அந்தப் பையனைத் தேடிப் பூங்குல வளவுக்குப் போனது தவறோ என்றும் அவர் யோசித்தார். அதனால்தான் ஊருக்கெல்லாம் பரவி விட்டது. குமராசுரன் வேண்டாம் என்று சொன்னால் வேறு யாரும் மங்காசுரியைக் கட்டிக்கொள்ள மாட்டார்கள். எப்படியோ போய்த் தொலையட்டும் என்று அந்தப் பூங்குலப் பையனோடே அனுப்பி வைத்துவிட்டு நிம்மதியாக இருக்கலாமா என்றும் நினைத்தார். அதன் பிறகு ஊருக்குள் தலைநிமிர்ந்து நடக்க முடியாது.

குடும்பத்தையே ஊர் ஒதுக்கிவிடலாம். முகம் கொடுத்துப் பேச ஆளிருக்காது. முதுகுக்குப் பின்னால் சிரிப்பார்கள். எந்த விசேசத்திலும் முன்னிற்க முடியாது. நான்கு பேருக்கு முன்னால்

நல்ல பழமை பேச இயலாது. போகிறபோக்கில் ஒருவன் எச்சிலைக் காறித் துப்பினாலும் தன் மீது துப்புவதாகவே தோன்றும். சாதாரணச் சண்டையிலும் ஒருவன் 'உம் பவிசு தெரியாதா?' என்று இதைச் சுட்டிக்காட்டி எகத்தாளம் பேசுவான்.

அடுத்து என்ன செய்யலாம் என்று யோசித்துக் கொண்டிருக்கையில் கைக்குச் சிக்கினான் மதுரன். யாருக்கும் தெரியாமலோ தெரிந்தோ மேய்ச்சல் வெளியில்தான் ஒளிந்திருந்தான். ஒருகாலத்தில் குள்ளநரிகளும் காட்டுப் பூனை களும் திரிந்த நிலம். இப்போது ஏதுமில்லை. பெருக்கான்களும் முயல்களும் இருக்கலாம். பாம்புகள் ஏராளம் இருக்கும். அதற்குள் வலுசப் பையன் நான்கைந்து நாட்களாகத் தன்னந்தனியாய் இருந்தான். இரவில் அங்கிருந்த பாறையில் படுத்துத் தூங்கினான். தூக்கமேது? வானத்தைப் பார்த்து நட்சத்திரங்களை எண்ணிக் கொண்டிருந்தான். ஒவ்வொரு நட்சத்திரத்திலும் மதுராவின் சிரிப்பைக் கண்டான். மேகம் வந்து சூழ்ந்து மூடும் போது பதைத்து அழுதான்.

மேய்ச்சல் வெளியில் ஏராளமான பனைகள் இருந்தன. ஒன்றின் தலையும் இன்னொன்றின் தலையும் முட்டிக் கொள்ளும் அடர்த்தி. அது நுங்குப் பருவம் என்பதால் உணவுக்குப் பிரச்சினை இல்லை. நுங்குறிஞ்சி வயிறு நிரப்பிக் கொண்டான். ஆடு மேய்க்க வருவது போலப் போசியில் சோறு கொண்டு வந்து கொடுக்கவும் சில நண்பர்கள் இருந்தார்கள். புதருக்குள் அவர்கள் வைத்துப் போகும் சோற்றை எடுத்து உண்டு உயிர் காத்தான். நள்ளிரவில் யாரேனும் வந்து செய்தி சொல்லிப் போவார்கள். 'இப்போது வெளியே வர வேண்டாம்' என்பதுதான் தினமும் செய்தி.

ஒரே இடத்தில் வேர் பிடித்துப் பேராசுர விரல்களைப் போல வளைந்து வளர்ந்திருந்த ஐந்து பனைகளின் அடிப்பகுதி வட்ட நடுவிடம் பகலில் புகலிடமாயிற்று. வங்குக்குள் தங்கியிருக்கும் எலி போல அவ்விடத்திற்குள் பதுங்கிக் கொண்டான். அவனுக்குப் பயமில்லை. எல்லாப் பயத்தையும் போக்கும் 'மதுர' மந்திரத்தைக் கைக்கொண்டான். வெளியூருக்குப் போய்த் தங்கியிருந்து கொஞ்ச நாள் கழித்து வரலாமா? அதற்குள் அவளை மாமனுக்குக் கல்யாணம் செய்து வைத்துவிடுவார்களா? மதுராவை அடிப்பார்களோ? அவள் எப்படிச் சமாளிப்பாள்? என்ன செய்வாள்? யோசித்து யோசித்து அழுவான். அப்படியே ஐந்து இரவுகளும் பகல்களும் கழிந்தன.

ஐந்துபனையடிப் பகுதியில் ஏறி விளையாட வந்த ஆடு மேய்க்கும் பையன் ஒருவனின் பார்வையில் பட்டான் மதுரன். அமைதியாகப் போய் அவன் ஆட்களைக் கூட்டிவந்து மதுரனைக்

காட்டியதும் தேங்குலத்துச் சூரர்கள் பனையைச் சூழ்ந்து கொண்டார்கள். மதுரன் வெளியே வரவில்லை. 'தீ வெச்சுக் கருக்கீருவம். வாடா வெளிய' என்று கத்தினார்கள். அவன் அசைந்து கொடுக்கவில்லை. ஏதாவது ஒருபுறத்தில் வெளியேறி ஓடிவிடலாமா என்று வழி பார்த்தான். எப்புறமும் ஆட்கள் நின்றார்கள்.

அவன் வெளியே வரவில்லை என்றதும் சுற்றிலுமிருந்து கற்களைக் கொண்டு எறிந்தார்கள். 'வாடா வெளிய . . . பூநாயே வாடா வெளிய' என்று கத்தல்கள். மரங்களில் பட்டுக் கற்கள் தெறித்தன. சந்தின் உள்ளே வந்தும் சில கற்கள் விழுந்தன. கல்மழைத் தாக்குதல். வேறு வழியில்லாமல் மதுரன் மெதுவாக வெளியே வந்தான்.

54

மதுரன் வெளியே வருவதைக் கண்டு கூட்டம் சிதறி ஓடிற்று. ஆடு மேய்க்க வந்த தேங்குலத்துப் பதின்வயது பையன்களும் காடு கரைகளில் இருந்து ஓடி வந்த ஆட்களும் சேர்ந்து நிறைந்த கூட்டம். மதுரன் கையில் ஏதேனும் கூராயுதம் வைத்திருக்கக் கூடும் என்று பயந்தனர். அவன் சாதாரணமாகவே வெளியே வந்தான். சில கற்கள் அவனைத் தாக்கின. கைகளால் தடுத்துக் கொண்டே நடந்தான். உள்ளங்கையில் பட்டுத் தோல் கீறின. தலையைக் காத்துக்கொள்ள முயன்றான். அப்போது பின்னிருந்து வந்து ஒருவன் தாவிக் கட்டிப் பிடித்தான். ஒடிந்து விழும்படி இருந்த மதுரன் உடல் எளிதாக வசப் பட்டது. உடனே நான்கைந்து பேர் ஓடி வந்து பிடித்தார்கள். அவன் எந்த எதிர்ப்பும் காட்டவில்லை. பல காலமாய் வசப்படாத திருடன் ஒருவனைக் குறி வைத்துப் பிடித்துவிட்ட மமதையோடு கூட்டம் ஆர்ப்பரித்தது.

தைரியத்தோடு சிலர் அவனை ஓங்கிக் குத்தினார்கள். அடித்தார்கள். 'கண்ணாமூச்சி காட்டறயா? எங்கடா போயிருவ? நாங்க யாரு தெரியுமா?' என்றெல்லாம் ஏதேதோ எகத்தாளமாய் அவனைப் பார்த்துப் பேசிக்கொண்டே தள்ளிச் சென்றனர். சிறுவர் விளையாட்டில் சிதையும் ஒடக்கான் போல அவன் வாய் அவ்வப்போது திறந்தது. வழியெல்லாம் அடித்தபடி அவனை ஊர்ப் பொதுவிடத்திற்குக் கொண்டு வந்தார்கள். ஒவ்வொருவனும் தன் பங்குக்கு ஓரடியேனும் வைக்க வேண்டும் என்று முனைந்தான். ஆரவாரம் மிகுந்து எங்கும் செய்தி தெரிந்தது.

'பூநாயே பூநாயே' என்று பற்களைக் கடித்துக் கொண்டு திட்டினார்கள். 'கையக் கட்டிக்கிட்டு வாடா' என்று ஆணையிட்டார்கள். 'தலைக்கு ஒரு

கொடம் எண்ணெய ஊத்தித் தேச்சுத் தேச்சுச் சீவுவானாட்டம் இருக்குது. கருகருன்னு குப்பக்காட்டுப் பயிராட்டம் மயிரு' என்று சொல்லி ஒருவன் மயிரைக் கொத்தாகப் பற்றி இழுத்தான். பற்களைக் கடித்துக்கொண்டு தலைதூக்கி வலி பொறுத்தான் மதுரன்.

'பூப்போட்ட சட்ட கேக்குதா உனக்கு?' என்று சட்டையைப் பற்றிக் கிழித்தான் ஒருவன். 'மாப்பிள்ளைக்குக் கைக்கடிகாரந்தான் கொற' என்று மதுரனின் கைக்கடிகாரத்தைக் கழற்றி எடுத்துக் கொண்டான். 'எங்கூட்டுக்கு மாப்பிள்ள ஆவலாம்னு பாக்கறயா?', 'உம் பவிசுக்கு எங்க பொண்ணுக் கேக்குதா?' 'ஓங்கி ஒரு ஒத விட்டனா வெதக்கொட்ட கலங்கிப் போயிரும்', 'இடுக்குக்கோல வெச்சு நசுக்கிப் போடுவம் பாத்துக்க' என்றெல்லாம் ஏதேதோ பேசிக்கொண்டே வந்தனர். எதற்கும் அவன் எதிர்ப்புக் காட்ட வில்லை.

அது கடும் வெயில் அடித்த பகல் பொழுது. ஓலையாசுரன் கோயிலுக்கு முன்னால் இருந்த பொதுவிடத்தில் அவனைக் கொண்டு போய் நிறுத்தினார்கள். விஷயம் அறிந்து தேங்குலத்துப் பெரியவர்களும் பெண்களும் ஆண்களும் சின்னஞ்சிறுசுகளும் வந்து சேர்ந்தார்கள். பனைகள் வட்டமிட்டு வளையமாக நின்றிருக்கப் பெரிய மைதானமாய் அவ்விடம் விரிந்திருந்தது. ஊர்க்கூட்டம் நடத்த உருவாக்கப்பட்ட இடம் அது. பனையில் கூடு கட்டியிருந்த காக்கைகள் அந்தக் கூட்டச் சத்தம் கேட்டு அஞ்சி மேலெழும்பிப் பறந்தன. காக்கைக் குஞ்சுகளின் நிராதரவுக் குரல் கூட்டச் சத்தத்தில் கரைந்து போயிற்று.

மதுரனைப் பெண்கள் எட்டி எட்டிப் பார்த்தார்கள். 'அட இந்த நரம்பனையா மங்காளுக்குப் புடிச்சுப் போச்சு?' என்று ஆச்சரியப்பட்டார்கள். 'இந்தப் பையன நம்ம வளவுப் பக்கம் பாத்ததே இல்லையே. பூங்கொலத்தானுங்க படிக்கப் போனா இப்படித்தான்' என்றார்கள். 'இவனயெல்லாம் எருமச்சாணி அள்ள உட்டிருந்தா நம்ம பிள்ள மேல கைய வைப்பானா?' என்றொரு குரல் கேட்டது. 'வெரலப் பாரு ஒவ்வொன்னும் பாம்புக்குட்டியாட்டம். அப்படியே புடிச்சு நறநறன்னு ஒடிக்கோணும்' என்றது இன்னொரு குரல். 'தலைய நிமித்தறானா பாரு? இவனயெல்லாம் கரும்புள்ளி செம்புள்ளி குத்திக் கழுத மேல உக்கார வெச்சு ஊர்கோலம் உடோணும்' என்று மற்றொரு குரல் வன்மம் காட்டிற்று.

'மாணிய அறுத்துப் போட்டுட்டா அடங்கிருவான்' என்று இளங்குரல் ஒன்று அடங்கிய குரலில் சொல்லவும் பையன்கள் சிரித்தார்கள். பெண்கள் வெட்கப்பட்டு முந்தானையால் வாயை

மூடிக் கொண்டார்கள். 'இருங்கப்பா இருங்கப்பா' என்று முன்வந்த பெரியவர்கள் சிலர் எல்லோரையும் அமைதிப்படுத்திவிட்டு பொதுவிடத்தில் போட்டிருந்த பலகைக்கல்லில் போய் உட்கார்ந்தார்கள். 'இவனோட அப்பனையும் அம்மாளையும் கூட்டிக்கிட்டு வாங்கடா' என்று சொல்லி மதுரனின் பெற்றோருக்கு ஆள் அனுப்பினார்கள். 'கொண்டாசுரனயும் கூட்டிக்கிட்டு வரலாமா?' என்று ஒருவன் கேட்டான். 'அவங்கிட்ட என்ன விசாரண? கைப்புண்ணுக்குக் கண்ணாடி எதுக்கு?' என்று சொன்னார்கள்.

பனை வளையத்தை விட்டு வெளியே ஆள் செல்லும் முன் மதுரனின் பெற்றோரும் பூங்குலத்தார் பலரும் அங்கே வந்து சேர்ந்தார்கள். மதுரனின் அம்மா 'அய்யோ . . . மகராசரா இருப்பீங்க. எம்பையன ஒண்ணும் பண்ணீராதீங்க. என்னமோ வலுசப் பையன் ரண்டு பேச்சு பேசியிருப்பான். வேறொன்னும் செஞ்சிருக்க மாட்டான். ஐயா ... சாமிகளா ... அவன உட்ருங்கய்யா' என்று குரலெடுத்துக் கதறினார்.

'நாலு பிள்ளைக்கு அப்பறம் வேண்டுதல் வெச்சுப் பொறந்த பையனய்யா. அவன் மேல கைப்பட்டா அது கடவுள் குத்தமாயிருமய்யா. உட்ருங்கய்யா' என்று அம்மா கும்பிட்டுக் கேட்டார். தன் மகனை நோக்கி ஓடிய அம்மாவை உடன் வந்தவர்கள் பிடித்துக் கொண்டனர். 'வெரல் படாத வளத்த பையன மூஞ்சியெல்லாம் வீங்க அடிச்சிருக்கறாங்களே . . . அய்யோ . . . எஞ்சாமீ' என்று அரற்றினார். 'ஊரக் காக்கற ஓலையாசுர ராசா ... உங்கோயிலுக்கு முன்னால இந்த அநியாயம் நடக்குதே. கேக்க உனக்கு வாயில்லையா? சத்தியத்த சாமீயாப் போயிட்டயா நீ? எம் பையனுக்கு ஆதரவா வந்து நிக்க மாட்டியா?' என்று கோயிலை நோக்கி அவன் அம்மா கைகூப்பி மண்ணில் விழுந்து கும்பிட்டார்.

ஊருக்கு ஒரே தெய்வம் ஓலையாசுரன். தேங்குலத்தார் பூச்சாட்டி நோம்பி போடுவார்கள். பூங்குலத்தார் வெளியே நின்று கும்பிடுவார்கள். அவர்களுக்கு என்று ஒதுக்கப்பட்ட ஒருபுறத்தில் பொங்கல் வைத்துப் படைப்பார்கள். தங்கள் பகுதியில் தனிக் கோயில் வைத்துக்கொள்ளப் பூங்குலத்தார் சிலர் முயன்றதை 'ஓலையாசுரன் ஒரெடத்துலதான் இருப்பான். அவனுக்கு வேறெங்கயும் கோயக் கட்டக் கூடாது' என்று நம்பிக்கை சொல்லித் தடுத்துவிட்டார்கள். எப்போதாவது வேண்டுதல் வைப்பதற்கும் கோயில் வாசலில் வந்து நின்று கும்பிட்டுவிட்டுப் போவதே வழக்கம்.

மதுரனின் தந்தை பெரியவர்கள் முன் போய் நின்று 'அய்யா. . . பையன வெளியூருக்கு அனுப்பி வெச்சர்றனய்யா.

உங்க கண்ணுலயே இன்னமே பட மாட்டான். உட்ருங்கய்யா உட்ருங்கய்யா’ என்று கைகளை விரித்துக்கொண்டு கேட்டார். ‘ஒண்ணாப் படிக்கற பிள்ளையின்னு பேசிக்கிட்டு இருந்திருக்கறான். வேறொன்னும் பண்ணுல சாமீ. உட்ருங்க சாமீ.’ அவரோடு வந்தவர்கள் பலரும் அழுதும் கெஞ்சியும் கை கூப்பினார்கள்.

அவர்கள் கூட்டத்தில் இளைஞர்கள் ஒருவரையும் காணோம். யாரையும் வர வேண்டாம் என்று சொல்லி வளவிலேயே நிறுத்தி விட்டு வந்திருந்தார்கள். இளைஞர்கள் கோபத்தில் ஏதேனும் பேசிவிடக் கூடும் என்றும் இப்போதைக்கு மதுரன் உயிரைக் காப்பாற்ற வேண்டும் என்றும் சொல்லியிருந்தார்கள். மதுரனை ஏதாவது செய்துவிடுவார்கள் என்னும் பயம் அவர்கள் முகத்தில் மிகுந்திருந்தது. அவன் உயிரைக் காப்பாற்றிக் கூட்டிக்கொண்டு போனால் போதும் என்று கருதி எல்லாவிதத் தயவுச் சொற்களை யும் கையாண்டார்கள்.

சட்டை கிழிந்து காயங்களோடு தலைகுனிந்து நின்ற மதுரன் அப்போது ஆவேசம் வந்தவனாய்த் திடுமெனக் கூட்டத்தைப் பிய்த்துக்கொண்டு ஓடினான். அவன் உடல் காற்றில் திருகி அரைப்பனை உயரம் எழும்பிக் கூட்டத்தை விலக்கியது. அடைத்து நின்ற கூட்டம் அஞ்சித் தானாக வழிவிட்டது. பனை வளையத்தைக் கடந்து வெளியே ஓடுகையில் வழியில் கிடந்த பனங்கருக்குக் குவியலில் இருந்து முழ நீளக் கருக்கு ஒன்றைச் சட்டெனக் குனிந்து கையில் எடுத்துக் கொண்டான். இளங்கன்றின் ஓலையிலிருந்து வெட்டிப் போட்ட கருக்கு அது. அதன் இருபுறமும் ரம்பத்தின் பற்கள் போலிருந்த கூரிய கருக்குகளை அவன் கை அழுத்திப் பிடித்திருநதது. கருக்குக் கூர்கள் விரல்களை அறுத்து ரத்தம் ஒழுகியதை உணராமல் அப்படியே ஓடினான்.

தப்பிக்க ஓடுகிறான் என்று நினைத்த கூட்டம் ‘புடிங்கடா புடிங்கடா’ என அவன் பின்னாலேயே ஓடிற்று. வழியில் நின்று வேடிக்கை பார்த்த ஒருவரும் அவனைப் பிடிக்க முன்வரவில்லை. எம்பியும் தாவியும் அவன் ஓடுவதைப் பார்க்க ஓலையாசுரனே கையில் ஆயுதத்தோடு வடிவெடுத்து வந்ததைப் போலிருந்தது. அந்த எலும்பு உருவத்தில் எங்கிருந்து அத்தனை வலு வந்ததோ, அவன் ஓட்டத்திற்கு இணையாய் எவரும் ஓட முடியவில்லை. கூட்டத்திற்கும் அவனுக்கும் நீள இடைவெளி இருந்தது. சூறைக்கு நடுவே சிக்கிக்கொண்ட ஒற்றைக் கோல் சுழன்று நகர்வதைப் போல வேகமாய் ஓடி மங்காசுரியின் வீட்டிற்கு முன்னால் நின்றான். மூச்சு வாங்கினான். மேலெல்லாம் வேர்வை ஒழுகியது. கண்ணீரும் சேர்ந்து கொண்டது. பின்னால் வரும் கூட்டத்தைக் கண்டு கையிலிருந்த பனங்கருக்கை ஓங்கிப் பிடித்தான்.

அவனைப் பாய்ந்து பிடிக்க ஓடி வந்தவர்கள் நெருங்கும் முன் கையில் பனங்கருக்கையும் ரத்த வழியலையும் கண்டு ஒதுங்கி நின்றார்கள். புதிதாகப் பார்த்தவர்களுக்கு யாரையோ அறுத்துப் போட்டுவிட்டுக் கோபத்தோடு வந்து நிற்பவனைப் போலத் தெரிந்தான். சிலருக்குக் கையிலிருப்பது கருக்கு என்றே தெரியவில்லை. கையில் கொடுவாளோடு நிற்கிறான், அருகில் வருவோரை வெட்டாமல் விட மாட்டான் என்று தோன்றியது. ஏதோ நீளக் கத்தியை வைத்திருக்கிறான் என்று அஞ்சிச் சிலர் வெகுதூரமாய் நின்று வேடிக்கை பார்த்தார்கள்.

'புடிடா புடிடா' என்று கத்தியவர்கள் இப்போது 'பக்கத்துல போவாதீங்கடா. வெறியில இருக்கறான்' என்று சொல்லிப் பம்மிப் பதுங்கினார்கள். 'அந்த நாய்க்கு வெறி புடிச்சிருச்சி. ஆரும் பக்கத்துல போயிக் கடி வாங்கிக்காதீங்கடா' என்று முதிய பெண்ணொருவர் கத்தினார். அவனை அடக்கிப் பிடிக்க என்ன செய்யலாம் என்று யோசித்தார்கள். கயிறு போட்டுக் கட்டியிருந்தால் இப்படி ஓடி வந்திருக்க முடியாது, சும்மா நிறுத்தி வைத்தது தவறு என்று பேசினார்கள்.

'நோஞ்சானா இருந்துக்கிட்டு ஒடம்புல என்ன திமிரு பாரு' என்று முகம் சுழித்து ஏசினார்கள். 'இத்தன பேரு இருந்து என்ன பிரயோசனம்? எல்லாருத்தயும் ஏமாத்திட்டு ஓடியாந்திருக்கறான். நீங்கெல்லாம் ஆம்பளைன்னு மீசய முறுக்கிக்கிட்டு நிக்கறீங்க' என்று இன்னொரு பெண் தூண்டிப் பேசினாள். என்ன பேசியும் அவனருகே செல்ல ஒருவரும் துணியவில்லை. வேடிக்கை பார்க்கும் கூட்டம் மிகுந்தது.

பின்னாலேயே ஓடி வந்த பூங்குலத்துக் கூட்டமும் தள்ளி நின்று 'ஒண்ணுஞ் செஞ்சராதடா. யாரையும் ஒண்ணுஞ் செஞ்சராதடா' என்று கத்திற்று. அவனருகே செல்ல முயன்ற அவன் அம்மாவை நான்கைந்து பெண்கள் பிடித்து நிறுத்தினார்கள். 'எங்கன்னு வேண்டாமய்யா. கொடும செஞ்சிராத. காலத்துக்கும் நாம தலதூக்க முடியாதய்யா முடியாது' என்று அழுது அரற்றினார் அம்மா.

பனங்கருக்கை அழுத்தமாகப் பிடித்த மதுரன் சாத்தியிருந்த மங்காசுரியின் வீட்டுக் கதவைப் பார்த்து 'மதுரா . . . மதுரா . . .' என்று ஓங்கிக் குரலெடுத்தான். அது ஓலமாய்த் தெருவெங்கும் ஒலித்தது. அவன் என்ன சொல்கிறான் என்றே யாருக்கும் புரிய வில்லை. மீண்டும் மீண்டும் அவன் 'மதுரா' என்று ஓலமிட்டான். ஊரெங்கும் எதிரொலித்தது அவன் ஓலம். சில நிமிடங்களுக்குப் பிறகு அவன் குரலுக்குப் பதிலாய் உள்ளிருந்து 'மங்கான் . . . மங்கான்' என்று சத்தம் வந்தது. அதுவும் கிட்டத்தட்ட ஓலம்தான்.

வெளியேயிருந்து 'மதுரா' என்றும் உள்ளிருந்து 'மங்கான்' என்றும் வரும் ஓலத்தின் அர்த்தம் புரியாமல் ஏதோ கிறுக்குகள் கத்துகின்றன என்பது போல அச்சத்தோடு பார்த்தார்கள். மங்காசுரியின் வீட்டு ஜன்னல் பட்டென்று திறக்கவும் அழுத கண்களோடு கத்தும் அவள் உருவம் மதுரனைத் தவிர யாருக்கும் தெரியவில்லை. வெயில் அடித்து ஜன்னல் பகுதி இருளாய் இருந்தது. ஒளி கொண்ட குரலை மங்கான் அடையாளம் கண்டு அதை நோக்கிப் போனான். சில நொடிகளே ஒளி நிலைத்தது.

மங்காசுரியை உள்ளிழுப்பதும் ஜன்னல் அடைபடுவதும் அவனுக்குக் கேட்டன. உடனே 'மதுரா' என்று உச்சக்குரலில் ஆங்காரமிட்டுத் தலையை வான் பார்த்து உயர்த்தினான். கையிலிருந்த பனங்கருக்கைக் கொண்டு தன் வயிற்றை நீளவாக்கில் அறுத்துக் கிழித்தான். சீம்புக்கட்டியை அறுப்பது போல அத்தனை லகுவாகவும் லயித்தும் தன் வயிற்றை அவன் கிழித்துக் கொண்டான். வயிற்றிலும் கையிலும் ரத்தம் வழிந்து ஓடியது. அப்படியே கால்களை மடக்கி மண்டியிட்டு 'மதுரா மதுரா' என்று கத்தினான். ரத்தம் பெருகி மண்ணில் கொட்டியது. 'மதுரா மதுரா' என்னும் குரல் மெல்ல அடங்க அப்படியே கீழே சாய்ந்தான்.

❖

55

வயிறு கிழித்து வீழ்ந்த மதுரனை நோக்கி ஒதுங்கி நின்ற கூட்டத்தை விலக்கிக்கொண்டு அவன் பெற்றோரும் பூங்குலத்துக்காரர்களும் ஓடோடி வந்து வாரியெடுத்தார்கள். 'எஞ்சாமீ... இப்படிப் போகவா உன்னயத் தவமிருந்து பெத்தன்?' என்று அவன் அம்மாவின் குரல் தனித்துக் கேட்டது. யாரோ தம் துண்டைக் கொடுக்க வயிற்றில் இறுக்கிக் கட்டினார்கள். ஆளுக்கொரு பக்கமாய்ப் பிடித்துத் தூக்கிக் கொண்டு நடந்தார்கள். 'எம் மதுர ராசா... எம் மதுர ராசா' என்று பின்னால் கதறிச் சென்ற அவன் அம்மாவின் குரல் பூங்குலத்துத் தெருக்களில் ஒற்றையாய்த் திரிந்தது.

மயங்கிய அவன் வாய் மட்டும் மெல்ல 'மதுரா' என்று சொல்லிக் கொண்டிருந்தது. சிறிது நேரத்திற்கு முன் ஆங்காரம் கொண்டோடிய உடலா இது என்று சந்தேகப்படும்படி துவண்டு சரிந்திருந்தான். அவனே அறுத்துக் கொண்டான் என்றதும் தூக்கிச் செல்வதைத் தேங்குலத்தார் யாரும் தடுக்கவில்லை. உதவிக்கும் வரவில்லை. மங்காசுரி வீட்டு ஜன்னல் கதவு மறுபடியும் திறந்தது. இந்தக் காட்சியைப் பார்த்துக் கிரீச்சிட்டுக் கத்தி உள்ளே விழுந்தாள் மங்காசுரி.

தேங்குல வளவைக் கடந்து அவனைத் தூக்கிக் கொண்டு அவர்கள் போவதற்குள் செய்தி அறிந்து சில இருசக்கர வண்டிகளில் இளைஞர்கள் வந்து சேர்ந்தார்கள். ஒரு வண்டியில் மதுரனை நடுவிலிருத்திப் பின்னால் உட்கார்ந்து ஒருவன் பிடித்துக் கொண்டான். ஓட்டியவன் முதுகில் சரிந்திருந்தது மதுரனின் தலை. 'சீக்கிரம் போ. ரத்தம் நெறைய வருது' என்று சொன்னார்கள். அங்கிருந்து இருகல் தொலைவில் அரசு மருத்துவமனையின் கிளை ஒன்றிருந்தது. அதை நோக்கி வண்டிகள் ஓடின.

'ரத்தம் அப்படிக் கொட்டுது. இன்னமே பொழைக்க மாட்டான்', 'யாரு என்ன செய்வாங்க? அவன் முடிவ அவனே தேடிக்கிட்டான்', 'ஊர்க்கூட்டத்துல எதுனா தண்டம் போட்டு உட்ருப்பாங்க. அதுக்குள்ள உசுர மாச்சுக்கப் போயிட்டானே', 'அட அந்த மங்காப் பிள்ள அவனப் பாத்து மங்கான் மங்கான்னு கூப்பிடுது. இவன் மதுரா மதுரான்னு கத்தறான். இது என்ன கருமாந்தரமோ தெரீல போ', 'கொலந் தாண்டி ஆசப்படறவன் நெலம இதுதான் பாத்துக்க' என்றெல்லாம் பேசிக்கொண்டது தேங்குலக் கூட்டம். வேடிக்கைக் காட்சி இப்படிச் சட்டென முடிந்துவிட்ட ஏக்கமும் அவர்களுக்கிருந்தது.

'நல்லா வாச்சியாட்டம் இருந்த புதுப் பனங்கருக்கு. இப்பத்தான் சிறுபனையிலருந்து வெட்டிப் போட்டதாட்டம் இருக்குது. அதுல கிழிச்சுக்கிட்டானே, கொடலே வெளிய தள்ளீருச்சு. இன்னமே பொழைக்கறது கஷ்டந்தான்' என்று சொன்னார்கள். 'அந்த எடத்துல பனங்கருக்கு எப்படி வந்துச்சு? தண்ணியடுப்பு எரிக்க வெட்டிப் போட்டு ஆரும் காய வெச்சிருந்தாங்களா? அதும் அவங்கையில சிக்கோணும்னு இருக்குது பாரு. அவன் ஓடியாந்த வேகத்தப் பாத்தா நாலு பேர அறுத்துப் போட்டுட்டுப் போயிருவான்னு பயந்து போயிட்டன்' என்று இளைஞர்கள் பேசிக் கொண்டார்கள். தங்கள் பக்கம் அவன் திரும்பவில்லை என்னும் நிம்மதி பேச்சிலிருந்தது.

அரசு மருத்துவமனையில் முதலுதவி செய்தார்கள். அதற்கு மேல் மதுரனுக்குச் சிகிச்சை செய்ய அங்கே வசதிகள் இல்லை. அருகில் உள்ள பெருநகரம் காலாசுரம். அங்கே கொண்டு போய்த்தான் பார்க்க வேண்டும் என்று அனுப்பினார்கள். வாடகைக் கார் பேசி மதுரனைக் காலாசுரம் கொண்டு சென்றார்கள். அங்கே சாகப் பிழைக்கக் கிடைக்கிறான் என்று ஓலாசுரத்துக்குத் தகவல் வந்தது. இன்னும் எத்தனை நாள் இருப்பான் என்று சொல்ல முடியாது என்றார்கள். கருக்கு ஈரலில் பாய்ந்துவிட்டதாம் என்றும் அறுப்பில் கிழிந்த குடலைத் தைக்க முடியவில்லையாம் என்றும் ஊருக்குள் பலவிதமாகப் பேச்சு பரவியது. அதன் பிறகு தேங்குலத்தார் எவரும் மதுரனைப் பார்க்கவேயில்லை.

காலசுரம் மருத்துவமனையில் பதினான்கு நாட்கள் மதுரன் இருந்தான். மூன்றாம் நாளில் அவனுக்குச் சுயநினைவு திரும்பியது. இனி பிழைத்துக் கொள்வான் என்று எல்லோருக்கும் நம்பிக்கை வந்தது. 'என்னய எதுக்குக் காப்பாத்துனீங்க?' என்று பெற்றோரிடமும் உறவினர்களிடமும் கேட்டுக் கொண்டேயிருந்தான். 'மதுரா இல்லாத நானிருக்க மாட்டன்' என்றும் 'என்னயச் சாக உடுங்க' என்றும் திரும்பத் திரும்பச்

சொன்னான். சிலசமயம் வலிப்புக் கொண்டவன் போல நடுங்கினான். பற்களைக் கடித்த போது நாவும் சிக்கிக் காயம்பட்டு ரத்தம் வடிந்தது. மருத்துவமனையே அதிரும்படி சிலசமயம் கத்திக் கூச்சலிட்டான்.

நான்கு அக்காக்களும் மாறி மாறி அவனுடன் இருந்தார்கள். 'செத்துப் போறன்' என்று அவன் கதறிய ஓர் இரவில் முதல் அக்கா உடனிருந்தார். அவன் கதறலும் அழுகையும் தாங்க முடியவில்லை. உடல் வேதனை அவனுக்குப் பொருட்டாகவே இல்லை. மங்காசுரியின் நினைவாகவே இருந்தான். 'மதுரா மதுரா' என்று புலம்பினான். அவன் படும் பாட்டைக் காண முடியாத வேகம் கொண்டு அக்கா அவனிடம் பேசினார்.

'எங்க எல்லாரையும் உட்டுட்டுச் செத்துப் போறயா? நாலு பேரும் எங்க கொழந்தயாட்டம் தம்பி தம்பின்னு தோள்லயும் மார்லயும் போட்டு வளத்தமேடா. ஒரு வேல செய்ய உன்ன உட்ருப்பமா? நாலு பேருக்குப் பொறவு பொறந்த அதிசயப் பொறப்புன்னு உன்னயப் படிக்க அனுப்புனம். அம்மாளும் அப்பனும் தொண்டைக்குள்ள போனதக்கூடக் கக்கி எடுத்துப் பையனுக்குன்னு கொண்டாந்து தருவாங்களேடா. நீ இப்படிப் பண்ணத்தான் பொத்திப் பொத்தி வளத்தமாடா கன்னு? உம் முன்னாடி குத்துக்கல்லாட்டம் இருக்கறமே, நாங்கெல்லாம் உங்கண்ணுக்குப் படலியாடா? நாங்கெல்லாம் ஒண்ணுமே இல்லையா? உன்னயக் கொண்டாந்து இப்படிப் போட்டுட்டு அழுதுக்கிட்டுக் கெடக்கறமே, நாங்கெல்லாம் உனக்கு ஒண்ணுமே இல்லையா? எங்களயெல்லாம் மறந்துட்டுப் பைத்தியகாரனாட்டம் கத்தறயே, கையில காதுல இருக்கற ஒண்ணு ரண்டயும் வித்தெடுத்துக் கொண்டாந்து ராவும் பகலுமா இங்க வெச்சுப் பாக்கறமே, நாங்கெல்லாம் உனக்கு ஒண்ணுமே இல்லையா?'

பேச்சை நிறுத்திவிட்டு அக்கா ஆற்ற மாட்டாமல் அழுதார். மதுரன் சத்தமடங்கி எதுவும் பேசாமல் பார்த்தான். அழுகை முடிந்து அக்கா மறுபடியும் தொடர்ந்தார்.

'நம்ம கொலத்துல ஒருத்தி மேல ஆசப்பட்டிருந்தா அது எப்பேர்ப்பட்ட ராசா மகளா இருந்தாலுஞ் செரின்னு கையில கால்ல உழுந்தாச்சும் கட்டி வெச்சிருப்பமேடா. நமக்கு ஆகாத கொலத்துக்காரி மேல ஆசப்பட்டா உசுர எடுத்திருவாங்களேடா. நமக்கு எதுக்கு அந்த நாறத்துணி? உசுரு இருந்தாத்தான் எல்லாமே. அத உட்டுட்டுக் காலத்துக்கும் எங்களக் கஷ்டப்பட வெக்கப் போறயாடா? பொண்ணு வேணுமின்னா எங்க ஊட்டுல இல்ல? ரண்டு அக்கா ஊட்டுல பொண்ண வெச்சிக்கிட்டுத் தம்பிக்குக்

கட்டிக் குடுக்கலாமேன்னு காத்துக்கிட்டு இருக்கறமேடா? நாங்கெல்லாம் உங்கண்ணுக்கு ஆளுங்களாத் தெரியலயாடா? அம்மாள நெனச்சியாடா? சோறு தண்ணி இல்லாத பித்துப் புடிச்சு மயங்கிக் கெடக்குது. உன் நெனப்புல அம்மாளுக்குக்கூட எடமில்லாத போயிருச்சா? அப்படி என்ன அதிசயத்த அவகிட்டக் கண்டுட்ட?'

இன்னும் வெகுநேரம் அக்கா பேசினார். அந்த இரவுக்குப் பிறகு மதுரன் அமைதியானான். புலம்பலை நிறுத்தினான். ஓரளவு தூங்கினான். மேற்தளத்தைப் பார்த்துக் கொண்டே நிலைத்திருந்தான். கொடுத்ததைச் சாப்பிட்டான். கத்தல் இல்லை. வருவோரிடம் ஓரிரு வார்த்தைகள் பேசினான். சிகிச்சைக்குப் பிறகு ஓலாசுரம்பட்டிக்குப் போக வேண்டாம் என்றும் அக்கா வீடுகளில் ஏதாவது ஒன்றில் இருந்து கொள்ளலாம் என்றும் முடிவாயிற்று.

மதுரன் நிலை கவலைக்கிடம் என்று தேங்குலத்தாரிடம் பேச்சுப் பரவியிருந்த அந்த நாட்களில் மங்காசுரி தன் நிலையில் இல்லை. அழுது கொண்டேயிருந்தாள். தூக்கமா மயக்கமா என்று தெரியாத வகையில் விழுந்து கிடந்தாள். தன்னால் தானே மங்கானுக்கு இப்படி ஆகிவிட்டது என்று தனக்குள்ளே புலம்பினாள். அவள் துயரத்தைக் கேட்பதற்கு வீட்டில் காதுகள் இல்லை. அவள் வதங்கிய முகம் பார்த்து ஆறுதல் சொல்ல வாயும் இல்லை. எல்லோரும் அவளைப் பெருங்குற்றம் செய்தவளாகவே கண்டு ஆளாளுக்கு வார்த்தையால் கொட்டிக் கொண்டிருந்தனர்.

இன்னும் கொஞ்ச நாள் யாருக்கும் தெரியாமல் இருந்திருக்க லாம். பன்னிரண்டாம் வகுப்பை முடித்து அவன் வெளியூரில் மேற்படிப்புக்குச் சேர்ந்திருப்பான். அவளும் படிப்புக்கு அடம் பிடித்து வெளியூர் போயிருக்கலாம். அப்போது இருவரும் சந்திப்பதும் பேசுவதும் இத்தனை பெரிய பிரச்சினை ஆகியிருக்காது. அவசரப்பட்டு விட்டோம் என்று தோன்றியது. இனிச் செய்வதற்கு ஒன்றுமில்லை. அவன் செத்துப் போன பிறகு தன்னால் வாழ முடியாது என்பதில் உறுதியாக இருந்தாள். அவனுடைய இறப்புச் செய்தியைக் கேட்பதற்குத் தான் இருக்கக் கூடாது என்று முடிவெடுத்தாள்.

அன்றைக்கு இரவில் எல்லோரும் தூங்கிய பிறகு வீட்டுக்குப் பின்புறம் இருந்த கதவைத் திறந்து வெளியே போனாள். வானத்தை அண்ணாந்து பார்த்தாள். நட்சத்திரங்கள் பொரிக்கூட்டமாய் இரைந்து கிடந்தன. அவன் கண் சிமிட்டலை ஒவ்வொன்றிலும் கண்டாள். 'உனக்கு மட்டுந்தான் உசுர மாச்சுக்கத் தெரியுமா? நானும் இந்த உசுர வெச்சிருக்க மாட்டண்டா' என்று உதட்டுக்குள்

பேசினாள். மெல்ல நடந்து எதிரிலிருந்த பனஞ்சாரிக்குப் போனாள். ஒவ்வொரு பனையடியிலும் ஓலைகளும் பட்டைகளும் பன்னாடைகளும் குவிந்து கிடந்தன. ஓலையற்ற பனங்கருக்கு ஒன்றைக் கையில் எடுத்தாள்.

'மங்கான் மங்கான்' என்று அவள் வாய் முணுமுணுத்துக் கொண்டேயிருந்தது. கருக்கைக் கொண்டு கையில் கிழித்துக் கொள்ளலாமா வயிற்றை அறுக்கலாமா என்று ஒரு நிமிடம் யோசித்தாள். மங்கானுக்கு இப்படி யோசனை வந்திருக்குமா என்று நினைத்தாள். என்ன நோக்கத்தில் அவன் பனங்கருக்கை எடுத்துக் கொண்டு வந்திருப்பான்? பாதுகாப்புக்கா? யாரேனும் வந்தால் பயன்படுத்தவா? இல்லை, முதலிலேயே தன்னை அறுத்துக் கொள்ளும் முடிவோடுதான் அதை எடுத்து வந்திருப்பானா? அந்தக் கணத்தில் தோன்றிய எண்ணமா இருக்குமா? எப்படியோ, தனக்காக உயிரை விடத் தயாராக இருந்தானே. அழுது அழுது உடலே கண்ணீராய்ப் போன போதும் அவளுக்கு மீண்டும் அழுகை வந்தது.

இத்தனை நிதானமாக அவன் யோசித்திருக்க மாட்டான். சுற்றிக் கூடியிருந்த கூட்டத்திற்குத் தன்னை உணர்த்த அவனுக்கு அதுதான் ஒரே வழியாக இருந்திருக்கும். மதுராளுக்கு முன் உயிர் எனக்குப் பொருட்டில்லை என்று காட்டிவிட்டான். மங்கானை விட எதுவும் பெரிதில்லை என்று தான் காட்ட வேண்டும் என அவளுக்கு யோசனை ஓடிற்று. அதற்கு அவன் வழிதான் சரி. கையை அறுத்துக் கொள்வது என்று முடிவு செய்தாள். ரத்தம் வடிந்து ஓடட்டும். தேங்குலத்துத் தெருக்களில் ரத்தம் வடிந்து ஓடட்டும். அப்போது வீட்டின் பின் விளக்கு எரிந்தது. அதற்கு முன்னரே அவளைத் தொடர்ந்து வந்த கொண்டாசுரர் இப்போது அவளெதிரே நின்றிருந்தார். வீட்டுக்குள் இருந்து ஒவ்வொருவராக வந்தார்கள். அவள் அம்மா அருகில் ஓடி வந்தாள்.

சட்டென்று கையில் அறுத்துக் கொள்ளலாம் என்று முயன்ற போது கொண்டாசுரர் கருக்கு கொண்ட கையை வலுவாகப் பிடித்தார். அவளால் திமிர முடியவில்லை. உயிரை மாய்க்க இப்போது வாய்ப்பில்லை என்பது மங்காசுரிக்குப் புரிந்தது. அழுதுகொண்டே அம்மாவோடு உள்ளே போனாள். இந்தப் பிரச்சினையில் அவசரப்பட்டு ஏற்கனவே ஊரெல்லாம் தெரிய வைத்துவிட்டோம் என்று வருந்திய கொண்டாசுரர் இனியாவது நிதானமாக இருக்க வேண்டும் என்று நினைத்திருந்தார். அவர் சொல்படி யாரும் மங்காசுரியிடம் எதுவும் பேசவில்லை.

அடுத்தடுத்த நாட்களில் அவளைத் திட்டுவதும் எரிந்து விழுவதும் இல்லாமலே போயின. அப்பா, அம்மா, அண்ணன்,

அண்ணி எல்லோரும் ஆதரவாகப் பேசினார்கள். அண்ணனின் மூத்த மகளுக்கு அப்போது இரண்டு வயது. குழந்தை 'அத்த அத்த' என்று அவளிடம் எப்போதும் ஒட்டிக் கொண்டிருக்கும். வீட்டு விவரம் புரியாத அந்தக் குழந்தை மட்டும் அவளிடம் வந்து மடியேறி விளையாடிற்று. அவளுடன் ஒட்டிப் படுத்துக் கொண்டது. 'எந்நேரமும் என்ன அத்த?' என்று எரிந்து விழும் அண்ணி வளராசுரியே குழந்தையிடம் 'அத்தகிட்டப் போயிப் படுத்துக்கோ' என்று சொல்லி அனுப்பினாள். குழந்தையிடமே சோற்றைக் கொடுத்து அனுப்பினார்கள். 'அத்த சாப்பிட்டாத்தான் நானும் சாப்பிடவன்னு சொல்லு' என்றிருந்தார்கள். வீட்டில் என்ன நடக்கிறது என்று குழந்தைக்குத் தெரியவில்லை. ஏதோ நடக்கிறது, தனக்கு அதில் பங்கும் இருக்கிறது என்பது மட்டும் எப்படியோ புரிந்திருந்தது. கட்டளைகளைக் குழந்தை சரியாக நிறைவேற்றியது. தண்ணீர்ச் சொம்பைத் தூக்க முடியாமல் தூக்கிக் 'குடிச்சுக்க அத்த' என்று குழந்தை சொல்லும் போது கண்ணீரோடு அதைக் கட்டிக் கொண்டாள் மங்காசுரி.

❖

56

மதுரன் மருத்துவமனையில் ஓரளவு தேறி விட்டான், இனி உயிருக்கு எந்த ஆபத்தும் இல்லை என்று செய்தி ஊருக்குள் பரவியது. 'ஊர்ப்பக்கம் வரட்டும், பாத்துக்கலாம்' என்று ஒரு குழு பேசித் திரிந்தது. 'வந்துருவானா? எந்த மூஞ்சிய வெச்சுக்கிட்டு இந்தப் பக்கம் வருவான்னு பாத்தரலாம்', 'என்னமோ இப்பப் பொழச்சுக்கிட்டான். இந்தப் பக்கம் வந்தான்னா இனிமே பொழைக்க மாட்டான்', 'அன்னைக்குத் தப்பிக்கறதுக்கு அறுத்துக்கறாப்பல நடிச்சிருக்கறான்' என்றெல்லாம் வகைவகைப் பேச்சுக்கள்.

மதுரன் சாகவில்லை, பிழைத்துக் கொண்டான் என்பதை வீட்டிலும் கசிய விட்டார் கொண்டாசுரர். மங்காசுரிக்குக் கொஞ்சம் நிம்மதியானது. இந்தச் சந்தர்ப்பத்தைக் கொண்டாசுரர் சரியாகப் பயன்படுத்திக் கொண்டார். அடுத்த நாள் ஞாயிறு. ஊரெல்லாம் எருமைக் கறியோ கோழிக்கறியோ மணக்கும். அசுரர்கள் எருமைக்கறிக்கு அடிமைகள். ஊரிலேயே நான்கைந்து பேர் ஞாயிற்றுக் கிழமைகளில் கறி போட்டார்கள். இளங்கன்றுக் கறியாகப் பார்த்து எடுத்து வந்தார். மனைவியிடம் சொன்னார், 'இதுதான் நமக்குக் கடைசிக் கறின்னு நெனச்சுக்கிட்டு ருசியாச் செய்யோணும்.'

கட்டிலில் படுத்துக்கிடந்த மங்காசுரியின் முதுகில் அப்போது குழந்தை ஏறி உருண்டு கொண்டிருந்தது. அப்பாவின் சொற்கள் அவளுக்கும் கேட்டன. அதன் உள்ளர்த்தம் அவள் அம்மாவைப் போலவே மங்காசுரிக்கும் புரியவில்லை. வளராசுரிக்கும் புரியவில்லை. 'என்ன மாமன் இப்படிச் சொல்றாரு? எப்ப நாம ருசி கொறையா வெச்சிருக்கறம்? கடைசிக் கறிங்கறாரு' என்று மாமியாரிடம் வளராசுரி கேட்டாள்.

‘இப்ப நாமிருக்கற நெலையில கறி ஒண்ணுதாங் கொறையான்னு காத்தால கறி எடுக்கப் போவும்போதே சொன்னன். இப்ப வந்து அப்படியே நாக்குக்கு ருசியா வயனமா வேணும்னு இப்படிச் சொல்றாரு. இந்த அசுரப்பயலுக்கு நாக்கு செத்துப் போச்சாட்டம் இருக்குது. சாந்துல கொஞ்சம் மொளவக் கூட்டிப் போடு’ என்றார் மாமியார். வீட்டில் ஏதாவது கெட்ட காரியம் நடந்தால் அதையொட்டித் தமக்குப் பிரியமான உணவு ஒன்றைச் சாப்பிடாமல் ஒதுக்கிவிடுவது வழக்கம். அப்படி எருமைக்கறிப் பழக்கத்தை அவர் விட்டுவிடப் போகிறாரா என்று எல்லோருக்கும் சந்தேகம் இருந்தது. வீட்டில் இனிமேல் கறியே செய்யக் கூடாது என்று சொல்லிவிடுவாரோ? கும்பாசு பயந்து போனான். எப்பேர்ப்பட்ட அதிசயப் பொருள் ஒன்றை முன்னால் வைத்துவிட்டு அத்துடன் எருமைக்கறியையும் வைத்தால் தனக்குக் கறி மட்டுமே போதும் என்பான் அவன்.

சமையல் முடிந்து வீட்டுப் பட்டாசாளையில் எல்லா வற்றையும் எடுத்து வைத்தார்கள். கறி சமைக்கும் நாளில் மட்டும் ஒன்றாக உட்கார்ந்து சாப்பிடுவது வழக்கம். மங்காசுரி வரவில்லை. குழந்தை போய் அவள் கையைப் பிடித்து இழுத்து வந்து உட்கார வைத்தது. எல்லோருக்கும் வட்டிலில் சோறும் கறியும் போட்டு வைத்தார்கள் மாமியாரும் மருமகளும். ஆவலாக எடுத்துச் சாப்பிடப் போன மகன் கும்பாசுரனை ‘இரு, அவசரப்படாத. ஒரு மந்திரம் போட்டுட்டுச் சாப்பிடலாம்’ என்று தடுத்தார் கொண்டாசுரர். வீட்டுக்குள் போய் பூச்சிக்கொல்லி மருந்து டப்பாவை எடுத்து வந்து மையத்தில் வைத்தார்.

‘இது நம்ம குடும்பத்துக்குக் கடைசிக் கறி. இந்த மருந்தக் கலந்துதான் சாப்பிடறம். குடும்ப மானம் ஊர் முழுக்கச் சிரிக்குது. இன்னமே இந்தத் தெருவுல தல நிமிந்து நடக்க நமக்குச் சமுத்துக் கெடையாது. நாம சொல்றதயும் எம்பிள்ள கேக்க மாட்டா. போதும். எல்லாரும் ஒண்ணாச் சேந்து போயிரலாம். எம் பேச்சக் கேட்டுப் படிச்சவன் எந்தங்கச்சி பையன் இருக்கறான். இந்த ஊடும் காடும் அவனுக்குப் போய்ச் சேரட்டும். அவனாச்சும் நல்லா இருக்கட்டும். மொதல்ல எம் பேத்திக்கு ஊத்திச் சோத்துல பேஞ்சு குடுத்தர்லாம்’ என்று சொன்னவர் யார் பதிலையும் எதிர்பாராமல் குழந்தையை எடுத்து மடியில் வைத்துக் கொண்டார். அவ்வளவுதான், எல்லோரும் சாகப் போகிறோம் என்று அதிர்ந்து போன வளராசுரி ‘மாமா . . . எங்கொழந்தய மட்டும் உட்ரலாம் மாமா. அத எங்கண்ணன் வெச்சுக் காப்பாத்திருவான்’ என்று அழுதாள். அவர் அதைக் கண்டுகொண்ட மாதிரியே தெரியவில்லை. குழந்தையிடம் பேச ஆரம்பித்தார்.

‘கன்னுச் செல்லம் . . . தாத்தா பேச்சக் கேக்கோணும். மந்திரம் போட்ட ஒரு மருந்தக் கறியில கலந்து தருவன். கொஞ்சம் ஒருமாதிரி இருக்கும். கண்ண மூடிக்கிட்டுச் சாப்பிட்டரணும். தாத்தா சொல்ல நீயாச்சும் கேப்பியா?’ என்று குழந்தையிடம் பேசினார். குழந்தை ‘கேப்பந் தாத்தா’ என்று குழறியது. தாத்தா தனக்கு ஏதோ சிறப்பாகத் தரப் போகிறார் என்று எதிர்பார்த்தது. குழந்தையின் உற்சாகத்தைக் கண்ட பெண்கள் அடக்க முடியாமல் வாய் விட்டு அழுதார்கள். வளராசுரிக்கு என்ன செய்வதென்று தெரியவில்லை. மாமனிடமிருந்து குழந்தையைப் பிடுங்கிக் கொண்டு ஓடிவிடலாமா என்று நினைத்தாள்.

ஒன்றும் செய்யாமல் வட்டில் கறியையே வெறித்துக் கொண்டிருக்கும் புருசனைப் பார்த்தாள். மருந்தை ஊற்றிக் கொடுத்தால்கூட ஆவலாகக் கறிச்சோற்றைத் தின்பான் போலிருந்தது. குழந்தையை மடியில் இருத்தி ‘எங்கன்னு. பொட்டப்புள்ளய வளத்தி நாளைக்கி எதுனா ஒண்ணுனா எங்களால தாங்க முடியாதும்மா. இப்பவே போயரலாம்மா’ என்று குழந்தையைக் கொஞ்சுகிற மாதிரி பேசிக்கொண்டே மருந்துப் பாட்டிலைக் கொண்டாசுரர் எடுத்தார். ‘எங்க போலாம் தாத்தா?’ என்று குழந்தை ஆவலாகக் கேட்டது. தாத்தாவின் கையிலிருக்கும் மருந்து டப்பாவின் தோற்றம் புதிய விளையாட்டுப் பொருள் போலத் தோன்ற அதைத் தன் கைகளால் குழந்தை தடவிப் பார்த்தது. பொறுக்க முடியாமல் பாய்ந்த மங்காசுரி அதைப் பிடுங்கிக் கொண்டாள்.

‘என்னாலதான உங்களுக்கெல்லாம் இந்தக் கஷ்டம்? நாங் குடிச்சுச் செத்துப் போறன்’ என்றாள். ‘நீ செத்துப் போயிட்டா நாங்கெல்லாம் உசுரோட இருந்து என்ன செய்யப் போறம்? கண்ணுக்குக் கண்ணா வளத்துப் படிக்க வெச்சு உம் மாமனுக்குக் கட்டிக் குடுக்கலாமின்னு எத்தனையோ திட்டம் போட்டன். எல்லாம் போயிருச்சு. இன்னமே நாங்க மட்டும் இருந்து என்ன பண்றம்? எல்லாரும் ஒண்ணாப் போயிரலாம்’ என்றார் கொண்டாசுரர் தீவிரமாக. ‘அப்பா . . . இன்னமே நீ என்ன சொல்றயோ அத அப்படியே கேக்கறன். ஒரு வார்த்த மீற மாட்டன். எனக்காக யாரும் சாக வேண்டாம். நீ வா கன்னு’ என்று அழுகையினூடே சொன்ன மங்காசுரி குழந்தையை வாங்கித் தன் மடியில் அமர்த்திக் கொண்டாள்.

கொண்டாசுரர் சொன்னார், ‘நான் என்னம்மா சொல்லப் போறன்? நீ இனிமே இந்தூர்ல இருக்க வேண்டாம். இன்னைக்கே கௌம்பிப் போலாம். உம் மாமனுக்கு அங்கயே எதுனா கோயில் பாத்துக் கலியாணம் பண்ணி வெச்சிர்றன்.

அவனோட குடும்பம் நடத்து. அது போதும். இங்க வரவும் வேண்டாம், எங்களப் பாக்கவும் வேண்டாம். நாங்க வந்து பாத்துக்கறம். ஊர் வாயில இன்னமே நீ ஒருநாளும் உழக் கூடாது.'

'செரி. அப்படியே செய்யறன். இன்னமே சாகற பேச்ச யாரும் பேசக் கூடாது' என்று சொன்ன மங்காசுரி வட்டிலை அருகிழுத்து ஈரல் கறியாகப் பார்த்தெடுத்துக் குழந்தைக்கு ஊட்டினாள். மற்றவர்கள் சாப்பிடத் தயங்கினார்கள். 'சொல் மீறக் கூடாது' என்றான் கும்பாசுரன். 'அதான் சொல்லீட்டன்ல. இந்த மங்காள உனக்குத் தெரியாதா? சொன்னாச் சொன்னபடி இருப்பன். என்ன பண்ணனும். மாமனுக்கு முந்தி விரிக்கணும். பிள்ளப் பெத்துக்கணும். வளக்கணும். வடிச்சுக் கொட்டணும். அவ்வளவுதான? செய்யறன். சாப்பிடுங்க. எங்கவல உங்களுக்கு இன்னமே வேண்டாம். சொன்னதுக்கு மேல இருக்கறான்னு நீங்க நெனக்கற அளவுக்கு நானிருப்பன்' என்று மங்காசுரி அழுத்தமாகச் சொன்னாள்.

'எம் பொண்ணு என்னய மாதிரி. சொல் மாற மாட்டா' என்று சிரித்த கொண்டாசுரர் சாப்பாட்டை எடுத்து வாயில் போட்டார். தயக்கத்தோடு ஒவ்வொருவரும் சாப்பிட ஆரம்பித்தார்கள். அன்றைக்கு இரவே வீராசுரப் பயணம். மறுநாள் விடிகாலையில் போய்ச் சேர்ந்து குமராசுரன் வீட்டுக் கதவைத் தட்டினார்கள்.

மதுரன் – மங்காசுரி கதையைக் கூறிய மஞ்சியம்மா இப்படி முடித்தார்.

'கன்னுச்சாமீ . . . இதையெல்லாம் நாஞ் சொன்னன்னு ஆருகிட்டயும் சொல்லீரதய்யா. என்னமோ இந்த ஊருல இத்தன நாளு பொழச்சாச்சு. இன்னம் இருக்கற காலத்தயும் தள்ளிக்கிட்டுப் போவோணும்.'

அம்மாவுக்கு இப்படி ஒரு துயரம் இருக்கும் என்று ஒருபோதும் நினைத்ததில்லை. தனக்கு எதுவும் தெரியாது என்கிற மாதிரியே அம்மா இருப்பார். புறத்தோற்றம் மறைத்து வைத்திருக்கும் விஷயங்கள் ஏராளம். இவ்வளவு நடந்துமா அப்பாவுக்கு எதுவும் தெரியாமல் போயிருக்கும் என்று முருகாசுவுக்கு யோசனை ஓடியது. அவருக்கு எல்லாம் தெரிந்திருக்கும். சொல்லாமல் மறைத்திருப்பார். அம்மாவுக்குக் களங்கம் என்று கருதியிருக்க லாம். தன்னைப் பற்றி இழிவாக மகன் நினைப்பான் என்றும் எண்ணியிருக்கலாம்.

இப்போது பெருமளவு அம்மாவைப் பற்றித் தெரிந்துவிட்டது. ஒருவர் சொன்னவற்றில் விடுபட்டவற்றை இன்னொருவர் நிரப்பிவிட்டார். மூவரும் விட்டதை ஊகித்துக் கொள்ள முடிந்தது. ‘எனக்குத் தெரியணும்னுதான் கேட்டன். உங்கள யாருகிட்டயும் சொல்ல மாட்டன். எனக்குத் தெரியும்னுகூடச் சொல்ல மாட்டன். எங்கப்பாகிட்டயோ பாட்டிகிட்டயோ காட்டிக்க மாட்டன். போதுங்களாம்மா?’ என்று முருகாசு நம்பிக்கை கொடுத்தான். அவனுக்கு இன்னும் கொஞ்சம் விவரங்கள் வேண்டியிருந்தன. ‘அப்பறம் மதுரன் என்ன ஆனாரும்மா?’ என்று கேட்டான். பெருமூச்சு விட்ட மஞ்சி மேலும் சொன்னார்.

‘அதயேங் கேக்கறீங்க தம்பீ . . . அவன அக்கா ஊட்டுக்குக் கூட்டிக்கிட்டுப் போனாங்க. நாலு அக்காவூட்டுலயும் கொஞ்சம் கொஞ்சம் நாள் இருந்தான். படிப்பு போச்சு. பிள்ளப் பெத்த பொம்பள வவுத்துல இருக்கற பிரசவத் தழும்பாட்டம் அவன் வவுத்துல பனங்கருக்கு கிழிச்ச தழும்பு. அதயே தடவித் தடவிப் பாத்துக்கிட்டுக் கிறுக்குப் புடிச்சாப்பல சுத்திக்கிட்டே இருந்தான். பையன உட்டுட்டு இருக்க முடியலன்னு அப்பனும் அம்மாளும் கௌம்பிப் போனாங்க. இங்கருந்து அம்பது அறுபது மைலுத் தூரத்துல இருக்கற மொத அக்காவூட்டுப் பக்கமே சின்ன ஊடா ஒண்ணு பாத்துக் குடியிருந்தாங்க. அந்த அக்கா பொண்ணக் கட்டி வெச்சு குடும்பமா ஆக்கியிரலாமுன்னு பாத்தாங்க. அவன் மசியல. கல்யாணம்னு சொன்னா இன்னொருக்காப் பனங்கருக்குக்கு வேல வந்திரும்னு சொல்லீட்டான்.’

‘அவுரு கலியாணமே பண்ணிக்கலயா?’ என்று ஆச்சரியத்தோடு முருகாசு கேட்டான். ‘இப்படியேதான் உங்கம்மாளும் கேட்டா’ என்று சொன்ன மஞ்சி சட்டென்று நாக்கைக் கடித்துக்கொண்டு ‘அவனுக்கேது கலியாணம். மதுரா மதுரான்னு மந்திரம் போடறவன் இன்னொரு பொண்ண நெனப்பானா? நீங்கெல்லாம் சொன்னீங்கன்னு இந்த உசுர வெச்சிருக்கறன். அதக் கெடுத்தராதீங்கன்னு ஒரே பேச்சாச் சொல்லீட்டான். செரி, பையன் பொழச்சுக் கெடந்தாப் போதும்னு உட்டுட்டாங்க. அவனும் எதோ கெடைக்கற காட்டு வேலைக்கிப் போவான். கூலிய வாங்கிக் குடிச்சிட்டு எங்காச்சும் உழுந்து கெடப்பான். தாய் தகப்பன் இருந்த வரைக்கும் ஆக்கிப் போட்டுப் பாத்துக்கிட்டாங்க. வயசான காலத்துல நம்மளப் பாத்துக்குவான்னு தவமிருந்து பையனப் பெத்தம், இப்ப அவந்தான் வயசானவனாப் போயிட்டான், நாங்க பாத்துக்கறம்னு அவுங்க அம்மா இங்க வர்றப்பச் சொல்லுவா. என்ன பண்றது? அவங் கவலயிலயே அப்பனும் அம்மாளும் போயிச் சேந்துட்டாங்க’ என்று ஆதங்கத்தோடு சொன்னார்.

‘இப்ப என்ன செய்யிறாரு? எங்க இருக்கறாரு?’ என்று ஆவலோடு கேட்டான் முருகாசு. ‘நான் பாத்து வருசமாயிருச்சு. அக்கா ஊட்டோடதான் இருந்தான். மாமன் மேல அக்கா பசங்களுக்குப் பாசம். நல்லாப் பாத்துக்கிட்டாங்க. இப்ப அக்காளோட பேரன் பேத்தியெல்லாம் தலயெடுத்திட்டாங்க. பேரன் ஒருத்தன் பூவாசுரத்துல வேலையில இருக்கறானாமா. அந்தப் பையனுக்குச் சோறு தண்ணி ஆக்கிக் குடுத்துக்கிட்டு மதுரனும் அங்கயே இருக்கறானாமா. என்னென்னமோ வேலக்கிப் போனதுல கொஞ்சம் சமையல் வேல கத்து வெச்சிருக்கறான். கலியாணம் ஆகாத பையனுக்குத் தொணையா இருந்து காலத்தக் கழிக்கறான் பாவம்.’ மஞ்சியம்மா சொல்லி விட்டுத் தொடர்ந்து பெருமூச்சு விட்டார்.

‘செரி. எங்கம்மாவ நீங்க எப்பப் பாத்து இதயெல்லாம் சொன்னீங்கம்மா?’ என்று முருகாசு கேட்டான். ‘உங்கம்மாவப் பாத்தன்னு உங்களுக்கு எப்படித் தெரியும்?’ என்று மஞ்சி கேட்டார். ‘அதான் நீங்களே சொன்னீங்க. உங்கம்மாவும் இப்படித்தான் ஆச்சரியப்பட்டுக் கேட்டான்னு சொன்னீங்களே’ என்றான் முருகாசு. ‘ஆமால்ல. நானே வாய உட்டு மாட்டிக்கிட்டன். செரி, எல்லாத்தயும் சொல்லீட்டன். இதயும் கேட்டுக்கங்க’ என்ற மஞ்சி பெருமூச்சுடன் தொடர்ந்தார்.

57

மூன்றரை வருசமிருக்கும். வீராசுரத்தில் நடந்த கட்சி மாநாடு ஒன்றுக்கு ஓலாசுரம்பட்டியிலிருந்து இருபேருந்துகள் கிளம்பிச் சென்றன. ஊரைச் சுற்றிப் பார்க்கலாம் என்பதற்காகவும் கையில் கொஞ்சம் பணமும் குடிக்கச் சீமைச்சரக்கும் கொடுக்கிறார்கள் என்பதற்காகவும் பலரும் கிளம்பினார்கள். பெண்கள் அதிகமில்லை. சீமைச்சரக்குக்கான பணத்தையும் சேர்த்துக் கையில் கொடுப்பதாகச் சொன்னதால் ஒரு சில பெண்கள் முன்வந்தார்கள். அவர்களோடு மஞ்சியும் சேர்ந்து கொண்டார். வீராசுரத்தில் மங்காசுரியைச் சந்திக்கலாம் என்னும் எண்ணம் மஞ்சிக்கு இருந்தது. எப்போதாவது குமராசுரர் ஊருக்கு வரும்போது அவரிடம் மஞ்சி கேட்பாள், 'மங்கா நல்லா இருக்கறாளுங்களா?' 'ம்ம்' என்று மட்டுமே பதில் வரும்.

செல்பேசி எல்லாம் வராத காலத்தில் குமராசுரர் தன் அம்மாவுக்கு அவ்வப்போது கடிதங்கள் போடுவார். அவற்றை வாசித்துக் காட்டும் வேலை மஞ்சிக்குத்தான். பழைய கடிதங்கள் சிலவற்றைக் கழித்துக் குப்பையில் போட்ட போது அதில் ஒன்றிரண்டை மஞ்சி எடுத்துச் சென்று பாதுகாப்பாக வைத்திருந்தார். அப்போது எந்த நோக்கமும் இருக்கவில்லை. ஆனால் அவற்றை அவ்வப்போது எடுத்துப் பார்ப்பார். இந்த முகவரியில்தானே மங்காசுரி இருப்பாள், ஒருமுறை அவளுக்குக் கடிதம் போட்டால் என்ன என்று தோன்றியிருக்கிறது. என்னவென்று கடிதம் எழுதுவது?

மங்காசுரியுடன் ஒன்றிலிருந்து பன்னிரண்டு வரை ஒரே வகுப்பில் பயின்றவர் மஞ்சி. இருவரும் வெவ்வேறு குலத்தவர்களாக இருந்தாலும் இணக்கமும் அன்பும் இருந்தன. மங்காசுரிக்கு மதுரனோடு ஏற்பட்ட பழக்கம் பற்றி முதலில் அறிந்தது மஞ்சிதான். மதுரனைப் பற்றியும் அவன் குடும்பம் பற்றியும் மஞ்சியிடம் அடிக்கடி விசாரிப்பாள் மங்காசுரி. அந்த விசாரிப்புகளின் நோக்கத்தை ஒருசில நாட்களில் உணர்ந்து கொண்ட மஞ்சி 'இதெல்லாம் ஒத்து

வராது. விட்ரு' என்று சொல்லிப் பார்த்தாள். விடுவதைக் கடந்து போய்விட்ட காதல் அது என்பதைத் தாமதமாகவே அறிந்தாள்.

பிரச்சினை ஏற்பட்ட போது மஞ்சியின் வீட்டில் அவளையும் வெளியே விடாமல் அடைத்து வைத்திருந்தார்கள். மங்காசுரியுடன் பழக்கம் உள்ளவள் என்பதால் அவளை விசாரிக்க அழைக்கக் கூடும், அடிக்கவும் செய்யலாம் என்னும் பயம். சொந்தக்காரர்கள் வீட்டுக்கு அனுப்பி வைக்கலாமா என்றும் யோசித்தார்கள். அதற்குள் பிரச்சினை தீவிரமாகி எல்லாம் நடந்து முடிந்துவிட்டன. ஆனால் மஞ்சியையும் அதன் பிறகு பள்ளிக்கு அனுப்ப வில்லை. விரைவில் திருமணம் செய்து விட்டார்கள். ஊரிலேயே சொந்தத்தில் மாப்பிள்ளை. குழந்தை இல்லை என்பதைத் தவிர அவளுக்குக் குறை ஒன்றும் இல்லை.

கிறுக்கச்சிப் பாட்டி காட்டில் மஞ்சி தொடர்ந்து வேலை செய்து கொண்டிருந்தாள். இரவுத்துணையாகவும் வந்து படுத்துக் கொண்டாள். பாட்டிக்குக் கடிதங்களைப் படித்துக் காட்டும் போது அதில் மங்காவைப் பற்றி ஒரு வார்த்தையாவது இருக்குமா என்று பார்ப்பாள். 'வீட்டில் எல்லோரும் நலம்' என்று குமராசுரர் ஒரு வரி எழுதியிருப்பார். அதில் மங்காவையும் வைத்துப் பார்த்துக் கொள்வாள். அவர் வேலையைப் பற்றியும் குழந்தைகளைப் பற்றியும் எழுதியிருப்பார். தாயை நன்றாகச் சாப்பிடச் சொல்லியும் பணம் அனுப்புவதாகவும் பொதுவாகச் செய்திகள் இருக்கும். மங்காவின் நினைவை அவள் தொடர்ந்து கொண்டிருந்தமைக்கு இப்படிப் பல காரணங்கள். ஒருமுறை யாவது மங்காவைச் சந்தித்துப் பேசும் ஆவல் பல வருசங்களுக்குப் பிறகு வாய்த்தது.

தன்னிடமிருந்த முகவரியைக் கொண்டு யாருக்கும் தெரியாமல் ஒரு கடிதத்தை எழுதிப் போட்டார் மஞ்சி. அதில் தன் செல்பேசி எண்ணையும் கொடுத்திருந்தார். கடிதம் குமராசுரர் கையில் கிடைத்துவிட்டால் என்ன செய்வது என்று அச்சமாகவும் இருந்தது. அப்படியே கிடைத்தாலும் பிரச்சினை வராத மாதிரி கடிதத்தில் எழுதியிருந்தார். தான் வீராசுரம் வரும் தகவலைச் சொல்லி, தனது வயிற்று வலிப் பிரச்சினைக்குப் பார்க்க வீராசுரத்தில் நல்ல மருத்துவமனை பெயர் சொல்லும்படி கடித வாசகம் இருந்தது. மஞ்சி எதிர்பார்த்தபடி கடிதம் கிடைத்த அன்றைக்கே மங்காசுரி செல்பேசியில் அழைத்தார்.

மேய்ச்சல் வெளியில் எருமைகளை மேய விட்டுவிட்டு மரத்தடி நிழலில் உட்கார்ந்திருந்த பகலில் செல்பேசி வந்தது. 'மங்கா பேசறன். எப்படியிருக்க மஞ்சி?' என்று மங்காசுரியின் குரல் வந்தது. முப்பத்தைந்து வருசங்களுக்குப் பிறகு கேட்டாலும் மங்காவின் குரல் மாற்றமில்லாமல் ஒலித்தது. எப்போதும்

தனக்குள் அவள் குரல் கேட்டுக்கொண்டே இருந்ததால் அப்படி இருக்கிறதோ? மேய்ச்சல் வெளியில் நிறையப் பேர் இருந்தார்கள். எருமையைப் பார்க்கப் போவது போல நடந்துகொண்டே பேசினார் மஞ்சி. என்றாலும் உடன் இருப்பவர்களுக்குப் பாம்புச் செவி. அருகில் இருப்பவர் யாரிடம் பேசுகிறார், என்ன பேசுகிறார் என்பதை ஊகிப்பதிலும் கேட்பதிலும் ஆர்வம் அதிகம்.

இப்போது விரிவாகப் பேச முடியாத நிலையை மஞ்சி குறிப்பாகச் சொன்னார். புரிந்துகொண்ட மங்காசுரி மாநாட்டு நாளில் சந்திக்கத் தோதான இடம் சொல்லி வைத்துவிட்டார். உடன் வருபவர்களை ஏமாற்றிவிட்டு எப்படி மங்காசுரியைச் சந்திப்பது என்பதற்குப் பலவிதமாக மனதில் திட்டம் தீட்டினார் மஞ்சி. அப்படி ஒன்றும் கஷ்டமாக இல்லை. மாநாட்டுக்கு ஏகப்பட்ட கூட்டம். வீராசுரக் கடற்கரையில் மாநாடு. அங்கே ஏராளமாகச் சிலைகள் இருந்தன. சிலைகளைப் பார்ப்பவள் போலத் தன் ஊர்க்காரரர் கூட்டத்திலிருந்து பிரிந்து சென்று மங்காசுரி சொன்ன சிலையைக் கண்டடைந்தார்.

அச்சிலைக்கு எதிரில் இருந்த பழங்காலக் கட்டிடம் ஒன்றை நோக்கி மங்காசுரி அழைத்துச் சென்றார். அங்கே ஓரிடத்தில் இருவரும் உட்கார்ந்து கொண்டார்கள். மாநாட்டுப் பேச்சுகள் எதிரொலித்துக் கொண்டிருந்தன. எதிரில் தலை அலைகளோடு கடல். கையைப் பற்றிக் கொண்டு ஒருவரை ஒருவர் பார்த்துப் பெருமூச்சு விட்டார்கள். மங்காசுரிக்கு அழுகை வந்தது. மஞ்சியும் அழுதார். பல்லாண்டுக் கதைகளைப் பேச மனதில் ஆர்வம் இருந்த போதும் எதை, எங்கிருந்து தொடங்குவது என்று தெரியவில்லை.

'இத வாங்கிக்க. வெறுங்கையோட உன்னயப் பாக்க மனசில்ல. உனக்கு ஒரு சேல. உம் புருசனுக்கு வேட்டி. உனக்கு எத்தன கொழந்தைங்கன்னு தெரியாது. தெரிஞ்சிருந்தா அவுங்களுக்கும் எடுத்தாந்திருப்பன்' என்று சொல்லிப் பொட்டலத்தை நீட்டினார் மங்காசுரி. மஞ்சிக்கு இன்னும் கொஞ்சம் அழுகை கூடிற்று. 'கொழந்தப் பாக்கியந்தான் எனக்கில்ல. என்னமோ குடுத்து வெக்கல' என்றார். 'செரி உடு. பெத்துத்தான் என்ன பண்ணப் போறம்? மூனப் பெத்து வளத்தன். இப்ப என்னோட ஒண்ணுகூட இல்ல. பெத்தது, வளத்தது எல்லாம் கனவாட்டம் இருக்குது' என்று ஆறுதலாகப் பேசினார் மங்காசுரி.

மதுரனைப் பற்றி எதுவும் பேசக் கூடாது என்று மஞ்சி நினைத்திருந்தார். மங்காசுரி விடவில்லை. இத்தனை வருசமாகி விட்டது. மங்காசுரிக்கு மூன்று குழந்தைகள். இருவருக்குக் கலியாணமும் நடந்தாயிற்று. இதற்கு மேல் மதுரனைப் பற்றிப் பேசி

எதற்கு ஆகப் போகிறது? மங்காசுரி அப்படி நினைக்கவில்லை. 'எம்மனசு ஒருநாளும் மங்கான மறக்கல. நாங்க ரண்டு பேரும் பள்ளிக்கூடத்துக்கு நடந்து போயிக்கிட்டே இருக்கறம். அன்னக்கித் தொடங்கின நட இன்னம் தீரவேயில்ல. பாதையில மரமெல்லாம் எலய உதுக்குது, பூப் பூக்குது, காய் காய்க்குது. எல்லாத்தயும் பாத்துக்கிட்டு நாங்க போய்க்கிட்டேதான் இருக்கறம். அதுதான் எம்மனசுல இருக்குது. அவன் எப்படி இருக்கறான் சொல்லு' என்று கேட்டார் மங்காசுரி.

மஞ்சிக்குச் சங்கடம். 'அவனுக்கு எத்தன கொழந்தைக? என்ன வேல செய்யிறான்? இப்ப எங்க இருக்கறான்? நம்மூருப் பக்கம் அவன வர உட்டாங்களா?' என்று கேள்விகளை அடுக்கினார். எல்லாவற்றையும் மஞ்சி சொல்ல வேண்டியதாயிற்று. கேட்ட மங்காசுரி 'அவங் கலியாணமே பண்ணிக்கலயா? அப்படியா? அவங் கலியாணமே பண்ணிக்கலயா' என்று ஆச்சரியப்பட்டார். 'அக்கா பொண்ணுங்க நெறைய இருந்துச்சே. எதையாவது கலியாணம் பண்ணியிருக்கலாமே. இப்படி என்னய நோகடிக்கறானே. நான் என்ன செய்வன்? அவன் வாழ்க்க என்னால கெட்டுப் போச்சே. இதுக்கு நான் என்ன செய்வன்? குடிகாரனாத் தறி கெட்டுக் கெடக்கறானே, நான் என்ன செய்வன்? இன்னுமே என்னய நெனச்சுக்கிட்டு உசுர வெச்சிருக்கறானே, இதுக்கு நான் என்ன செய்வன்?' என்று மங்காசுரி புலம்பினார். மஞ்சியைக் காணோம் என்று உடன் வந்தவர்கள் தேடக் கூடும் என்பதால் இருவரும் கிளம்ப வேண்டியதாயிற்று.

மங்காசுரி சொன்னார், 'எங்கப்பனுக்குச் சொன்னாப்பல இத்தன வருசம் இருந்துட்டன். எங்கடமயெல்லாம் முடிஞ்சிருச்சு. சின்னவன் கலியாணம் மட்டுந்தான் இருக்குது. அதும் முடிஞ்சிருச்சின்னா அதுக்கப்பறம் எனக்கு என்ன இருக்குது? மதுரன நான் பாக்கணும். நேர்ல பாக்கணும். அவனும் நானும் என்னெல்லாம் கற்பன பண்ணுனோம், எல்லாம் போச்சு. அவனுக்குந்தான் சொல் பேச்சு மாற மாட்டன்னு சத்தியம் பண்ணிக் கொடுத்தன். அவன நான் பாக்கணும். அதுக்கு இன்னம் ஒரு வருசம் ஆகலாம், ரண்டு வருசம் ஆகலாம். ஆனா நேர்ல பாப்பன். எனக்காகக் கிழிச்சுக்கிட்டானே, அவன் வவுத்துத் தழும்ப எங்கண்ணால பாக்கணும். எங்கையால ஒருதடவ அதத் தொட்டுத் தடவோணும். நீ அவங்கிட்டச் சொல்லு. நான் பாக்க வருவன்னு சொல்லு. அவனப் பாக்காத என்னுசுரு போகாது. நான் நேர்ல பாக்க வருவன்னு சொல்லு. குடிச்சு ஒடம்பக் கெடுத்துக்க வேண்டான்னு சொல்லு. குடிய உட்ருன்னு நான் சொன்னன்னு சொல்லு. கேப்பான் அவன். நான் பாக்க வரும்போது அவன் நல்லா இருக்கணும்.'

கூட்டத்திற்குள் புகுந்து மங்காசுரி போகும் காட்சியை நெடுநேரம் பார்த்துக் கொண்டிருந்தார் மஞ்சி. மங்காசுரியைத் தவிர வேறொருவரும் அவர் கண்ணுக்குத் தெரியவில்லை.

மஞ்சி சொல்லி முடித்து அமைதியானார். முருகாசு சட்டென்று கேட்டான், 'எங்கம்மா இப்ப அவரோடதான் இருக்கறாங்களா?' மஞ்சி அதிர்ந்து 'என்ன சாமீ சொல்ற? அம்மா இப்ப உங்ககூட இல்லையா? எனக்குத் தெரியாதே' என்றார். 'வீட்ட விட்டுப் போயி ஆறு மாசமாச்சு. எங்க இருக்கறாங்கன்னு தெரியல. தேட வேண்டாமுன்னு எழுதி வெச்சுட்டுப் போயிட்டாங்க' என்றான் முருகாசு.

'அவனத் தேடித்தான் போயிருப்பா. வேறெங்க போயிருப்பா? பிடிவாதக்காரி. அவனப் பாக்கத்தான் போயிருப்பா. ஒரு தடவ பாக்கணும் பாக்கணும்னு சொன்னா. பாத்துட்டு வந்துருவான்னு நெனச்சன். இப்ப அவனோட தான் இருப்பா. எங்கிட்டக்கூட ஒரு வார்த்த சொல்லலியே. அன்னைக்கு அவங்கிட்டப் பேச எதுனா நெம்பர் இருந்தா அனுப்பி வெய்யின்னு சொன்னா. நானும் அவங்க அக்கா பசங்க, பேரன், பேத்திகன்னு அஞ்சாறு பேரு நெம்பரு அனுப்பி வெச்சன். எப்படியோ கண்டுபுடிச்சு போயிட்டா. பிடிவாதக்காரிதான் உங்கம்மா கன்னு' என்று மஞ்சி சொல்லி நிறுத்தினார். கண்களைத் துடைத்துக்கொண்டு முருகாசுவின் முகம் பார்த்து மீண்டும் சொன்னார்.

'இப்ப அவள யாரு என்ன பண்ண முடியும்? அவனத்தான் யாரு என்ன பண்ண முடியும்? ஓடி ஓடித் தொரத்துச்சே ஊரு. அந்த ஊரு இப்ப எங்க போச்சு? அந்த ஊரு இப்ப என்ன பண்ணும்? ஊரோட மூஞ்சியில சாணிய அள்ளி அப்பிட்டா உங்கம்மா. கட்டாயம் அவனோடதான் இருப்பா. அடேங்கப்பா, அவனத்தான் பெரியவனா நெனச்சிக்கிட்டு இருந்தன். உங்கம்மா ரொம்ப ரொம்பப் பெரியவளாயிட்டா. அய்யா சாமீ . . . தெரியாத எல்லாத்தயும் சொல்லீட்டன். கடசி காலத்துலயாச்சும் ரண்டு ஜீவனும் ஒண்ணா இருக்கட்டும். சந்தோசமா இருக்கட்டும். யாருகிட்டயாச்சும் விசயத்தச் சொல்லி அந்தக் கூட்டக் கலச்சராத சாமீ . . . சாமீ . . .'

மஞ்சி கைகூப்பி முருகாசுவின் முன் நின்றார். அவர் கண்களில் கண்ணீர் வழிந்தோடிற்று. தானும் கலங்கிய முருகாசு அவர் கைகளைப் பற்றிக் கண்களில் ஒற்றிக் கொண்டான்.

காலச்சுவடு பப்ளிகேஷன்ஸ் (பி) லிட்.
Published by Kalachuvadu Publications Pvt. Ltd.,
669, K.P. Road, Nagercoil 629001, India
Phone: 91-4652-278525
e-mail: publications@kalachuvadu.com

09/2025/S.No. 1123, kcp 6008, 18.6 (3) ass

பெருமாள்முருகனின் பிற நூல்கள்
(காலச்சுவடு வெளியீடு)

நாவல்
- ஏறுவெயில்
- நிழல் முற்றம்
- கூளமாதாரி
- கங்கணம்
- ஆளண்டாப் பட்சி
- பூக்குழி
- மாதொருபாகன்
- ஆலவாயன்
- அர்த்தநாரி
- பூனாச்சி அல்லது ஒரு வெள்ளாட்டின் கதை
- கழிமுகம்

சிறுகதை
- பெருமாள்முருகன் சிறுகதைகள் (1988 – 2015)
- சேத்துமான் கதைகள்
- மாயம்
- வேல்!
- போண்டு

கவிதைகள்
- மயானத்தில் நிற்கும் மரம்
- கோழையின் பாடல்கள்

கட்டுரைகள்
- துயரமும் துயர நிமித்தமும்
- கரித்தாள் தெரியவில்லையா தம்பீ . . .
- பதிப்புகள் மறுபதிப்புகள்
- வான்குருவியின் கூடு (தனிப்பாடல் அனுபவங்கள்)
- கெட்ட வார்த்தை பேசுவோம்
- ஆர். ஷண்முகசுந்தரத்தின் படைப்பாளுமை
- நிழல்முற்றத்து நினைவுகள்
- நிலமும் நிழலும்
- தோன்றாத் துணை
- மனதில் நிற்கும் மாணவர்கள்
- மயிர்தான் பிரச்சினையா
- அப்படியெல்லாம் மனசு புண்படக்கூடாது
- காதல் சரி என்றால் சாதி தப்பு
- பாதி மலையேறுன பாதகரு
- கவிதை மாமருந்து
- உ.வே. சாமிநாதையரை ஒதுக்கலாமா?

பதிப்புகள்
- சாதியும் நானும் (அனுபவக் கட்டுரைகள்)
- கு.ப.ரா. சிறுகதைகள் (முழுத் தொகுப்பு)
- கருவளையும் கையும்

தொகுத்தவை
- உடைந்த மனோரதங்கள்
- பிரம்மாண்டமும் ஒச்சமும்
- பறவைகளும் வேடந்தாங்கலும் – மா. கிருஷ்ணன்
- உ.வே.சா. பன்முக ஆளுமையின் பேருருவம் (கட்டுரைகள்)
- தீட்டுத்துணி – சி.என். அண்ணாத்துரை (தேர்ந்தெடுத்த சிறுகதைகள்)
- கூடுசாலை – சி.சு. செல்லப்பா (கிளாசிக் சிறுகதைகள்)

நெடுநேரம்